किटाळ

लक्ष्मण माने

मेहता पब्लिशिंग हाऊस

Please contact us at **Mehta Publishing House,** Pune 411030.
Email : production@mehtapublishinghouse.com
Website : www.mehtapublishinghouse.com

- *या पुस्तकातील लेखकाची मते, घटना, वर्णने ही त्या लेखकाची असून त्याच्याशी प्रकाशक सहमत असतीलच असे नाही.*

KITAL by **LAXMAN MANE**
किटाळ : लक्ष्मण माने / अनुभवकथन
Email : author@mehtapublishinghouse.com

संस्थापक : अनिल मेहता आणि सुनील मेहता
प्रकाशक : अखिल सुनील मेहता, मेहता पब्लिशिंग हाऊस,
१९४१, सदाशिव पेठ, माडीवाले कॉलनी, पुणे – ४११०३०
मुद्रक : श्री मुद्रा, १८१ शुक्रवार पेठ पुणे - ४११००२
मुखपृष्ठ : मेहता पब्लिशिंग हाऊस
प्रकाशनकाल : पहिली आवृत्ती : ६ डिसेंबर, २०१९
मेहता पब्लिशिंग हाऊस यांची दुसरी आवृत्ती : एप्रिल, २०२२
किंमत : ₹ ३२०
P Book ISBN 9789394258112
E Book ISBN 9789394258198
E Books available on : play.google.com/store/books
www.amazon.in
books.apple.com

ज्येष्ठ मार्गदर्शक डॉ. बाबा आढाव आणि मा. खा. शरदराव पवार
ज्यांनी यातनांचा बोजा उचलला ते माझे कुटुंबीय
शशी, भाई, कादंबरी, समता, जीवन, गणेश, ज्योस्त्ना
माझी नातवंडे - यशवंत, लुम्बिनी, श्रावस्ती
माझे व्याही दांपत्य - साहेबराव पाटील, सौ. कुमुदिनी पाटील
यांच्यामुळे आज मी उभा आहे, त्यांच्या ऋणानुबंधात...

लक्ष्मण माने

प्रस्तावना

लक्ष्मणच्या त्या बातमीने आघातच झाला जसा, थेट माणुसकीवरचा आघात. तीस-चाळीस वर्षांची अखंड मैत्री. सर्व कुटुंबीयांशी, माझ्या पत्नीशी, मुलींशी मैत्री. अनेकदा भेटलो. एकमेकांकडे राहिलो; पण एकदाही लक्ष्मणच्या चारित्र्याविषयी पुसटशी शंकाही आली नाही.

जेव्हा ओळख होऊन घरी आला. बाहेरच उभा. घरात माझी वहिनी. ती आग्रह करीत होती, आत येऊन बसायचा. मी येईपर्यंत थांबला. उन्हात. विचारलं तर म्हणाला, 'घरात एकटं बाईमाणूस असताना मी आत कसं जायचं?' इतक्या शिबिरांमध्ये आम्ही एकत्र होतो. शिबिराला मुलीही असायच्या. मी त्याला कुणाशी बोलतानाही पाहिलं नाही. मित्रांमध्ये खदाखदा हसणारा आणि हसवणारा असला तरी तो मुलींच्या बाबतीत बुजरा होता. त्यात तो आमच्या चळवळीत आला, तो लग्न होऊनच. शशी अगदी सावलीसारखी शांत होती. लक्ष्मणसारख्या चळवळ्या नवऱ्याला छान सांभाळून घ्यायची. इतर काही कार्यकर्ते बरोबर बायकोला आणत नसत किंवा घरी बोलावीत नसत; पण लक्ष्मण, नरेंद्र (दाभोळकर) यांची कुटुंबे आमच्यासारखी.

- सुनंदाने शशी-लक्ष्मण दोघांनाही जाता जाता खूप काही शिकवलं. सुनंदा जाऊन वीस-बावीस वर्षं झाली, तरी आजही दोघांचे डोळे पाणावतात. मी तिच्याविषयीची व्याकूळता कधीच मागे टाकली; पण ते घर आठवण निघाली की गलबलतंच. मधल्या काळात त्याने शिक्षण संस्था काढली. त्याला यशवंतराव

चव्हाणांनी प्रयत्न करून जमीन मिळवून दिली. त्या संस्थेतल्या या फिर्यादी स्त्रिया. ती बातमी आली तेव्हा हादरलो. मला खरंच वाटेना. त्या त्याच्या संस्थेत काम करणाऱ्या सहा स्त्रिया आणि बलात्कार कधी झाला? तर कुणावर पंधरा वर्षांपूर्वी, कुणावर सहा, पाच वर्षांपूर्वी. इतकी वर्षं गप्प का बसलात? कारण काही नाही.

कायद्याप्रमाणे स्त्रीची तक्रार आल्यावर पुरुषाला ताबडतोब अटक होते, तशी लक्ष्मणला झाली. भटक्या विमुक्त चळवळीतला आघाडीचा, धडपडणारा, जीव ओतून काम करणारा कार्यकर्ता, काही पुरावे नसताना तुरुंगात जातो? मी आणि लक्ष्मण नामांतराच्या चळवळीत तुरुंगात गेलो होतो. कामासाठी ते करायला हवंच होतं. सत्याग्रहाचं तंत्रच होतं ते. कितीदा तुरुंगवास झाले; पण सन्मानाने गेलो आणि सन्मानाने बाहेर आलो.

इथं केवढी मानहानी. त्या कायद्याप्रमाणे लवकर जामीन मिळत नाही. पोलिसांत स्त्रीची अशी तक्रार गेली की लगेचच अटक. जसे दलितविषयक कायद्याचेही. कुणी तक्रार केली, कसलाही पुरावा न देता, की याने मला जातिवाचक शिव्या दिल्या, तर विनाचौकशी थेट अटकच. या दोन्ही कायद्यांचा सर्रास दुरुपयोग चालू आहे. ते कायदे दलितांच्या (वा स्त्रियांच्या) रक्षणासाठी आवश्यकच; पण चांगल्याचाही दुरुपयोग करता येतोच की. दलित अत्याचार झाला, अगदी खून, बलात्कार, झोपड्या पेटवणे. मी, बाबा आढाव अशा कुठल्या खेड्यात धावून जायचो. अत्याचाराची माहिती घेऊन मी साप्ताहिक 'मनोहर'मध्ये लिहायचो. वरिष्ठांना भेटून परत पोलीस तपास केला. वकील दिला; पण सर्व केसेसमध्ये आरोपी सहीसलामत सुटले. वाजतगाजत गावात आले. सत्यनारायण घातले. या सगळ्या घटनांवर मी 'कोंडमारा' पुस्तक लिहिलं.

जिथं हवा, तातडीने हवा, तिथे कायदा पोहोचत नाही. आणि एकीकडे प्राथमिक चौकशी न करता थेट अटक. जामीन पाहिजे. थेट सेशन कोर्टातूनच मिळेल.

लक्ष्मणने 'किटाळ' हे पुस्तक लिहून या प्रश्नाला वाचा फोडली आहे. कायदेशीर लढाया किचकट, लांबलचक; पण त्यातून लक्ष्मण सुटला. अगदी निर्दोष सुटला. त्याच्या 'उपरा'ने काही पिढ्यांचे डोळे उघडले. 'किटाळ'नेही तसेच उघडावेत, अशी इच्छा. कोर्टाने लक्ष्मणला दोषमुक्त केले, हा आयुष्यातला एक अपूर्व आनंदाचा क्षण.

– डॉ. अनिल अवचट

मनोगत

सातारा जिल्हा सत्र न्यायालयाचा निकाल लागला. मी व मनीषा गुरव आम्ही दोघं निर्दोष मुक्त झालो. त्याची कुठल्यातरी कोपऱ्यामध्ये चार ओळींची नोंद माध्यमांनी घेतली व माझ्यावरचा सामाजिक बहिष्कार न्यायालयाने उठवला. सामाजिक बहिष्कार काय असतो हे तसं लहानपणापासून पाहिलं होतं. अनुभवलं होतं. तो सारा भोगवटा मी 'उपरा'मध्ये लिहिला आहे. आणि 'किटाळ' या पुस्तकामध्ये माझ्या वाट्याला आलेल्या यातनांचा प्रवास आपल्यासमोर मांडला आहे. माझे जिवाभावाचे मित्र डॉ. अनिल अवचट यांनी आनंदाने मिठी मारून 'लक्ष्मणा, जिंकलास रे बाबा ही लढाई! आता सारी लढाई लिहून काढ आणि तिला 'किटाळ' असं नाव दे,' असा आदेश मला दिला. प्रस्तावना लिहिण्याची माझी अटही त्याने कबूल केली. आणि या ग्रंथाचे कव्हर अनिलची धाकटी लेक यशोदा वाकणकर हिनेच करावे असा तिच्याकडे मी आग्रह धरला व तो तिने मान्य केला. अपघातामुळे नेमका माझा उजवा हात लेखनाला सहकार्य करीत नव्हता. त्यामुळे हात हळूहळू काम करू लागला आणि या पुस्तकाचं काम संपेपर्यंत हाताला लिहिण्याचा सरावही झाला.

मी न केलेल्या गुन्ह्यासाठी, ज्यांच्याकडून कोणतीही अपेक्षा न धरता ज्यांना अन्नपाण्याला लावलं त्यांनीच मला यातनांच्या खाईत लोटलं. माझ्यावरचे आरोप इतके गंभीर होते की, समाजाच्या दृष्टीने मी गुन्हेगार ठरविला गेलो होतो. जिथे फुलं वेचली तिथे गोवऱ्या वेचायची पाळी आली. कित्येकदा

आत्महत्येचे विचार मनात येऊन गेले; परंतु माझ्यातली जिद्द आणि बंडखोर स्वभाव यामुळे मी मोडून पडलो नाही. परिस्थितीला सामोरा गेलो. अगदी जवळचे असलेले लोकही तोंड फिरवत असताना मी पाहिले. आणि अगदी दूर असलेले लोक जिवापाड प्रेम करतानाही मी पाहिले. जामिनावर मुक्त झाल्यावर अनेक मित्र भेटावयास आले; पण तुरुंगात भेटायला आलेल्या प्राचार्य आर.डी.गायकवाड, प्राचार्य पुरुषोत्तम शेठ, ॲड. विजय मोरे, अलकाताई मोरे यांनी केलेलं सांत्वन विशेष लक्षात राहिलं. अनेक संस्थांनी अशाही परिस्थितीमध्ये मला पुन्हा कार्यक्रमाला बोलवायला सुरुवात केली. त्या सर्वांचा कृतज्ञ आहे.

सार्वजनिक जीवनात मी कधी कोणाचा मिंधा राहिलो नाही. काहीतरी मिळवायचं म्हणून काहीतरी करीत राहिलो नाही. स्वत:ला व स्वत:च्या चारित्र्याला कसलंही गालबोट लागणार नाही याची सातत्याने काळजी घेत राहिलो. आणि वयाची एकसष्टी उलटल्यानंतर जे वाट्याला आलं त्याने खरंतर उद्ध्वस्त झालो. सुनंदा अवचट, अनिल अवचट या दांपत्याने आणि बाबा आढाव यांनी दाखवलेल्या मार्गाने मी सतत चालत राहिलो. यशाची एक-एक पायरी चढत असताना पार पद्मश्रीपर्यंत गेलो. आणि खरंतर तिथेच घोटाळा झाला. माझ्यासारख्या गाढवामागे जाणाऱ्या माणसाला पद्मश्री हे माझ्यावर फार फार प्रेम करणाऱ्या विरोधकांना सहन होणं शक्यच नव्हतं. सातारा जिल्ह्यात मी एकटाच पद्मश्री आहे. आणि आख्ख्या भटक्या विमुक्तांच्यातही मी एकटाच पद्मश्री आहे. त्याच्यामुळे अनेकांना पोटशूळ उठला. द्वेष, मत्सर, ईर्ष्या, स्पर्धा हे सारं समजू शकतं; परंतु एखाद्या माणसाला आयुष्यातून उठवणं, त्यासाठी कट-कारस्थानं रचणं, प्रचंड पैसा ओतणं हे मी समजू शकत नाही. असं कोणाचं मी काय नुकसान केलं होतं? आजवर भटक्या विमुक्त समाजातली हजारो मुलं शिकून गेली. ती पायावर उभी राहिली. त्यांचे फुललेले चेहरे पाहिल्यावर कृतार्थता मनामध्ये दाटून येते. आणि असे शत्रू पाहिल्यावर अचंबित व्हायला होतं. मी मनाने हळवा आहे, हे माझ्या जवळच्या सहकाऱ्यांना माहीत होतं. सारेच लबाड आणि लुच्चे होते असं नाही; पण सारेच सरळ आणि सज्जन होते असंही नाही. अनेक जळाऊ लाकडं उगीच चुलीत धूर करीत असतात. धुमसत असतात. धड पेटत नाहीत आणि धड विझत नाहीत. अशा जळाऊ लाकडांचा भरणा आसपास असतोच. त्यात काही दलाल, एजंट, पैसा घेऊन राजकारणी आपल्या विरोधकाचा काटा काढायला बसलेलेच असतात. श्रीमती बाळ यांच्यासारख्यांना हे कसं कळावं? आणि जेव्हा कळेल किंवा कळलं असेल तेव्हा त्यांनी केलेल्या कृत्याची त्यांना शरमही वाटली असेल. आता मी आरोपातून मुक्त झालो आहे आणि आता त्या मला त्यांच्यात सामील करून घेणार आहेत, असं त्यांनी एका

मुलाखतीत सांगितलं होतं. म्हणून स्त्रीमुक्तीवाल्या बाळताईंना मला काही प्रश्न विचारायचे आहेत. सारी हयात सामाजिक जीवनामध्ये काढली असताना तुम्ही इतक्या वाहवत कशा गेलात? मी तुमचं कोणतं नुकसान केलं होतं? हरी नरक्यांसारख्या चवचाल माणसावर तुम्ही विश्वास ठेवलातच कसा? हे खरोखर न समजण्यासारखं आहे. तुम्ही माझ्यापेक्षा वयाने ज्येष्ठ आहात, म्हणून मी सभ्यतेने तुम्हाला हे प्रश्न विचारतो आहे. माझं झालेलं नुकसान ताई कोण भरून देणार आहे? मला झालेला मन:स्ताप ताई मी कोणाला सांगणार आहे? आणि समजा मी जिवाचं काही बरंवाईट केलं असतं तर ताई तुमचं काय गेलं असतं? हरी नरक्यांचं काय गेलं असतं? एक माणूस मेला यापलीकडे तुमच्या डायरीत माझी काय नोंद असती? माझं अफाट आर्थिक नुकसान झालं. ज्या पुस्तकांच्या बळावर मी माझं घर चालवत होतो, त्या पुस्तकांची बाजारातली विक्री ठप्प होऊन पडली. माझा चरितार्थही तुम्ही अडचणीत आणलात. मी स्वकष्टाने मिळवलेली संपत्ती मला विकावी लागली. म्हणून मी विचारतोय, ताई मी तुमचा कोणता अपराध केला होता? आणि हरी नरक्यांचाही असा कोणता अपराध केला होता? आणि न्यायाधीशांच्या खुर्चीवर बसणारे तुम्ही कोण? खरचं ताई, तुमच्याकडून मला या प्रश्नांची उत्तरं हवी आहेत. पुरुष एकजात नालायकच असतात असं तुम्ही समजता काय? आणि पैशापायाच्या मोहापायी ज्यांनी माझ्यावर गंभीर आरोप केले त्यांना तुम्ही सज्जन समजता काय? खरंच, माणूस हा प्राणी समजण्यापलीकडचा आहे. आपण कोणाचं नुकसान का करीत आहोत, याचा विचार आपण कधी केलाय? हजारो मुलं आज न्यायाच्या प्रतीक्षेत तुरुंगामध्ये खितपत पडली आहेत. ही सारी अपराधी आहेत? ही सारी बलात्कारी आहेत? नाही. मी त्यांच्यात राहून आलोय. केवळ २० ते २२ वर्षांची मुलं आतमध्ये सडताहेत. आणि त्यांच्या मैत्रिणी बाहेर त्यांची वाट पाहत बसल्या आहेत. कित्येकजणी मृत्यू जवळ करीत आहेत. मुलं आत सडताहेत आणि मुली बाहेर सडताहेत. ताई, याला निरामय जीवन म्हणायचं का? खरं म्हणजे या प्रत्येक प्रश्नाला तुम्ही अस्वस्थ व्हाल; परंतु हे सारे प्रश्न तुमच्या माध्यमातून मी समाजाला विचारतो आहे. केवळ पाहिलं तरी गुन्हा होतो. चुकून स्पर्श झाला तरी गुन्हा होतो. बसमध्ये धक्का लागला तरी गुन्हा होतो. म्हणजे मुलींचं संरक्षण केलं पाहिजे याच्याबद्दल माझ्या मनात शंका नाही; पण संपूर्ण पुरुष जातीला आरोपीच्या पिंजऱ्यात उभं करणं हेही बरोबर नाही. त्यामुळे ही कोवळी पोरं जामीन मिळत नाही म्हणून आत सडताहेत. ताई, स्त्रीमुक्तीच्या नावाने आयुष्यभर जगलात. या पोरांच्या मुक्तीसाठी काही करता का? जी अपराधी असतील त्यांना शिक्षा झालीच पाहिजे; पण जी निरापराध आहेत

त्यांचं काय? कटू असलं तरी सत्य असं आहे. स्त्री आणि पुरुष दोन्हीही माणसंच आहेत. आणि सर्व विकार दोघांच्या ठायी आहेत; पण या दोघांमध्ये भेदभाव करणं हे केव्हाही वाईटच आहे. माझ्या वाट्याला आलं त्यामुळे मला समजलं. असं कोणाच्या वाट्याला येऊ नये. अगदी आपल्या शत्रूच्यासुद्धा वाट्याला येऊ नये असं मी मानतो. सर्वच कायद्यांचा गैरवापर होतो आहे. कायदा होतो आणि त्याचबरोबर त्याची पळवाटही निर्माण होते.

आपली न्यायव्यवस्था, आपली पोलिसी व्यवस्था अजून विश्वास टिकवून आहेत. अन्यथा लोकशाहीचं आणि आपल्या सगळ्यांचं जगणं फार कठीण आहे. मला याच्यात बिलकूल रस नाही की मला दगड कुणी मारला. मला याच्यात रस आहे की तो दगड कुणा स्वच्छ हाताच्या माणसाने मारला काय? कोणतंच दुष्कर्म न करणाऱ्या माणसाने मारला काय? या प्रश्नांची उत्तरं मी माझ्याशी शोधतो आहे. ज्यांनी कट-कारस्थानं रचली त्यासंबंधी न्यायाधीशांनी निकालपत्रामध्ये नावानिशी उल्लेख केले आहेत. ही माणसं आजही माझ्या संस्थेत नोकरी करत आहेत. यावरून माणुसकीचा गहिवर कोणास आहे हे ज्याचे त्याने समजावे. सुडावर माझा कधीच विश्वास नाही. काही काळ माणुसकीवरचा विश्वास उडाला होता हे मात्र खरं.

हे सारं दुःख पचवून मी पुन्हा उभा आहे. पुन्हा माझ्या लोकांनी मला डोक्यावर घेतलं आहे. ऊन खात, वारा खात, गारा खात, मारा खात बाभूळ झाड उभंच आहे.

दिनांक : ०८ मार्च, २०१९ — **लक्ष्मण माने**
जागतिक महिला दिन

प्रा. डॉ. शरद गायकवाड आमच्या सातारचा. मातंग समाजावर पीएच.डी. बुटक्या चणीचा, कोल्हापूरच्या एका महाविद्यालयात प्राध्यापक आहे. त्यांच्या आग्रहाखातर मी भोगावतीचा कार्यक्रम स्वीकारलेला. गाडीत ड्रायव्हर आणि मी. कोल्हापूरला जाताना शरदला बरोबर घेतलं. प्रा. विजय काळेबाग सर जे कार्यक्रमाचे आयोजक होते, त्यांच्या घरी चहा घेतला आणि भोगावतीला गप्पा मारीत पोहोचलो. रस्त्यात मातंग समाज आणि संशोधनातील अनुभवांवर शरद अनेक किस्से सांगत होता. पोतराज, त्यांची गाणी... शरद पोतराज होता लहानपणी. साऱ्या ओव्या पाठ. शरदला इतका रंगलेला खूप दिवसांनी पाहत होतो. कार्यक्रमाला वेळेत पोहोचलो. साऱ्या वाटेने भाऊ बापू मांग ते विठाबाई, काळू-बाळू ते दादा कोंडके, तमाशातल्या सोंगाड्यांच्या किश्श्यांनी वेळ कसा गेला समजलंच नाही.

कार्यक्रमात राधानगरी परिसरातील स्पर्धा परीक्षांत पास झालेल्या तरुण मुलांचे सत्कार होते. कुणी आय.पी.एस. झाला होता, तर कुणी तहसीलदार. कुणी उपजिल्हाधिकारी, कुणी प्रांत. असा सात-आठ मुलांचा सत्कार आणि त्या निमित्ताने माझं भाषण होतं. सायंकाळची वेळ. मरणाचा उकाडा. रात्रीच्या नऊ वाजताही मोकळ्या मैदानात उन्हाची धग लागत होती. लोक तल्लीन होऊन ऐकत होते. दाद मिळत होती. मध्येच शरद स्टेजवरून बाहेर गेला. परत आला तो त्याचा चेहरा अगदी पडलेला होता. मी भाषण आटोपतं घेतलं. टाळ्यांचा कडकडाट झाला. मी खाली बसलो. आभाराचा कार्यक्रम झाला. मी निरोप घेत गाडीजवळ आलो. गाडीत बसता बसता शरद रडवेला झाला होता.

"दादा, वाईट बातमी आहे."

"काय झालं?" मी म्हणालो.

"सातारहून एका पत्रकाराचा फोन होता. तुमच्या संस्थेतल्या दोन महिलांनी तुमच्यावर बलात्काराचा गुन्हा नोंदवला आहे." विजेचा शॉक बसावा तसं झालं. मी गाडीच्या सीटवर कोसळलो. लाड ड्रायव्हर होते. त्यांनी गर्दीतून गाडी बाहेर काढली. दातखीळ बसावी तसा आतला आवाज आत अन् बाहेरचा आवाज बाहेर. काही म्हणजे काहीच कळत नव्हतं. शरद समजावीत होता. मी पार सर्द झालो होतो. त्या क्षणाला मृत्यू आला असता तर बरं झालं असतं. आकाश अंगावर कोसळलं असतं तर बरं झालं असतं. धरणीमाता फाटून तिने पोटात घेतलं असतं तर बरं झालं असतं. कोणत्या तोंडाने मी माणसांसमोर जाणार होतो? एका क्षणात होत्याचं नव्हतं झालं होतं. असा प्रसंग आयुष्यात येईल याची साधी कल्पनासुद्धा मी केली नव्हती. खूप मोठ्याने रडावं असं वाटत होतं; पण वाचाच बंद झाली होती. डोळ्याला पाणी नव्हतं. मी पुढच्या सीटवर होतो. शरद मागच्या सीटवर. तोही अवाक् झाला होता. काय बोलावं, कसं बोलावं, अशा यातनांचा प्रवास सुरू झाला होता. शरद धीर देत होता. त्याचा सातारला पुन्हा पुन्हा फोन चालू होता. गुन्हे दाखल करण्याचं काम सुरू होतं. कोण कोण आहेत? माहिती मिळत नव्हती.

कोल्हापूर केव्हा आलं ते समजलंच नाही. शरदला सोडला. त्याने डोळे पुसले. मी त्याला म्हणालो, "माझी काळजी करू नको. मला काही होणार नाही. हागणदारीतून वर आलो आहे. रोजच अवमान, अवहेलना, तुच्छता, अपमान सोसले आहेत." त्याने माझं सांत्वन करण्याऐवजी मीच त्याचं सांत्वन करीत होतो. मी माझंच सांत्वन करीत होतो ना? उभ्या आयुष्यात वाळल्या पाचोळ्यावर पाय न देणारा मी, मोठ्या संकटात सापडलो होतो. कसोटीची वेळ होती. आता घराकडे पळणं भागच होतं. मी स्वत:ला सावरलं, मनाची समजूत काढू लागलो. शत्रूनी असे कमरेखाली वार केले होते. हांडगेच असलं काम करू शकतात. हिंमत असेल तर छातीवर गोळ्या मारायच्या; पण हे काय? घाण तर अंगावर पडलीच होती. आता हा डाग रक्तानेच मिटवावा लागेल. दोन बायांनी सारी इज्जत धुळीला मिळवली होती. मोठ्या कष्टातून मी मला घडवलं होतं. मोहाचे हजारो क्षण मी निर्धाराने बाजूला केले होते. सत्ता, पैसा, बाई, बाटली या सर्वांपासून हजारो कोस मी मला दूर ठेवलं होतं. मन अस्वस्थ होतं. रडत होतं.

पोटात मोठी कळ आली. गाडीचा ड्रायव्हर लाड होता. लाडला सांगून गाडी हॉटेल मनीकंडनला घेतली. तिथे पोट रिकामं केलं. तंद्रीतच असल्याने शर्टाच्या वरच्या खिशात असलेलं पेन, मोबाइल, डायरी कमोडमध्ये पडले. आता काय करावं? तोंडाला कोरड पडलेली. शांत झालो. मन शांत केलं. हॉटेलमध्ये चहा

घेतला. तोवर लाडच्या फोनवर भाईचा फोन आला. तो फोनवर मला धीर देत होता, ‘आई खूप रडते आहे. तुम्ही शांत व्हा. आम्ही सारे घरी जमलो आहे.’ शशी फोनवर बोलली. सावरली होती. मला म्हणाली, ‘घाबरायचं नाही. जे असेल ते भोगू. मी तुमच्यासोबत येत आहे.’ फोन बंद केला. समोरून गाडी वळत होती. आणि अचानक रस्त्याच्या कडेला गटाराला खेटून जे पाहिलं त्याने काय झालं सांगता येत नाही. लाडने गाडी थांबवली.

समोर एक मध्यमवयीन स्त्री अंगावर बोटभर चिंधी नसलेली अस्ताव्यस्त पडली होती. कदाचित वेडी असेल किंवा काय. हलत होती म्हणजे जिवंत होती. मी गाडीत पाहिलं. तिच्या अंगावर टाकायला काहीच नव्हतं. हायवे वाहत होता. कुणाला थांबायला वेळ नव्हता. मी कोणताही विचार न करता शर्टाची बटणं काढली. खिसा रिकामा झालाच होता. लाडच्या हातात शर्ट दिला. ‘‘टाका तिच्या अंगावर. मी गाडीत आहे. ती फुटपाथवर. बनियन आहे की अंगात.’’ ‘‘दादा, तुम्हाला शर्ट?’’ ‘‘आहे. शशीने गाडीत स्पेअरला ठेवलेला शर्ट आहे. तुम्ही काळजी करू नका. चला.’’ गाडीने वेग घेतला. मी शर्ट अंगात घालत होतो. मन म्हणत होतं, ‘बरं केलंस. तिला का नागडं केलं आहे? ती का अशी बेवारस पडली आहे?’ माहीत नाही. तिला कुणी लुटलं असेल, की वेडीही असेल. तिला नियतीने नागडं केलं आहे. तुला तुझ्या जवळपासच्या लोकांनी नागडं केलं आहे. ती बेअब्रू पडली आहे. तुला बेअब्रू केलं आहे. एका क्षणात अंगावरील कपडे कुणीतरी झराझरा उतरावेत, बचावाची संधीही मिळू नये, असा आघात.

माझ्या मनातली ही लढाई आता कागदावर उतरवतानाही तेवढीच टोचते आहे. अस्वस्थ करते आहे. मी मनाला शांत करण्याचा हरप्रकारे प्रयत्न करत होतो. मनाचा झालेला तिळपापड. काहिली काहिली जिवाची. रडावं असं वाटत होतं; पण रडायला येत नव्हतं. लाड सारखं बोलत ठेवण्याचा प्रयत्न करीत होते. माझी अवस्था अर्धमेल्यासारखी झाली होती. मी का जिवंत राहिलो आहे? या क्षणाला आपल्याला मृत्यू का येत नाही? आपण उभं केलेलं सारं आयुष्य डोळ्यांसमोर उभं राहू लागलं. शून्यातून उभं राहायचं. हाती, पदरी काही नसताना निरपेक्षपणे जगत गेलो. जे जे मिळालं, ते सन्मानाने मिळवलं. मग असं का झालं? मनाचा आक्रोश कुणाला सांगणार होतो? आता झालेली बेइज्जती, बेअब्रू कशी सोसणार होतो? असा काय मी कुणाचा अपराध केला होता?

पुन्हा फोनची रिंग वाजली. मी सावध झालो. ॲड. वर्षाताईंचा फोन होता. ॲड. शैला जाधव, ॲड. वर्षा देशपांडे सारे घरी जमले होते. समता, जीवन, भाई, कादंबरी सर्वांनी निर्णय घेतला होता. वर्षाताई सांगत होत्या, ‘आता तुम्ही आलात की पोलीस लगेच अटक करतील. आपल्याला बचावाला कायद्याने खूप जागा

आहेत. आपण उद्याच्या उद्या अपील दाखल करू. जामीन मिळेपर्यंत तुम्हाला भूमिगत व्हावं लागेल. आम्ही निर्णय घेतलाय. वहिनींनी बॅग भरलीय. त्या तुमच्या सोबत येणार आहेत. आम्ही सदर बाजारच्या कोपऱ्यावर येतो. तुम्ही बाहेरून या. ठरल्यानुसार लाडनी गाडी सदर बाजारात ठरलेल्या जागी थांबवली. समोर तीन नातवंडं. गळ्यात पडून रडू लागली. मोठी मुलंही रडू लागली. वर्षाताई, शैलाताई सारेच रडत होते. रडत नव्हतो तो मी एकटा. साऱ्यांना काय सांगणार होतो? सारेच डोळे पुसत होते. शशीने निर्धाराने बॅग गाडीत टाकली. पोरांना सर्व सूचना दिल्या. भाई, समता, सारी मदार आता या पोरांवर टाकून आम्ही पुन्हा आयुष्यात दिशाहीन झालो होतो. कोठे जायचं आहे? काय करायचं आहे? किती दिवसांसाठी जायचं आहे? डोळ्यांसमोर सारा अंधकार होता. काहीच ठरलं नव्हतं.

आता गाडीचा ड्रायव्हर बदलला. लाडच्याच ओळखीचा एक लकी नावाचा उंचापुरा तरुण मुलगा गाडीवर आला. रात्रीचा एक वाजून गेला होता. भाई, समता, जीवन, कादंबरी आणि नातवंडांनी मिठी मारली. पोटात आतडी तुटत होती. सारेच आम्हांला समजावीत होते आणि माझ्या डोळ्यांना धारा लागल्या. या चिमुरड्यांना उद्या काय म्हणतील लोक. क्षणभर वाटलं, खरंच आपण मेलो तर हा कलंक कायम राहील. आता आपण मरायचं नाही. हा डाग रक्ताने पुसावा लागला तरी चालेल; पण हा डाग पुसायचा. आपल्यावर आलेलं हे किटाळ उचकटून टाकायचं. आपल्या हितशत्रूंनी, मित्रांनी आणि राजकारण्यांनी आपल्याला संपवण्याचा रचलेला हा डाव आहे. याला पुरून उरण्याची ताकद आपल्या अंतर्मनात असली पाहिजे. साऱ्यांनी साश्रू नयनांनी निरोप दिला. मी भाईला म्हणालो, "काळजी घे. लेकरांना नीट सांभाळ. धीर सोडू नका. काहीही झालं तरी लढाई अटळ आहे. बाय."

गाडी सुरू झाली. दिशा कोणती? जायचं कुठे? कोण आधार देईल? पुन्हा दोघं दुसऱ्यांदा परागंदा अवस्थेत निघालो होतो. ठावठिकाणा तर समजला नाही पाहिजे. पोरांशी रोजचा संपर्क राहिला पाहिजे. पोलीस, कायदा, कोर्ट, कचेरी जन्मात पाहिले नव्हते. पाहणारही नव्हतो. शशीने बॅगा भरल्या होत्या. खर्चायला पैसे घेतले होते. तोवर कोण बायका आहेत? कोणत्या बायकांनी कोणते गुन्हे दाखल केले आहेत? किती बायका आहेत? त्या संस्थेतल्या आहेत की बाहेरच्या आहेत? अचानकपणे कोणतीही चौकशी न करता, सत्यासत्यता पडताळून न पाहता एकदम एफ.आय.आर. दाखल कसा करता येतो? सारे प्रश्न आणि प्रश्न.

लोकांना तोंड दाखवायला जागा उरली नाही. ते गाढवामागचे हागणदारीतले दिवस आठवले. पुन्हा त्याच पायरीवर नेऊन ठेवण्यात आलं. मला माझ्या विरोधकांनी माझी जागा दाखवून दिली होती. संतापाने बी.पी. वाढत गेलं. धाप लागू लागली. मी पुढच्या सीटवर होतो. गाडी थांबवून खाली उतरलो. मळमळ होत होती. उलटी

येते की काय असं वाटू लागलं. लकीला पाणी मागितलं. शशीने डोकं धरलं होतं. "घाबरू नका. मी आहे. मरायचं तर दोघं मरू. घाबरू नका." रात्रीचे दोन वाजून गेले होते. गाडी कुणीकडे निघाली होती. मी उलटी होत नाही म्हणून पुन्हा बसलो. आता पाठीमागल्या सीटवर बसलो. शशीच्या मांडीवर डोकं टेकवलं आणि जोरजोरात रडू लागलो. दोघंही पोटभरून रडलो. "आता करायचं काय? तुम्ही असे रडत बसलात तर त्या रांडांना बरंच होईल. त्या काही म्हणाल्याने काय होणार आहे? तुम्ही कसली अब्रूची चिंता करताय! मी घर सोडलं तेव्हा आई-बापाची अब्रू गेली होतीच ना? मग मिळवलीना पुन्हा. कर्तबगारीने. जगलो आपण. तेव्हाच मरायला निघालो होतो. असं समजूया की तेव्हाच मेलो आहोत. लाटा येतच असतात. कधी मोठ्या, कधी लहान. मोठी लाट आली समजूया. मी सोबत आहे. लाटेवर चढा. उठा. स्वार व्हा." गाडी रस्त्याच्या कडेला उभी. पुणे जवळ आलेले. शशी बोलत होती. बोलता बोलता हुंदके देत रडत होती. ओढणीने माझे डोळे पुशीत होती. "चला, उठा, चूळ भरा. शांत व्हा. मार्ग काढा. कुठेही जाऊया. दिसेल तिकडे."

मी दातखीळ बसल्यासारखा नुसता रडत होतो. दुःखाचा भार हलका झाला. डोकं चालू लागलं. लकी आम्हा दोघांना सावरायचा, मदत करायचा प्रयत्न करीत होता, "दादा, तुम्ही शांत व्हा. काय असेल ते बोलू." लकी समजावीत होता. नातवंडांचं, मुलांचं भविष्य समोर उभं राहायचं. मी गुन्हेगार जमातीतला. लहानपणाचे ठसे फलटणच्या पोलीस स्टेशनमध्ये रेकॉर्ड झालेले.आमच्या सात पिढ्या तुरुंगातच जन्मल्या. मी एकटाच काय तो शिकलो होतो. समजायला लागलं तेव्हापासून आई सांगायची, "लबाडी करू नको. चोरी करू नको. कोणाच्या वाळक्या पाचोळ्यावर पाय देऊ नको. आपल्या पाठीमागे कुणी नाही. लाचार दुबळा प्रपंच. काम कर. कामाने माणूस मरत नाही. कष्टाने कमव. दारू पिऊ नको. शिंदळकी करू नको." तसा आईचा धाक, बापाचा माराचा धाक. देवाचा धाक. मी एकटाच शिक्षणासाठी घरदार, आई-वडील, भावंडं सारं सोडून जगलो होतो. रोज सवर्णांच्या शिव्या खात, शाप खात, मार खात वाढलो होतो. पडेल ते काम करून शिकलो होतो. जुन्या बाजारातली कापडं. हॉटेलमधील पाव-मिसळ आणि सावतामाळ्याच्या मंदिरातला मुक्काम, सारं डोळ्यांपुढून सरकत होतं.

मी निर्धाराने सावरलो. खाकरलो. गाडीतून पाणी घेतलं. तोंडावर मारलं. आणि निर्धाराने शशीला म्हणालो. "चल, काळजी करू नको. आभाळ कोसळलं तर त्यावर उभा राहीन. मला नरकात ढकलणाऱ्यांना कळेल, लक्ष्मण माने काय चीज आहे. गरिबाला कसली आलीय लाज आणि अब्रू!" लकीचा फोन घेतला आणि किसनराव चव्हाणांना फोन लावला, तेव्हा पहाटेचे चार वाजले होते. आम्ही पुण्यात स्वारगेटला होतो. बराच वेळ रिंग जात होती. फोन उचलला. "सायेब, काय इतक्या

रात्री फोन केलाय? काय प्रॉब्लेम?"

"किसनराव, आपल्या संस्थेतल्या बायकांनी बलात्काराचा गुन्हा दाखल केलाय. मी फरारी झालोय. तुम्ही कुठे आहात?"

"आहे मी सासुरवाडीला. सहकुटुंब आलोय. जुन्नरला. काय करायचं बोला."

"मला आठ-पंधरा दिवस जामीन मिळेस्तोवर राहावं लागेल तुमच्याकडे."

"काही प्रॉब्लेम नाही सर. तुम्ही कुठे आहात?"

"स्वारगेटला, पुण्याला. गाडी कोणती आहे?"

"इनोव्हा नाही. ती सर्व्हिसिंगला लावलीय. भाईची स्विफ्ट घेऊन आलोय."

"डोक्यावर टॉवेल बांधा. गॉगल घाला. ओळखणार नाही कुणी हे बघायला पाहिजे. टोलनाक्यावर पैसे भरा. कार्ड दाखवू नका. तुम्ही शेवगावकडे निघा, तसेच. मी मुलांना, तिला उठवतो. गाडीत बसतो. आपण एकाच वेळेस शेवगावला पोहोचू, सकाळी सहा वाजेपर्यंत. तुम्ही काळजी करू नका. मी आहे. शांत व्हा. सारी हयात लढण्यात गेली. आई बरोबर आहेत? ओ.के. निघा."

फोन बंद झाला. जाण्याचं ठिकाण नक्की झालं. शशीने चहा घेऊया का म्हटलं, मी 'नको' म्हणालो. हे किसनराव चव्हाण म्हणजे भटक्या विमुक्त जमाती संघटनेचे तरुण, तडफदार आणि तळमळीचे कार्यकर्ते. संघटनेचे कार्याध्यक्ष पारधी समाजातले. पोलीस, पाटील, कोर्ट पाचवीला पुजलेलं. आमच्याच चळवळीचे तरुण पिढीतले नेते. गाडी नगरकडे निघाली. शशी शांत झाली होती. मीही शांत झालो होतो. मनावर बोजा तसाच होता.

आता निदान आधार तरी नक्की झाला होता. दोन दिवस राहता येईल. दोन दिवसांत नवीन काही सुचेल. रस्ता मिळेल. मुलं तोवर कायदेशीर सल्ला घेऊन त्याप्रमाणे कारवाई करतील. न्यायालयातून जामीन मिळाला की घरी जाता येईल. श्वास घ्यायला उसंत तरी मिळाली होती. किसनरावांची गाडी वेगळ्या वाटेने येणार होती. आमची वेगळ्या वाटेने जाणार होती. रस्त्यात आम्ही दोघं विचारांत बुडून गेलो होतो. दोघंही गप्पच होतो. लकी जोरात निघाला होता. टोलनाक्यावर गाडी थांबत होती. मी चोरासारखा चेहरा लपवून बसत होतो. टोल भरून गाडी पुढे गेली की टोपी डोक्यावर ओढून पुन्हा चेहरा लपवीत होतो. कुणी ओळखू नये. ओळखलं तर पंचाईत. तोवर चॅनलवाल्यांनी बातम्या सोडल्या असणार. पेपरवाल्यांनी धुळवड साजरी केली असणार. हे सारं चक्र डोक्यात फिरत होतं. मनातून विचार काढून टाकण्याचा प्रयत्न करीत होतो.

पण, विचारचक्र काही केल्या थांबत नव्हतं. दीर्घ श्वसन करून बी.पी. नॉर्मल ठेवण्याचा प्रयत्न करीत होतो. अख्खी रात्र दोघंही जागे होतो. झोप पार उडाली होती. भूक मेली होती. तहान पळाली होती. तोंडाला सारखी कोरड पडत होती.

व्यवस्थेने माझी ठरवून शिकार केली होती. मला सारखी नागपूरच्या गेरण पारध्याची आठवण होत होती. गेरण पारध्याचा असाच साऱ्या गावाने रानोमाळ पाठलाग करून त्याचे तुकडे-तुकडे केले होते. मी आमदार असताना विधिमंडळात त्या भयानक शिकारीविषयी आवाज उठवला होता. स्वत: जाऊन ते सारं जवळून पाहिलं होतं. गेरणच्या देहाचे तुकडे गोळा करीत होतो. तशीच माझी शिकार होईल हे कधी स्वप्नातही पाहिलं नव्हतं. फरक इतकाच होता, त्याच्या तर देहाचे तुकडे केले होते. मला बेअब्रू करून, बेइज्जत करून, अतिशय घाणेरड्या, नीच घाणीत फेकून माझ्या मनाच्या चिंधड्या-चिंधड्या उडवल्या होत्या. जगण्यात कोणताही भाग उरला नव्हता.

माणसाची असहायता, अगतिकता काय असते हे स्वत: अनुभवत होतो. गाडीच्या वेगापेक्षा मनाच्या गाडीचा वेग मोठा होता. मागे पळत जाणारी झाडं, जणू मलाच माघारी माझ्या भूतकाळाकडे परत पळवीत होती. सारं सिनेमासारखं पाठीमागे खेचून गाढवांच्या मागे असतानाचं भावविश्व डोळ्यांपुढून सरकत होतं. वारंवार उमाळा दाटून येई. तो आवंढा गिळला की पुन्हा उमाळा येत असे. डोळ्यांना अखंड धारा लागलेल्या. शशी सारखी लहान मुलाला द्यावा तसा धीर देत होती. 'रडण्याने दु:ख कमी होतं. मन हलकं होतं. हजारो वर्षांचा हा भोगवटा मला चुकवता येईल. आई-वडिलांच्या वाट्याला आलं ते माझ्या वाट्याला येणार नाही, या मस्तीत मी जगत होतो. 'उपरा'ला मिळालेल्या अभूतपूर्व यशाने माझं सारं आयुष्यच बदलून गेलं.'

"असं स्वत:शी बोलू नका ना! काय होतंय मला सांगा. काही त्रास होतोय का? औषधं घेणार का? अजून औषधांची वेळ व्हायची आहे. आठ वाजले की औषध घेऊ. त्रास होत असला तर दोन तास आधी घेऊ. बी.पी. सांभाळा. जो जो भोगवटा असेल तो भोगू." शशीने डोक्यावरचा हात बाजूला केला. डोळे सुजले होते. रात्रभर झोप नव्हती. नुसते पळत होतो. नगर मागे टाकून गाडी आता शेवगावच्या दिशेने सुसाट सुटली. दिवस उगवायला आला होता. आकाशात तांबडं फुटलं होतं. निरभ्र आकाश. सूर्याची सुंदर कोवळी किरणं आसमंतात पसरू लागली. पाखरांचे थवेच्या थवे आकाशात झेपावत होते. लालिमा कुंकवासारखा भाळावरती कोरून सूर्य तेज:पुंज स्थितीत प्रकटला. सूर्याला किरणांशिवाय पाहायचं. नुसता लालभडक गोळा, डोळ्यांत-मनात साठवायचा. गाडीच्या काचा खाली घेऊन सारे निरखत होतो.

क्षणभर सारं विसरून गेलो होतो. दोन्ही हात आपोआप जोडले गेले. मावळत्या, उगवत्या सूर्याला पाहिलं की आपोआप सवयीने हात जोडले जातात. सूर्याला त्याची शक्ती असते. माझी शक्ती हरवली होती. पराजित सूतपुत्रासारखी. नुसता

धुमसत, तळमळत होतो. सूर्यनारायणाला 'पाहू नकोस माझं तोंड' असं सांगत होतो. आपली आपल्याला लाज वाटावी ना? आपल्या शत्रूच्यासुद्धा वाट्याला असला दिवस येऊ नये. तो माझ्या वाट्याला आला होता. मन विवेकनिष्ठ विचार करीतच नव्हतं. ते सारखं माशी शेंबडात घुटमळावी तसं घाणीत गुरफटून गेलं होतं.

दिवस वर येऊ लागला आणि शेवगावही जवळ येऊ लागलं. लकीच्या फोनवर किसनरावांचा फोन आला. आम्ही शेवगावपासून दहा कि.मी. दूर होतो. ते २०-२५ कि.मी. दूर होते. आम्ही शहराजवळ जाऊन थांबलो. गावात जायला नको. कुणीतरी ओळखतील. शहराबाहेर थांबून राहिलो. तुरळक रहदारी सुरू झाली होती. दुधाच्या गाड्या वेगाने धावत होत्या. अजून सायकली बऱ्यापैकी होत्या. पोरा-लेकरांची शाळेसाठी धावपळ सुरू होती. रिक्षातून भाजीच्या गठड्या बाजारात निघाल्या होत्या. एका जागेला बसल्याने थोडं अवघडून गेलो होतो. शशीला तर बिचारीला कंबर आणि गुडघे दोन्ही दुखणी; पण तिने अवाक्षर काढले नाही. ती मांडी हलवत नव्हती. लक्षात आल्यावर मी उठू लागलो. "तुझे पाय अवघडले असतील. मी पुढच्या सीटवर बसतो. तू जरा मोकळी बस."

"काही झालेलं नाही. माझे पाय नीट आहेत. तुम्ही पडून राहा. माझी काळजी करू नका. मी ठीक आहे."

तेवढ्यात पाठीमागून किसनरावांची गाडी आली. आमची नजरभेट झाली. त्यांनी हातानेच 'मागे मागे या' असं खुणवलं. दिवस कासराभर वर आला होता. आम्ही किसनरावांच्या बंगल्यापुढे उतरलो. टुमदार, सुंदर रचना असलेला बंगला. गेटही मजबूत. पश्चिमेकडे तोंड करून बांधलेला बंगला. म्हणजे ही किसनरावांची शिक्षकांची कॉलनी. रस्त्याला लागून असलेलं गेट. गेट ओलांडून आत गेलं की डावीकडे सुंदर, हिरवंगार लॉन, आंब्याचं सुरेख झाड, फुलझाडं, शोभेची झाडं, नारळाची झाडं. उजव्या बाजूला गाडीचं पार्किंग, एक भला मोठा पाळलेला कुत्रा. त्याच्या बाजूला झोपाळा. समोर छानशा पायऱ्या. पायऱ्या ओलांडून गेलं की छोटासा हॉल. भितींना निळा रंग. टीपॉय, खुर्च्या, बाबासाहेबांचा फोटो. बुद्धांची सुबक मूर्ती, मुलांची बॅट, रॅकेट, टी.व्ही. एकदम मस्त. एका पारधी समाजातल्या तरुण मुलाने आणि त्याच्या पत्नीने एवढा सुंदर बंगला बांधावा याचंच आम्हा दोघांना फार कौतुक आणि अप्रूप वाटलं. किसनरावांनी बॅगा बंगल्यात आणल्या. हॉलला लागून असलेली त्यांची मास्टर बेडरूम. तिथे आमची बॅग उतरली. आम्हाला आत बोलावलं. तोवर त्यांच्या पत्नीने पाणी दिलं. पाचव्या मिनिटाला चहा दिला. आम्ही मुलांच्या बेडरूममध्ये आमचा बिस्तारा हलवायचा विचार करीत होतो. "कसला विचार करताय?" किसनराव म्हणाले.

"ही तुमची बेडरूम ना?"

"हो."

"मग आम्ही मुलांच्या बेडरूममध्ये उतरतो ना!" मी म्हणालो.

"नाही. तुम्ही संकोच करू नका. आम्ही पाहतो काय करायचं ते. आई पहिल्यांदाच घरी आल्यात, 'उपरा'त आम्ही सारं वाचलं आहे. तुमचं या कठीण प्रसंगी स्वागत कसं करावं हेच कळत नाही. साहेब, ही माउली काय आहे आम्हास ठाऊक आहे."

शशी त्यांना मध्येच थांबवित म्हणाली,

"किसनराव, तुम्ही आई म्हणालात ना? मग झालं. आता कुठेतरी लपूनच राहायचं आहे." तिचे डोळे गळू लागले.

किसनरावांनी तिचं सांत्वन केलं. "नाही आई, मन लहान करू नका. तुम्ही निवांत राहा. या कानाचं त्या कानाला होणार नाही. तुम्ही इथे असेपर्यंत तुमच्या केसालाही धक्का लागणार नाही. तुम्हाला जामीन मिळत नाही तोपर्यंत कितीही दिवस होऊ द्या. तुम्ही इथून कुठेही जाणार नाही. 'उपरा'ने आमची आयुष्यं घडवली. मनात संकोच बाळगू नका."

"सिद्धार्थ, स्वराज, घरात मित्रांना आणायचं नाही. आजी-आजोबा घरात आहेत हे कुणालाही सांगायचं नाही. या कानाचं त्या कानाला जाता कामा नये. काय?" स्वराज हा मोठा मुलगा, सिद्धार्थ हा लहान मुलगा. पोरांनी वडिलांना साद दिली आणि लगेच पळाली. आम्ही आडवे झालो. नाडीचे ठोके, हृदयाचे ठोके ऐकू येऊ लागले.

आणि नाडीवर बोट ठेवलं. खूप जलद गतीने नाडीचे ठोके पडत होते. बी.पी. तपासण्यासाठी डॉक्टरला बोलवायची सोय नव्हती. आता शांत पडून राहणं इतकाच इलाज होता.

"साहेब, जरा अंघोळ वगैरे उरकून घेता का? मग थोडा नाष्टा करा आणि झोप घ्या. रात्रभर बसून आहात. या रूमचं दार लावून घ्या. कुणी येणार नाही. जाणार नाही." किसनराव सांगत होते.

शशीने स्वत:ची आन्हिकं उरकली, मीही आन्हिकं उरकली. सुनिताने छान पोहे केले होते. पोहे खाल्ले. दोघंही आडवे झालो. झोप येत नव्हती. किसनरावांनी दार बंद केलं. सारं शांत झालं आणि ठोके ऐकू येऊ लागले. छातीत हृदय ठाणठाण करीत होतं. बी.पी. खूप वाढलेलं असणार. बी.पी.च्या गोळ्या सुरूच होत्या. तरीही बी.पी. नॉर्मल नव्हतं आणि मीही नॉर्मल नव्हतो. शशीने डोक्यावर हात ठेवला. ताप नाही ना, तपासलं. ताप नव्हता. तीही माझ्यासारखीच रात्रभर जागी होती. दोघंही शांत होत गेलो. डोळे जड झाले. किसनराव, सुनीता शाळेला जायला निघाले. मुलं

शाळेत गेली होती. किसनरावांच्या सासूबाई म्हणजे सुनिताची आई पुण्याहून त्यांच्याच सोबत आल्या होत्या. आता आम्ही तीनच लोक बंगल्यात होतो. सुनिताने सारा स्वयंपाक केला होता. किसनराव साऱ्या सूचना देत होते. मीही थोडी विश्रांती घेतली. आम्ही दोघांनी त्यांना निरोप दिला. किसनरावांनी गाडी बाहेर काढली. कुत्रा लडिवाळपणे शेपटी हलवून त्याच्या मालकाला निरोप देत होता. दोघं शाळेला गेले.

बंगल्यात आता दोघंच होतो. सुनिताच्या आई बंगल्याच्या बाहेर वऱ्हांड्यात खुर्ची टाकून बसल्या होत्या.

माझं दुसरं मन सांगत होतं, 'अरे, तुझे पाय कुठे होते जमिनीवर? गाढवामागे जाणारा तू. कष्टाने, स्वकर्तृत्वाने उभा राहिलास हे खरं; पण 'उपरा'ने मिळालेल्या वारेमाप प्रसिद्धीने कानात वारं गेलंच होतं ना? त्यांना तू साडेतीन टक्के म्हणालास आणि सारी माध्यमं तुझ्याविरोधी उभी राहिली. तेव्हापासून तू त्यांच्याशी रोजच लढत होतास. त्यांचा समाचार खरपूस भाषेत घेत होतास. तू करीत असलेल्या कामाबद्दल, तू ज्या समाजात काम करीत होतास, त्याबद्दल तुझं कौतुक त्यांनाही होतं.'

पहिलं मन म्हणालं, ''उपरा'च्या आवृत्त्यांवर आवृत्त्या निघत होत्या. ती पुस्तकं काय तुझे कैकाडी वाचत होते? का भटके वाचत होते? जो वर्ग ते वाचत होता, त्यालाच रोज तू अंगावर जाऊन मारीत होतास. आता त्यांना तू सापडला होतास. ती तुझ्यावर काय फुलांचा वर्षाव करीत असतील? अरे, पण मी काय त्यांच्यावर उगीच टीका करत होतो? आमच्या हजारो पिढ्या नरकात होत्या हे दिसत नाही तुला?' दुसरं मन म्हणतंय, 'मग आता तुला ब्राह्मणांनी टारगेट केलं असणारच ना? त्यांच्या मनासारखं झालं आहे. आता कशाला रडतोस? तेव्हा माझं ऐकलं असतंस. आता तुझं ऐकून सत्य लपणार थोडंच!' दुसरं मन म्हणतंय, 'चारचौघांसारखा पायरीने राहिला असतास. पाय धरून राहिला असतास तर काय बिघडलं असतं?'

'अरे, बिघडतंय कशानं?'

'लाल दिव्याच्या गाडीतून हिंडलो असतो.'

दुसरं मन म्हणतंय, 'तू माझं कुठं ऐकत होतास? ऐकलं नाहीस ना?'

''अहो, औषधाची वेळ झाली. गोळ्या घेता ना? कसला विचार करताय? आता विचार करू नका.'' तिचा खांद्यावरचा हात मला धीर देत होता. एक मन सपासप वार करीत होतं. माझं बोलणं माझ्याशी सुरू होतं. मी उठून गोळ्या घेऊ लागलो. शशीने 'नका उठू' म्हणून गोळ्या आणून दिल्या.

एरवी कार्यकर्त्यांच्या घोळक्यात राहणारा मी चोरासारखं तोंड चुकवून माझ्याच

माणसांच्या घरात राहत होतो. सारखं मनात येत असे, 'म्हातारपणात नको ते वाट्याला आलं. आता आपला कुणाला काय उपयोग आहे? अशा नीच स्थितीत प्रचंड घाणीत आपल्या शत्रूनी आपल्याला ढकलून सूड उगवला. आता आपण जगून करायचं काय?' त्यामुळे उमाळे दाटून येत होते. एक शशीच बरोबर होती. मुला-नातवंडांचं काय झालं असेल? नातवंडांची आठवण झाली तरी रडू कोसळत होतं. त्यांचे केविलवाणे चेहरे समोर येत आणि रडू कोसळत असे. लहान नातवंडांच्या वाट्याला काय दिलं होतं त्यांच्या आजोबांनी? ज्या आजोबांनी राष्ट्रपतींच्या हस्ते पद्मश्री पुरस्कार घेतला होता, त्यांनाच चोरासारखं परागंदा झालेलं पाहून काय वाटलं असेल?

'होय बाळांनो, मी चोर समाजातलाच आहे, हेच मला दाखवून देण्यात आलंय. होय, मी चोर आहे. फरारी आहे. पोलीस मला शोधत आहेत आणि मी लपून बसलो आहे.' डोळ्यांतलं पाणी खळत नव्हतं. किसनराव, सुनीता, शशी मला खूप समजवण्याचा प्रयत्न करीत होते; पण नातवंडांचं काळवंडलेलं भविष्य, त्यांच्यावर लागलेले डाग कसा धुणार होतो मी? कष्टाने, मेहनतीने शिक्षण पुरं केलं होतं. लोकांना माझा अभिमान वाटावा, असं जगलो होतो आणि आता मुलांच्या वाट्याला काय दिलं होतं? कॉलेजात स्वाभिमानाने, ताठ मानेने, ताठ कण्याने उभी राहणारी मुलं कशी शिकवणार होती, एका अपराधी माणसाची मुलं म्हणून? जिथं फुलं वेचली, तिथं गवऱ्या वेचण्याची वेळ आली होती.

किसनरावांना म्हणालो, "किसनराव, उद्या सकाळी निघतो आम्ही. आयुष्य वनवासात काढावं लागेल. आपण आधार दिलात. उद्या इतर ठिक़ाणी जातो."

किसनराव म्हणाले, "नाही साहेब. असं होणार नाही. तुम्हा दोघांना आम्ही कुठेही जाऊ देणार नाही या अशा अवस्थेत. आईंकडे पाहा. त्या पहाडासारख्या उभ्या आहेत. साहेब, आमच्यासाठी नाही, साऱ्या आपल्या लोकांसाठी तुमची गरज आहे. हेही दिवस जातील."

सुनीता म्हणाली, "आमचा बाप घरी आला असता आणि तो असा अडचणीत असता तर आम्ही टाकला असता काय?"

मध्येच किसनराव म्हणाले, "उद्याचं उद्या ठरवू या."

अशाही अवस्थेत आमचे स्नेही प्रा. रावसाहेब कसबे यांनी आम्हाला शोधलं. किसनरावांकडे चौकशी केली.

किसनरावांनी फोन खाली ठेवला. रावसाहेब कसबे सांगत होते की, ते, भाई वैद्य, विलास वाघ, आर. आर. पाटील यांना भेटणार आहेत. पाहू काय होतं ते.

दोन दिवसांनी माझा जामीन मांडला जाणार होता. ज्या दिवशी जामीन मांडला जाणार होता, त्या दिवशी आणखी तीन महिलांनी बलात्काराचे गुन्हे दाखल केले.

म्हणजे पहिले दोन अधिक हे तीन, पाच गुन्हे झाले, नि मी सुस्कारा सोडला. हे छोटं संकट नाही. हे फार मोठं षड्यंत्र असल्याची ठाम समजूत झाली. किसनरावांच्याही ते लक्षात आलं. ते निर्धास्तपणे म्हणाले,

"साहेब, काळजी सोडा. तुमच्या केसाला धक्का लागू शकत नाही. दहा वर्षांपूर्वी, १५ वर्षांपूर्वी, पाच वर्षांपूर्वी हे बलात्कार झाले अशा फिर्यादी आहेत. तुम्हाला जामीन नक्की मिळणार. काळजी संपली. आता शांतपणे झोपा. हा मोठा कट असल्याचं दिसत आहे." पुन्हा जामीन मांडण्याची वेळ आली. आमच्या वकिलांनी न्यायालयासमोर जामीन मांडला. आणि आदल्या रात्रा एका बाईने पुन्हा बलात्काराचा सहावा गुन्हा दाखल केला.

डॉ. बाबा आढावांचं पहिल्यांदा माझ्या बाजूने स्टेटमेन्ट आलं. संस्था स्थापन झाली तेव्हापासून बाबा उपाध्यक्ष होते. माझे ज्येष्ठ सहकारी होते. अनेक वर्षं आम्ही एकत्र काम केलं होतं. ते मला चांगले ओळखत होते. वर्षानुवर्षं आम्ही काम करीत होतो. १५ वर्षांत एकही तक्रार आली नव्हती. अशा गोष्टी झाकून राहत नाहीत. आणि लहान मुलांच्या शाळेत तर नाहीच नाही. केसेस थांबत नव्हत्या. चॅनल्स आणि प्रिंट मीडियाला रोज चघळायला चांगला विषय मिळाला होता. अनेक कलम-कसायांनी कशाचाही विचार न करता लेख लिहिले. अग्रलेख लिहिले. चहूबाजूंनी वावटळ उठली होती. आता सावरलो होतो. शशीला सातारला पाठवण्याची आवश्यकता होती. तिथे तिची गरज होती.

भाई, समता, जीवन, कादंबरी आणि नातवंडं सारीच आवर्तनात सापडली होती. जीवन, समता यांची नावं फिर्यादींमध्ये आल्याने त्यांना, विशेषत:, जीवनला पोलिसांपासून बाजूला राहणं भाग होतं. माझं कुटुंब बहुजाती असल्याने अनेक जातींतले लोक आम्ही एकत्र राहतो. भाई, कादंबरी, समता, जीवन या पोरांनी जबाबदाऱ्या वाटून घेतल्या होत्या. यशवंत, लुम्बिनी, श्रावस्ती ही नातवंडं. यशवंत हा भाई-कादंबरीचा मुलगा आणि छोटी श्रावस्ती मुलगी. लुम्बिनी ही समता-जीवनची मुलगी. यशवंत सर्वांत मोठा, तो सहावीला, लुम्बिनी पाचवीला तर श्रावस्ती दुसरीला. आमच्या घराच्या पाठभिंतीला लागूनच कादंबरीच्या आई-वडिलांचा बंगला. म्हणजे भाईची सासुरवाडी. साहेबराव पाटील, कुमुदिनी पाटील हे कादंबरीचे आई-वडील. त्याने मुलांचं आजोळ घराशेजारी. पाटील कुटुंबीयांनी नातवंडांची जबाबदारी घेतली. मुलं -मम्मी आज्जी-पप्पा आजोबांकडे गेली. त्यांचं भावविश्व, त्यांचं काय झालं असेल? पोलीस दारातून हटत नव्हते. रात्रंदिवस ससेमिरा चालू होता. सर्वांचे फोन जप्त केले होते. पोलिसांना माझा ठावठिकाणा मिळत नव्हता. त्याने कुटुंबाचा छळ चालू होता.

संकटे एकट्याने येत नाहीत, ती झुंडीने येतात. पुन्हा पुन्हा पोलीस माझ्या

चौकशीसाठी घराच्या दारात. ज्या घरात फुलांच्या हारांचे ढीग पडत होते, त्या घराकडे कुणी फिरकत नव्हतं. केसेस थांबत नव्हत्या. आणखी बावीस महिला तयार आहेत. म्हणजे माझ्या शत्रूंनी मला तुरुंगात पाठवायचंच, असा निर्धार केला होता. जामीन मिळू द्यायचा नाही. खरंतर आरोपीला कायद्याने संरक्षण दिलं आहे. त्याला न्यायालयापुढे आपलं म्हणणं मांडण्याची संधी असते. मी फरारी होतो, याचं कारण मी न्यायालयात दाद मागत होतो. घराचं घरपणच हरवलं होतं. मला सावरायला माझ्या गरिबांच्या संघटनेतले मूठभर कार्यकर्ते. किसनराव, मी, शशी बसलो. विचार केला आणि शशीला घरी पाठवण्याचा निर्णय घेतला. लकी आणि शशी सातारला परत गेले. मी पुरता सावरलो होतो. मला माझे शत्रू समजले होते. ते समजत नव्हते तोपर्यंत मला उलगडाच होत नव्हता. अचानक आलेल्या वादळाने पत्रा उडाला होता. होत्याचं नव्हतं झालं होतं. सारं घर उद्ध्वस्त झालं होतं.

काडीकाडी कष्टाने जमवून मी-शशीने उभं केलेलं आमचं घर संकटात पार मोडून पडलं होतं. पाखरं तुटलेल्या फांद्यांवर लोंबकळत होती. पक्षी दूर, पण लक्ष सारं पिलांपाशी होतं. ती वाघासारखी धावली. मला काळजी घ्यायला सांगितलं. माझ्यातला पँथर तिने पुन्हा जागवला. हात-पाय गाळून उपयोग नाही. आता लढायला पाहिजे. पुन्हा नव्याने सारी शक्ती एकवटून उभं राहिलं पाहिजे. आपलं घर शत्रूंनी उद्ध्वस्त केलं आहे. शत्रू कोण याचा अंदाज आला होता. मला काय होत आहे हेच कळत नव्हतं. त्याने मी पार मोडून गेलो होतो. परिस्थितीचा अंदाज येत गेला. पाणी कोणत्या वळणाने गेलं आहे, हे जसजसं समजू लागलं, तसतसा मी ताठ कण्याने उभा राहत गेलो. आपल्याला लढलं पाहिजे.

ही लढाई व्यक्तिगत पातळीवर आली होती. माणसं सापासारखी दूध पाजून ठेवली होती. निखारे तर अस्तनीतच होते. त्याने पेट घेतला होता. ज्या माणसांना, अन्नान्न दशा झाल्याचे पाहून त्यांची उघडी पडलेली पोरं-लेकरं मी-शशी जगवत होतो, त्यांचे संगोपन करत होतो; तीस-पस्तीस वर्षं हजारो मुलांचं संगोपन करून, शिक्षण करून, अनेकांची लग्न लावून घरं उभी केली, त्यातले कुणीच मदतीला येत नव्हते. शशी मोठी धीराची. संकटाच्या वेळी ती झाशीची राणी, ताराबाई, अहल्या बनते. तिने निर्धार केला आणि मला किसनरावांच्या हवाली करून ती सातारला गेली. आता मी एकटाच किसनरावांकडे राहिलो. सुनीता-किसनराव या पोरांनी आम्हा दोघांची जी काळजी घेतली, त्याचं वर्णन करण्यासाठी खरंच माझ्याकडे शब्द नाहीत.

माझ्याबरोबर सहआरोपी म्हणून मनीषा गुरव या मुलीला आरोपी करण्यात आलं होतं. मनिषाला मी मुलगी मानत असे. तिने आमच्याबरोबर बौद्ध धम्माची दीक्षा घेतली होती. संस्थेतली एकमेव सेवक, जिने धम्म स्वीकारला होता. तिचा

आश्रमशाळांशी कधीही संबंध नव्हता. ती संस्थेच्या समाजकार्य महाविद्यालयात हिशोबनीस पदावर कार्यरत होती. तिचं ऑफिसचं काम करून ती संस्थेच्या हिशोबाचं काम करत होती. माझी टंकलेखनाची सर्व कामं ती करीत असे. माझी मदतनीस म्हणून तिला कामे करावी लागत. त्यात संस्थेच्या महाविद्यालयात कार्यालयीन अधीक्षकाचं पद रिक्त झालं होतं. मनीषा ज्येष्ठ असल्याने तिला ते पद मिळणार होतं. तसा प्रस्ताव संस्थेने मांडला होता. म्हणून माझ्याबरोबर तिलाही अडकवण्यात आलं होतं. वकिलांच्या सल्ल्याने तिलाही फरारी व्हावं लागलं होतं. आमच्या भटक्या विमुक्तांच्या चळवळीतल्या नेत्या शारदाताई खोमणे यांच्याकडे तिला ठेवलं होतं. बाबूराव धोत्रे, दिलीप कुऱ्हाडे हे माझे सहकारी, यांनी तिला पुण्यात लपवून ठेवलं होतं. तिला एक मुलगी, एक मुलगा, पती, सासू. तिचंही कुटुंब उद्ध्वस्त होण्याची वेळ आली होती. तिचे पती शिक्षक होते. त्यांनी घर सावरलं होतं.

आम्ही फरारी होतो, याला आता १५-२० दिवस होत आले होते. जामिनाचं काम होत नव्हतं. संस्थेचे अध्यक्ष, उपाध्यक्ष, शरदराव पवार आणि बाबा आढाव यांचे निरोप येऊ लागले. 'हजर व्हा. आता मांडवाखालून जावंच लागेल.' जामीन मिळण्यासाठीचे सारे प्रयत्न निष्फळ ठरत होते. वर्षा देशपांडे, शैला जाधव या दोघी वकील. त्यांच्या सल्ल्याने साताऱ्यातले एक मोठे वकील दिले होते. त्या वकिलाबद्दल काय बोलू? भाई, समता यांना कधी पोलीस स्टेशन माहीत नाही. कोर्टाची पायरी चढली नव्हती. साधी, सरळ, मध्यमवर्गीय प्राध्यापकाचे जीवन जगणारी मुले, वकिलांनी नुसती घाबरवून सोडली होती. पोरींनी तर कमाल केली. समता ही आमच्या कुटुंबातली. लाडकी. धाकली. लाडाकोडात वाढलेली. बुजरी. माझ्या सार्वजनिक कामात कधीही न येणारी. भाई अगदी सतराव्या वर्षापासून स्वावलंबी. शिकत असतानाच त्याने प्रेस चालवलेला. बंद दरवाज्याचे लहान वयातच काम शिकलेला.

सेवादलातले संस्कार. जातिधर्मनिरपेक्ष विचारसरणी. दोन्ही मुलांना त्यांचे जोडीदार निवडण्याचं स्वातंत्र्य. त्याप्रमाणे मुलं शिकली. त्यांनी पदव्या मिळवल्या. नेट-सेट परीक्षा पास केल्या. आता पीएच.डी. करीत आहेत. माझं लग्न मी स्वतः केलेलं. आमचा आंतरजातीय विवाह. दोन्ही मुलांनी त्यांची लग्नं त्यांनी जमवली. भाईची मैत्रीण समताची वर्गमैत्रीण, आमच्या घराला लागून तिचं घर. त्याने जाणं-येणं होतं. कादंबरी छान मुलगी. त्यांचं जमलं. त्यांनी आम्हाला न सांगता पळून जाऊन लग्न केलं. कादंबरीच्या घरून विरोध होता. त्यांचं लग्न झालं. आम्ही गेलो नव्हतो. समताने जीवन बोराटे या तरुणाशी लग्न केलं. तिने लग्नाला बोलावलं. मी, भाई वैद्य, निळूभाऊ फुले, माझ्या जवळचे दोन-तीन कार्यकर्ते, घरातले लोक, सारे

साने गुरुजी स्मारकावर जमलो.

पटवर्धन हायस्कूलच्या हॉलमध्ये लग्न लावलं. भाई वैद्यांनी सर्वांना आइसक्रीम दिलं. दोन्ही मुलांची लग्नं त्यांच्या इच्छेने कसलाही खर्च न करता केली. त्यांनी दोन्ही साथीदार उच्चविद्याविभूषित निवडले होते. त्यांनीही नेट-सेट परीक्षा पास केल्या. समता, जीवन, भाई महाविद्यालयात नोकऱ्या करू लागले. कादंबरी एम.एस्सी. गोल्ड मेडॅलिस्ट. तिने घर सांभाळत बी.एड. केलं. मुलं मोठी झाल्यावर तीही ज्युनिअर कॉलेजवर रुजू झाली. मुलं मार्गाला लागली होती. पायावर उभी होती. ही सारी किमया शशीची होती. तिचे अथक परिश्रम. पाठीमागे राहून सर्व काही बिनबोभाट, बिनतक्रार पार पाडायचं. घर सुंदर उभे राहिले. ते तिने सुंदर ठेवले. सौंदर्यदृष्टी असल्याने जिथल्या तिथे सर्व लागते. वाट्टेल ते काम करण्याची तयारी. घरातले सारे हिशेबठिशेब सारे तिच्या हाती.

किसनरावांनी शशीला मला सांभाळण्याचा शब्द दिला. सातारहून जीवन त्यांच्या मेहुण्याची- गणेश मेळावणे याची गाडी घेऊन ते दोघं पुण्याला आले होते. जीवनची लहान बहीण ज्योत्स्ना खूप हुशार. तिनेही आंतरजातीय विवाह केलेला. जीवन माळी समाजातला तर बहिणीने मुलगा निवडला भोई समाजातला, गणेश मेळावणे. हे लग्न थाटामाटात झालं. बाबा आढावांनी लग्न लावलं होतं. तेही छान जोडपं. तर जीवन, गणेश दोघं गाडी घेऊन पुण्यात आले. आम्ही नगरहून पुण्यात आलो. शशी या गाडीतून उतरून, त्या गाडीत बसली. माझ्याकडे पाहत डोळ्यांनीच मला सांगत होती, 'काळजी घ्या. मी पाहते सारं.' आम्हाला डोळ्यांची भाषा छान समजते. 'तू काळजी करू नको. मी लढायला तयार आहे' नजरेने सांगितले आणि ती सातारला गेली. मी नगरला.

गाडीने ब्रेक मारला. मी तंद्रीत होतो. पुढच्या बाजूला धडकलो. किसनराव म्हणाले, "सॉरी सर. खड्डा आला, दिसलाच नाही. ढाबा उघडलाय. चहा घेऊयात." ढाब्याची कवाडं उघडली जात होती. "थांबायला लागंल साहेब! बसा ढाब्याच्या बाहेर बाकड्यावर." आम्ही बसलो. बाहेर फटफटीत होत होतं. पाखरांचे थवेच्या थवे आकाशात उंच भराऱ्या घेत निघाले होते. शेजारच्या वडाच्या झाडांवर कावळ्यांची कावकाव चालू होती. साळुंख्या, मैना, पोपटांचे थवे झाडाझाडांवर किलबिलत होते. आकाशाला तांबूस रंगाच्या छटांनी सूर्याच्या आगमनाची वर्दी दिली होती. गार वाऱ्याची मंद मंद एक एक लाट अंगाला हळुवार, अलगद स्पर्श करून जात होती. रात्रभरचे जागरण. डोळे तारवटलेले. आणि त्यातही मंद वाऱ्याची गार झुळूक. किसनरावांनी चूळ भरली. तोंडावर पाण्याचे फवारे मारले. डोळे धुतले. झोप यायला नको. हॉटेलवाल्या पोऱ्याने दोन ग्लास चहा दिला. दोघांनी गरम गरम वाफाळलेला चहा घेतला. आता जरा तरतरी आली. प्रवासाचा शीण गेला. पुन्हा गाडी सुरू

झाली. समोर तेज:पुंज लाल गोळा दिसू लागला. मन ताजंतवानं झालं होतं. किसनराव गाडी चालवत होते. सूर्याची सुंदर कोवळी किरणं गाडीच्या काचेवर पडत होती.

मी लालभडक टी शर्ट आणि तसलीच चमत्कारिक टोपी घातली होती. सहज कोणी ओळखू नये. गाडी आता गावात वळण घेत होती. डांबरी रस्ता सोडून गल्लीतल्या सिमेंट काँक्रीटच्या रस्त्यावरून धावू लागली. पाच-सात मिनिटांत किसनरावांच्या दारात पोहोचलो. दारातला कुत्रा गोंडा घोळीत जागेवर दोन्ही पाय उचलून मालकाचे स्वागत करीत होता. आम्ही गेट उघडून हॉलमध्ये गेलो. सुनीता पदराला हात पुशीत पाणी घेऊन आली. मी विमनस्कपणे सोफ्यावर बसलो. किसनरावांनी दार लावून घेतलं. "साहेब, चहा आणू लगेच की फ्रेश होऊन घेणार?" मी फ्रेश व्हायला गेलो. सुनिताने छान आलं टाकून केलेला चहा घेतला.

किसनराव म्हणाले, "आठ-दहा दिवस झाले. विचारू का नको असं मनात येई आणि विचारायचं राहत असे. साऱ्या बायांची नावं मी तुम्हाला सांगितली. इतकं नियोजन केल्याचं दिसतं. एक बौद्ध, एक मातंग, एक वडार, एक रामोशी, एक लोहार आणि एक गोसावी म्हणजे एस.सी., एस.टी., व्ही.जे.एन.टी., ओबीसी, सर्व मागासवर्गीय महिला. त्याही संस्थेत पर्मनन्ट असलेल्या. हे कसं काय? याचा अर्थ कसा लावायचा? सेवेत कायम झाल्यावर ते सेवक असे कसे वागू शकतात? आमच्याकडे संस्थासंचालकाशी नजर भिडवता येत नाही. खाली मान घालून बोलावं लागतं. तत, पप... उडते आमच्या सेवकांची. मग हे असं कसं? काय वाटतं तुम्हाला?"

मी म्हणालो, "किसनराव, एक मोठी कथा आहे. आपण रात्री तुम्ही शाळेतून परत आल्यावर बोलू."

किसनराव म्हणाले, "ठीक आहे. ठीक आहे. तसंच करू. आता ऐन गडबडीत नको! निवांत रात्री बसू. तुम्ही शांत पडा. आम्ही उरकून निघतो. विश्रांती घ्या. आराम करा. पुस्तकं आहेत. वाचता आली तर बघा." मी आडवा झालो, फॅन फिरत होता. विचारचक्रही फिरत होतं. दोन्ही पक्षी भांडू लागले. 'बा लक्ष्मणा, मी सांगत होतो तुला; पण तू माझं कधी ऐकलं नाहीस.'

दुसरा पक्षी म्हणाला, 'काय ऐकायचं तुझं?'

'हेच ते, कायमचं मला बाजूला गप्प बसायला सांगितलंस. मी गप्प बसलो. वेळच्या वेळी ऐकलं असतंस, तर ही वेळ तुझ्यावर आलीच नसती.'

'का? तू मनकवड्या आहेस?'

'नाही. मनकवड्या नाही; पण माझ्यामुळेच तू इथवर आलास. मानमान्यता

मिळाली. देशा-परदेशांत, देशोदेशी लोक तुला ओळखायला लागले ते माझ्यामुळेच. मी नसतो तर-'

'तर काय?'

'तर गाढवामागे, वळत्या करीत, हागणदारीत, बाकीच्या कैकाड्यांसारखा गाढवाच्या पाठीवर ओझी घालीत या गावाहून त्या गावाला भटकत राहिला असतास.'

'ते होतंच रे.'

'दिलं असतं बापाने लग्न लावून. आतापर्यंत आठ-दहा मुलं झाली असती. जगण्याची परवड झाली असती. कष्ट आणि पोटासाठी यातनांचा पाऊस पडला असता. हे झालं ना माझ्यामुळे?'

'म्हणजे मी काहीच केलं नाही काय?'

'तसं नाही म्हणालो मी; पण तीन बोटांत तुला पेन्सिल पकडायला शिकवली ती मी. ज्ञानाची कवाडं उघडी केली ती मी, हे तर खरं?'

दुसरा त्याच्या अंगावर जात म्हणाला, 'काय मी मी लावलयंस रे? तू आहेस. तू मोठा आहेस. हो ना, तू मोठाच आहेस. तुझ्यासारखी ज्ञानाची कवाडं उघडणारे आहेत हे खरंच रे; पण मग तू याअगोदरही होतास. आईला, वडिलांना, आज्या-पणज्यालाही तू होतासच ना? आई-भाऊंच्यातही तू होतासच ना? सात पिढ्यांत कधी कुणी शिकलं का? शिकायला परवानगी होती का?'

'नव्हती. नव्हती ना!'

'जरा मागे वळून बघ, लोकांच्या हागणदारीतही गू-घाण जगणं जगत होतासच ना? मान वर करून हे असं का देवा, म्हणून विचारायची हिंमत होती का? ठेविले अनंते तैसेचि राहावे, चित्ती असू द्यावे समाधान, हेच होतं ना सूत्र?'

'अरे, हात-पाय बांधून, गळ्यात धोंडा टाकून त्यांनी तेव्हा मला अज्ञानाच्या अंधारात खोल विहिरीच्या तळात नेऊन गाडलं होतं ना!'

'हे निमित्त झालं रे. कधी केलंस तू बंड? कधी दिलास तू नकार? कधी केलास विद्रोह? का नाही पेटले तुझे अश्रू? बोल ना! का नाही पेटले? मी संतापतो. मी रागावतो. चिडतो. साऱ्या व्यवस्थेला चूड लावावी. साऱ्या व्यवस्थेवर मुतावे. गू-घाण करून टाकावी सारी दुनिया, असं बोंबलतो. हे सारं जाळून नष्ट करावं. माणसामाणसांतले भेदाभेद. ही जीवघेणी विषमता, जन्मानेच येते ना रे शहाण्या? म्हणून हा जन्मच मी नाकारतो. नाकारतो. थुकतो. मुततो. साऱ्या व्यवस्थेवर.'

'त्याने काय होईल? असे मरण्याने प्रश्न सुटत असते तर जग केव्हाच बुडालं असतं.'

'अरे, असं कसं म्हणतोस तू? जिने आम्हाला जनावरांपेक्षा हीनतेने वागवलं,

ज्या हरामजाद्यांना या व्यवस्थेने तुपाच्या धारेशी जोपासलं, त्यांच्या कैक पिढ्या तुपात मेल्या. सात पिढ्या तूप खात गेल्या आणि आमच्या सात पिढ्या मेल्या हागणदारीत कष्ट उपशीत उपाशी! एकाला तुपाशी, एकाला उपाशी ठेवणाऱ्या या व्यवस्थेच्या गोडव्यांचे पोवाडे गाऊ काय मी? की मी आरती करू त्यांची?'

'हेच, हेच मी सांगत होतो.' मध्येच दुसरा पक्षी म्हणाला,

'या तझ्या आगाऊपणानेच आज ही पाळी आली, तोंड लपवून बसण्याची. तुला आपली पायरी समजत नाही, राव. मोठमोठ्याने ओरडून, बोंबलून काय होणार? सांग ना, एकट्याने तू कितीही आटापिटा केलास तरी काय होणार? सांग ना?' दुसरा पक्षी त्याला उत्तर देतो.

पहिला पक्षी म्हणाला, 'का माझ्या अंगावरची कापडं दिसत नाहीत तुला? कोणत्या पिढीत नेसला होतास पॅन्ट? जेवला तरी होतास का पोट भरून कधी? पण या साऱ्याचं खापर तू माझ्यावर का फोडतोस?'

दुसरा पक्षी म्हणाला, 'लोकांच्या उष्ट्या पत्रावळ्या उकिरड्यावर चाटताना तुझ्यात आणि कुत्र्यात काय फरक होता? कुत्री पत्रावळ्यांसाठी भांडत होती. आणि तुम्हीही पत्रावळ्यांसाठीच तर भांडत होता. माझ्या बापानी जर यातना सोसल्या नसत्या, आईने जर अंगावर शेणाची, मलमूत्राची घाण झेलली नसती, कंबर कसून तिने म्हारापोरांना शिकवलं नसतं, बायापोरांसाठी जोतिरावांनी शाळा काढल्या नसत्या.'

'हे तुझं असं आहे. आता कुठं भलतीकडं निघालास?'

'भलतीकडे मी जात नाहीये, सावित्रीआईंनी हातात पेन्सिल दिली नसती तर काय झालं असतं रे? सावित्रीमाई, जोतिराव ते कर्ते सुधारक होते. कार्यकर्ते होते. घरच्या भाकरी खाऊन लष्कराच्या भाकरी भाजत होते. हे सारं पोटतिडकीने हालअपेष्टा सोसून जोतिरावांनी केलं. घरदार, आई-बाप, गणगोत सारं सोडलं. त्यांना शहाणा कोणी म्हणालं का रे?'

'अरे, मी त्यांच्याबद्दल बोलतच नाहीये. शाहू, फुले, आंबेडकर हे आपलं दैवतच आहेत; पण तुझ्या एकट्याच्या बोंबलण्याने काय होणार? सारे मरूनच तर पडलेत. मोठा बौद्ध झालास; काय झालं? कोण आलं धावून?'

दुसरा म्हणतो, 'म्हणजे? बाबासाहेबांनी सांगितलेली गोष्ट मी ऐकली, चूक झाली माझी.'

'अरे, हे काय तुझं भलतंच? मी केव्हा त्यांच्याबद्दल बोललोय? ते महानच होते. आपण लहान आहोत. आपण सामान्य आहोत. आपल्या शक्तीला मर्यादा आहेत, इतकंच. 'कुठे राजा भोज आणि कुठे गंगू तेली.' आपली तुलना कुणाशी करावी, याचा तरी विचार कर.' पहिला पक्षी कळकळून म्हणाला.

मी कूस बदलली. दोन्ही पक्षी आत पळाले. मीच भांडत होतो माझ्याशी. आपुलेच भांडण आपुल्याशी. माझ्यातला कार्यकर्ता सतत माझ्यातल्या साहित्यिकावर कुरघोडी करीत आला होता. साहित्यिक कितीही आदर्शाची, सद्सदविवेकाची वाट दाखवित असला तरी कार्यकर्त्याच्या गरजा, त्याच्या निकडी वेगळ्या असायच्या. त्याला हजारो तडजोडी कराव्या लागायच्या आणि तो करीत असलेली वणवण, अपार कष्ट, सामान्य माणसांच्या दुःखाबद्दलची त्याची तळमळ. त्याप्रती असलेली बांधीलकी. यासाठी निरपेक्ष बुद्धीने चाललेली राबणूक साहित्यिक पाहत होता. या दोघांची लढाई आता हातघाईवर आली होती. मनाच्या या दोन अवस्था, दोन रूपं एकमेकांचा आब राखून होती; पण आताची वेळच अशी होती की शत्रूवरही अशी वेळ येऊ नये. ती माझ्या शत्रूंनी, मित्रांनी, केवळ माझी जिरवायची, मला नेस्तनाबूत करायचे, काहीही करून मला बदनाम करायचे. अनेकांच्या मनात द्वेषाग्नी भरलेला होता. तो कमालीचा द्वेष, मत्सर, ईर्ष्या, जीवघेणी गळाकापू स्पर्धा. जे काही मिळायचं, ते यालाच का मिळतं? आपल्यापेक्षा हा का पुढे जातो? यालाच यश का मिळतं? हा माणूस साताऱ्यात हातावर पोट घेऊन आला होता. याला खायला काही नव्हतं. राहायला जागा नव्हती. याला आम्ही जवळ केलं. हा इथे जेवला. आमचेच तुकडे तोडले यानं आणि आमच्या दावणीला बांधलेला हा बैल अचानक सुटून सैरावैरा पळू लागला. आम्हीच याला उभं केलं. आणि हा इतका पुढे जाईल हे आम्ही स्वप्नातही पाहिलं नव्हतं.

बरं झालं सापडला साला. फार माजला होता. गाढवं राखायची लायकी नव्हती याची; पण आम्हीच डोक्यावर घेतला. चेचा आता. ज्यांना मी स्पर्धेत मागे टाकलं होतं, ज्यांना मी सोडून गेलो होतो; राबणारा एक पोटार्थी हरकाम्या निसटून गेला होता, याचं दुःख होतं. 'उपरा'ला अभूतपूर्व यश मिळालं. ते लिहिण्याआधी मी कुणीच नव्हतो; पण 'उपरा' लिहिलं आणि केवळ मराठी भाषिकांचाच नव्हे, तर जगाचा झालो. असं यश मिळत गेलं की आपल्या मित्रांनाही आपला हेवा वाटू लागला. वरकरणी कितीही कौतुक करत असले तरी त्यांचे दिपलेले डोळे मला दिसत होते. 'काय वहिनी, आता घरावर सोन्याची कौलं वाटतं?' हसत हसत आमचे सहकारी शशीला म्हणत होते. त्यात कौतुक होतंच; पण मनाचा कोतेपणाही होता. अशी अत्यंत खुजी माणसं. अनिल अवचटांसारखी दिलदार, एस.एम. अण्णांसारखी पित्याचं प्रेम देणारी, बाबा आढावांसारखी मायेने पाठीवर हात ठेवणारी माणसं होती, ती आजही या संकटाच्या काळात शशीच्या, मुलांच्या पाठीशी ठामपणे उभी होती! घर फिरलं की वासे फिरतात. यशाला सारेच मालक असतात. अपयशाला कुणीच धनी नसतो.

मी माझ्या विवेकाशी बोलत होतो. तोच पुन्हा एक पक्षी बाहेर आला आणि

म्हणाला, 'थांब, थांब. मनात येईल ते बोलू नकोस. खूप ऐकलं तुझं. तुझ्या अशा वागण्यानेच हे दिवस आले. तुझ्यासारख्या भिकाऱ्याला ज्यांनी आश्रय दिला, विचाराने तुला रस्ता दाखवला आणि संधी मिळाली की पळून गेलास असं त्यांना वाटलं तर त्यात त्यांचं चुकलं, असं कसं काय म्हणतोस?'

दुसरा पक्षी म्हणाला, 'अरे, मी कृतघ्न नाही आणि कृतघ्नपणा करतही नाही. त्यांनी केलेल्या उपकारांची जाण आहे मला.'

'ती असती तर असं बोलला नसतास. 'उपरा'ला यश मिळालं तेव्हापासून तू मोठा झालास. हळूहळू त्यांच्यापासून लांब गेलास. त्याहीपेक्षा तू यशवंतरावांच्या बरोबर गेलास याचं शल्य तुझ्या अनेक ज्येष्ठ सहकाऱ्यांच्या मनात होतं.

ते तुला सांगत होते, यशवंतरावांनी ज्याच्या खांद्यावर हात ठेवला, तो त्यांचाच होतो. म्हणजे तुझ्या मित्रांच्या भाषेत तो कैलासवासी होतो. तो चळवळ सोडून पळून जातो. प्रस्थापित होतो. म्हणजे तुझ्या जागेला ते असते तर त्यांनी काही वेगळं केलं असतं असं नाही. म्हणजे तुला जे मिळालं, त्याने ते जास्त दुःखी होते. हा कालपर्यंत आमचाच होता. इथं चहा पीत होता. या पानाच्या कट्ट्यावर तासन्तास बसत होता. या ग्रंथालयाच्या पायऱ्यांवर हा आमच्याशी बोलत बसायचा. तो आता फिरकत नाही. यशवंतरावांच्या नादाला लागला. असं तुझ्या जुन्या मित्रांना वाटलं तर त्यात गैर काय?'

'अरे, म्हणून काय त्यांनी माझा द्वेष करायचा?'

दुसरा म्हणाला, 'त्यांना द्वेष वाटावा आणि दीर्घद्वेष वाटावा त्यातही नवल ते काय? तू जरा आठवून बघ, काय स्थिती होती तुझी? खरंच सांगतो, त्यातल्या अनेकांना तुझा रागही आला होता. त्यांच्या नजरेत तू कृतघ्न होतास! बिनऔषधाची खरूज गेली असं जर त्यांना वाटलं तर ते त्यांच्या दृष्टीने बरोबरच होतं ना!'

'हो रे, बरोबरच होतं. मीच माझ्या हाताने माझ्या संस्थेत अस्तनीतले निखारे ठेवले होते. त्यांना मीच पोसत होतो. खरं ना? वस्तूची सावली वस्तूपेक्षा मोठी होते ना, तेव्हा तिला असंच होतं. प्रतिमाच मोठ्या होतात. प्रतीकापेक्षा.'

दुसरा पक्षी म्हणतो, 'अरे थांब, अशी किती माणसांची यादी करीत बसणार? सारा समाजच रुग्णाईत आहे. तो अहंकाराच्या अंधारात बुडालेला आहे. अज्ञान आणि अहंकार या दोन्ही गोष्टी एकत्र आल्या की अनेक माकडवाले नाचू लागतात. त्यांनाही आनंदाच्या उकळ्या फुटतात. अशी गल्लोगल्ली नाचणारी माकडं किती सांगावीत? अशी यादी करण्यात काय मतलब रे? असे घाणेरडे पोतराज, चिपाडे, मिचमिचे, झुलवे, माकडे सारे सूतपुत्रच ना?'

'तसं नाही रे. वाईट याचं वाटतं, की साली ही सारी माकडं आपल्या ताटात जेवली होती. खरकटी गांडीला हात पुसून पळून गेली. शत्रूला सामील झाली, याचं

वाईट वाटतं. किती भिकेकंगाल भिकारी झाले असते. त्यांना आज नोटा मोजता येत नाहीत.'

'अरे, वाईट वाटून काय करणार? ती मानवी प्रवृत्ती आहे. तिला तू काय करणार? मी पुन्हा पुन्हा तेच सांगतोय. तू एकटा काय करणार?'

'अरे, म्हणजे काय? बापाला बाप म्हणायचं नाही? समोर गोळ्या घालायच्या ना, मी इतका वाईट होतो तर, असे बाया अंगावर सोडणाऱ्या, कमरेखाली वार करणाऱ्यांना बापाने काढलं असेल काय? हे तर ××× चं काम झालं. समोरून मारता येत नाही. मग कट, कपट, कारस्थानं करून जे लढतात, त्यांना काय म्हणावं? ते ×××च असतात ना?'

मरण्याचा भ्याडपणा करायचा नाही. लढण्यासाठीच आपला जन्म झाला आहे. लडते रहो। लक्ष्मणभाऊ लडते रहो। आखरी दमतक लडते रहो. माझा शत्रू नेहमीच हवेत असतो. तो समोरून मारायला येत नाही. तो दिसत नाही. तो अदृश्य असतो; पण तो छळ, कपट करीत असतो. त्याला मी मनुवादी म्हणतो. मनूच्या मुलांचा हा असा हलकट नाच हेच इथल्या शुद्रातिशूद्रांचं दुःख आहे. या मनूनेच मला मारलेलं असतं. आता दोघंही समाधानी होऊन आत पळालेले असतात. दार किलकिलं होतं. किसनराव आत येतात.

"साहेब, सकाळपासूनच आपण संध्याकाळी बोलायचं असं मनात ठरवत होतो. खरंच, हे काय आहे हे मला समजून घ्यायचं आहे. गेली दहा-पंधरा वर्षं तरी मी तुम्हाला जवळून ओळखतो. आपल्या चळवळीतला एकही माणूस आपल्या विरोधी साधं पत्रक काढत नाही. उलट आपल्यासोबत नसलेले अनेक गट, अनेक नेते, अगदी लक्ष्मण गायकवाड, मोतीराज राठोड, सुषमा अंधारे हे आज आपल्याबरोबर नाहीत; पण या सर्व भटक्या विमुक्तांच्या नेत्यांनी अगदी मच्छिंद्र भोसलेसुद्धा आपल्या बाजूने उभे राहिलेत."

"अहो, ते राहणारच उभे. आपले मतभेद होते. आपल्या संघटना वेगळ्या होत्या. म्हणजे आपसातली नाती संपली होती असं नाही ना? आपण काही वैरी नाहीत एकमेकांचे. साऱ्यांचेच सारे जुळते असे थोडीच आहे?"

"साहेब, हे सारेच माध्यमांना सांगताहेत, 'लक्ष्मणबद्दल बाकी आमचं काहीही मतभेद असले तरी, लक्ष्मणच्या हातून असलं काही होईल यावर आम्ही विश्वास ठेवत नाही. आम्ही एकमेकांना फार जवळून पाहिलं आहे. हा माणूस असं काही करूच शकत नाही."

सुषमा अंधारे यांनी तर थेट प्रतिक्रिया दिलीये, 'हे दादांना संपविण्याचं षड्यंत्र आहे. आमच्या गरिबांच्या चळवळीला संपवण्याचा हा डाव आहे. तमाशा कलावंत संघटनेच्या नेत्या पद्माताईंचा फोन होता. त्या फार रडत होत्या. 'किसनराव, हा

माझा भाऊ कोठे असेल? काय करीत असेल? अहो, सात-सात वर्षं आमच्या कलावंतांच्या संघटनेचा अध्यक्ष होता. अप्सरा, मेनका, बरखा, अशा एका चढीस एक सोन्यासारख्या देखण्या पोरी शेकड्याने संघटनेत होत्या. हा माणूस रात्री-बेरात्री राज्यभर हिंडत राहायचा. नुसतं बोट दाखवलं असतं तरी सारं उपलब्ध होतं. काय कमी होतं आमच्या या भावाला? पण त्याने कधीही वाकड्या नजरेनं पाहिलं नाही. दादा कोणत्याही थेटरात जाऊ देत. साऱ्या कलावंत पोरी खाली वाकून दादाच्या पायाला हात लावूनच नमस्कार करतात. पोलिसांच्या छळापासून ते मालकांच्या मनमानीपणापासून आम्हाला जसा मधुकर निराळे, दादासाहेब रूपवते यांचा आधार, तसा लक्ष्मणदादाचा आधार. अशा देवमाणसावर या रांडांनी आळ घ्यावा. अरेरे, नरकात जातील या रांडा.' पद्माताई मला सांगत होत्या. रडत होत्या. मी संघटनेचा कार्याध्यक्ष, त्या तुम्हाला भाऊ मानतात, हे ऐकून मनाला काय वाटलं असेल! खरंच, तुम्ही या मुलींसाठी देवासारखे धावून गेला ना? सारी माणसं तुमच्यासाठी काळजी करताहेत. मी सारं ऐकत होतो. डोळ्यांना धारा लागल्या होत्या.''

''किसनराव, पद्माताई माझ्यापेक्षा वडील. त्यांचे बंधू माझे मित्र. अनेकजणींच्या मुलांना सांभाळताना मुलाचा बाप माहिती नसायचा. पोरी सांगायच्या, दादा तुमचंच नाव लिहा. आवं, कुठं माहीत आहे त्याचा बाप कोण ते. आई नक्की माहीत. बाप कुठे माहीत असतो? आईलाच ठाऊक, म्हणून आईचं नाव. अशी कितीतरी पोरं मी लहानाची मोठी केली होती. अप्सरेसारख्या पोरी देखण्या. बहिणीसारख्या. मुलीसारख्या. मी असला घाणेरडा विचार कधीच मनात आणला नाही. तो आणला असता ना किसनराव, पद्माताई आज माझ्यासाठी रडल्या ना, त्या रडल्या नसत्या. बरं झालं मुडदा मेला म्हणून त्यांना आनंदच झाला असता! मी काय कमवलं, तर पद्माताईंसारख्या हजारो बहिणी ज्या थिएटरात पायात चाळ बांधून नाचत होत्या, जी व्यवस्था त्यांना नाचवत होती, मी तिचा शत्रू होतो. ही तर माझ्या घरातली माणसं होती. त्यांची मुलं-लेकरं मी सांभाळत होतो माझ्या आश्रमशाळांमध्ये. किसन, पारध्यांच्या पोरी काय कमी देखण्या असतात! लमाणांच्या पोरी, कंजारभाट समाजातल्या पोरी, ज्या रोज दारू विकतात. मी ठरवलं असतं तर मला काहीही करता आलं असतं; पण मी आयुष्यभर काही मूल्यं सांभाळत आलोय. वासनांचा खेळ पाच मिनिटांचा असतो; पण त्यासाठी नैतिकता गमवावी लागते. एकदा चारित्र्य गेलं की सारं गेलं. त्या माणसांबद्दलचा आदरही जातो. मग रोज शिट्ट्या मारायला येणारे, फेटे उडवायला येणारे आणि मी यांच्यात फरक तो काय राहील? अशा खेळात रमायचं तर मन मेलेलं असावं लागतं. माझं तर मन जिवंत होतं. म्हणूनच तर यातना होताहेत ना?''

यावर किसनराव म्हणाले, ''आपण या विषयावर बोलणार होतोच ना! काय

असेल नेमकं?''

''किसनराव, प्रश्न बोलण्याचा नाही; पण आरोप काय आहेत? सगळं प्रकरण न्यायालयात आहे. अशा वेळेला बोलावं का? नको. नको किसनराव. आपल्याला भाईचा काय निरोप येतोय ते पाहू. त्याप्रमाणे ठरवूयात. मला वाटतं आपल्याला म्हणजे मला, आतमध्ये घालायचं, बदनाम करायचं, उद्‌ध्वस्त करायचं असं त्यांनी ठरवलेलं दिसतं.''

''म्हणजे तुम्हाला काही अंदाज आहेत. भाई सरांचा फोन आला की आपण विचार करूच; पण अचानक अशी वेळ का आली, ते सांगा. मला समजावून घ्यायचं आहे. अर्थात हे अंदाज आहेत. सत्य काय असेल ते न्यायालयात सिद्ध होईलच, मलाही आय.बी.एन.वाल्यांचा फोन आला होता. चर्चेसाठी बोलवणार आहेत.''

''चर्चा जोरात सुरू असतील. खूप दिवस माध्यमांतले संघवाले या दिवसाची वाट पाहत होते. आयती शिकार त्यांना मिळालीच होती. मग ते का सोडतील?'' मी मध्येच म्हणालो.

''साहेब, संघवाले आपले शत्रू आहेतच; पण ते आपले मित्र फार चेकाळलेत. हरिभाऊ नरके, विद्या बाळ आणि तुमचे परममित्र बाळकृष्ण रेणके यांची मुलगी पल्लवी रेणके यांनी प्रिंट मीडिया, इलेक्ट्रॉनिक मीडिया नुसता गाजवत वाजवत ठेवलाय. ते सारं ऐकल्यावर, वाचल्यावरच मला आपली बाजू समजावून घ्यावयाची आहे. साहेब, सांगा ना!''

मी त्यांना बैजवार सारी कथा सांगितली, ''माझ्या व्यक्तिमत्त्वाची घडण समाजवादी परिवारात झाली. माझी मानलेली आई सुनंदा अवचट, अनिल अवचटांची बायको. अनिल आणि बाबा यांनी मला वेगळ्या मुशीत घडवलं. त्यामुळे नैतिक मूल्यांची चाड आणि जपणूक मी बाबांकडून शिकलो. बाबांनी मला पोटच्या पोरासारखं घडवलं. त्यांचा फार मोठा प्रभाव माझ्या व्यक्तिमत्त्वावर राहिला, तर अनिल कायम पाठच्या भावासारखा पाठराखण करीत राहिला. अनिलची बायको सुनंदा. थोरल्या भावाजयीसारखी. थोरली भावजय म्हणजे आईसारखीच. त्यात डॉक्टर, तिचा मला, शशीला मोठा धाक आणि आधार वाटायचा. झाडं, पानं, फुलं आणि सौंदर्य हेही सारं या अवचट दांपत्याने आम्हाला दिलं. पानाफुलांचं प्रेम, झाडाचं प्रेम, कमालीचा साधेपणा हे सुनंदाचं वैशिष्ट्य! किसनराव, कंटाळला नाहीत ना? मी काही असंबद्ध तर बोलत नाही ना?''

''नाही साहेब, हे फार महत्त्वाचं आहे. आपली जडणघडण कशी झाली हे आम्हाला समजलंच पाहिजे. तुम्ही बोलत राहा. सुनीता, जरा चहाचं पाहतेस का?''

सुनिताही मनापासून तल्लीन होऊन ऐकत होती. ती पट्‌कन उठली. चहा

करायला गेली.

''किसनराव, हे सारं मी 'उपरा'च्या पुढच्या भागात लिहिणार होतो. ही फार मोठी माणसं आयुष्यात आली. त्यांनी चिखलाच्या गोळ्याला आकार द्यावा तसा आकार माझ्या व्यक्तिमत्त्वाला दिला. हे त्यांचं मोठेपण असं चार ओळींत लिहिण्यासारखं नाही.

''एकदा एक गंमत झाली. माझ्या सभेला नेहमीच गर्दी असायची. पुण्याची वसंत व्याख्यानमाला फारच प्रतिष्ठित. तिथे माझं व्याख्यान होतं. पुढच्या रांगेत एक अतिशय सुंदर, देखण्या बाई दाद देत बसलेल्या होत्या. त्या माझी एकही सभा चुकवत नसत. त्याने तोंडओळख होती. पुढे कार्यक्रम संपल्यावर अगदी चहापाणी होऊन सर्व लोक गेले तरी त्या थांबत. त्याने ओळख वाढली होती. त्या फारच भारावून जात. त्या दिवशीही तसंच झालं. वसंत व्याख्यानमालेतलं माझं भाषण खूप रंगलं. बाई फार खूश होत्या. कार्यक्रम संपला. मी जायला निघालो, तशा त्या बाई जवळ आल्या.

'सर, सर, ऐका ना! माझं घर अगदी जवळ आहे. इथेच सदाशिव पेठेत. पाच मिनिटं. चहा घ्या नि जा.' बाईंनी फारच गळ घातली. मी रिक्षात बसलो, तेव्हा आताच्यासारख्या गाड्या नव्हत्या. बाई फारच मोकळ्या मनाच्या होत्या. मला खेटून रिक्षात बसल्या. पाच-सात मिनिटांत आम्ही त्यांच्या दारात गेलो. दाराला कुलूप! त्यांनी पुढे जाऊन दार उघडलं. मी जरा घाबरलो; पण म्हटलं एक कप चहाचा तर प्रश्न आहे. मी सोफ्यात कोचावर बसलो. त्या आत गेल्या. 'सर, आतच या ना! इथेच चहा घेऊ.' मी नको नको म्हणताना त्यांनी किचन टेबलापाशी मला खुर्चीत बसवलं आणि पुढे त्या जे काही वागल्या, ते सांगत येत नाही; पण मला खूप शरम वाटली. त्यांनी तत्काळ कपडे बदलले. मी खाली मान घालून बसलो. एकदाचा चहा आला. त्या एकटाक बोलत होत्या. 'उपरा'बद्दल, माझ्याबद्दल! 'उपरा'च्या प्रेमात पडलेल्या. मी चहा घेतला. उठलो. उठू देईनात. 'बसा.' आता मात्र मला भीती वाटू लागली. 'बाई, 'उपरा' वाचलंत?'

'म्हणजे काय? पारायणं केलीत, मराठीची प्राध्यापक आहे. मी लहान वयातच फलटणला वेश्याव्यवसाय करणाऱ्या बाईकडे गेलो होतो, मित्रासोबत. हो, काय धमाल प्रसंग लिहिलाय सर...'

'बाई, तेव्हा मी लहान होतो. त्या बाईची मला लाज वाटली नाही; पण आता मला माझी लाज वाटते आहे. काय चाललंय तुमचं? मी समजू शकतो का?'

'नाही, नाही सर. तुमचा काहीतरी गैरसमज होतोय.'

'नाही मॅडम, निघतो मी!'' शबनम खांद्याला अडकवली आणि निघालो. मागे वळून पाहिलं नाही. एका रसिक वाचकाच्या तावडीतून सुटलो. अनिलकडे मुक्कामाला

असायचो. त्यांना झाला प्रकार सांगितला. सुनंदा मानसोपचारतज्ज्ञ. ती म्हणाली, 'झालं ते झालं. यापुढे एकट्याने कुठं जायचं नाही. या मोहात तुला अडकवतील. कितीही उशीर होऊ दे. घरीच यायचं.' नाहीतर एस.टी.त बसून सातारा गाठायचा; पण कुठेही थांबायचं नाही. नाहीतर आम्ही दाराला आतून स्टूल लावून झोपू. तुझा पुण्यातला कार्यक्रम सांगत जा. त्या दिवशी दाराला आतून स्टूल लावलेलं असेल. तुझा तू स्टूल ढकलून आत ये. कडी लाव आणि वर गच्चीत जाऊन झोप.' अनिलच्या मुली लहान होत्या. लक्ष्मणकाका वर गच्चीत झोपलाय हे त्यांना समजायचं. कारण त्यांचं ते खेळण्याचं ठिकाण होतं. मी सूर्यपुत्र, सूर्यवंशी! खूप उशिरा येऊन झोपत असे! पण आईच्या कुशीत जशी सुरक्षितता वाटते, तशी सुरक्षितता या माझ्या आईच्या घरात मला वाटत असे. तिने मला खरं जगायला शिकवलं.

"तेव्हापासून मी कुठेही मुक्काम करीत नसे. थेट सातारा! कितीही उशीर होवो. गाडीत म्हणजे एस.टी.त झोपायचं; पण कुठेही मुक्काम करायचा नाही. शशीजवळ, मुलांजवळ परतायचं. घर, मुलंबाळं याकडे दुर्लक्ष होऊ द्यायचं नाही. अगदी बाबा आढावांच्या दवाखान्यात झोपायचं; पण अनोळखी माणसांबरोबर जायचं नाही. सेवा दलातले मित्र-मैत्रिणी यांनी त्या काळात जिवापाड प्रेम केलं. मला शेकडो जिवाभावाच्या मित्र-मैत्रिणी आहेत. आम्ही सारे आता साठी ओलांडतो आहोत; पण आमची मैत्री, आमचं नातं आजही अभंग आहे. सर्वांची भेट ऐन तरुणपणी झाली. सर्वांची लग्नं झाली. सारे कमावते झाले. सर्वांना मुलंबाळं झाली. सर्वजण पायावर उभी राहिली. आम्ही एकमेकांना वर्षानुवर्षं भेटतही नसू; पण ती मैत्री, तो ओलावा आजही कायम आहे. या सर्व मित्रांचा मी फार ऋणी आहे. त्यांनी मला घडवलं. साठीनंतरही अनेक मैत्रिणी जपतात. जिवाभावाचे मित्र समता आंदोलनात, समाजवादी परिवारात, राष्ट्रसेवा दलात मिळाले, ही खरी माझी श्रीमंती होय. या अतिशय निकोप वातावरणात मी वाढत होतो. आम्हाला वेडंवाकडं वागण्याचं कारणच नव्हतं, इतकी वैचारिक स्पष्टता आमच्यात आली होती. मी साडेतीन टक्के म्हणालो. अनेक लोक रागावले; पण मैत्रीत अंतर कधीच आलं नाही. मैत्रीच्या मर्यादाही आम्ही कधी तोडल्या नाहीत. आज सर्वांना नातवंडं झालीत. त्या सर्वांना आता काय वाटत असेल? काय सांगतील ती लक्ष्मण या त्यांच्या मित्राबद्दल त्यांच्या नातवंडांना?" मी डोळे पुसत बेडरूममध्ये गेलो. आणि किसनराव झोपायला उठून गेले. आता पुन्हा माझा संवाद माझ्याशी सुरू झाला.

या माझ्या सर्व मित्रांचे, मैत्रिणींचे चेहरे समोर येऊन जाब विचारू लागले. मी मनाने पुरता खचलो होतो. मन फारच हल्लक झालं होतं. डोळ्यांतील पाणी काही केल्या थांबेना. उमाळे येत होते. हेच माझे नातेवाईक होते. सगेसोयरे होते.

जिवाभावाचे होते. मी पुरता उद्‌ध्वस्त झालो होतो. पाठीचा कणा पार मोडून गेला होता. कुणास तोंड दाखवण्याची इच्छा राहिली नव्हती.

'लक्ष्मणा, शहाणा मुलगा आहेस ना रे तू? असं काय करतोस मग?' सुनंदा समोर उभी होती. मानेपर्यंत केस आणि निर्मळ हसणं. चमकदार डोळ्यांनी बोलायची. बाबा आढावांच्या हमाल पंचायतीचा दवाखाना चालवायची. कष्टकरी, हमाल, मापाडी लोक संध्याकाळी हिच्या दवाखान्यात गर्दी करायचे. बाबांच्या छोट्याशा घरात बाबांनी हा दवाखाना चालवला होता. कष्टकऱ्यांच्यात रमणारी सुनंदा. झोपडपट्टीतल्या मुलांना अंघोळी घालणारी सुनंदा. अनिलला सर्व स्वातंत्र्य देणारी, त्यालाही लहान मुलासारखं जपणारी सुनंदा. माझे सारे लाड पुरवणारी. मायेने पाठीवर हात फिरवणारी. ती कुठल्या जातीत जन्मली, कुठल्या जातीत वाढली, हे तिने तिच्या वर्तनाने पुसून टाकलेलं. एस.एम.आण्णा, सुनंदा ही माणसं आज नाहीत; पण त्यांनी दिलेलं प्रेम, माया आजही आहेच.

'अरे वेड्या, आम्ही आहोत ना तुझ्यासोबत? अनिल आहे ना? बाबा आहेत ना? महंमद खडस, फाफा, वर्षा, प्रतिमा. अनंतरावांची प्रतिमा. आम्ही सारे आहोत ना तुझ्याबरोबर? तुझी सारी माणसं तुझ्या या किटाळातही तुझ्याच सोबत आहेत. आम्ही सारे ओळखतो ना तुला! सांगून टाक किसनरावांना काय ते.'

'अगं पण, काही सांगायला गेलो तर सारं सांगावं लागतं. आणि भूतकाळ जागा झाला ना की यातनांचा प्रवास सुरू होतो. कुठून सुरुवात करू, हे मग समजत नाही. जिवाची घालमेल सुरू होते. वाटतं, तुला, आण्णांना भेटायला यावं. तुझ्या कुशीत मुसमुसून रडावं. तू गेलीस ना? इतकं बदनाम आयुष्य घेऊन महारोग्यासारखं जगायचं?'

'लक्ष्मणा, अरे वेडा की काय तू? असं कसं करून चालेल? ही घाण ज्यांनी मुद्दाम बदनामी करण्यासाठी अंगावर टाकली आहे, ती घाण निपटायची ना?'

'अगं पण, हे सोपं नाही. मुळातूनच सारं उपटून पडलंय.'

'थांब. हे बघ, ही बदनामी तात्पुरती आहे. तू मनातली भीती घालव. मनातल्या बेड्या तोडून टाक.'

'अगं, तोडायला हा काय दोर आहे का?'

'हो. ठाऊक आहे मला. तो दोर नाही; पण हे बघ, ज्या बायकांनी तुला बदनाम केलंय त्यांनाही कळायला नको का, पोलादी पुरुष काय असतो.'

'अगं बाई, कसला पोलादी पुरुष? इथे माझा झालाय चोथा.'

'सोड रे लक्ष्मणा, अशा असंख्य यातनांतून तावूनसुलाखून बाहेर पडशील ना तेव्हाचं तेज फार सुंदर असेल. पोलाद स्वत:च्या अंगाने चकाकेल. दूध का दूध, पानी का पानी. कर नाही त्याला डर कशाला?'

'अगं, बोलणं सोपं आहे. निभावणं फार कठीण.'

'अरे, बांगड्या फुटल्या ना, तरी बाया सिंहिणीसारख्या पुन्हा उभ्या राहतात, लेकरासाठी! मग तुझं काय? पोरवडा नाही ना तुझ्या पदरात. तू चिंता सोड.'

'अगं, चिंता सोड म्हटल्याने सुटली असती तर मी सोडली नसती का?'

'मग असं कर, गोड नातवंडांना आठव आणि आपली चिमुरडी समी होती ना! कसा म्हणायचास, समे पायताण आण गं. आणि ती चिमुरडी धावत जाऊन पायताण आणायची. ती चिमुरडी आठवते ना रे तुला?'

'तिच्यावरही हा कलंक आहेच ना? मग लढायचं. काय? शांत हो. निर्धार कर. असे मरणाचे विचार लक्ष्मणच्या मनात येतातच कसे? ते येऊच शकत नाहीत. तेव्हा या अवहेलनेचा अंत होईपर्यंत मरणासारखी भ्याड, भेकड माणसाची गोष्ट मनात येऊ द्यायची नाही. सगळ्यांना मरायचंच आहे. मरणाची गोष्ट काढायची नाही. कुणीही अमरपट्टा घेऊन आलेलं नाही.'

'मलाही कळतंय ना गं; पण खरं सांगू का? प्रचंड भीती वाटते.'

'कशाची?'

'बूँद से गई वो हौद से नही आती ना! आता मी कितीही आटापिटा केला तरी तुला खरंच असं वाटतं की लोक मला पुन्हा स्वीकारतील?'

'हो... माझा ठाम विश्वास आहे. लोकनिंदा वाट्याला आलेला तू काही पहिला माणूस नाहीस. खूप मोठ्या लोकांना लोकनिंदेला तोंड द्यावं लागलं आहे. त्यालाच तर अग्निपरीक्षा म्हणतात रे. सत्य समजेपर्यंत माणसं तुला स्वीकारणार नाहीत कदाचित; पण सत्य समजल्यावर ती तुला नुसता स्वीकारणार नाहीत तर आदर्श म्हणूनही स्वीकारतील.'

'अगं, आत्ता कसला आदर्श आणि बिदर्श आला?'

'लांब जाऊ दे रे. तू शशीकडे बघ. कशी सिंहिणीसारखी बचावाला उभी आहे, ताठ! दुसरी कुणी असती तर मोडून गेली असती. ती लढते आहे. भाई, समता, जीवन, कादंबरी सारी लढताहेत. आणि तू? असा रडत बसलायेस का? आम्ही आहोत ना सारे! साऱ्यांचीच परीक्षा आहे. तुझी एकट्याची नाही. आणि तसेही बाबा, शरदराव, अनिल आणि सारी संस्था तुझ्या पाठीशी ठामपणे उभी आहे ना.'

'हो. ते खरं आहे.'

'मग आता सांग, तूच हात-पाय गाळलेस तर तुझी लढाई कोण लढेल? तुलाच उभं राहावं लागेल. संकटातून पळ काढणे, मरणाचा पुन्हा पुन्हा विचार करणे. हे काय चाललं आहे? शहाणा मुलगा ना तू? चल ऊठ. आता मागे पाहायचं नाही. ऊठ वेड्या, तोड बेड्या. संकटाला सामोरा जा आणि उंच हो.'

मी कूस बदलली. थोडा जागा झालो व उठून बसलो. स्वप्न म्हणावं की

चमत्कार? चमत्कारावर तर माझा विश्वास नाही. स्वप्नच. स्वप्नात का असेना, सुनंदा दिसली. मनाला उभारी आली. लहानपणापासून पाटलांनी दिलेल्या शिव्या, रट्टे, तडाखे, अवहेलना, तुच्छता सारं क्षणार्धात नजरेपुढून चमकून गेलं.

अरे, खरंच की, आपली लढाई सोपी तर झाली! शत्रू समजला. आता बळ एकवटायचं. काय? उठा लक्ष्मणराव. शत्रू समजला आहे. बाबासाहेबांच्या लेकराने असं लढायला घाबरायचं नसतं. मेलेलं मेंढरू आगीला भीत नाही. संकटाला भिडा. संकटाचं सोनं करा. संकटाची ढाल-तलवार करा. तीरकमठा करा. गोफणगुंडे गोळा करा. किसनरावांना आणि साऱ्या गोरगरीब रयतेला तयार करा. सांगावे धाडा. उठा, सज्ज व्हा. आता झोपून भागणार नाही. आपला शत्रू हवेत आहे. तो सारखा तोंड लपवून राहतो. बापाने काढलेले लोक लढतात व वड्या वगळीला चोरून काढलेली पोरं चोरांसारखी विश्वासघातानं किंवा झाडाच्या आडून बाण मारतात! वालीला मारणारे हेच ते हात. मनूचे हात. कमरेखाली मारणारे. मनूचे सारे पुत्र. साम, दाम, दंड, भेद या नीच चाणक्य नीतीचा अभिमान बाळगणारे. आधुनिक चाणक्यांच्या नीच नीतीला, कूट नीतीला चूड लावायची आहे. चला उठा. आपल्याला पुढे जायचं आहे. तुटक्या साधनांसह.

आता आभाळातलं मळभ संपलं होतं. अंगात दहा हत्तींचं बळ आलं होतं. लढायचं. अखेरच्या श्वासापर्यंत लढायचं. एका नव्या लढ्याला सामोरं जायचं. 'सदैव सैनिका पुढेच जायचे, ना मागुती तुवा कधी फिरायचे।' आता दुःख कवटाळण्यासही वेळ उरला नव्हता. दुःख कवटाळण्यास आता आसवांना वेळ नाही. बाबा आमटे यांच्या आनंदवनात श्रमछावणीला मी ७१-७२ साली गेलो होतो. एक अत्यंत हाडकुळी, नाकेली, गोरीपान बाहुलीसारखी मुलगी भल्या सकाळी शिबिरात गाणं म्हणत होती. रूपा कुलकर्णी तिचं नाव. आचार्य दादा धर्माधिकारी यांची नात. उंच खड्या स्वरात गात होती. इतका सुंदर आवाज. लय, ताल आणि बोल सारंच अप्रतिम. हे गीत माझी सारी मनोव्यथा व्यक्त करीत होतं. मी अश्रू पुसले होते. रूपाचं ते सुंदर गाणं पुन्हा पहाटेच्या प्रहरी मी ऐकत होतो.

शृंखला पायी असू दे, मी गतीचे गीत गाई..
दुःख उगळायास आता आसवांना वेळ नाही.

ओस आडोश्यात केले, पापण्यांचे रिक्त प्याले.
मीच या वेडावणाऱ्या, माझिया छायेस भ्याले.
भोवती होते घृणेचे, ते थवे घोंगावणारे.
संपले होते निवारे, बंद होती सर्व दारे.

वाडगे घेऊन हाती, जिद्द प्राणांची निघाली.
घाबरी करुणा जगाची, लांबुनी चतकोर झाली.
माझिया रक्तासवे, अन् चालली माझी लढाई.
दुःख उगळायास आता, आसवांना वेळ नाही.

त्या तिथे वळणावरती पण वेळ क्षण एक आला.
एकटे एकत्र आले आणि हा जथ्था निघाला
घोर रात्री श्वापदांच्या माजलेले रान होते
पांगळ्यांना पत्थरांचे ते खडे आव्हान होते.
टाकलेली माणसे अन् व्यक्त ती लाचार माती.
त्यातूनि आले उद्याचे भाग्य या घायाळ हाती.
पेटती प्रत्येक पेशी, मी असा अंगार झाले.
आसवे अन् घाम यांचा आगळा शृंगार चाले
वेदनेच्या गर्द रानी, गर्जली आनंदद्वाही.
दुःख उगळायास आता आसवांना वेळ नाही

कोंडलेल्या वादळांच्या या पहा अनिवार लाटा
माणसांसाठी उद्याच्या येथूनि निघतील वाटा
पांगळ्यांच्या सोबतीला येऊ द्या बलदंड बाहू.
निर्मितीची मुक्त गंगा, द्या इथे मातीत वाहू.
नांगरू स्वप्न उद्याचे, येथील फुलतील शेते
घाम गाळित ज्ञान येथे, येथूनि उठतील नेते
याचसाठी वाहिली ही सर्व निढळाची कमाई
दुःख उगळायास आता आसवांना वेळ नाही.

बाबा आमटे यांच्या 'ज्वाला आणि फुले' या गाजलेल्या काव्यसंग्रहातील गीत. माझे अत्यंत आवडीचे गीत. मी आता ताजातवाना झालो होतो. कुष्ठरोग झालेली, हाता-पायांची बोटं तुटलेली माणसं, मरून पडलेली माणसं बाबा आमट्यांनी जिवंत केली होती. चारी वेदांचा अभ्यास केलेली माझी जिवाभावाची मैत्रीण रूपा गात होती. माझ्यासारखीच तिनेही गौतमाची वाट धरलेली. माझी धम्मभगिनी रूपा बोधी. मला धीर देत होती. दुःखितांच्या वेदनांना दुःखितांनी कुरवाळीत बसू नये. बंड करून उठावे. मला आता नव्या बंडाची तयारी करायची होती. मन प्रसन्न झालं होतं. सारा नूरच बदलला होता. एक क्षण असा आला, सारा मोहरा फिरून गेला. मी प्रसन्न

चित्ताने आसवे फेकूनी दिली अन् तप्त श्रृंखला पायी ल्यालो. एकटा अकेला युद्ध लढण्यास आता आतून पेटून आलो. आख्खी सरंजामी व्यवस्था थरथरू लागली. मी आख्खा असा पेटून जाळ झालो. आसवे गळाली. मी गतीचे गीत झालो. मनावर आलेलं अशुभाचं मळभ दूर डोंगरी पळालं, अन् पहाटलेल्या गर्द, गाभुळ रात्री मी असा एकटा निघालो. वणवा पेटवाया मी आता सज्ज जाहलो, ज्यांनी हा अवमान, अपमान, अवहेलना घडवली होती, त्यांची आता स्पष्टता झाली होती. कोणाविरुद्ध लढायचं आहे हे नक्की झालं होतं. शत्रू समजत नव्हता त्या वेळी निबिड अरण्यात आसवे साथीला होती. आता डोळे उघडले होते. कोण आपलं कोण परकं सूर्यप्रकाशासारखं लखलखीत झालं होतं. पहाटलेल्या गर्द रात्री हे धुकं आता संपलं होतं. नव्या जिद्दीने, नव्या उमेदीने येईल त्या लाटेवर चढण्याचं, लढण्याचं बळ मिळालं होतं. मनाची तगमग संपली होती. उधाणलेल्या मातीच्या लाथा खातच लहानाचा मोठा झालो होतो. तुच्छितांच्या जिंदगीचा मी अग्निरूप ल्यालो होतो. माझीच ही लढाई माझ्यासवे चालली होती. पक्ष्यांमधील युद्ध आता विझायला लागले. मीच आता आसवांना पिऊन घेतले. तप्त दुःख आता सीमेपार पळालं. दुःख मानवनिर्मित आहे. त्याचं परिमार्जन करता येतं. मी आता निर्धाराच्या वाटेने सत्याच्या शोधात निघालो. आता अन्यायाच्या विरोधी मी पेटून अंगार झालो. तप्त ज्वालांनी पंधरा दिवस मला भाजून काढलं होतं. निबिड अरण्यात गुंतलेल्या पायवाटा गुंता सोडवीत नव्हत्या. सुनंदा आली, तिने स्वप्नातून वास्तवात आणलं. दुःखातून बाहेर काढलं. अन् अचानक अरण्यरुदन थांबलं. मी ध्यानस्थ झालो.

"साहेब, सकाळी सकाळी फारच छान दिसून राहिलेत. एकदम फ्रेश. फार आनंद झाला. तुम्ही पुन्हा ताजेतवाने दिसू लागलात. हात-पाय गळालेले, मलूल चेहरा कुठल्या कुठे गायब. बरं झालं बाई." सुनीता म्हणाली.

"किसनराव, संस्थेत सारं आलबेल होतं असं नाही. कर्मचाऱ्यांचे आपसात वादविवाद, भांडणं, मतभेद, संघटनाबांधणीचे प्रयत्न, चोऱ्या, सारं सुरूच होतं; पण त्या त्या लेव्हलला मिटवण्याची व्यवस्था होती. क्वचित माझ्यापर्यंत येत असे."

"भांडणं सगळीकडेच असतात हो. ती आमच्याकडेही आहेत; पण संस्थेपेक्षा कोणी मोठं नसतं ना! वर नजर करून आम्ही बघू शकत नाही."

"किसनराव, माझ्याकडे तसं नाही. सारीच माणसं आपली. म्हणून मी समन्यायी पद्धतीने वागत आलो."

"साहेब, असली तात्त्विक भाषा समजायला एवढ्या लायकीचे लोक लागून गेलेत काय?"

"जाऊ द्या."

"आपले मित्र मच्छिंद्र जाधव आणि मी रात्री मुंबईवरून साताऱ्याकडे येत होतो. मोबाइल वाजू लागला. मी घाटात होतो. रेंज नव्हती. आवाज येत नव्हता. आमचं बोलणं चालू होतं. घाट चढून वर आलो. पुन्हा रिंग होऊ लागली. समोरून उपळीच्या शाळेच्या मुख्याध्यापकांचा फोन होता.

"साहेब, आज दुपारी एक वाईट घटना घडली. आपल्या एका सरांनी शिपाई असलेल्या मावशीला वर्गातच मारलं." ते सांगत होते.

"का. का बरं?" मी विचारलं.

"अहो, शासनाचं एक परिपत्रक आलं आहे. मोबाइल कुणीही शाळेच्या आवारात वापरायचा नाही. वर्गावर जाताना आपले मोबाइल ऑफिसमध्ये जमा करायचे. त्याप्रमाणे सर्व शिक्षकांनी आपआपले मोबाइल ऑफिसमध्ये जमा केले; परंतु तोंडी सूचना देऊनही एक शिक्षक ऐकत नाहीत. 'माझा मोबाइल आहे. तो कसाही वापरीन. तुम्ही कोण ठरवणार' म्हणून माझ्याशी भांडण करून मोबाइलवर बोलत ते वर्गावर गेले. मग मी नोटीस काढली. ती शिपाई असलेल्या मावशींनी वर्गात जाऊन त्या शिक्षकांना देऊ लागली. तुम्ही मला वर्गात येऊन नोटीस बजावता? एवढी तुमची हिंमत? काय माज आलाय का?" दोघांची भांडणं सुरू झाली. सरांनी बाईंना ढकलून दिलं. त्या वर्गात मुलांच्या अंगावर पडल्या. सरांनी तिला खूप शिव्या दिल्या. घाण घाण बोलले. मी धावत गेलो. काय..........उपट. वर्गात मुलांसमोर झोंबाझोंबी झाली. मी समजावण्याचा प्रयत्न करीत होतो; पण ऐकत नव्हते. त्या बाई पोलिसांकडे निघाल्या. मी थांबवण्याचा प्रयत्न करीत होतो; पण त्या ऐकत नव्हत्या. मग मीही बरोबर गेलो. पोलिसात बाईंनी तक्रार नोंदवली. मी साक्षीदार म्हणून सही केली."

"सर, थोडं थांबायचं ना! पोलिसात गेलात की पेपरात छापून येणार. कशाला या भानगडी केल्यात? आपसात बसून तोडगा नसता का काढता आला?"

"साहेब, ती ऐकतच नव्हती. आणि सरही सॉरी म्हणत नव्हते. तिने संस्थेकडे ही लेखी तक्रार दिली आहे."

"तक्रार बरोबर आहे का? खरी आहे का?"

"होय साहेब, म्हणूनच मी बरोबर गेलो होतो."

"ठीक आहे. मी प्रवासात आहे. उद्या तिघंही या, तोडगा काढू. सर माझं ऐकतील. मी सांगतो."

फोन कट झाला. मच्छिंद्र नि मी बोलत होतो. "हल्ली मी दीक्षा घेतल्यापासून उच्चवर्णीय शिक्षकांना कुणीतरी काड्या घालून पेटवीत होतं. एरवी त्यांनी वर्षानुवर्षं संस्थेची सेवा केली. ते असे बिघडायला का लागलेत?" आम्ही चर्चा करीत सातारला पोहोचलो. हे आपल्या या कथेचे नायक डी.डी. तथा ढेकणे देशमुख-

पाटील यांना आपण डी.डी.सर असंच म्हणूया. तर या कथेच्या नायिकेला मुरलीताई म्हणूया. या दोघांचं भांडण.

"दोघांना बोलावलं. दोघंही आले नाहीत. मुरलीताई फारच संतापल्या होत्या. 'आज त्याने ढकललं. उद्या आणखी काही करील. मी तक्रार मागे घेणार नाही,' असं ठणकावून मुरलीताईंनी मुख्याध्यापकांना सुनावलं. तर 'असल्या गोसावडीला भीक घालतो का? करू दे तिला काय करायचं ते!' डी.डी.ची आरेरावी. बिचाऱ्या मुख्याध्यापकांनी माझ्याकडे अहवाल पाठवला. पोलिसांची चौकशी सुरू झाली. संस्थेने दोघांना नोटिसा देऊन चौकशी समिती नेमली. चौकशी कमिटीचा पदसिद्ध अध्यक्ष मी होतो. आणखी एक तज्ज्ञ शिक्षक आणि डी.डी.सरांचे एक प्रतिनिधी हे या कथेतले दुसरे नायक, विजय प्रताप गुपचुपे. अतिशय शांत, अबोल, मोजकंच बोलणारे. कट-कारस्थानात चाणक्याचे बाप. दहा कोस लांब राहून आग लावून, गंमत बघत बसणारे. मूळ पुरुष असं म्हणूयात. यांना या कथेत आपण गुपचुपे सर असं म्हणूया. या त्रिसदस्यीय कमिटीचं काम सुमारे वर्षभर चाललं. दरम्यान, डी.डी.सरांची, गुपचुपे सरांची बदली पुण्याला झाली. तर मुरलीताई साताऱ्यातच राहिल्या. या ताईंनी आपला नवरा सोडलेला. दोन-तीन मुलांच्या आई. दोन्ही मुलं नवऱ्याकडे. एक मुलगी काखेत मारून अन्नान्नदशा झालेल्या मुरलीताई संस्थेच्या सेवेत दाखल झालेल्या. अंगावर फाटलेल्या वस्त्रासह. पोटासाठी वणवण भटकणाऱ्या या माउलीला संस्थेतल्या सेवकांनी सर्व प्रकारची मदत करून, गरीब बिचाऱ्या चिमणीला सगळे टपले छळण्याला म्हणून सर्व स्टाफने आधार दिला. सर्व सोयी दिल्या. अनेकींनी आपल्या साड्या दिल्या. परकर-ब्लाऊजसुद्धा दिलं. एकीने पायातल्या चपला दिल्या. नवऱ्याबरोबर कोर्टात लढायला आर्थिक मदत केली. तिच्या वाट्याचं काम वाटून घेतलं. कोर्टासाठी तिला मोकळं सोडलं. तिने कोर्ट केस जिंकली. नवऱ्याकडे मुलं ठेवली. मुलगी लहान, ती अंगावर होती. तिला सोबत घेतली, अशा या मुरलीताई. गोगलगाय आणि पोटात पाय."

"काय माणसं असतात ना सर," किसनराव म्हणाले.

"पुढे ऐका तर... ही फार धमाल बाई आहे. तिने सारी कमाल केली आहे."

"साहेब, कधी कधी गरिबांच्यात काम करताना असे घडोघडी अनुभव येताएत. त्यामुळे कशासाठी करतोय आपण हे, हेच कळत नाही."

"हां तर काय सांगत होतो? गुपचुपे सरांबद्दल. तर गुपचुपे सरांबद्दल काय बोलावं? ते खरंच वर्गातही गुपचूप बसत. वर्गात कमी आणि उचापतीत जास्त असत; पण सारं गुपचूप. आपण त्या गावचेच नव्हे, असा आव. त्याने सारे त्यांना रात्री, बेरात्री भेटत. सारे सगेसोबती रात्री पानाच्या स्टॉलवर एकत्र करून दुसऱ्या दिवशी करायची कारस्थाने रचायची. अर्थातच दुसऱ्यांच्या खांद्यावर बंदुका ठेवून बार

उडवायचे. डी.डी.सरांसारखे अत्यंत चांगले शिक्षक यांच्या गळाला लागले. हे कुणातरी, आगलाव्या पुढाऱ्याच्या नात्यातले. ते आगलावे पुढारी श्रीमंताघरचे श्वान. तिथून सारी सूत्रं हलत होती. आमच्या त्रिसदस्य कमिटीचं काम सुरू झालं. आरोपपत्र दाखल झालं. मुरलीताईंनी आपलं लेखी म्हणणं दिलंच. सविस्तर साक्षही झाली. मुख्याध्यापकांनी साक्ष दिली. डी.डी. सरांनी आपल्या प्रतिनिधींच्या मार्फत आपलं सविस्तर म्हणणं दाखल केलं. संस्थेचे प्रतिनिधी आदर्श शिक्षक पारितोषिकविजेते. त्यांना आपण प्रतिनिधी म्हणूयात.''

''का? त्यांनी वकील दिला नाही?'' किसनराव म्हणाले.

''नाही. वकील देण्याची तरतूद नाही.''

''या डी.डी.सरांच्या विरोधातील सारे आरोप सिद्ध झाले. पोलिसांनी त्यांना दंड करून समज देऊन, लेखी लिहून घेऊन सोडलं. तिथेही त्यांनी माफी मागितली होती. अर्थातच त्रिसदस्यीय कमिटीचा निकाल डी.डी.सरांच्या विरोधी गेला. या सरांचा तिळपापड झाला. फुकट मिळालेली नोकरी गेली. त्यांना कमिटीने सस्पेंड केलं. मुरलीताईंनी पेढे वाटले. मी पुन्हा पुन्हा दोघांना आपआपसात मिटवा म्हणून आग्रह धरला; पण दोघं अहंकाराने, सुडाने पेटून उठले होते. सूड, सूड आणि सूड. एका जीवघेण्या सुडाचा प्रवास सुरू झाला. अर्थातच सूत्रधार आगलावे बाहेर होते. गुपचुपे आपले सारे डावपेच आपल्या अन्य सहकाऱ्यांशी खेळतच होते. फक्त त्यांना आणि आम्हालाही ते कळतच नव्हतं. ते डी.डी.ना बाहुलं म्हणून वापरत होते. डी.डी. सुडाने पेटले होते. मला, माझ्या कुटुंबाला भीक मागायला लावलं नाही, तर ढेकणे देशमुख-पाटील नाही, असं बोलू लागले. असंतोष हळूहळू वाढू लागला. सारे पांढरे बगळे, काळे कावळे, घारी, गिधाडे आता पड पडेल म्हणून घिरट्या घालू लागली. उभं राहिलेलं उत्तम काम हेच द्वेषाचं मुख्य कारण होतं. बघवत नव्हतं. हा मोठा रोग होता. या रोगाने सख्ख्या भावाला भाऊ वैरी होतो. इथे तर एका भिकाऱ्याचा प्रश्न होता.''

''साहेब, आपला हा सारा समाजच अशा दुभंगलेल्या अवस्थेत जगतोय असं वाटत नाही का?''

''हो ना. आता या दोघा भांडणारांची गंमत बघा. या दोघांनाही मी समजावून सांगत होतो. ऐकलं नाही. आणि जेव्हा माझ्याविरुद्ध हितशत्रू शिक्षकांची संघटना पावले टाकू लागली, तेव्हा या मुरलीताई या डी.डी. सरांबरोबर ॲडजस्ट झाल्या. काय दिलं, घेतलं माहीत नाही; पण त्यांनी ट्रॅब्युनलमध्ये चक्क घूमजाव केलं. 'मी नव्हे त्यातली. मला संस्थेने सांगितलं करायला भांडण. म्हणून मी खोटे आरोप केले. डी.डी.सरांच्याबद्दल माझी कसलीही तक्रार नाही, असं ॲफिडेव्हिट घालून या बाईंनी ते ट्रॅब्युनलमध्ये ॲफिडेव्हिट करून दिलं. झालं. काय झालं असेल?''

''त्या सरांच्या बाजूचा निकाल झाला असेल.'' किसनराव म्हणाले. ''हां. नुसता निकाल झाला नाही. निलंबित केलेल्या काळाचा सर्व पगार द्या, असा आदेश आला. पुढे प्रकरण आम्ही हायकोर्टात नेलं. तिथे ट्रॅब्युनलचा निकाल कायम झाला. आता संस्थेला सगळा पगार भरावा लागणार.

''आता तर डी.डी.सर सर्व असंतुष्टांचे जनक झाले. त्यात डी.डी.सर सुडाने पेटले. मग माकडाच्या हातात कोलीत दिल्यासारखं झालं. या छोट्याशा गोष्टीचा वणवा झाला. आणि हे सर्व आगलावे पेटलेल्या आगीत तेल ओतू लागले. आता डी.डी.सरांना राजाश्रय मिळाला. मग काय होणार? गोष्टी वेगाने घडत होत्या. सारा कट गपचिप शिजत होता. आम्हाला कसलाच पत्ता नव्हता. वरून सारं नेहमीसारखं शांत शांत दिसत होतं. चौकशी समितीमध्ये डी.डी. सरांनी जातिवादी आरोप केले. विजय प्रताप गुपचुपे सर मार्गदर्शनाला होतेच!

''किसनराव, राजाश्रयाचंही एक उपकथानक आहे. ते नंतर सांगतो. डी.डी.पुराण थोडक्यात सांगतो. विजय प्रताप गुपचुपे. हा मोठ्या डोक्याचा. शिडशिडीत बांध्याचा उंचापुरा शिक्षक. शिकवण्याच्या नावाने बोंब; पण कलागती लावणे आणि स्वतः दहा फूट लांब उभे राहून सारी कारस्थाने शिजवणे यात हातखंडा.''

''त्या बाईबद्दल सांगत होतात.'' किसनराव म्हणाले,

''हां, तर दोन-तीन वर्षं या बाईंनी फार चांगलं काम केलं. नोकरी देताना आपण गरज आणि गरिबी दोनच गोष्टी पाहतो. तिला ऑर्डर दिली की तिची गरज संपते आणि पगार सुरू झाला की गरिबी संपते. अंगावर मूठभर मांस आलं की ते गप्प बसू देत नाही. गोळाभर भात पोटात गेला की लगोलग बाकीच्या गरजा निर्माण होतात. तसंच झालं मुरलीताईंचं. वर्षभरात लक्षात येऊ लागलं.''

''म्हणजे नखरे दाखवायला सुरुवात केली.''किसनराव म्हणाले.

''हां. आता असं बघा. हिला एक मामा आहे. तो बिल्डर आहे. अर्थातच तो दादाभाऊ नवरोजी आहे. सख्खा नव्हे, मानलेला मामा आहे. गाडी शाळा सुटेपर्यंत गेटवर असायची. मॅडम त्या गाडीने जात असत. शाळेतही गाडीने येत असे. शेलाट्या अंगाची, पाच-साडेपाच फूट उंच. नाकाडोळ्याने तरतरीत, जराशी देखणी, गोरीपान, चारचौघांनी वळून पाहावं अशी नखरे करणारी बाई. या माउलीने साऱ्या संस्थेला वासनाकांडाचा वणवा लावला. कट, कारस्थाने, भांडणे, ईर्ष्या, स्पर्धा. ती गरीब गाय नव्हती; पण साऱ्यांना तेव्हा समजलं नाही. या बाईने राजकारण सुरू केलं.

''आपल्या अंगचे रंग दाखवित साऱ्या शिपायांना वेड लावलं. मग हिने इतर मैत्रिणी जमा करायला सुरुवात केली. हळूहळू आपला गट बांधला. डी.डी.सर ही तिचीच पहिली शिकार होती. ही शिकार मारल्यापासून मुरलीताईंचा पाय जमिनीवर

नव्हता. आपण येवढ्या मोठ्या शिक्षकाला घरी पाठवू शकतो, या गोष्टीचा फार मोठा गर्व या माउलीला झाला. अशी एक उठवळ बायांची चांडाळचौकडी तयार होऊ लागली. त्यात डी.डी.सर फारच कोपिष्ट आणि अहंकारी, दीर्घद्वेषी; पण गुपचुपे सर होते ना शांत. शांत. बगळ्यासारखे. डी.डी.च्यासाठी उभे. त्यांनी बरोबर प्लॅन टाकला आणि मुरलीताईंची विकेट काढली. ताई पैशासाठी मुलखाच्या लोभी. सोने, गाडी, पैसाअडका, गाडी, माडी, दारू, पार्ट्या या साऱ्यात सराईत. गुपचुपे सरांनी तडजोड जमवली. डी.डी.सर जिंकले तर त्यांना सस्पेंड केलेल्या काळातला पगार मिळणार होता, २० लाखापर्यंत, तोड कितीची झाली माहीत नाही.''

''हो ना सर! कसं काय करायचं? या गरिबीचं काय करायचं? यांना जवळ घेतलं तर आपल्यालाच चावतेत. जरा बरे दिवस आले की सारं विसरून जातात. आपणच उभी केलेली माणसं आपल्याच अंगावर येतात. आपल्यालाच रुबाब दाखवतात. काल याला जेवायला नव्हतं. चूल पेटत नव्हती, तो माणूस मोठ्या कष्टाने आपण उभा करायचा. आणि त्याने वर्षा दोन वर्षांतच पहिला हल्ला करायचा तो आपल्यावर. काय आहे हे?''

''या सगळ्या बायकांच्या कागाळ्या, उचापती, भानगडी, एकमेकींवरच्या कुरघोड्या, स्पर्धा, मास्तर लोकांची भांडणं, त्यांचे आपापसातले वाद या सगळ्यांची माहिती संस्थेतल्या एका उपाध्यक्षाला होती. हे महाशय फार नैतिक, चारित्र्यवान. त्यांनी स्वत: कधी बालवाडीचा वर्ग सुरू केला नाही. इतरांनी काढलेल्या संस्थांमध्ये हे आयते घुसत असत. आणि बघता बघता तेथे कलागती लावून, कर्त्या माणसांना बदनाम करीत त्यांना बाहेर हाकलायचे. आणि आपली हुकमत तिथे सुरू करायची. मग त्यासाठी वाट्टेल ते करायचं. या गृहस्थांना मीच संस्थेत आणलं. ते माझ्या संस्थेचे साधे सभासदही नव्हते. त्यांनी माझा हा सारा ढिसाळ कारभार पाहिला. आणि आपले दाखवायचे दात बाजूला ठेवून खायचे दात बाहेर काढले. या सर्व संस्थेच्या विरुद्धच्या उचापती हेच गृहस्थ कोल्हापुरातल्या त्यांच्या घरात करीत होते. तिथून सारी सूत्रे हलत होती.

''पहिल्यांदा माझ्यावरती लैंगिक शोषणाचा आरोप १९९७ला झाला होता. त्या वेळी आमच्या या उपाध्यक्षांनी एक महिला कोल्हापुरातल्या शाळेत परस्पर ज्यादा कर्मचारी म्हणून घेतली होती. ती महिला पहिल्यांदा त्यांच्या नातेवाइकांच्याकडे कामाला होती. तिथून ती संस्थेत आली. संस्थेत नंतर तिने रीतसर अर्ज केला व तिला तात्पुरती नेमणूक मिळाली. त्या बाईची बदली कोल्हापुरातून साताऱ्यात झाली. या माणसाचं नाव आपण बगळा ठेवूयात. या बगळ्याने या बाईला साताऱ्यात पाठवलं. तिने एका शिपायाबरोबर सूत जमवलं.''

''मग झाली की सुरुवात!'' किसनराव म्हणाले.

"तेच तर सांगतोय. ही ज्यादा कर्मचारी म्हणून आलेली बाई, ती सांगलीतून मॅनेज झालेली होती. सांगलीबद्दल मी सांगितलं पाहिजे असं नाही. संघ म्हणजे रा.स्व. संघ काय चीज आहे ते अनुभवल्याशिवाय कळत नाही."

"आता त्यांचा काय संबंध आहे?"

"असा प्रत्यक्ष संबंध नसतोच. तो त्यांच्या माणसांच्या माध्यमातून असतो. तसा तो असावा; पण होता हे नक्की. मी कुणाची नावं घेऊ इच्छित नाही; पण माझी खात्रीशीर माहिती आहे."

"साहेब, त्या बाईबद्दल बोलत होतात."

"तर त्या बाईने एका शिपायाशी सूत जमवलं. ही गोष्ट मुलींच्या रेक्टर, मुली यांनी रात्री २ वाजता रंगेहाथ पकडली. त्या दोघांकडून लिहून घेतलं. दोघांनीही रेक्टरला स्पष्ट शब्दांत लिहून दिलं; कारण ते दोघं एका रूममध्ये नको त्या अवस्थेत सापडले होते. त्यामुळे नाकबूल करण्याचा प्रश्न नव्हता. त्या दिवशी मी तिथे नव्हतो. सोलापूरमध्ये माझे काही कार्यक्रम होते. मी सोलापुरातल्या काही लोकांचे सत्कार केले होते. फोटोसह त्याच्या बातम्या सोलापूरच्या वर्तमानपत्रांत छापूनही आल्या होत्या. मी सोलापुरातून आल्यावर मला हे समजलं. मी तत्काळ चौकशी अधिकाऱ्याची नेमणूक करून प्रोसेस पुरी केली आणि दोघांनाही कामावरून काढून टाकलं."

"मग तेपण ट्रॅब्युनलमध्ये गेले की काय?"

"नाही नाही. ते ट्रॅब्युनलमध्ये गेले नाहीत. त्या वेळी त्यांना लांडगे वकील भेटले नव्हते. त्या कामावरून काढून टाकलेल्या बाई थेट पोलिसांकडे पोहोचल्या. माझ्यावर फार फार प्रेम करणारे काही लोक तिच्या पाठीशी उभे राहिले. या बाईंनी जाऊन पोलीस स्टेशनमध्ये मी लैंगिक छळ केल्याची तक्रार देणे सुरू केले. त्यावेळी एस.पी. बोरवणकर मॅडम होत्या."

"म्हणजे त्या आपल्या जळगावच्या हत्याकांडाची चौकशी केली त्या?"

"हो. त्याच. फार चांगल्या अधिकारी आहेत. त्यांच्यावर खूप प्रेशर आलं. मला अटक करण्यासंबंधी खूप प्रयत्न झाले; परंतु कोणत्याही राजकीय दबावाला बळी न पडता बाईंनी राज्यकर्त्यांना स्पष्ट शब्दांत सांगितलं, 'मी चौकशी करते आहे आणि संबंधित माणूस चौकशीमध्ये गुन्हेगार निष्पन्न झाला तर ईश्वराने सांगितलं तरी मी त्याला सोडणार नाही. मग तो कुणीही असो. कितीही मोठा असो. आणि चौकशीत जर तो निर्दोष असल्याचं निष्पन्न झालं, तर ईश्वराने सांगितलं तरी मी त्याला हात लावणार नाही. त्यामुळे माझ्यावर गुन्हा दाखल झाला नाही."

"साहेब, मग आत्ताच्या गुन्ह्यामध्ये चौकशी का झाली नाही?"

"अहो, त्याच वेळेला त्या दिल्लीच्या निर्भयाची केस घडली होती ना! त्या

केसमध्ये सुप्रीम कोर्टाने निवाडा केला की, येईल त्या बाईच्या तक्रारीचा एफ.आय.आर. दाखल करून घ्या; अगदी ती रस्त्यावर उभी राहून धंदा करीत असली तरी. आता कोर्टानेच असा निवाडा दिल्यामुळे व पोलिसांना आदेश दिल्यामुळे गुन्हा दाखल करून नाही घेतला तर पोलिसांच्याच विरोधी कारवाई केली जाईल, असं सुप्रीम कोर्टाचं म्हणणं आल्यामुळे त्यापुढे येणाऱ्या प्रत्येक केसची चौकशी आता होत नाही. डायरेक्ट एफ.आय.आर. दाखल होतो.''

''बाप रे! अहो, हे तर फारच भलतं झालं. म्हणजे आता कोणाही पुरुषाच्या विरुद्ध साधी तक्रार झाली तरी तिचा एफ.आय.आर. होणार?''

''माझी सगळी चौकशी झाली आणि बोरवणकर मॅडमनी ती सगळी केस फाइल केली, तेव्हापासून तर मी फारच सावध झालो. मी कशातही सापडणार नाही; कारण मी कसल्याच उचापती करत नाही. आणि अब्रूला प्रचंड घाबरतो, हे माझ्या संस्थेतल्या आणि संस्थेबाहेरच्या हितशत्रूंना आणि मित्रांनाही कळलं होतं.''

''तुमची अब्रू हा तुमचा विक पॉइन्ट आहे, हे तुमच्या हितशत्रूंना समजलं. अच्छा. अशी भानगड आहे का?''

''किसनराव, कालपर्यंत तुम्ही माझी समजूत घालीत होता ना? डोक्यात राख घालून कार्यकर्त्यांच्या हातून वेडेवाकडे घडावे अशीच अपेक्षा होती; परंतु कार्यकर्त्यांनी संयम पाळलाय. आपण संयम सोडता कामा नये. तो सोडावा अशीच आपल्या शत्रूची रचना आहे. आधीच गुन्हेगारीचा शिक्का असलेला आपला समाज त्यातून कसा बाहेर पडेल हे आपण पाहत आहोत. तर त्यांनी आपल्यालाच त्यात अडकवलं आहे. यातून तत्काळ बाहेर पडूया.''

''म्हणजे काय करूया साहेब? तुमच्या जागी दुसरा कुणी असता तर धक्क्यानेच मेला असता.''

''किसनराव, मी मरावं अशीच त्यांची इच्छा आहे. मी मेलोही असतो. असंख्य वेळा हा विचार मनात येतो; पण तो भ्याडपणा झाला. नामर्दपणा झाला. कमरेखाली वार करणारे एक ना एक दिवस उघडे पडतीलच!''

''मग आता काय करायचं म्हणता?''

''मी पोलिसांत हजर होतो. आपल्या सर्व कार्यकर्त्यांना कळवा. आज आपण पुण्याला जाऊया. मोर्च्याने पोलिसांत जाऊ. बलात्काराच्या केसमध्ये स्त्रियांसाठी पीडित म्हणून देशाने मोर्चे काढलेत. पुरुषाच्या समर्थनासाठी देशातला पहिला मोर्चा काढूया. खूप लोक जमतील, महिलाही मोठ्या संख्येने जमतील. तुम्ही कामाला लागा. मी बाबूरावांकडे जातो.''

तारीख नक्की झाली. मी पुण्याला आमचे संघटनेतले नेते उपाध्यक्ष बाबूराव धोत्रे जे कॉन्ट्रॅक्टर आहेत, बंगलाही मोठा आहे, कुणी तिथे पोहचू शकणार नाही;

बाबूरावांचा तसा दबदबा आहे, माणूस जिवाला जीव देणारा आणि धाडसी आहे, त्यांच्याकडे जाण्याचे ठरविले. किसनरावांच्या फोनवरून बाबूरावांशी बोलणं झालं. त्यांनी आनंदाने म्हटलं, ''या साहेब, तुमच्या केसाला धक्का लागणार नाही. तुम्हाला पाहिजे तेवढे दिवस राहा. तिसऱ्या माळ्यावर जागा आहे. तिथे कुणीही येऊ शकत नाही. बाबूरावांच्या बंगल्यात कोणी येऊ शकत नाही.''

''बाबूराव, एरवीची गोष्ट वेगळी. आता माझ्यामागे पोलीस आहेत. तुमच्यावर आरोपीला मदत केल्याचा गुन्हा दाखल होऊ शकतो.''

''साहेब, त्यांना काय फाशी द्यायची असेल ती देऊ द्या. आमच्या नेतृत्वावर हा हल्ला आहे. तुम्ही काळजी करू नका. मी पाहीन माझं काय करायचं ते.''

फोन बंद झाला.

''चला किसनराव, रात्री तुमच्या गाडीने मला बाबूरावांकडे सोडा. तुम्ही मोर्चाची तयारी करा. मी पुण्यातलं युनिट हलवतो. तुम्ही राज्यभरातून हलवा. लोक घाबरले असतील. लक्ष्मण मानेसारख्या मोठ्या माणसाची ही अवस्था होते तर सामान्य माणूस कसा टिकणार? गरीब माणसांना, कार्यकर्त्यांना चांगलीच भीती वाटली असणार.''

''होय साहेब. सगळ्याच परिवर्तनवादी संघटनांतल्या कार्यकर्त्यांवर मोठी भीतीची छाया पसरली आहे. सर्व चळवळी संपवल्या पाहिजेत. चळवळी तर गरीब, उपेक्षित, वंचित लोकच करतात. हा हल्ला तुमच्या एकट्यावरचा नाही. हा हल्ला साऱ्या परिवर्तनवादी कार्यकर्त्यांवर आहे. शरद पवारांची सत्ता असताना, ते मंत्री असताना, त्यांच्या अत्यंत विश्वासू सहकाऱ्यावर परागंदा व्हायची वेळ आली असेल तर सामान्य कार्यकर्त्याला कोण वाली? आम्ही मुख्यमंत्री, गृहमंत्री, शरद पवारसाहेब सर्वांना हलवतो; पण तुमचे मित्र, ज्यांना तुम्ही तुमच्या कुटुंबाचे प्रमुख मानता, त्यांच्याबद्दल लोक काय बोलतात?''

किसनरावांची गाडी बाबूरावांच्या घराकडे निघाली. शेवगावात दहा-बारा दिवस होतो. कोणासही पत्ता नव्हता. या गावात कितीदा तरी मोर्चे, मेळावे, मिरवणुका केल्या होत्या. त्या गावात तोंड लपवून चोरासारखा बसलो होतो. यातना काय असतात? इंगळ्या डसतात म्हणजे काय होतं, सारं अनुभवीत होतो. मी 'उपरा' लिहिलं त्याच्याअगोदरपासून किमान पंधरा-वीस वर्षं मी सतरंज्या उचलणारा कार्यकर्ता होतो. झबझब्या, यदू पवार, आण्णाप्पा चव्हाण, बजरंग काळे, गेरण पारधी, मल्लू लगमा काळे, अंकुश काळे, पंढरपूरचे पारधी, परतुरचे पारधी, ढोकीचे पारधी, परभणीचे पारधी. पारधी समाजातले माझे सहकारी झबझब्यापासून अंकुशपर्यंत असंख्य कार्यकर्ते मी जमा केले होते. अनेकांची व्यवस्थेने शिकार केली होती. रात्री-अपरात्री पारधी समाजासाठी मी पायाला भिंगरी लावून त्यांच्या प्रत्येक

दुःखात, सुखात त्यांच्यासोबत होतो. हजारो भटके विमुक्त मी पारध्यांच्या पाठीशी उभे केले होते. पारधी एकएकटे करून मारले जायचे. सारा तांडा पोलीस स्टेशनमध्ये असायचा. मी ढाल बनून लढत होतो. माणसाच्या वाऱ्याला न थांबणारे पारधी. गायरान जमिनीवर सत्याग्रह करून हजारो कुटुंबं स्थिर केली. चोरी, दरोडे, वाटमाऱ्या, दारूबाजी, रंडीबाजी या नरकातून त्यांची सुटका करीत होतो. पंढरपूरला मोठी परिषद भरवली. स्थानिक गुंडांनी यांना हुसकावून लावलं. ब्रिटिशांनी दिलेल्या जमिनी कसणं यांना शक्यच नव्हतं. सारी शहराकडे पळवली. दादरच्या पुलाखाली राहू लागली. भीक मागायची नाही. चोरी करायची नाही. हाताला मिळेल ते काम करायचं. नाक्यानाक्यावर फुलं विकायला लागले. आज मुंबईच्या कोणत्याही सिग्नलला जा. यांची पोरं फुलं विकताना दिसतात. जे हात माणसं कापत होते, दरोडे घालत होते; त्यांची दुसरी-तिसरी पिढी फुलं विकत होती. अन्याय - अत्याचारांचे थैमान थांबवण्यात संघटनेला यश आलं होतं. पोलिसांच्या डायऱ्या रद्द झाल्या होत्या. गुन्हेगार जमातींच्या याद्या पोलिसांनी लपवल्या होत्या. खुलेआम चालणाऱ्या अत्याचाराला आळा बसला होता. आम्हाला माणसांत येता आलं हे चळवळीचं मोठंच यश होतं.

“साहेब, कसला विचार करताय एवढा?”

“किसनराव, कसला विचार करणार? परागंदा होणं म्हणजे काय? फरारी होणं म्हणजे काय? पिढ्या न् पिढ्या आपल्या लोकांनी कशा सोसल्या असतील या कळा? त्या कळा भोगतो आहे. आज एका पारधी समाजातल्या एम.ए., बी.एड. असलेल्या प्राचार्याच्या गाडीतून निघालोय. चोऱ्या करणारे तुमचे वडील. पाट्या वळणारे माझे वडील. आपण कुठल्या कुठे आलो. आज माझा एक मुलगा बंगल्यात राहतो. चारचाकी गाडीतून हिंडतो. किसनराव, आम्ही झोपड्यांसाठी, अन्नासाठी मरत होतो. बाबासाहेबांनी शिक्षणाची वाट दाखवली. मी एकट्यानेच हजारो मुलं शिकवली. त्यांच्या गाडीतून जाताना काय आनंद होत असेल याची तुम्हाला कल्पना येणार नाही. लातूरच्या भरबाजारात ‘कुठून आणलंस गं नवंकोरं लुगडं?’ म्हणून पारधी समाजातल्या माउलीला भर रस्त्यात नागवं केलेलं. पोलिसांच्या नाकावर टिच्चून चार-चार पदव्या घेऊन मराठी भाषेतलं वैभव आपल्या जिभेवर उभे असलेल्या तुम्हा पोरांकडे पाहिलं की जन्माचं सार्थक झालं असं वाटतं.” मी बोलू लागलो की बोलतच राहतो.

“किसनराव, मला आणखी एक कौतुक वाटतं. तुम्हा भावंडांची मराठी भाषा इतकी सुंदर आहे. तुमच्या भावाच्या कविताही मी वाचल्या. इतकं सुंदर मराठी कसं काय?”

“आईमुळे साहेब. तिने पारधी नवरा पत्करला; पण ती पारधी म्हणून जगली

नाही. तिने व्याकरणापासून शुद्धलेखनापर्यंत लक्ष घातलं. शुद्ध बोलायला शिकवलं. स्वच्छ राहायला शिकवलं. गरिबी तर मुलखाची होती; पण त्यातूनही तिनेच आम्हाला आकार दिला. तिची पुण्याई म्हणून मराठी चांगली.'' किसनरावांची बोलण्याची एक स्टाइल आहे. ते खूप छान मराठी बोलतात. वाचनही उत्तम आहे. पटापट संदर्भही देतात. खरंतर किती हुशार आहेत ही मुलं; पण ही हुशारी या देशाला केव्हा कळेल काय?

''किसनराव, शिकला नसता तर काय केलं असतं?''

''साहेब, गलूलीने पाखरं टिपली असती. पाच-दहा पोरं झाली असती. एखाद्या गुन्ह्यात अडकवलं असतं. मग आत-बाहेर करीत शिकार झालो असतो पोलिसांची किंवा गावकऱ्यांची. हेच प्राक्तन होतं ना? साहेब, तुम्हाला बाबासाहेब घावले. आम्हाला तुम्ही आणि बाबासाहेब घावले. नरकातून बाहेर पडलो.''

डी.डी.सर, गुपचुपे सर, माझे सारे विरोधक, असंतुष्ट, दुखावले गेलेले, माझा पराकोटीचा द्वेष करणारे यांना शोधून काढत होते. त्यांना कुठून पैसा मिळत होता माहीत नाही; पण धावपळ करण्यापासून वर्तमानपत्रांना पेडन्यूज देण्यापर्यंत पैसा मिळत होता. डी.डी.सर, गुपचुपे, नाकातलं काढून तोंडात घालणारे कंजूस मास्तर. कुणाला साधा चहा पाजणार नाहीत. ते एवढा खर्च कोठून करत होते? मी बाहेर असतो तर यापैकी एकाचीसुद्धा हिंमत नव्हती माझ्यासमोर उभं राहण्याची. 'बुळ्याने केली घोड्यावर स्वारी आणि वर आबदागिरी.' मग काय होणार? 'साऱ्या ×××चा खेळ.' माझ मन तळमळत होतं. तडफडत होतं. कमरेखाली वार कोण करतं? साम, दाम, दंड, भेद या चाणक्यनीतीचा वापर कोण करतं? कोणताही विधिनिषेध ठेवायचा नाही. आपल्या विरोधकाला काहीही करून संपवून टाकायचं. इतकी नीच पातळी राजकारणाला आली आहे. राजकारणातला सभ्यपणा, सुसंस्कृतपणा सारं लयास गेलं आहे. ज्यांनी मोठ्या कष्टाने, हालअपेष्टा सहन करीत आपलं नेतृत्व उभं केलेलं असतं, अशा कार्यकर्त्यास नष्ट करण्यासाठी छिनाल रांडांचा वापर करायचा. याला कोणती अक्कल लागते? नैतिकता नावाची गोष्ट राजकारणात उरली नाही. सारे चोर, मवाली, हरामखोरांची मांदियाळी राजकारणात सुरू आहे. त्यांच्याकडून कसली अपेक्षा करायची! माझा एक पक्षी पिंजऱ्यातून बाहेर येऊन बोलत होता. दुसरा ऐकत होता. गालातल्या गालात हसत होता. गाडी वेगाने पुण्याकडे निघाली होती. सध्या पुणे कुठे संपतं हे कळत नाही. शिरूरला आलं की पुण्यात आल्यासारखंच.

''किसनराव, माझे हात-पाय बांधलेत. तोंडही बांधलंय. आता तुम्हा पोरांवर मदार आहे. आठ एप्रिलला आपण सरेंडर व्हायचं पोलिसांसमोर. घराशी कसलाच संपर्क होत नाही. पोलिसांनी साऱ्यांना ताब्यात घेतलं असेल किंवा मोबाइल काढून

घेतले असतील. घरावर पोलिसांची पाळत असेल. कसलाच निरोप येत नाही. संपर्क नाही. कार्यकर्ताही कुणी घराकडे फिरकत नसेल.''

''साहेब, तुम्ही काळजी करू नका. तो विषय आमच्यावर सोडा. अगदी तळकोकणातूनसुद्धा लोक येतील. लोक संतापले आहेत; पण अचानकपणे ध्यानीमनी नसताना घडलं आहे ना सारं. सर्व जिल्ह्यांतून लोक येतील. एकदा आपण हजर झालो की पोलिसांचा जाच कमी होईल. मी नारायणरावांच्या संपर्कात राहतो. त्यांच्याकडे फोन आहे का पाहतो. सातारच्या सर्व कार्यकर्त्यांवर पोलिसांची नजर असणार. पंधरा दिवस झाले आरोपी सापडत नाही. पोलिसांवर टेन्शन असेल.''

आम्ही वळणे वळणे घेत बाबूरावांच्या घरी पोहोचलो. किसनराव खाली उतरले. बेल वाजवली. बाबूराव बिचारे रात्रभर जागत बसले होते. क्षणाचाही विलंब न लावता त्यांनी दार उघडलं.

''या साहेब.'' बाबूरावांनी स्वागत केलं. आता चार दिवस बाबूरावांकडे राहायचं. आलिशान तीनमजली सुंदर बंगला. पोर्च, गार्डन, गाड्या. दारातली हिरवीगार झाडं. देखणा दिवाणखाना. किसनराव लगेच निघाले.

''किसनराव, चहा-पाणी तरी घ्या.''

''नको बाबूराव, मेहुणा राहतो इथे. त्याच्याकडे जाऊन पडतो. आपला माणूस सुरक्षित ठेवा. बस्स.''

''किसनराव हे काय बोलणं झालं? अरे, आपण कोण लोक आहोत? पोलिसांना दहा-वीस वर्षंही पत्ता लागणार नाही. तुम्ही चिंता करू नका.''

''बाय.''

किसनरावांनी निरोप घेतला, आम्ही बॅग उचलली आणि तिसऱ्या माळ्यावरल्या गच्चीत सुंदर बेडरूम तयारच होती. बाबूरावांनी झोपण्याची आधीच व्यवस्था केली होती.

''शांतपणे विश्रांती घ्या. काहीही लागलं तरी ही तांब्याची पातेली ठेवली आहे. ती वाजवा. बस्स. मी लगेच हजर असेन.''

''ओ.के. बाबूराव आणि थँक्स.''

''साहेब, त्यात थँक्स कसले? तुम्ही अध्यक्ष, मी उपाध्यक्ष. माझं कर्तव्य आहे. झोपा आता शांतपणे.''

मी दार लावून घेतलं. डोळे तारवटून गेले होते. अंगही ठणकत होतं. कपडे बदलले आणि नव्या पर्वाला सुरुवात करायची. झोपून गेलो.

सकाळी बाबूराव चहाचा ट्रे, पाणी सारं घेऊन वर आले. दार वाजवून मला उठवलं. जागच आली नव्हती.

''सात वाजले साहेब. उठलात की नाही म्हणून आलो.'' मी उठलो. पटपट

उरकलं. आणलेलं पाणी, चहा घेतला. बाबूरावांनी, एक माणूस दारातच उभा करून ठेवला. खडा पहारा. काय हवं -नको. बादशहासारखी व्यवस्था.

"बाबूराव, कशाला एवढी व्यवस्था करताय?" मी म्हणालो.

"साहेब, तुम्हाला मी आज ओळखत नाही. दहा वर्षं झाली. तुमचा स्वभाव सर्वांना माहीत आहे. तुम्ही काही मागणार नाही. कमीत कमी गरजा. आमच्यासारखं तुमचं नाही. आम्ही नाष्ट्यालाही नॉनव्हेज खातो. मटण, चिकन, मासे, अंडी, अगदी उत्तम खेकडेसुद्धा घरात फ्रीजमध्ये असतात. भाजीपाला खात नाही असं नाही. मुख्यत: नॉनव्हेजच असतं घरात. आशाला तर कायम नॉनव्हेज घरात असावंच लागतं."

थोड्या वेळात आशावहिनी आल्या.

"साहेब, काळजी करायची नाही. कितीही दिवस राहा. केसाला धक्का लागू देणार नाही. तुमचा भाऊ काय आहे, सारं पुणं ओळखतं."

दिवस कमी राहिलेत. कार्यकर्त्यांना कामाला लावायला हवं होतं. आठ एप्रिलला मी पोलिसांकडे हजर होणार होतो. मोर्च्याने जाणार होतो. त्याची तयारी करायची होती. किसनरावांनी, बाबूरावांनी, शारदाताईंनी, दिलीपने संपर्क सुरू केले. एक एक कार्यकर्ता येऊन भेटून जात होता. प्रत्येकाला दुःख झालं होतं. आपल्या साहेबांचा राजकारणातून काटा काढण्यासाठी फार मोठ्या शक्तींनी हा प्लॅन केला असणार. या कटात कोण असेल याचा मनाने प्रत्येकजण आपआपल्या सोयीने अर्थ लावत होता. मी ऐकून घेत असे. अनेकांची अनेक मते होती; पण सर्वांना हा कट आहे, तो रचणारे लोक हात कुणाचेही वापरत असले तरी मोठे लोक, या कटाचे सूत्रधार असल्याचे सर्वांचे, एकमत होते. सर्वजण आठ तारखेच्या मोर्चाच्या तयारीला लागले होते. बाबूरावांचे शिक्षण बेताचे; पण समज मोठी. त्यांनी तत्काळ दुसऱ्या लोकांचे फोन उपलब्ध करून दिले. त्यांच्या फोनवरून मीही संपर्क करू लागलो. सर्वांना फार मोठा धक्का बसला होता. राजकारण्यांनी या गोरगरीब लोकांची चळवळ मोडली होती. हा प्रश्न माझ्यापुरता मर्यादित नव्हता. जो आपलं ऐकत नाही, पाय धरत नाही, स्वत:च्या मतांना, विचारांना वेड्यासारखा चिकटून राहतो आणि लोकांची डोकी भडकवतो; मग अडकवा याला. आख्खी गोडाउनच्या गोडाउन, बंगले, घरे, घरातले तळघर, सारे नोटांनी भरली आहेत, वाटेल ते झालं तरी अक्कल असलेली, लोकांना शहाणी करणारी माणसं राजकारणात नकोच. त्यामुळे ती आता सत्ता मागू लागलीत.

आमचे पंढरपूरचे एक नेते. संघटनेचे खजिनदार, दगडूशेठ घोडके यांनी किटाळ पक्षाकडे तिकीट मागितलं खासदारकीचं. त्यांच्याकडे अनुसूचित जातींचं कर्नाटकातलं जातीचं सर्टिफिकेट होतं. ते व्हॅलिड होतं. त्यांनी सोलापूरकरांना

तिकीट मागितलं. माणूस कॉन्ट्रॅक्टर, पैसेपाणी खर्च करू शकणारा. त्याला मालक तंबाखू मळत हसत हसत म्हणाले, "काय लेका दगडू, आता दगडं फोडायची सोडून राजकारणात आणि तेही लोकसभेत."

"आ लेका, तुमी राजकारणात आल्यावर आम्ही काय करायचं."

"कशाला पायजे तिकीट? आम्ही हाय की." दगडूचा राग पार मस्तकात गेला; पण करतो काय? सत्तेपुढे शहाणपणा चालत नाही. बाहेर आला आणि म्हणाला, 'पडेनच ना? पडलो तर पडलो; पण निवडणुकीला उभा राहाणारच.' विमानाने थेट दिल्लीला गेला. भाजपचं तिकीट आणलं. खासदारकी लढवली. तो पडला हे सांगायला भविष्यवेत्त्याची गरज नाही. दगडूला मी म्हणालो, "दगडू हे भाजपवाले फार जातिवादी आहेत. त्यांच्या नादाला कशाला लागला?" त्यावर दगडू म्हणाला, "साहेब, हे पांढरे बगळे काय कमी जातिवादी आहेत? प्रत्येकाची जात काढल्याशिवाय बोलत नाही हे कडू. यांच्याइतके जातिवादी कुणी नाही. मानेसाहेब, समजंल तुमालाबी. आवं, बामनांना शिव्या देता. ते कुठे आहेत मारायला? मारायला तर हे बगळेच आहेत ना? बगा तुम्ही, एक-एकाला खपिवतो आमी." दगडूशेठने संघटना सोडली. भाजपच्या कळपात गेले. ते तिकडेही फार रमले नाहीत; पण खचले, राजकारण सोडून दिलं. गोरगरीब माणसं ही फक्त मतांसाठी वापरायची. विकत घ्यायची. ही कसली आलीय लोकशाही? ही तर बहुसंख्याक जातींनी अल्पसंख्याक जातींवर लादलेली गुलामी आहे. वर मान करून गरीब माणूस आजही जगू शकत नाही. वर मान केली की मांजराने उंदराशी खेळावं तसे हे आधुनिक संस्थानिक, नवश्रीमंत लोक वागतात. सर्वच गरीब लाचार बनवले जातात. मागासवर्गीयांना पायरीने राहायला लावतात. जो पायरी सोडतो, त्याचा लक्ष्मण माने होतो. बळी केव्हा द्यायचा, दोरी कोणी ओढायची हे आधीच ठरलेलं असतं.

कार्यकर्ते येऊन भेटून जात होते. या कानाचं त्या कानाला होत नव्हतं. चार-पाच दिवस बाबूरावांकडे होतो. काम चालू होतं. मोर्च्याची तयारी होत आली होती. माणसे उत्स्फूर्तपणे बाहेर पडणार होती. मीच डांबला गेलो होतो. दगडूच्या आठवणीने थोडासा हळवा झालो. पुढे राहिले नाहीत ते आपल्यात; पण अडाणी माणसालाही मानपान असतो. स्वाभिमान असतो. तो भारतीय राज्यघटनेनं दिलाय, हे यांच्या मनुवादी सडक्या मेंदूत बसतच नाही. वर यांची लायकी? कोणते असामान्य कष्ट केलेत यांनी? जातीत जन्म घेणं. कोणाच्यातरी पोटी जन्माला येणं हा अपघात; पण त्यांना तसं वाटत नाही. त्यांना ते त्यांचं नशीब वाटतं. पूर्वजन्मीचं पुण्य वाटतं. एकदा हे गृहस्थ जवळून पाहता आले. मी ब्राह्मणांसोबत अगदी आर.एस.एस.वाल्या ब्राह्मणांसोबतही मैत्री केली. एस.एम., नानासाहेबांच्या तालमीत

घडलो; पण इतकी बटबटीतपणे जात कधी मी पाहिली नाही. गं. बा. सरदारांपासून पार श्याम पटवर्धन यांच्यासारख्यांपर्यंत अगदी वसंत बापटांपर्यंत मी देशस्थ, कोकणस्थ, कऱ्हाडे, सारस्वत सर्व प्रकारच्या ब्राह्मणांसोबत आयुष्यातली १८ वर्षं काढली. बाबा आढावांची तर गोष्टच सोडा, त्यांची जात शोधावी लागेल. आढाव सामान्यतः पूर्वीच्या महार जातीतले वाटत आणि लोक त्यांना तसे समजतही असत. यशवंतराव, शरदराव यांचं राजकारण काहीही असो, व्यक्तिगत जीवनात ही माणसं मला तरी अपवाद म्हणूनसुद्धा कधी जातीच्या कारणांसाठी जात नावाची गोष्ट जवळ ठेवून वागलेले मी चाळीस वर्षांत कधी पाहिलं नाही.

शरदरावांच्या राजकारणासंदर्भात अनेक वाद होऊ शकतात; पण व्यक्तिगत जीवनात शरदराव तसूभरही जातिवादी नाहीत. भेदभाव त्यांच्या वाऱ्यालाही शिवत नाही. त्यांचा मित्रपरिवार याची साक्ष देतो. महानोर, माने, रूपवते, भुजबळ, गुजराती, मेहता, बापट, दलवाई, आठवले, कांबळे, ढोबळे, शेंडगे, मोरे, अशी कितीतरी नावं सांगता येतील. गैरमराठा विश्वासू सहकारी. विठ्ठलशेठ मणियार यांच्यासारखा परममित्र. त्यांनी सर्व रत्नं जमा केली होती. सारा विश्वास या मित्रांवर. ते कधी जात पाहत नाहीत. ती ते राजकारणासाठी पाहतात. तिथे जात पाहावीच लागते. पैसेवाला पाहावाच लागतो. ती जातिबद्ध व्यवस्थेची परिणती आहे. त्याला कोणताच पक्ष अपवाद नाही.

तर मी या अडाण्याची गोष्ट सांगत होतो. त्याला एका मांगाला पाडायचं असतं. तो पक्षातलाच असतो. तो मांग डोळ्यांत फार सलत असतो. एक मांगटा संस्था काय उभी करतो. शाळा-कॉलेज काढतो. महारा-मांगास्नी शिकवितो. आणि आपल्या छाताडांवर बसून कॅबिनेट मंत्री होतो. बोलायला वस्ताद असतो. आपल्या तोंडातून चार शब्द बाहेर पडत नाहीत. तोंडातल्या तोंडात काय बोलतोय समजत नाही. जात, घराणं, गुंडगिरी, दादागिरी, गरिबांना टाचाखाली रगडणं. हे गृहस्थ १९व्या शतकात नव्हतेच. माझ्याबरोबर व्हरांड्यात टेबल टाकून जेवले. मला म्हणाले, "आपल्याला या मांगट्याला पाडायचं आहे. तुम्ही त्याच्या विरोधी उभे राहा. तिकटीपासून खर्चापर्यंत सारं आम्ही पाहतो. नुसता फॉर्म भरून जा. प्रचाराला येऊसुद्धा नका. विजयाचं सर्टिफिकेट फक्त घ्यायला या. हां, फक्त माझ्यासोबत काम करावं लागेल. माझ्या गटात काम करावं लागेल. ते शरद पवार फार मोठे नेते आहेत. त्यांचा नाद सोडावा लागेल. आम्हाला पवारफिवार कुणी लागत नाही. इथले मालक आम्ही." तोवर बोलणं थांबवून ते मोठ्याने म्हणाले, "अरे कोण आहे? ती व्हलरांची पोरं जेवली का बघा. त्या धनगरांच्या पोरांना वर बसवा!' माझा अर्धा घास घशात अडकत होता. प्रत्येकाचा उल्लेख जातीने विष खाल्ल्यासारखे खात होतो. मी त्यांना जवळून पाहत होतो. संताजी-धनाजींना मारणारांपैकी हे एक.

ज्यांनी शिवाजी महाराजांना राजा मानले नाही, ते आम्हासारख्या भिकाऱ्यांशी कसे वागणार! तुच्छता नसानसामध्ये भरलेली. अस्पृश्यता कायद्याने पाळता येत नसेल; पण या धोंड्याच्या डोक्यातून ती कोण काढू शकेल? निव्वळ दगडधोंडे भरलेले डोक्यात. तंबाखूची चंची उघडून डाव्या हातावर ओतीत वाड्यावरले हे सरदार मला सत्ता देण्याचे, आमदार करण्याचे स्वप्न दाखवित होते. मी सत्तेसाठी स्वत:च्या स्वार्थासाठी वागणारा कुणाचा दास नव्हतो. रामाचाही दास नव्हतो. शरद पवारांच्या पक्षातला हा नेता, त्यांच्या पायाजवळही बसण्याची लायकी नसलेला. फडतूस माणूस. त्याचा पैसा, त्याची मिजास, फाट्यावर मारतो. मला विकत घ्यायला याचा बाप आला तरी ते होणार नव्हतं. मी लढत होतो, तो माझ्या गोरगरीब निराधार माणसांसाठी. माझं नाव जगभर होतं. सत्ता! काय करायची असली सत्ता? पायातल्या पायताणासारखं हे आम्हा मागासवर्गीयांना वागवणार.

बाबासाहेब म्हणाले होते, 'मेलेलं मेंढरू आगीला भीत नसतं. गुलामाला गुलामीची जाणीव करून द्या. तो बंड करून उठेल.' मी सारं माझं बंड व्यवस्थेविरुद्ध पुकारलं होतं. असला फालतू प्रस्ताव मी प्राण गेला तरी स्वीकारणं शक्य नव्हतं. ज्यांना यशवंतराव, शरदराव बरोबरीचे वाटत नाहीत, त्यांना आम्ही म्हणजे तर कोल्ह्या-कुत्र्यांच्या लायकीचे वाटणार. अशी कोल्ही-कुत्री वाट्टेल त्या घाऊक दरात पायलीला पासरी मिळतात. त्यांचं माझ्यासाठी अडलं होतं असं बिलकूल नाही. या निमित्ताने मलाही लॉलिपॉप देण्याचा तो कार्यक्रम होता. संधी मिळाली की ते आम्हाला नष्ट करणारच. मी अक्षरांचा स्वामी होतो. आणि तो अक्षरांचा भिकारी. माझ्या नसानसांत आंबेडकर होता. त्याच्या नसांत सडलेलं, पिढ्यांनी कुजलेलं मनुवादी रक्त होतं. आमच्या वाटा वेगळ्या होत्या. "अरे, सोडा त्या पवाराला. आमच्याबरोबर या." निरोप देताना मी नमस्कार केला तो 'जय भीम' म्हणून! मी माझ्या तत्त्वासाठी प्राण द्यायला तयार, तर हा गांडुळांच्या शोधात. अशी सारी इतिहासातील भुतं. पैसा, प्रसिद्धी, प्रतिष्ठा, घराणी, राजघराणी आणि सत्ता. बाकीची सारी पायपोस प्रजा! याच सडक्या मेंदूची पैदास यशवंतरावांनंतर राजकारणात वाढत गेली. तोंडात शाहू, फुले, आंबेडकर आणि वर्तनात गोडसे, हेडगेवार, गोळवलकर! गांधीला तर यांनी केव्हाच सोडचिठ्ठी दिली. हवा दिल्लीत कुणाचीही असो. इथे आम्हीच राजे. आम्ही म्हणू ते धोरण आणि बांधू ते तोरण. या बिनडोक माणसाचा निरोप घेऊन निघालो; पण पार उदास झालो होतो.

हजारो ग्रंथ वाचूनही अडाणी होतो. शाहू महाराज म्हणायचे, 'पारध्यांच्या अंगावरल्या उवा मारण्याचे औषध आणीन. साबणाने त्यांना न्हाऊ घालीन; पण अभिजनवर्गातल्या लोकांच्या मेंदूतल्या मनुवादी मुंग्या, उवा कशा मारू?' त्यासाठी दवा सापडंना बघा. या मनुवादी उवा कशाने मारू? त्या मेल्याशिवाय समता

जन्माला येत नाही. हे आपलं काम आहे. या औषधांचा शोध घटनेने लावला; पण तो या दगड्याधोंड्यांच्या मेंदूत उतरत नाही, ही खरी लोकशाहीची शोकांतिका आहे. तुम्ही नुसता निवडणुकीचा फॉर्म भरून जा. बाकी सारं आम्ही बघतो. आम्हीही बिहारमध्येच आहोत. नाही का? एका रात्रीत पाच कि.मी.चा डांबरी रस्ता पदर खर्चाने करू शकतात. गावाची बैठक होते. विरोधक कुणी नाहीच. गावाला काय पाहिजे, बोअरवेलचं मशीन हाकेवर उभं. रस्त्याचे ठेकेदार हाकेवर उभे. हुकूम मिळाला की मशिनरी सुरू. दिवस उगावयाच्या आत पाणी दारात. निर्णय एकत्र. पहिले तास-दोन तास शहाणी माणसं मतदान करून जातात. दुपारी बारानंतर कुणीही बाहेर पडायचं नाही. साऱ्यांची मतं यांची माणसं बटण दाबणार. आणि मतदान होणार. याला आख्ख्या गावाचा सपोर्ट असतो. मालक गावकऱ्यांना विचारणार, 'कसं?' 'मालक, तुम्ही म्हणचीला तसं.' देऊळ पाहिजे. मिळंल. पैसा पाण्यासारखा वाहत असतो. त्यातून कुणी विरोधात आवाज काढला तर त्याची सारी 'व्यवस्था' होते. त्याने मालकांविरोधी बोलणार कोण? साऱ्या संस्था यांच्या. यांच्या परवानगीशिवाय पाखरूसुद्धा उडू शकत नाही, ही लोकशाहीची हिटलरी आवृत्ती आहे. यांच्या मनाविरुद्ध कुणीही वागू शकत नाही. गाव सारं स्मशानशांततेत असतं.

यांच्या संस्थांमध्ये काम करणारे कर्मचारी, संचालक, सारे यांच्या हुकमाचे ताबेदार. अशी मॅनेज केलेली निवडणूकयंत्रणा. सोबतीला दांडके धारण केलेले गुंड. पैशाच्या थैल्या आणि सारी लोकशाही जातदांडगे आणि धनदांडगे यांच्या स्वाधीन. ही कसली लोकशाही? ही तर निव्वळ गाढवशाही आहे. लोकशाही कोणा गाढवीचे नाव आहे. मागासवर्गीयांना नळाने पाणी येते. तारांनी वीज येते. डांबराने रस्ते बनतात हे सारं माहीतच नसतं. नळ कोण देतं? मालक! लाइट कोण देतं? मालक! रस्ता कोण करतं? मालक! शाळा कुणाच्या? मालकांच्या! कॉलेजे कुणाची? मालकांची! पोरं कुणाची? मालकांची! पोरी कुणाच्या? मालकांच्या! बाया कुणाच्या? मालकांच्या! बापे कुणाचे? मालकांचे! जसं काही हे म्हणजे 'भूदेव'! बायकोशीसुद्धा राजकारण या विषयावर बोलता येत नाही. चुकून शहाणा माणूस एखाद्या संस्थेने व्याख्यानासाठी बोलवला तरी तो मेलाच समजा. ही आणीबाणी लोकशाहीच्या नावाने सत्तर वर्षं चालू आहे. तीन तीन पिढ्या हे मालक लोक राज्य करीत आहेत. आणि पुढेही राज्य करतच राहतील; कारण विरोध हे शिल्लकच ठेवत नाहीत. हल्ली थोडा बदल होतो आहे. शरदरावांचं माझ्यावर फार प्रेम. माझ्या शाळांवर फार प्रेम. भावासारखी त्यांनी माझी पाठराखण केली.

ते सतत सांगायचे, "लक्ष्मणराव, खडकावर डोकं कशाला आपटता? जमवून घ्या."

मी हसून त्यांना म्हणत असे, "आम्ही काय साहेब, जगलो काय मेलो काय?

आमचं डोकं खडकावर आपटून तरी फुटणार किंवा उपाशीतापाशी सडून कुजून तरी फुटणार! मग ते खडकावर आपटून फुटलेलंच बरं! शाहू, फुले, आंबेडकर रुजवायचे तर हा खडक फोडलाच पाहिजे. त्याशिवाय तुम्ही पेरत असलेलं बी रुजणार तरी कसं? विहीर काढताना, धरण बांधताना पायांत जिवंतपणे गाडले जात होतोच की आम्ही. आता बाबासाहेबांचे विचार पेरायचे असतील तर असे हजारो लक्ष्मण माने खडकावर डोकं आपटायला तयार आहोत. एक दिवस असा येईल, खडकांच्या ठिकऱ्या ठिकऱ्या होतील आणि फुले-शाहू-आंबेडकरांच्या विचारांचं निव्वळ संथ पाणी त्यातून वाहू लागेल.''

यावर तेही दाद देत असत. आणि म्हणत, ''लक्ष्मणराव, तुम्ही साहित्यिक लोक शब्दांशी झटापटी करता. आम्ही किती वर्षं तुम्हाला पुरू? माझं म्हणणं एवढंच की आगीतून फुपाट्यात कशाला उडी मारायची?''

''साहेब, अहो, फुपाट्यात फक्त पायच भाजतात. आगीत सारं अंग भाजतं. मग तुम्हीच सांगा, चांगलं कोणतं? पायच भाजतील ना? तुमच्यासारखे मित्र आहेतच की फुपाट्यातून बाहेर काढायला.

''तुमचेच लोक ज्यांना सारं काही मिळतं, त्यांनाच खाऊ घालतात. बोकडांना तुम्हीच सांभाळता. ती शिंगाळू बकरी आम्हा गोरगरिबांना मारू लागली, ढुश्या देऊ लागली की, तुम्हीच धावून येता. म्हणजे विहिरीत ढकलणारे तुम्हीच, वर काढणारे-ही तुम्हीच. तुमच्यासमोर जाहीर भाषणांत आम्ही जोरदार टीका करतो. लोक टाळ्या वाजवतात. त्या शिव्या, शाप, तुम्हाला नसतात. त्या तुमच्या या खडकांना, मालकांना असतात. असे गावोगाव तुम्ही जे रेडे पाळलेत ना, या खानदानी जमीनदार, जहागीरदार यांच्यापासून पुंडपाळेगारांपासून रयतेचं रक्षण केलं होतं, ते शिवरायांनी! यांच्यावर फार विश्वास ठेवू नका, साहेब. हे सख्ख्या मेहुण्याला वतनासाठी औरंगजेबाच्या ताब्यात देतात! आणि त्यांच्या जातिपातीचे नसलेले लोक संभाजीराजांचं तुकडे तुकडे झालेलं शरीर जिवाची पर्वा न करता गोळा करतात, शिवतात आणि आपल्या महाप्रतापी राजाचे अग्निसंस्कार करतात. एकही खानदानी माणूस बादशहाच्या हुकमाविरोधी जात नव्हता. सारे बादशहाचे गुलाम होते. एकनिष्ठ होते, ते सारे मावळे अठरापगड जातीतले. एकही संभाजीराजांचा, छत्रपती शिवरायांचा, शाहू महाराजांचा बॉडीगार्ड नव्हता. यातून शिका.''

शरद पवार माणूसच वेगळा. म्हणून आम्हा साहित्यिकांना गाडीत घेऊन फिरतात. यशवंतरावही फिरायचे. चार गोष्टी समजावून घ्यायचे; पण त्यांचे हे दगड काहीही शिकत नसत. आता दिवसभर खाली उतरत नाही बघा. मग मंत्री, आमदार, खासदार ह्याच्या मागं मागं हिंडणार. हे सारं मला ऐकू येईल, असं यांचे दगड बोलत. आणि मी गर्दीत अडकलो असलो तरी शरदराव हाका मारून गाडीत

बसायला लावणार. आम्ही अंगावर कपडे घातलेले चालत नाही, तर हे कसं चालणार? शरदराव म्हणाले, 'तिकडे लक्ष देऊ नका. त्यांच्यात सुधारणा होणार नाही.'

माझं मन थाऱ्यावर नव्हतं. प्रसिद्धी ही मंद झुळकेसारखी हळुवार येते; पण कुप्रसिद्धी आगीसारखी तत्काळ पसरते. डोकं शांत राहूच शकत नव्हतं. सतत विचार, विचार आणि विचार. शत्रू समोर येत नव्हता. येत होते ते प्रसंग. प्रसंगातून निर्माण झालेले शत्रू. तसं मी कधीच कुणाचं चुकूनही नुकसान केलेलं नव्हतं. कोणाचं देणं-घेणं लागत नव्हतो. कुणाची कर्जे बुडवली नव्हती. कुणाचा बांदभाव* रेटला नव्हता. कुणाची बाईल काढून आणली नव्हती. व्यक्तिगत आयुष्यात मी कधी कोणाशी द्रोह केला नाही. कितीतरी लोकांनी, 'शरद पवारांना सोडा' असा सल्ला दिला; पण मी तो कधी मानला नाही. ते काल माझे मित्र होते. आजही मित्र आहेत आणि पुढेही मित्रच राहतील. त्यांचं राजकारण वेगळं. ते करायला ते समर्थ आहेत. माझ्यासारख्या छोट्या माणसाची त्यांना गरज नाही. आणि ज्या बोक्यांना ते खाऊ घालतायेत, ते ते त्यांना टांग मारून केव्हा जातील, भगवे होतील, त्यांनाही कळणार नाही. ते जोवर आर.एस.एस.मध्ये जात नाहीत, तोपर्यंत आमची मैत्री राहील. ते तिकडे गेले, की मग आमची मैत्री संपेल. बाबूराव शांतपणे ऐकत होते.

"साहेब, तुम्ही थांबायला सांगता, सोसत राहता. तत्त्वाचं राजकारण राहिलं नाही साहेब. हे राजकारणातले चोर. यांनी ही कारस्थानं केलीत. च्या मायला. गाढव, कुत्रीसुद्धा ज्या बायांकडे बघून भुकणार नाहीत, असल्या फालतू, त्यांनी ही वेळ आणावी? अरे दहा वर्षं झाली, मी तुमच्यासोबत आहे. कोण भडवा तुमच्याकडे बोट दाखवतो ते पाहतो. साहेब, तुम्ही सांगा काय असेल ते. अहो, असल्या भिकारी बाया. नवऱ्यांनी सोडलेल्या. सतराजणांसंग निजलेल्या. यांची लफडी तुम्हाला समजली नसती आणि नोकरी धोक्यात आली नसती तर! तर झालं असतं यातलं काही? आयला, अप्सरा मिळाल्या असत्या तुम्हाला. किती बामणिनी तुमच्यावर जीव टाकतात. त्याकडे तुम्ही पाहिलं नाही. मी दहा वर्षं साक्षीला आहे. रात्रंदिवस आपण एकत्र राहिलो आहोत. साहेब, माझ्या दारात कुणी उभं राहायची हिंमत करीत नाही. हॉलच्या आत कुणालाही मी घेत नाही; पण मी असो-नसो. तुम्ही बाबूराव म्हणालात की, आशा पहिल्यांदा या म्हणून स्वागत करते, ते तुमच्यावरल्या विश्वासाने! एरवी ती हॉलमध्येसुद्धा जात नाही. अशी किती घरं जोडलीत तुम्ही." बाबूराव म्हणाले.

---

* बांदभाव : दोन बांधांमधील जागा

"असंतोष तर दहा-बारा वर्षं मीही पाहतोय. कोणत्या संस्थेत नसतो?

चार माणसं दुखावलेली असतातच. म्हणून काय असे प्रकार करतात? समजा, तुम्ही बामण असता, मराठा असता तर? तर सारे करून सवरून नामानिराळे झाले असते."

"खरं आहे बाबूराव. बाबासाहेब म्हणायचे, आपण सोन्यासारखं काम केलं तरी त्याची मातिमोल किंमत असते. आणि त्यांनी हातात माती घेतली तरी तिचं सोनं होतं."

"साहेब, फाटे फोडू नका. सत्य काय ते सांगा. एकेकाची आई .... टाकतो की नाही बघा. अहो, सारं पुणं आम्हां वडारांना घाबरतं. आमच्या पोरांच्या वाटेला कोण जात नाही. तुम्ही सांगा तर खरं. बाकी आम्ही पाहतो."

"बाबूराव, अहो वेडे आहात का? कायद्याला त्याचं काम करू द्या. पोरं अटकपूर्व जामिनासाठी जिवाचं रान करतायेत. तो नाही मिळाला तर आठ तारखेला मी स्वत: पोलिसांसमोर जाऊन हजर होणारच आहे."

"अहो, पण एक बाई म्हणाली तर समजू शकतो. दर चार दिवसांनी एक बाई. कसं शक्य आहे? दहा-पंधरा वर्षांपूर्वी बलात्कार झाला आणि तो वेळोवेळी होतो आहे. वारंवार होतो आहे. ही बाई पंधरा वर्षं काय झोपली होती? बलात्कार झालेली बाई इतकी वर्षं थांबू शकते? ती कुणालाच काही बोलत नाही? आणि पंधरा वर्षांनी गुन्हा दाखल करते! हे कसं?"

"बाबूराव, खरंच, मलाही नक्की कारण सांगता येत नाही. अंदाज सांगता येतात. बाब न्यायप्रविष्ट असल्याने माझं तोंड कायद्याने बांधलं आहे."

"साहेब, नाव नका ना सांगू!"

"पण आम्हाला कळालं तर पाहिजे. कायद्यानेच लढू. मारामाऱ्या नाही करणार. माझा शब्द आहे. संघटनेचा एकही कार्यकर्ता तुमच्या शब्दाबाहेर नाही. कायद्यानेच निस्तरू. मग तर झालं; पण आम्हाला कळू तर द्या."

१९८० ते ८५मध्ये मी भटक्या विमुक्तांचे प्रश्न ऐरणीवर आणले. तोवर भटके विमुक्त काय आहे, हे लोकांना ठाऊकही नव्हतं. तळागाळातला हा समाज माझं लेखन झपाटून वाचू लागला. मी लेखक म्हणून स्थिरावलो.

त्याच काळात थोरामोठ्यांच्या ओळखी होत गेल्या. यशवंतराव माझ्या प्रेमात पडले तो हाच काळ. त्यांच्या पक्षातल्या लोकांना या कैकाड्याच्या पोरांकडे साहेब जातात याचं वैषम्य, दुःख तेव्हापासून होतं. साहित्य, संगीत, कला याची जी जाण यशवंतरावांकडे होती, ती त्यांच्यासोबत राहिलेल्या दगडगोट्यांना कशी असणार? ज्यांना ज्ञान कशाशी खातात हे कळत नसे, असे लोक त्याही काळात मनोमन माझा द्वेष करीत असत. त्यांच्या लेखी मी साहित्यिक, लेखक, विचारवंत वगैरे काही

नव्हतो. बापू कैकाड्याचा पोरगा हीच माझी लायकी त्यांच्या डोक्यात होती. याला माझा काही इलाज नव्हता; पण पैसा, प्रसिद्धी सारं चालत आलं. आई-वडिलांनी केलेले कष्ट फळाला आले.''

''मग आई-वडील त्यावेळी कोणाजवळ होते? व ते काय करायचे?'' कुतूहलापोटी बाबूरावांनी मध्येच विचारलं.

''त्यावेळी आई-वडील पाट्या वळण्याचं काम करीत. गावोगाव हिंडत. मी 'गाढवे विका' अशी चळवळ केली. गाढवं विकली तरी ते थांबेनात. वडील मला म्हणाले, 'आम्ही कष्ट करणारी माणसं. आमचं आम्हाला जगू दे. बसून राहिलो तर लवकर मरू. काम करीत राहिलो तर चार दिवस अधिक जगू. अडलंनडलं तर बघ. हातपाय हलेनासे झाले म्हणजे मग येऊ तुझ्याकडे. दोन्ही भावांना नोकऱ्या लावल्या. एका विधवा बहिणीला नोकरी लावली. भाच्यांना नोकऱ्या लावल्या. अनेकांना शिकायला मदत केली.

''पण, तो आई-बापाला सांभाळत नाही, म्हणून ते पाट्या वळतात, अशी दबक्या आवाजात जळाऊ लाकडांनी चर्चा केली; पण मी कधी त्यासाठी मनात अपराधीपणाची भावना ठेवली नाही. माझे माझ्या आई-वडिलांशी उत्तम संबंध होते. उतारवयात ते माझ्याकडे आले. वडील माझ्याकडेच वारले. आई आता मधल्या भावाकडे असते. मातीची ओढ. तिला गावातच राहायचं असतं. एका बाजूला माझी प्रगती होत होती. तसतशी जवळचीच माणसं द्वेषाने जळत होती. त्यांना मी जळाऊ लाकडं म्हणत असे.

''८६ला मी शोधयात्रा काढली. त्यातही याच माझ्या जवळच्या मित्रांनी फूट पाडली. आणि याच दरम्यान शरदरावांची-माझी ओळख झाली. त्यांची ओळख झाली तेव्हा मी अमेरिका, युरोपमधून जाऊन आलो होतो. देशभर भाषणं देत हिंडत होतो. पुढे राज्यभर इतके सत्कार झाले. एवढं प्रेम मराठी माणसांनी माझ्यावर केलं, तेवढं प्रेम क्वचितच कुणाच्या वाट्याला आलं असेल. स्मृतिचिन्हे, फेटे, शाली यांनी घर भरून गेलं.''

''साहेब, जळाऊ लाकडं म्हणजे नेमकं कोण?''

''बाबूराव, जळाऊ लाकडं म्हणजे जे स्वतःच्या दुःखानं जेवढे दुःखी होत नाहीत, तेवढे इतरांच्या सुखानं दुःखी होतात. सतत चावत राहतात आणि काहीच सापडेना तर स्वतःचीच शेपटी घेऊन चावत बसतील; पण ती चावण्यापलीकडे काहीच करू शकत नाहीत, त्यांना मी जळाऊ लाकडं म्हणतो.

''तर ही जळाऊ लाकडं रोज नव्या कंड्या पिकवण्यातच राहिली. ना त्यांनी प्रगती केली, ना पुढे गेले. अर्धा कप चहा, अर्धी सिगारेट, शबनम, वाढलेली दाढी असे जिथे होते, तिथेच राहिले. मी मिळेल ती साधनं घेऊन, देईल त्याची मदत

घेऊन भटक्या विमुक्तांचा लोकलढा उभा करीत होतो. समाजात जसं प्रेम करणारे लाखोने होते, तसे द्वेष करणारे, प्रगती न पाहवणारे, मनोमन स्पर्धा करणारे, ईर्ष्या करणारेही होतेच. मी त्यांच्याकडे लक्ष देत नसे. मी माझे काम करीत राहिलो.

"बाबूराव, पुढे १९८७ला शरदराव संस्थेचे अध्यक्ष व्हावेत म्हणून मी त्यांना गळ घातली. त्या अगोदर ते, ना. धो. महानोर साताारच्या माझ्या घरी येऊन गेले होते. आमची मनं जुळली होती. मी मनोमन ठरवलं, शरदराव आता मुख्यमंत्री नाहीत. मंत्री नाहीत. फक्त आमदार आहेत. त्यांना संस्थेचे अध्यक्ष करायचं. बाबांशी बोललो. सर्व सहकारी मित्रांनी हिरवा कंदील दाखवला आणि शरदरावांना आम्ही संस्थेचं अध्यक्षपद स्वीकारण्याची विनंती केली. ती त्यांनी आनंदाने मान्य केली. आणि ते १९८८ला मुख्यमंत्री झाले. मग मी मागे वळून पाहिलंच नाही. १९८८ला पहिली आश्रमशाळा काढली. १९९०ला मी विधान परिषदेवर राज्यपालनियुक्त प्रतिनिधी झालो. आणि भटक्या विमुक्तांच्या मुलांच्या शिक्षणासाठी प्राथमिक निवासी शाळा सुरू केल्या. आणि आयुष्याला वेगळं वळण लागलं. आभाळाखाली चांदण्या मोजणारा मी आता मुलांची मोजणी करू लागलो.

"आपले यल्लाप्पा गुरुजी यांच्या जागेत पत्र्याचं शेड उभं केलं. शेजारी वैदुवाडी, कोल्हाटवाडी. तिथे पत्र्याच्या चाळीत पहिलीचा वर्ग सुरू केला. तो पूर्णपणे स्वतःच्या खर्चाने चालवायचा. पन्नास पोरं रोज जेवायला घालायची सोपी गोष्ट नव्हती. बोलणं सोपं असतं, करणं अवघड. मी सारी शक्ती कामाला लावली. अगदी 'देगा उसका भला, नही देगा उसका भी भला।' शरदरावांनी करंज्यामध्ये एक तीन गुंठ्यांचा प्लॉट आणि मोकळी जागा खरेदी करायला त्यावेळी पंचवीस हजारांचा चेक दिला. त्यांनी अनेकांना मदत केली असेल; पण त्यांच्या स्वतःच्या खात्यातून पंचवीस हजारांचा चेक मिळवणारा मी कदाचित पहिलाच असेन."

"पहिली शाळा ही शरदरावांनीच दिली ना?" बाबूराव म्हणाले.

"होय, बाबूराव. यशवंतराव हे आम्हा दोघांचं समान श्रद्धास्थान. त्यांनी सुरू केलेलं काम म्हणून आजही त्यांचं माझ्यावर, शशीवर, मुलांवर घरातल्या माणसांसारखं प्रेम आहे. चव्हाणसाहेब शशीला मुलगी मानत असत. जाहीर सभांतून अनेकदा त्यांनी तसं सांगितलं होतं. मला ते जावई मानत असत. शशीचं हे माहेरपण शरदरावांनी आजतागायत निभावलं आहे."

"होय साहेब, तुमच्याकडचा चव्हाणसाहेबांच्या अनेक फोटोंचा अल्बम मी पाहिला आहे."

"अहो बाबूराव, हे इतर मराठ्यांना कधीच समजणार नाही. शरदराव, आम्ही राजकारणात एकत्र राहू किंवा राहणार नाही; पण हे आमचे संबंध आम्ही कधीच कलुषित करणार नाही. आणि तेही करणार नाहीत. माझ्यासारख्या उपेक्षित समाजातल्या

माणसांमुळे त्यांचं राजकारण होत नसतं. आपण फार फाटकी माणसं. असंघटित. आपल्या असण्या-नसण्याने त्यांना काय फरक पडतो? शरदराव राजकारणी. त्यांना अनेक शत्रू-मित्र असणार. कोणी त्यांच्याबद्दल काही बोलू दे; पण त्यांच्यासारखा उदार मनाचा दानशूर माणूस मी पाहिला नाही. त्यांनी एखाद्या माणसाला आपलं मानलं की सर्व शक्तिनिशी त्याच्या पाठीशी ते उभे राहतात. मनाने क्षुद्र असलेला माणूस अगदी राजकारण करायचं म्हणूनही अशी मदत करणार नाही. ते मला भेटले, त्याअगोदरच मी जगभर, देशभर पोहोचलो होतो. मी यशवंतरावांबरोबर काम करीत होतो. शरदरावांबरोबर नाही. मी बाबांचा कार्यकर्ता. त्याअगोदर दाभोळकरांचा कार्यकर्ता. सुरुवातीला दाभोळकरांची पोरं, नंतर बाबा आढावांची पोरं, त्यानंतर यशवंतरावांची पोरं आणि आता शरदरावांची पोरं. असं ओळखण्याची समाजाची रीत आहे. आपला समाज व्यक्तिपूजक आहे. तो विचारांची पूजा करीत नाही. माझं ध्येय भटक्या विमुक्तांना मुख्य प्रवाहात आणायचं. त्यांची दुःखं, वेदना वेशीवर टांगायच्या. त्यासाठी विद्रोह करायचा. वेदना आणि विद्रोह, वेदनेच्या परिमार्जनासाठी विद्रोह. आपल्या लोकांना यातलं काय समजतं? गाजर?''-

''साहेब, तुमचं शरदरावांच्यावरचं प्रेम राज्यातल्या मराठी माणसांना ठाऊक आहे. लोक वाट्टेल ते बोलतात. त्याकडे कसं पाहता?''

''बाबूराव, लोक काय म्हणतात ती त्यांची मतं असतात. लोकशाहीत ते तशी मतं ठेवू शकतात. माझा अनुभव वेगळा आहे. ते भल्याशी भले, ठकाशी ठक आणि महाठकाशी महाठक असतात. माझ्यासोबत ते वडारवाडीत अगदी तुमच्या घरीसुद्धा आले होते की नाही? आपल्या झोपड्यात कोण येत होतं सांगा. आपल्या मुलीच्या लग्नाच्या पत्रिका फलटणच्या माकडवाल्याला, झबझब्या पारध्याला कोण देईल? हा माणूस मला सोबतीला घेऊन या गोरगरीब माणसांच्या घरी जाऊन पत्रिका देतो. त्यांना आवर्जून बोलवतो. लग्नात ते वरबाप, तर पाहा, अरुण मेहता, अरुण गुजराथी, विठ्ठल मणियार, ना. धो. महानोर, लक्ष्मण माने यांना वेगवेगळ्या गेटवर वरबाप म्हणून फेटे बांधून उभे करतात. राज्यातल्या लोकांचं स्वागत करायला. याला शरद पवार म्हणतात. अशा अठरा पगड जातीतल्या लोकांतल्या जाणकार माणसांचा संच उभा करणे, तो करावा असं वाटणं याला 'जाणता राजा' म्हणतात. यशवंतरावांचा राजकीय वारसा तो हाच. माझ्या संस्थेचे ते १९८७पासून अध्यक्ष आहेत; पण संस्थेच्या कामात त्यांनी अपवादानेसुद्धा हस्तक्षेप केला नाही. प्रशासनात सल्ले दिले नाहीत की आपण अध्यक्ष आहोत हे कधी लक्षातही येऊ दिलं नाही. ते कुटुंबप्रमुख म्हणूनच वागले. माझं वागणं, बोलणं, प्रांजळपणा, प्रामाणिकपणा, वैचारिक बांधीलकीही त्यांनी जवळून पाहिली होती. म्हणून ते मला समजले ते असे नाही. समुद्रातलं बादलीभर पाणी मी काढलं एवढंच. त्याने समुद्राची खोली

समजली असं म्हणणं भाबडेपणाचं आहे; पण आम्ही एकमेकांना उत्तम समजतो, हे मात्र नक्की!''

''हो. तुम्ही जाहीर सभेतही त्यांना सोडत नाही. दर ९ मेला तुम्ही त्यांना फार कटू ऐकवता. त्यांच्यासमोर कुणी ब्र काढू शकत नाही; पण ते तुम्हाला दाद देत असतात.''

''बाबूराव, अहो शरदराव हा महाराष्ट्राचा कर्ता पुरुष आहे. त्याच्यापुढे माझं गाऱ्हाणं, माझ्या समाजाच्या व्यथा, वेदना मांडायच्या तर त्या काय तेल, तूप लावलेल्या गुळचाट सोद्यासारख्या येणार? आपण शाहूराजांना 'ये राजा' म्हणायचो, ते काय राजाचा अनादर करण्यासाठी? नाही ना? आपलं जिवापाड प्रेम त्या राजावर होतं. तसंच, ते यशवंतराव, शरदराव यांच्यावर होतं. ज्याच्या पोटात दुखतं त्यानं बोंबललंच पाहिजे ना? तो जो काही संताप असायचा, तो सात्त्विक संताप. तो व्यवस्थेच्या विरोधी असायचा. ते व्यवस्थेचे नेते. त्याने त्यांना शिव्या खाव्या लागायच्या. बाबूराव, अहो आपल्याच म्हातारीला पोरगं ढुश्या मारतं ना? हो की नाही? तसंच हे. त्यांना लाखाच्या सभांतही राज्यकर्ता म्हणून मी सुनवित असे आणि नंतर दोघं गाडीतून जात असू. शनिवारवाड्यावर दोन-तीन लाख लोकांच्या उपस्थितीत मानपत्र दिलं. त्यावेळी ते मुख्यमंत्री होते. दाऊद इब्राहिम, बॉम्बस्फोट यावरून विरोधकांनी त्यांना टार्गेट केलं होतं वर्तमानपत्रांत. अण्णा हजारे आणि त्यांचा कंपू ट्रकने शरद पवारांच्या भ्रष्टाचाराचे पुरावे देणार होते. सारा माहोल शरद पवारांची बदनामी करणारा. विषारी प्रचार होता. त्यावेळी आपण भटके विमुक्त उभे राहिलो. शनिवारवाड्यावर त्यांना मानपत्र दिलं. मी वर्तमानपत्रांना धारेवर धरून बोललो. त्याचा राग माध्यमं कधीच विसरली नाहीत. लाखो गोरगरीब त्यांना 'जाणता राजा' म्हणू लागले. माध्यमांना त्यांना नेस्तनाबूत करायचं होतं.

''बाबूराव, ते सध्या काय करतायेत मला माहिती नाही. त्यांचा-माझा कसलाही संपर्क नाही. घरच्यांशी माझा कसलाही संपर्क नाही. माझ्याकडे फोन नाही. आणि अशा फरारी अवस्थेत मी त्यांना काय, कुणालाच संपर्क करणं त्यांना अडचणीत आणल्यासारखं होईल. म्हणून त्यांनी केलं काय? करतील काय? मला सांगता येणार नाही. मी वर्तमानपत्र वाचत नाही. चॅनल्स पाहत नाही. कार्यकर्तेच माहिती सांगतात. भाई, समता, शशी यांच्याशी त्यांचा संपर्क असू शकतो. ते काही करोत, की ना करोत. घर फिरलं की वासे फिरतात.''

बाबूराव म्हणाले, ''साहेब, थोरामोठ्यांच्या गोष्टी सोडा, राज्यभरातले तुटकेफाटके आपले कार्यकर्ते, आपली संघटना आपल्यासोबत आहे. कुणीही विरोधी पत्रकं काढली नाहीत. त्यांनी कुणीही या असल्या फालतू गोष्टीवर विश्वास ठेवला नाही. उलट माध्यमांना ठणकावून सांगत आहेत. चळवळ संपवण्यासाठी केलेलं हे

कारस्थान आहे. पैसा असता तर आपणही लाखो लोक रस्त्यावर आणू शकलो असतो. आपल्या लोकांनी ओढ्यानाल्याला राहायचं. दोन वेळेची भ्रांत. सकाळी खाल्लं; संध्याकाळी काय खायचं? हातावर पोट. पाठीवर बिऱ्हाड. अन्नासाठी दाही दिशा.''

"बाबूराव, तुमचं खरं आहे. माझ्यावर, संघटनेवर कितीही जीव असला नि कितीही वाटलं तरी पोटातली आग! तिचं काय करणार? ती आग डोक्यात जाऊ शकत नाही. ती डोक्यात जाईल आणि मेंदू पेटेल तेव्हा तर क्रांती होईल. आपण सारे त्यासाठी लढतो आहोत ना बाबूराव?

"माझ्यावरचं हे किटाळ माझ्या एकट्यावरच नाही. ही गोरगरीब माणसं सत्ता मागू लागली, बरोबरीचा दर्जा मागू लागली. जोवर 'साहेब' म्हणून आपण त्यांच्या दारांत होतो, भीक मागत होतो, तोवर त्यांनी आपल्याला मांडीवर घेतलं आहे असं वाटत होतं. आपण सारे सरळ लोक. पाटलाने हात हलवला तरी अंगावरले कपडे टाकून आपण पळत सुटणार. आपल्या बायांच्या स्वप्नात पाटील येणार. कुत्रं केसाचा बुचडा ओढत असलं तरी आपली बाई म्हणणार, 'आगं बाय, पाटील सोडा.'' इतकी भिनलेली लाचारी. मुरलेलं दारिद्र्य. पाटलाने आपल्याला मांडीवर नव्हे मांडीखाली घेतलयं, हे समजायला भोळ्याभाबड्या आपल्या लोकांना चाळीस वर्षं लागली. आता ती बाबासाहेब आंबेडकरांचा रस्ता धरू लागली. घटनेतले आपले हक्क, अधिकार मागू लागली. हे पाटलांना नको आहे. ही माणसं पायरीनेच राहिली पाहिजेत. म्हणून त्यांचा म्होरक्या मारला, बदनाम केला की सारी यांची किरकिर बंद होईल.''

दारातून कोणीतरी डोकावत होतं. मी डोळ्यांनी बाबूरावांना इशारा केला. बाबूराव चट्कन उठले आणि दाराकडे गेले.

"अरे, तुम्ही आहात होय? कालपासनं निरोप देत होतो. या, या ताई.'' आमच्या संघटनेच्या महिला अध्यक्षा शारदाताई खोमणे. आत आल्या. दार ढकलून घेतलं.

"जय भीम, साहेब.'' म्हणून रडू लागल्या.

"ताई, बसा. ही वेळ लढाईची आहे. रडायची नाही.'' त्या पट्कन सावरल्या.

"काय म्हणते आमची मुलगी?''

"फार छान आहे साहेब. तिला माझ्याकडेच ठेवलंय. गुरव समाजातली असून तिने आपल्यासोबत धम्मदीक्षा घेतली आहे. तिला सुरक्षित ठेवलं आहे.''

"मनीषा गुरव. माझी सहआरोपी. तीही फरार. शारदाताईंच्या घरात लपवून ठेवली आहे.''

"गुरवमॅडम सांगत होती सारं. फार धीराची आहे. तिची दोन लहान मुलं.

तळमळतेय बिचारी. तिचा कशाशी काहीच संबंध नाही. तिला का सहआरोपी केलंय हे तिलाच कळत नाही. बौद्ध धम्म स्वीकारणारी ती एकटीच संस्थेत आहे. आपल्या दीक्षासमारंभाची सारी तयारी तीच तर करत होती. आपल्या विचारांचा प्रभाव फार आहे. ती खरी बुद्धिस्ट आहे. मुलांची आठवण झाली की रडते. संपर्क करता येत नाही. नवरा शिक्षक आहे. त्याने धीराने घेतलं आहे; पण काहीही संबंध नसताना पोलिसांनी त्यांचा फार मानसिक छळ केलाय असं ती सांगत असते. कुणाच्यातरी फोनवरून ते नवरा-बायको, मुलं एकमेकांशी संपर्क करीत असतात. पोलिसांनी त्यांचेही फोन काढून घेतलेत. रात्री-बेरात्री तिचा फोन वाजतो. तोही लोकांचाच आहे. हळू आवाजात बोलत असते. कळत नाही. खूप गोष्टी संस्थेतल्या सांगते. ताई, मला माणसंच ओळखता आली नाहीत. आपल्या ताटात जेवणारी, आपल्या आसपास राहणारी माणसं आपलीच आहेत. त्यांच्या प्रत्येक दुःखात, अडीअडचणीत कणवेपोटी आपण वाट्टेल ती मदत करतो. निरपेक्षपणे आपण त्याला कवेत घेतो.''

''साहेब, बुद्धाने सांगितलेली एक गोष्ट सांगू काय?'' बाबूराव म्हणाले.

''सांगा की.''

''एका माणसाने साप पाळलेला असतो. त्या सापावर त्याचं अगदी जिवापाड प्रेम असतं. तो त्याचं सारं काही करत असतो. दुखलंखुपलं सारं. सापाला काही कमी पडू देत नाही. तरीही तो एकदम गप्प झालेला असतो. काय होतं आहे याला तेही समजत नाही. म्हणून तो माणूस बुद्धांकडे जातो. त्यांना सारी हकिकत सांगतो. 'सापाला बरं कसं करता येईल?'''

तथागत म्हणतात, 'याला तू अंथरुणात घेऊन झोपतोस काय?'

'होय, भंतेजी.'

'हा रात्री आपलं अंग ताठवतो काय?'

'होय, भंतेजी.'

'फार ताठवतो. माझ्या उंचीएवढा होतो.'

'तेच तर त्याचं दुखणं आहे. दिवसभर मात्र निपचित पडतो. मी त्याची सेवा करतो. खायला-प्यायला घालतो.'

'बरोबर.' तथागत म्हणाले.

'अरे बाबा, तो रात्रभर तुझं माप घेत असतो. त्याच्या पोटात मावशील का, पचवता येईल का, याचा विचार करून तो तुला गिळून पचवण्याचा व्यायाम करून सराव करतो आहे.'

आता मात्र उपासकाची पाचावर धारण बसते.

'हे बघ, आपल्यासोबत असतात ते सारेच आपले नसतात. आपल्याच ताटात जेवून नंतर त्याच ताटात केव्हा थुंकतील याचा नेम नसतो. तेव्हा सावध हो.

माणसांना ओळखायला शीक. सारीच बेइमान नसतात; पण सारीच इमानदार असतात असं नाही. डोळे उघडे ठेवून जग.''

''साहेब. तुमचं असं आहे. काय शारदाताई?''

''बरे झालं, तुम्ही राजा नाही. नाहीतर आणखी एक शिबीराजा झाला असता.''

''बाबूराव, तुम्हीही शिबीराजाच झाला असतात की!'' मी हसत म्हणालो. ''किती जवळच्या माणसांनी टांगा मारल्या हे तर तुम्हीच सांगत होता ना!''

''होय साहेब. आपण सारेच इनोसन्ट लोक आहोत. प्रामाणिक आहोत आणि हितंच चुकतंय. काय ताई? केसाने गळा कोण, केव्हा कापील याचा भरवसाच राहिला नाही.''

''बाबूराव, अहो मला भाऊसाहेब खांडेकर सांगायचे, 'लक्ष्मणा, माणूस हे खतरनाक जनावर आहे. विश्वास जपूनच ठेव ; पण तो वाईट आहे, म्हणून तू वाईट वागू नको. साखर आपली गोडी सोडत नाही आणि मीठ आपलं खारटपण सोडत नाही. अगदी शेवटचा अणूरेणू असेपर्यंत ते आपला गुणधर्म सोडत नाहीत. मथितार्थ एवढाच की विचारपूर्वक तपासून विश्वास टाकावा. आंधळेपणाने विश्वास ठेवू नये; मात्र त्यासाठी आपलं सत्त्व सोडू नये.'''

शारदाताई म्हणाल्या, ''साहेब, आम्ही हजारो स्त्रिया संघटनेत, सार्वजनिक जीवनात आलो; पण माझ्या वीस वर्षांच्या सार्वजनिक आयुष्यात बाईशी बाई म्हणून तुम्ही कधी वागल्याचं दिसलं नाही. आम्ही बायका फार चतुर असतो. समोरचा पुरुष काय लायकीचा आहे, हे आम्हाला त्याच्या नजरेत लगेच कळतं. त्याचे डोळेच आम्हाला त्याच्या आत काय चाललंय ते सांगतात. आम्ही तत्काळ पदर नीट करतो नि एक शिवी हासडतो. आम्ही रात्री, दिवसा, एकट्यादुकट्यासुद्धा तुमच्यासोबत काम करतो. आम्हाला कधी भीती वाटत नाही. आपल्या बापाला, भावाला देतो, तसा आदर आम्ही साऱ्याजणी करतो. संघटनेतसुद्धा तुमच्या चारित्र्यावर कधी कुणी संशय घेतला नाही.''

''ताई, त्याचं कारण बाईला माणूस मानण्याचा माझ्यावर संस्कार आहे. तिचं माणूस असणं महत्त्वाचं. नंतर बाई असणं. ज्याला हे समजतं त्याला स्त्री-पुरुषांमधलं नातं उत्तम समजतं. सेवादलात हे नातं फार उत्तमरीत्या संस्कारित होतं. त्यामुळे शेकडो आंतरजातीय विवाह सेवादलामध्ये झाल्याचं तुम्हाला दिसेल.''

''साहेब, आम्ही काही एस.एम.आण्णांबरोबर काम केलं नाही. लहान होतो. एस.एम., नानासाहेब, किशोर पवार आमच्या घरी येत असत. माझे वडील रंगराव आडके. साखर कामगार युनियनचे बारामतीतले मोठे पुढारी. शरद पवारांची सभा संपली की आमच्या आण्णांची सभा त्याच ठिकाणी होत होती. आमचं कुटुंब सेवादलाशी संबंधित, माझ्या वडिलांनी, माझ्या नवऱ्याने, दोघांनी मला तुमच्या

पुढ्यात उभं केलं. लक्ष्मणराव, या मुलीला सार्वजनिक काम करायचंय. घरसंसार सांभाळून भटक्या विमुक्तांसाठी काम करायचंय, हिला वट्यात घ्या, असं म्हणून संघटनेत काम करायला सांगितलं. तो विश्वास त्या दोघांना होता ना!''

''ताई, अहो, स्त्रियांनी काय, पुरुषांनीसुद्धा कधी अविश्वास दाखवला नाही. साहेब म्हणजे कुटुंबाचे प्रमुख.''

''हो ना. साऱ्या संघटनेतल्या स्त्रियांना तुम्ही बापासारखे, भावासारखे दिसलात म्हणूनच ना? आल्या ना? मोर्चे, मेळावे, परिषदा, रास्ता रोको, रेल रोको, तुरुंगवास साऱ्या चळवळीत हजारो जणी होत्या. त्यांपैकी एकही तक्रार करायला आली नाही. बामणांच्या केवढ्या गोऱ्यागोमट्या पोरींमध्ये तुम्ही वाढलात. तुमच्याकडे कुणी बोट दाखवलं नाही. मग याच अप्सरा कुठनं आल्या? मनिषानं सांगितल्यापासून तळपायाची आग मस्तकात गेली आहे. एकएकीला तुडवली पाहिजे. साऱ्याजणी मोर्च्याला येणार आहेत. पुण्यातनं आम्ही १००-१५० जणी स्वतःच्या खर्चानं येत आहोत. साहेब, तुम्ही एकटे नाहीत.''

ताईंना थांबवत बाबूराव म्हणाले, ''ताई, पुरुष कार्यकर्तेही महाराष्ट्रातून येणार आहेत. किसनराव, विलास माने, शंकर जाधव, विष्णू जाधव, नारायण जावलीकर, डॉ. सुरेखा पाटोळे, मच्छिंद्र जाधव, संघटनेचे सर्व पदाधिकारी कामाला लागले आहेत. सर्वत्र कार्यकर्त्यांमध्ये संतापाची लाट आली आहे. लढाई कायद्याची आहे. माध्यमांनी वातावरण पार कलुषित करून टाकलंय. आपले लोक हुशार आहेत. त्यांना समजतं. आपल्या पाठीशी ठाम उभे राहतील. बघा तुम्ही. आपली ताकद कमी पडते. साधनं नाहीत; पण आपण त्याची पर्वा करीत नाही.''

''बाबूराव, दिलीपला निरोप दिला नव्हता काय?''

''येईलच दिलीप. साहेब, जेवण करू. मी आशाला सांगतो ताटं करायला. ताई तुम्हीपण जेवायचं. तोवर दिलीप येईलच. मला वकीलही बघावा लागेल ना? दोनच दिवस राहिले. शामदिरे नावाचे एक तुमचे नातेवाईक वकील आहेत, त्यांचा मला फोन येतोय; पण मीच तो घेतला नाही. काय करू? बोलू का त्यांच्याशी? थांबू?''

मी म्हणालो, ''नका बोलू त्यांच्याशी. ते बरोबर असलेले बरे.''

''होय साहेब. चला जेवून घेऊया. खालीच जाऊ. डायनिंगमध्ये कोणी येत नाही. चला.''

जेवण करून आम्ही परतलो, तोवर दिलीप कुऱ्हाडे, आमच्या संघटनेचा सरचिटणीस आला. ''साहेब, मोर्चा मोठा निघेल. अगदी रत्नागिरीतून. डॉ. सुरेखा पाटोळे चार गाड्या आणतायेत. सर्व महिला आहेत. बाकी सर्व जिल्ह्यांतून लोक निघत आहेत. पुण्यातून कलावती भाटी या त्यांच्या ग्रूपच्या महिला आणतायेत.

रजनी पाचंगेताई महिला आणतायेत.'' मोर्च्याची तयारी सुरू होती. बाबूरावांनी शामदिरेंशी बोलणं केलं. ते आले. ते खरंच माझे नातेवाईक होते. त्यांचा कायदेशीर सल्ला घेतला. मध्ये एक दिवस होता. लढायचे. वाट्टेल ते झालं तरी लढायचे.

शामदिरेंनी पोलिसांना खबर दिली. पोलिसांना आनंद झाला. त्यांचा ताप वाचला; पण मनीषा गुरव सापडली नव्हती आणि ती स्वत: हजरही होणार नव्हती. दुसऱ्या दिवशी मी, बाबूराव, शारदाताई, दिलीप, शामदिरे बाबूरावांच्या गाडीने सातारला निघालो.

आता न्यायालयासमोर निधड्या छातीने उभं राहणं आणि आपलं निर्दोषत्व सिद्ध करणं. 'दूध का दूध, पानी का पानी' जे असेल त्याला सामोरं जायचं. निर्धार पक्का. गाडीने कात्रजचा घाट ओलांडला होता. बाहेर लालभडक गुलमोहर फुलला होता. झाडाला आग लागावी तसा! बिनधुराची आग झाडांवर गजबजून गेली होती. गाईगुरे रवंथ करीत वडाच्या झाडाखाली बसली होती. कुणी शेतकरी शेतातल्या शेवऱ्या तोडून रान भाजत होता. पावसाची चातकासारखी वाट पाहणारे पक्षी झाडाच्या फांद्यांवर, सावलीत विसावले होते. सहापदरी रस्ता वहाणांना पुरत नव्हता. आमच्या गाडीने वेग घेतला. चलो सातारा.

पोलिसांच्या पुढे हजर व्हायचं म्हणजे अटक करून घ्यायची. त्यासाठी मनाची पूर्वतयारी झाली होती. या मांडवाखालून जाणं भागच होतं.

ॲड. दीपक शामदिरे वकील, त्यांनी घरी भाईला फोन केला. त्याने फोन घेतला. आम्ही येत आहोत. एकदा पोलिसांपुढे हजर झालो की मुलांना, घरातल्यांना भेटता येणार नाही. नातवंडांना घेऊन तुम्ही खंडाळ्याला या. बाबूराव धोत्रेच्या एका जवळच्या मित्राचा पेट्रोल पंप घाटाच्या पायथ्याशी आहे. खंबाटकी घाट उतरलात की डाव्या बाजूला, एकदम लालभडक रंगाचा पंप आहे. तिथे भेटूयात. दीपकने त्याचीही ओळख करून दिली. त्यामुळे घरच्यांना मला केव्हा एकदा पाहतो असं झालेलं. सारे एका गाडीतून यायला तयार झाले. साताऱ्याकडून पुण्याकडे येऊ लागले. आम्ही एका धाब्यावर जेवायला थांबलो होतो. भाईवर साऱ्या जबाबदाऱ्या येऊन पडल्या होत्या. या पोराने काय काय सोसलं असेल? पोलिसांनी यांनाही मारलं असेल का? आणखी कोणाकोणाला अटक केली असेल? अनेक प्रश्न मनात पिंगा घालत होते. मी घास नरड्यात ठासत होतो.

आम्हाला शोधत भाई, समता, शशी, कादंबरी, यशवंत, लुम्बिनी, श्रावस्ती, भाईच्या गाडीतून धाब्यावर आली. साऱ्यांच्या डोळ्यांत आनंदाश्रू होते. सारे मला पाहत होते. नातवंडे कंबरेला बिलगली. छोटी श्रावस्ती फार छान, गोंडस, गोड मुलगी; तिच्या गालावरून अश्रू ओघळत होते. काय समजत असेल तिला? यशवंत, लुम्बिनी जरा मोठी होती. त्यांना काहीतरी समजत असेल; पण या

चिमुरडीला काय समजत असेल? जे आजोबा शाली, फेटे, हार, पेढे घेऊन यायचे, ते आजोबा आता तिला रडताना पाहताना काय वाटत असेल? काय केलंय माझ्या आजोबांनी? का सारे रडत आहेत? आता भाईला सारखे फोन सुरू होते.

कार्यकर्त्यांच्या गाड्या सातारला पोहोचत होत्या. माझं सारं कुटुंब चोरासारखं मला भेटायला रस्त्यात धाब्यावर आले होते. आम्हाला हॉटेलमध्ये बोलता येणार नाही, म्हणूनच पेट्रोल पंपावर जाणार होतो. दोन्ही गाड्या पेट्रोल पंपावर पोहोचल्या. पंपात आतल्या बाजूला एक छोटीशी रूम होती. तिथे पोलिसांनी कुणाला मारलेलं नाही, अटक केलेली नाही, सहा महिला कोण कोण आहेत, पोलिसांनी घरावर आणि घरातल्या प्रत्येकावर पाळत ठेवली आहे, या माझ्या प्रश्नांची घरातल्या लोकांनी मला उत्तरं दिली...

मुलं सारी शिक्षणक्षेत्रात शिक्षक म्हणून काम करतात. नातवंडं शाळांमध्ये शिकत आहेत. जे घर कौतुकाचा विषय होतं, त्याचे वासे फिरले होते. नातवंडं दिवसभर शाळेत आणि रात्री मम्मी आजी, पप्पा आजोबा या त्यांच्या आजोळात त्यांना पोलिसी कारवाईपासून बाजूला ठेवलं होतं. कादंबरीचं घर आमच्या घराच्या पाठभिंतीला लागून, त्याने मुलं म्हटलं तर जवळ; पण वेगळी ठेवली होती. जीवनचं नावही अनेकदा एफ.आय.आर.मध्ये आलं होतं. त्यालाही उचलतील म्हणून तोही लपून ज्योत्स्ना, गणेश यांच्या घरी. सारी संकटात एकमेकांना मदत करीत होती. शशीने सारी मुलं जी सैरभैर झालेली होती, ती सावरली. बापजन्मात पोलीस स्टेशन पाहिलेलं नाही. कोर्टाची पायरी चढलेली नाही. शशी माझ्यासोबत होती, तेव्हा कुटुंबाची स्थिती वादळात झाडं उन्मळून पडावी तशी झाली होती. भाई, समता हे वादळात सापडलेलं छत घट्ट धरून बसले होते. शशी परत घरी गेली आणि पोरांना आधार मिळाला. तोवर घरातले काम करणारे सारे पोलिसांचं लफडं नको म्हणून निघून गेलेले. धुणीभांडी, झाडलोट, स्वयंपाक, सारं कादंबरी, समता दोघीच करीत होत्या. शशी आल्यावर तिघी करू लागल्या. मुलांचे डबे, त्यांची तयारी करायची. प्रत्येकजण सुचेल तसं सांगत होता. सारे रडत होते.

शशी आणि मी रडत नव्हतो. साऱ्यांना अकाली प्रौढत्व आलं होतं. संकट सर्वांना शहाणपणा शिकवतं. आम्हा कुटुंबीयांना एक नवीनच शोध लागला होता. समता नावाची माझी मुलगी. नेहमीच सर्वांची लाडकी. लाडाकोडात वाढलेली. समता, तिच्या जन्मापासून आमचं जीवनच बदलून गेलं. ती १९७९ला जन्माला आली आणि उपरा ८०ला आलं. आमचं नष्टचर्य संपलं होतं. ते आमचं शेंडेफळ होतं. अत्यंत आत्ममग्न. फार बोलेल, फार पुढे पुढे करेल, असं तिचं व्यक्तिमत्त्वच नाही. कुणाच्या अंगावर जाणं तर शक्यच नाही. आपण भले, आपलं निर्मल जगणं भलं. कुणाच्या आध्यात नाही, मध्यात नाही...

भाईचं तसं नाही. तो लहानपणापासून माझ्या कामात आहे. अनेक जबाबदाऱ्या पेलत आहे; पण आता आलेलं संकट घरातील सर्व पुरुषांवर आलेलं होतं. त्याने भाई, जीवन सतत घराच्या बाहेर राहत. येणाऱ्या प्रत्येकाला तोंड देत असे ती समता. पोलीस, पत्रकार, कार्यकर्त्या, सर्वांना सामोरी जायची ती समता. हळूहळू आम्हाला एका नव्या समताचा शोध लागला. या संकटाच्या भट्टीत हेही सोनं उजळून निघालं. स्वत:च्या तेजाने.

सारा पोलिसांच्या चौकशीचा प्रतिवाद ती, कांदबरी करू लागली. घरातले नातेवाईक आणि नारायण जावलीकर, हरिदास जाधव, मच्छिंद्र जाधव नियमित घरी यायचे. बाकीचे चंद्रकांत खंडाईत आणि इतर अधूनमधून यायचे. घरातल्या साऱ्यांचं रिपोर्टिंग चालू होतं. शशीने कामाचं वाटप करून दिलं होतं. पोलीस, लोक समताने फेस करायचे. शशी, कादंबरीने घर सांभाळायचं. जीवन, भाई यांनी वकील, कोर्टकचेऱ्या सांभाळायच्या आणि समता, कादंबरीने या दोघांना मदत करायची. हजारो कागदांच्या झेरॉक्स लागायच्या. महादेव माझा भाचा. शंकर माझा भाचेजावई. रात्रंदिवस पोलिसांच्या मागणीनुसार कागदपत्रांची पूर्तता करायचे. भाई वडापावांची व्यवस्था करायचा. सारे वडापावावर राहायचे. दिवसच असे होते. संस्थेतील नेमणुका, बदल्या, काय वाट्टेल ते रेकॉर्ड पोलीस मागत असत आणि त्यांची भाषा साधी नसे. त्यातल्या त्यात स्त्रियांशी सौजन्याने वागत. समता या साऱ्यांना पुरून उरत असे. रात्रंदिवस रेकॉर्डचे ढीगच्या ढीग द्यावे लागत. चारी शाळांचे मुख्याध्यापक त्यांच्या त्यांच्या शाळांची रेकॉर्ड्स घेऊन येत. तेही कामात मदत करीत; पण यातला कोण कोणाला सामील होईल याचा भरोसा नव्हता. भाई, समता दोघं एकदम बोलू लागत. त्यामुळे कालवा होई. किती बोलू आणि किती नको असं त्यांना झालं होतं. त्याने दोघंही एकदम बोलायचे. मी दोघांनाही समजावलं, एक-एक जण बोला.

समता म्हणाली, "हां, मी सांगते, आमच्यापैकी कुणीही मुख्याध्यापकांशी कामापलीकडे एक शब्दही बोलत नव्हतो. सारं वातावरण संशयाचं अन् विषारी झालं होतं. कोणाचा कोणावर विश्वास नव्हता. कोणी कोणाशी बोलत नव्हतं. हे सारं कोण घडवतं आहे? संस्थेतले कितीजण या कटात सामील आहेत? अनेक प्रश्न आणि प्रश्न."

शशी म्हणाली, "काय सांगू तुम्हाला? रात्री एक-दीड वाजता सारी पोरं जमायची आणि माझ्या गळ्यात पडून रडत असायची. मी साऱ्यांना धीर द्यायचे. जातील हेही दिवस. सूर्य ढगाआड गेला आहे. त्यानं अंधारून आलं आहे. जातील ढग. काळजी करू नका. आपआपली कार्यं नीट करा." ज्याच्याकडे मदतीला जातील, ती माणसं तोंड फिरवीत होती. जे हसून स्वागत करायचे, ते तिरस्काराने पाहत असत. पोरांनी बापाची प्रसिद्धी, पैसा, मानसन्मान पाहिला होता. अवमान,

अवहेलना, तुच्छता, अपमानाचं भीषण चित्र त्यांना भोगावं लागत होतं.

मी समताला जवळ घेतलं. एका अतिशय समंजस मुलीत तिचं रूपांतर झालं होतं. सर्वांनी हस्तांदोलन केलं आणि मागे न बघता सारेजण डोळे पुसत गाडीत जाऊन बसले. भाई जवळच उभा होता. तो मला सांगत होता,

''दादा, तब्येतीला सांभाळा. आभाळ कोसळू दे. आम्ही सारे पाठीशी आहोत.'' तो गळ्यात पडला. त्याचं सांत्वन करण्यासाठी माझ्याजवळ शब्द नव्हते. मी पाठीवर थोपटत त्याला शांत करीत होतो. नातवंडं गाडीत रडतच होती. ''पैशांचा विचार करू नको. लागेल ते विकून टाक. आता तुला नि आईला निर्णय घ्यायचेत. काही करून हा कलंक पुसलाच पाहिजे. पोलीस, न्यायालय, वकील सारं तुला, जीवनला पाहायला लागेल. तू आता एकटा नाहीस. माझी काळजी करू नका. मी तुफानात माझ्या गरीब बापाने लावलेला दिवा आहे. तो तुफानात वादळवाऱ्यांना घाबरून विझणार नाही. तू साऱ्यांना सांभाळ. जा. जे असेल ते फेस केलंच पाहिजे. यातून निश्चित आपण बाहेर पडू.'' भाई गाडीत बसला. गाडी साताऱ्याकडे निघाली. आम्ही बाबूरावांच्या गाडीत बसलो.

''दीपक, किती दिवस मला आत राहावं लागेल?''

''काका, आता सांगता येणार नाही; पण जामीन मिळाला की तुम्ही बाहेर याल. ९० दिवसांत आरोपपत्र दाखल करावंच लागतं. ते दाखल झालं की तुम्हाला जामीन मिळेल.''

''दीपक, अरे, माझ्यावर सहा बायकांनी बलात्कार केल्याचा आरोप केलाय. प्रत्येकी तीन महिने म्हणजे १८ महिने झाले. इतके दिवस आत राहायला लागेल?''

''नाही काका, सारे आरोप सारखेच आहेत. यातलं कोर्टात काहीही टिकणार नाही. तुम्हाला लगेचसुद्धा जामीन मिळेल आणि असला विचार करत बसू नका. त्याने त्रास होईल. आम्ही सारे वकील कशाला आहोत? करू ना आम्ही आमची कामं. तुम्ही आता काळजी करू नका. जे व्हायचं ते झालं आहे. आता यातून सहीसलामत बाहेर कसं पडता येईल, ते पाहणं एवढंच आपल्या हातात आहे! तुमच्या केसेसमध्ये काही दम नाही. पोलीस काय शोधणार आहेत? पंधरा वर्षांचा डिले आहे. दहा वर्षांचा डिले आहे. आणि अगदी शेवटचा डिले तीन वर्षांचा आहे. काय मिळणार पोलिसांना? न्यायालय पुराव्यावर चालते. बोलण्यावर नाही. तुम्ही काळजी करू नका. न्यायालय शिक्षा करायला बसलेलं नाही. ते न्याय करायला बसलं आहे.''

दीपकला भाईचा फोन आला. 'सातारा पोलिसांकडून तुम्ही हजर होत असल्याची बातमी माध्यमांना समजली आहे. त्या साऱ्यांचे फोन येत आहेत. त्यांना दादांना भेटायचं आहे. त्यांनी वेळे गावाजवळ एका हॉटेलमध्ये पत्रकार परिषद आयोजित

केलीय. आपलेच काही पत्रकारमित्र आहेत. त्यांना बोलायचं आहे. मोर्चा जोरात निघालाय. आम्ही हॉटेलजवळ थांबतो. तुम्ही या.' फोन बंद झाला.

दीपकने मला सारं सांगितलं. 'पोलिसांनी एकदा ताब्यात घेतलं की त्यांना आपल्याशी बोलता येणार नाही. म्हणून आपले काही पत्रकारमित्र तुम्हाला भेटण्यासाठी वेळ्यात एका हॉटेलात थांबले आहेत. आपण त्यांना भेटूया का?'

"भेटूया ना, बाबूराव."

"हां भेटूयात की!" गाडी खंबाटकी घाटावरती वळण पार करीत होती. माझ्याही आयुष्याने अनेक वळणं घेतली होती. आता हे एक आणखी नवं वळण. घाट उतरून गाडी खाली आली. रस्त्याच्या दोन्ही बाजूने हॉटेल्स झालेली. त्यातल्या एका हॉटेलपुढे भाईची गाडी उभी होती. त्याच्या गाडीजवळ आम्ही गेलो. त्याने रस्त्याच्या पलीकडे असलेल्या हॉटेलकडे बोट दाखविलं. तिथे पत्रकार परिषद आहे. आम्ही गाडी वळवून रस्त्याच्या दुसऱ्या बाजूला असलेल्या हॉटेलपुढे थांबलो. पत्रकार सारे साताराचे. साऱ्यांचे चेहरे, नावं परिचित. बाबूराव, दीपक, शारदाताई हॉटेलमध्ये गेले. मोजकेच पाच-सहा जण पत्रकार आणि इलेक्ट्रॉनिक माध्यमांचे दोन-तीन जण, सर्वजण सतत भेटणारे. हसतखेळत पत्रकार परिषदा होत असत; पण या तरुण मित्रांना भलतंच टेन्शन आलेलं होतं. त्यांच्या मनात बराच गोंधळ होता. मी म्हणजे मोडून पडलेला. फरारी झालेला गुन्हेगार होतो. साहित्यिक, पत्रकार, कार्यकर्ता आणि राजकारणातला धडपड्या असलं काही नव्हतं. मी फरारी झालेला गुन्हेगार होतो. सारेजण बसले. पत्रकार परिषद सुरू झाली.

"मानेसाहेब, तुम्ही फरारी का होता?"

"मित्रांनो, मी फरारी नव्हतो. आपल्या राज्य घटनेने नागरिकांना काही अधिकार दिले आहेत. संरक्षण दिलेलं आहे. आरोप झालेले आहेत. मी गुन्हेगार नाही. माझ्या वकिलांमार्फत मी न्यायालयात अटकपूर्व जामीन मिळवण्याचा प्रयत्न करीत होतो आणि आहे. त्यात बेकायदेशीर काही नाही; पण आपण पाहिलं असेल, ज्या दिवशी न्यायालयात माझ्या जामीन अर्जावर न्यायालयासमोर सुनावणी असेल, त्याच्या आदल्या रात्री एक नवा गुन्हा माझ्यावर दाखल होत होता. म्हणजे नियोजनबद्धरीत्या मला अडकवण्यात आलं होतं."

"मग याच्या मागे कोण सूत्रधार असतील?"

"सारेच श्रीमंत! गरीब थोडेच माझ्या विरोधी असले घाणेरडे आरोप करू शकतात?"

"कोणीतरी मोठा माणूस याच्या पाठीमागे आहे?"

"न्यायालयांवर माझा विश्वास आहे. मला न्याय मिळणारच आहे. तिथे काय ते समोर येईलच. मी कुणाची नावं घेणार नाही. अचानकपणे हा पूर्वनियोजित कट

करून माझ्यावर हल्ला केला आहे. हा एका माणसाचा कट नाही. कटाला राजाश्रय आहे. त्यात अनेकजण असण्याची शक्यता आहे.''

''तुमच्या संस्थेतले लोक दिसत आहेत. संस्थेचं राजकारण आहे का?''

''नाही. संस्थेतले सर्व पदाधिकारी, सभासद माझ्या पाठीशी आहेत.''

''शरद पवार तुमचे अध्यक्ष आहेत. त्यांचं काही बोलणं झालं की नाही? लोक म्हणतात तेच या पाठीमागे आहेत?''

''गुन्हे दाखल झाल्यापासून मी कोणाशी संपर्क केलेला नाही. तसा शरदरावांशीही केलेला नाही. ते या असल्या फालतू गोष्टी करतील असं मला बिलकूल वाटत नाही. त्यांचे-माझे संबंध एका वर्षाचे नाहीत आणि ते असला उद्योग मुळीच करणार नाहीत. आणि माझ्यासंबंधी तर नाहीच नाही.''

''मग अजित पवार असतील. सुप्रिया असेल?''

''हे बघा. कुणाचीही नावं घेऊ नका. मुलांची तर नाहीच नाही!''

''पालकमंत्री असतील का?''

''मला काही बोलायचं नाही. संस्थेतल्या चार असंतुष्टांना हाताशी धरून कुणीतरी हा उद्योग करतं आहे. मला आयुष्यातून उठवण्याचा कट, कारस्थान कुणीतरी केलं आहे. ते लोकांपुढे येईलच.''

''अजूनही बायका रांगेत उभ्या आहेत!''

''उभ्या नाहीत. उभ्या केल्यात. मी न्यायालयात, पोलिसांना आणि सर्व प्रशासकीय यंत्रणांना सर्व प्रकारचं सहकार्य करणार आहे. सत्य लोकांपर्यंत आलंच पाहिजे.''

''तुमची बाजू तुमच्या मुलीने फार ताकदीने मांडली आहे.'' आय.बी.एन.चा प्रतिनिधी म्हणाला.

''हो. मलाही समजलं. संकटात मुलांचीही परीक्षा असते. माझं आख्खं कुटुंब प्राध्यापकांचं आहे. मुलं कर्तबगार आहेत. माझ्या मुलीच्या कर्तबगारीचा आम्हा कुटुंबीयांना नवाच शोध लागला आहे.''

''शहरात तुमचे कार्यकर्ते मोठ्या संख्येने मोर्च्याला जमलेत?''

''हो. माझ्या संघटनेतले लोक जमणारच. ते काही मला एक दिवस ओळखत नाहीत. माझी सर्व उपेक्षित माणसं गरीब आहेत; पण ती ठामपणे माझ्या पाठीशी उभी आहेत.''

पत्रकार परिषद चहापानाने संपली. मी नेहमीसारखाच होतो. माझी बाजूच समोर येत नव्हती. ती मी आणली होती. पत्रकारांना सनसनाटी लागते, तसले सनसनाटी काही बोललो नाही. प्रकरण न्यायप्रविष्ट आहे. न्यायालयीन व्यवस्थेत तोंड बंद ठेवायचं असतं. कायद्याच्या चौकटीत बोलावं लागणार असतं. आम्ही पत्रकारांचा

निरोप घेतला. अनेक पत्रकार फार व्यथित दिसत होते. अनेकांना फार वाईट वाटत होतं, तर अनेकांना आनंद झाला होता. आम्ही आता मोर्च्याने समोर जाऊन पोलिसांपुढे हजर होणार होतो. आमच्या गाडीमागे आता पोलिसांची गाडी होती. त्यांनी मोर्च्याकडे जाऊ दिलं नाही. लोकांनी मोर्चा पोलीस स्टेशनकडे आणला. हजारो स्त्री-पुरुष घोषणा देत पोलीसस्टेशनपुढे उभे राहिले. 'सातारा तालुका पोलीस स्टेशन, सातारा' असा बोर्ड असलेल्या इमारतीसमोर गाडीतून उतरलो. लोकांची एकच गर्दी होती. साऱ्यांना मला पाहायचं होतं. धीर द्यायचा होता. सारा गोंधळ सुरू होता. पोलीस त्यांचा खाक्या दाखवू लागले. मी अधिकाऱ्यांना सांगितलं, "मी स्वतः आपण होऊन हजर झालोय. मला बोलू द्या." पोलिसांनी मला बोलू दिलं. पत्रकारांचाही गराडा पडला होता.

"बांधवांनो, या अडचणीच्या काळात राज्यभरातून तुम्ही आलात. मी आणि माझे कुटुंबीय यांच्या पाठीशी उभे राहिलात याबद्दल मी आपला अत्यंत आभारी आहे. हा माझ्या एकट्यावरचा अन्याय नाही. भटक्या विमुक्तांनी धर्मांतर केलं नसतं तर असले घाणेरडे आरोप झाले नसते. या आरोपांमध्ये काडीचं तथ्य नाही. यातला एक जरी आरोप सिद्ध झाला तरी मला जाहीर फाशी द्या. मी पूर्ण निर्दोष आहे. माझ्या विरोधी हा कुटिल डाव ज्यांनी रचला, त्यांना जो राजाश्रय मिळाला, त्याबद्दल मी माझ्या विरोधकांचेही आभार मानतो. मोर्च्यामध्ये ज्या माता-भगिनी मोठ्या संख्येने सामील झाल्या, त्यांचेही मन:पूर्वक आभार मानतो!"

पोलीस मला थांबवू लागतात. रेटारेटी सुरू झाली. पत्रकारांनाही त्यांचं काम करता येईना. पोलीस, कार्यकर्त्यांना मागे रेटू लागताच आधीच चिडलेले कार्यकर्ते हल्ला करतील हे लक्षात आलं. मी अधिकाऱ्यांना समजावलं. ओरडून बोलू लागलो. सारे शांत झाले. "आपण सारे संतापले आहोत. आपले डोळे मला सांगत आहेत; पण बुद्ध, बाबासाहेब आणि संविधानावर विश्वास ठेवा. पोलीस प्रशासन, न्यायालय यावर विश्वास ठेवा. आपल्यावर अन्याय होणार नाही. आपल्याला न्याय मिळेल. माझा न्यायव्यवस्थेवर पूर्ण विश्वास आहे. ज्या शांतपणे आलात, तसेच शांतपणे परत जा. जे जे लांबलांबून आलेत, उन्हातान्हात मोर्च्यात आलेत, त्यांना मानाचा जय भीम. माझे ज्येष्ठ स्नेही एकनाथराव आवाड मराठवाड्यातून आलेत. त्यांचेही जाहीर आभार. उपरेकाकांचेही जाहीर आभार. निघा आता आपण."

जड अंत:करणाने कार्यकर्ते डोळे पुसत घोळक्याघोळक्यांनी परतू लागले. पोलीस स्टेशनमधली गर्दी कमी होऊ लागली. पोलिसांनी मला ताब्यात घेतलं. दीपक, एकनाथराव बाकी कागदोपत्री बाबी पुऱ्या करीत होते. पोलीस अधिकाऱ्यांशी वादावादी करीत माध्यमांचे प्रतिनिधी पी.आय.च्या कचेरीत घुसले. पोलिसांनी प्रसंग ओळखून संयमाची भूमिका घेतली. भाई, समता, शशी यांच्या डोळ्यांना धारा

लागलेल्या. याअगोदर गोरगरिबांच्या लढाया करीत अनेकदा तुरुंगात गेलो होतो. सत्याग्रही म्हणून तीस-चाळीस वेळा पोलिसांची कस्टडी पाहिली होती; पण त्यावेळी मी सत्याग्रही असे. आता मी आरोपी म्हणून पोलीस स्टेशनमध्ये होतो. शशीला, मुलांना जायला सांगितलं. भाई तिथेच थांबला. त्याचा पाय निघत नव्हता. तो उभाच होता.

"लक्ष्मणराव, पत्रकारांशी बोला. मोकळेपणाने बोला. पुन्हा बोलता येणार नाही." मी काही निवडक लोकांशी बोललो होतो.

"आपल्या विरोधी हे गुन्हे दाखल करणाऱ्या महिला आपल्याच संस्थेतल्या आहेत?"

"होय."

"तुम्ही त्यांना ओळखता काय?"

"होय."

"या कटात कोण कोण असतील?"

"माहीत नाही."

"तुमचे मित्रच असतील?"

"माहीत नाही."

"यावर तुम्हाला काही बोलायचं नाही काय?"

"नाही. प्रकरण आता न्यायप्रविष्ट आहे. मला बोलायचं तिथे बोलीन. पोलिसांना पूर्ण सहकार्य करीन. दूध का दूध, पानी का पानी झालंच पाहिजे." एकनाथराव, उपरेकाका निरोप घेऊन पोलीस स्टेशनमधून बाहेर पडले. दीपक शामदिरे थांबले होते. त्यांनाही मी निरोप दिला. धीराने मन शांत केलं. जे जे होईल, त्याचा सामना करायचा; पण कायद्याने हा कट उधळल्याशिवाय थांबायचं नाही. भाई जवळ आला. गळ्यात पडून पोटभरून रडला.

साहित्यिक, कलावंत, कार्यकर्ता, नेता, देशाने गौरवलेला, समाजाने डोक्यावर घेतलेला त्याचा बाप, गुन्हेगारासारखा पोलिसांनी अटक करून ठेवलेला, तो सहन करू शकत नव्हता.

तपास अधिकाऱ्यांनी त्याला समजावलं. "सर, तुम्ही प्राध्यापक आहात. लहान मुलांसारखे रडू नका. सरांची पुस्तकं वाचून आमची पिढी घडली. तुम्ही निश्चिंतपणे जा." त्याचं सांत्वन करून त्याला पाठवलं. तेवढ्यात मोर्च्याची निरवानिरव करून वर्षा, शैला, कैलास हे माझे सहकारी धावत आले. दोघीही वकील. पोलिसांशी बोलल्या.

वर्षा जशी चळवळीतली तळमळीची कार्यकर्ती, तशीच ठामपणे माझ्या पाठीशी उभी राहणारी बहीण. ती पोलीस अधिकाऱ्यांना म्हणाली, "साहेब, कसलीही

चौकशी न करता, कसलेही पुरावे हाती नसताना एफ.आय.आर. दाखल होतोच कसा, हे काही केल्या मला कळत नाही. राजकारण्यांना इतकं कसलं घाबरता? काय माणसं खाताएत ते? कायदा सर्वांसाठी समान ना! मग कायद्यात तरतूद नाही? एफ.आय.आर. दाखल करण्यापूर्वी चौकशी करा आणि अशी चौकशी होते. एफ.आय.आर. त्यानंतर दाखल होतो.''

पोलीस अधिकारी म्हणाले, ''वर्षाताई, शांत व्हा. ताई, काळजी कसली करता? कायद्याने आमचेही हात बांधलेत. प्रेशर मोठं आहे.''

कैलासने चहा आणला. आम्ही साऱ्यांनी चहा घेतला. वर्षानेही डोळे पुसले. ''दादा, मागची काळजी करू नका. स्वत:ला सांभाळा. जे जे करता येईल, ते मुलांना घेऊन मी करीन. आता या मांडवाखालून जायला पर्याय नाही. आता ते तुम्हाला मॅजिस्ट्रेटसमोर घेऊन जातील. तिथे आपले वकील प्रतिवाद करतील. मग तुम्हाला पी.सी. मिळेल. जाऊ?'' निरोप घेऊन सारे गेले.

आता मी एकटाच एका खोलीमध्ये बाकावर हाताची घडी घालून बसलो होतो. नारायण, मच्छिंद्र शासकीय नोकऱ्यांमध्ये, लांबूनच गर्दीत दिसले. रवि, हरिदास, राजेंद्र भोसले सारे गर्दीतच दिसले होते. पोलीस कोणाला जवळ येऊ देत नव्हते. भारतीय संविधानाने नागरिकांना दिलेले अधिकार आता संपलेले होते. आता पोलिसांच्या कस्टडीत होतो. स्वातंत्र्य संपलं होतं. लघवीलाही एकट्याने जाता येत नव्हतं. डोळे भाईचा शोध घेत होते. तो पोलीस स्टेशन बाहेर. झाडांखाली स्कूटरच्या सीटवर बसलेला होता. अन्य दोन-तीन सहकारी त्याच्यासोबत उभे होते. खिडकीच्या गजाआडून मला तेवढंच दिसत होतं.

पोलिसांनी काही कागदांवर सह्या घेतल्या. मी आता आरोपी होतो. माझ्याबरोबर दोन पुरुष आणि दोन महिला पोलीस चोवीस तास बरोबर राहणार होत्या. पोलिसांनी गाडीत बसवलं. सिव्हिल हॉस्पिटलला गेलो. तिथेही पोलिसांचा कक्ष असतो. तिथे बसवलं. बाकावर बसल्या ठिकाणी एका ज्येष्ठ नागरिकाने ओळखलं. तो जवळ येऊ लागला. पोलिसांनी त्याला हटकलं. ''ए, काय काम आहे? चल निघ इथून. चल.'' तो कळवळला. ''अहो, ते मानेसाहेब आहेत ना? दोन मिनिटं बोलायचं आहे.'' पोलिसांनी एवढा वृद्ध माणूस हाकलून लावला. ''साहेब, चला.'' मेहेरबानी एकच होती. पोलीस सौजन्याने वागत होते आणि वागवतही होते. हातात बेड्या घातल्या नव्हत्या. अंगाला हात लावीत नव्हते. बरोबरच्या कैद्यांना वागवतात तसं वागवत नव्हते. त्यातल्या जवळपास प्रत्येकाने माझे शालेय पुस्तकातले धडे वाचले होते. आणि सर्वजण मला ओळखत होते. सिव्हिल हॉस्पिटलमध्येही डॉक्टर लोक मला ओळखत होते. मेडिकलच्या सर्व तपासण्या झाल्या. बी.पी. जास्त होतं. भाई लांबून गाडीमागे आलाच होता. तो बाहेर लांब उभा होता. माझी

मेडिकल झाली आणि लागलीच मला न्यायालयापुढे हजर करण्यात आलं. माझ्या वकिलाला घेऊन भाई न्यायालयात आला. मला न्यायाधीशांसमोर उभं केलं. न्यायाधीशांनी मला नाव विचारलं. पत्ता विचारला. पिंजऱ्यात उभं केलं नव्हतं. पोलिसांनी कागदावर माझ्या सह्या घेतल्या. पोलिसांनी काही कागद दिले. ते लगेच माझ्या वकिलाने ताब्यात घेतले आणि कामकाज सुरू झालं. माझ्या वकिलाने ढीगभर पुस्तकं आणली होती.

'आरोपीवर बलात्कारासारखे सहा गुन्हे दाखल झाले आहेत. आरोपी राजकारणी असून त्यांचे सरकारदरबारी फार वजन आहे. ते मराठीतले मोठे नामवंत साहित्यिक आणि देशभर ओळख असलेले गृहस्थ आहेत. त्यांनी वारंवार बलात्कार केले आहेत. फिर्यादी महिला आरोपीच्या शाळेत सेवक म्हणून नोकऱ्या करतात. आरोपीला जामीन मिळाल्यास या सर्व कर्मचारी असलेल्या महिलांवर ते प्रभाव टाकून त्यांना केसेस मागे घ्यायला लावतील किंवा त्यांना नोकरीची भीती दाखवून अन्य तडजोडी करतील. म्हणून या आरोपांची पूर्ण चौकशी झाल्याशिवाय त्यांना जामीन मंजूर करण्यात येऊ नये.' अशी सरकारी वकिलांनी त्यांची बाजू मांडली.

माझ्या वकिलांनी अनेक सायटेशन्स कोर्टाला वाचून दाखवले व जामीन मिळणे कसे रास्त आहे हे पटवण्याचा प्रयत्न केला. 'माझ्या अशिलांकडे कोणतीही रिकव्हरी नाही. कसलाही मुद्देमाल दाखवायचा नाही. माझ्या पक्षकारांनी ठरवले असते तर या महिलांना यापूर्वी नोकरीतून काढून टाकले असते; परंतु अद्यापही त्या नोकरीमध्ये आहेत. माझ्या अशिलांविरुद्ध त्यांच्या राजकीय विरोधकांनी रचलेला कट आहे. आणि आरोपी अत्यंत प्रतिष्ठित असून, त्यांना तत्काळ जामीन मिळायला हवा.' असा युक्तिवाद मांडला.

माझ्या वकिलांनी जोरदार प्रतिवाद केला. मी स्वतः हजर झालो आहे. माझ्याकडे कसलीही रिकव्हरी नाही. म्हणून मला तत्काळ जामीन मिळावा. न्यायाधीशांनी दोन्ही बाजूंचा कायद्यांचा कीस पाडला आणि तीन दिवसांची पोलीस कस्टडी मिळाली. पोलिसांनी मला ताब्यात घेतलं. पोलिसांच्या गाडीत बसवलं. पुन्हा सातारा पोलीस स्टेशनला आलो.

सातारा शहर पोलीस स्टेशनजवळच ही कोठडी आहे. समोर रस्त्याला लागून दगडी बांधकामाची बारा-पंधरा फुटांची भिंत. समोर चार-पाच बराकी. त्यातल्या एका बराकीत पहाऱ्यावरचे बंदूकधारी पोलीस. दुसऱ्या-तिसऱ्या बराकीत पुरुष कैदी आणि चौथ्या-पाचव्या बराकीत महिला कैदी. बराक म्हणजे अंधारकोठडी. या कोठडीबद्दल खूप ऐकलं होतं; पण पाहत पहिल्यांदाच होतो. एक बारा बाय पंधराची खोली. तिला तिन्ही बाजूने मजबूत भिंती. समोरच्या बाजूला गजांची भिंत. दोन-अडीच फुटांचं बांधकाम. त्यावर लोखंडी गज. त्यातून येईल तेवढाच प्रकाश,

उजेड, हवा, त्या गजांच्या बाहेर पोलीसपहारा. हत्यारी पोलीस. मला आत घालताना साधं पेनसुद्धा जवळ नव्हतं. सारी शारीरिक तपासणी म्हणजे अंगझडती घेऊन अंगावर कुठे काय वळ आहेत, खुणा आहेत, त्यानुसार सारं आहे का? हाता-पायांचे बोटांचे ठसे. माझ्यावर सहा गुन्हे दाखल झालेले. त्यामुळे प्रत्येक गोष्ट सहावेळा रिपीट. मी मला बजावले होतं, पोलीस सांगतील ते ते करायचं. एकही गोष्ट खोटी बोलायची नाही. जे असेल, ते सत्य सांगायचं. आपण काहीही केलेलं नाही. 'कर नाही, त्याला डर कशाला.' पोलिसांनी छळायला सुरुवात केली, शारीरिक इजा केली तर न्यायालयाला सत्य सांगायचं. अर्थातच पोलिसांनाही या गोष्टीचा प्रत्यय यायचा. पोलिसांचे डोळे इतके सराईत असतात की त्यांना गुन्हेगार पहिल्यांदा नजरेला नजर भिडली की लगेच समजतो. हा माणूस लबाड आहे, गुन्हेगार आहे, हे ते शारीरिक हालचालीवरूनही ओळखतात, त्यासाठीचं त्यांचं शिक्षण झालेलं असतं. दोन नंबरचे उद्योग नंतर सुरू होतात.

कोठडीत सारा सोयींचा अभाव. कोपऱ्यात एक घरातल्या मोरीसारखं संडास. त्याला दार नाही. भिंतीला साधा खिळा नाही. टाचणी बरोबर नेता येत नाही. औषधं, रुमाल, कपडे, अंथरूण, पांघरूण काही नाही. डासांचा सुळसुळाट. पिसवांचा सुळसुळाट. स्वच्छता नाही. थोड्या वेळाने एक फाटकी ताडपत्रीसारखी सतरंजी टाकली. त्यावर आम्ही सात-आठ कैदी. सतरंजी झाडून त्यावर आडवे झालो. डास आणि पिसवांनी जीव नकोसा केला होता. खिडक्यांच्या गजांतून पाझरणारा अंधार. त्यात एक ट्रक ड्रायव्हर सारखा रडत होता. तो मध्यप्रदेशी होता. ट्रकमध्ये काही बेकायदेशीर माल भरला होता. त्याचा मालक कोलकात्यात होता. पोलीस त्याचा शोध घेत होते.

भाई आला. टूथपेस्ट, ब्रश, टॉवेल, एवढे द्या अशी विनंती करीत होता. पहाऱ्यावर असलेली तरुण मुलगी. तिने वरिष्ठांना फोन लावला. ओडोमॉस, पेस्ट, ब्रश, टॉवेल कस्टडीच्या बाहेर ठेवायला परवानगी मिळवली. त्या मुलीने त्या वस्तू भाईकडून घेतल्या. 'तुम्ही काळजी करू नका. मी देते,' असं सांगून घालवून दिलं.

मला आठ वाजता माझी औषधं घेण्याची परवानगी दिली. पोलीस महिलेने गजाआडून मला मी सांगीन तशा गोळ्या माझ्याच औषधांच्या पाकिटांतून मला काढून दिल्या. पाणी दिलं. औषधाच्या गोळ्या घेतल्या. पाकीट पोलीस बाईने स्वतःकडे ठेवलं. माझ्या अंगावर पॅन्ट आणि शर्ट ठेवला होता. बाकीच्यांच्या अंगात अंडरपॅन्ट आणि बनियन. "साहेब, हे कोठडीचं दार बंद झालं की ते पुन्हा आदेश येईपर्यंत उघडता येत नाही. कैकदा आत आपलेच कपडे आपल्या गळ्याला बांधून कैदी आत्महत्या करतात. त्यामुळे गंभीर गुन्हेगार असेल, सराईत गुन्हेगार असेल तर त्यांना विवस्त्र ठेवतो. मग महिला असो की पुरुष. काहींचं रेकॉर्ड

आम्हाला माहीत असतं. पहाऱ्यावरचा आमचा माणूस बोलतही नाही कैद्यांशी. फार चित्रविचित्र लोक लॉकअपमध्ये येतात. त्यामुळे आत काहीही सोयी करता येत नाहीत. ऐन थंडीच्या दिवसांतही घाम फुटतो, अशी याची रचना आहे. आता तर मरणाचा उकाडा असतो; पण फॅन लावता येत नाही. संडाससुद्धा बिनदारांचे ठेवावे लागतात. बादलीसुद्धा नसते. एकच संडासातला नळ. त्यावरच सर्व उरकायचे. संडास धुवायलाही पाणी तेच आणि पिण्यालाही पाणी तेच. अंघोळीलाही पाणी तेच. लाज वगैरे काही बोलायचंच नाही. स्त्रिया आणि पुरुष स्वतंत्र बराकीत ठेवतात. चौकशीसाठी पोलिसांना लिखित ताबा घ्यावा लागतो. सह्या लागतात. कोर्टाचा हुकूम लागतो. त्याशिवाय या कोठडीतून मुंगीसुद्धा जाऊ शकत नाही. चोवीस तास खडा पहारा असतो. कोठडीतल्या कैद्यांची हालचाल आम्हाला लगेच कळते.''

मी अंगाला ओडोमॉस लावलं. मॅडमचे आभार मानले. ओडोमॉसची ट्यूब परत दिली.

''सर, मी तुमचं 'उपरा' वाचलं आहे. तुम्ही वाईट वाटून घेऊ नका. पंधरा पंधरा वर्षं रांडा काय पोरं व्हायची वाट बघत होत्या?''

''कायदा गाढव असतो, मॅडम. मी कशाला बलात्कार करतो? त्यांनीच माझ्यावर बलात्कार केला आहे.''

बरोबरचे कैदी झोपी गेले. मी दारात गजाच्या आणि गजाच्या बाहेर बंदूकधारी तरुण मुलगी उभी.

''सर, आम्ही साऱ्या गोष्टी समजतो. तुम्ही कायद्याने आरोपी आहात. गुन्हेगार नाही. तसं मनातही आणू नका. शांत झोपा.''

''ठीक आहे. बघतो. या सगळ्या डासांच्या मधून झोप केव्हा लागते ते!''

मी त्या गर्दीत आडवा झालो. मध्येच पोलिसांचं जेवण आलं. साऱ्या कैद्यांना उठवलं.

''ये, उठा साल्यांनो, चला.''

गजांच्या फटीतून ताटं आत आली. गजांच्या आडूनच चपाती, भाजी, भात, आमटी कुठल्याश्या खानावळीतून आणलेली. थंडगार झालेलं जेवण.

''जेवा मुकाट्याने.''

सारे जेवलो.

''आता झोपा गपचिप.'' ओरडणारा पोलीस निघून गेला.

एकमेकांची ओळख नाही. खुनाचे आरोपीही तिथेच अन् चोरही तिथेच. सारेच काही गुन्हेगार नव्हते. सारेच सावही नसतील; पण बराकीत सारे एकत्र. सारेच जेवत होते; पण कशातच रया नव्हती. गोळाभर अन्न पोटात जावं म्हणूनची

धडपड. सतरंजी तोकडी. काहीजण फरशीवरच उघडे पडले; काहीजण सतरंजीवर. रात्री बारा-साडेबारा वाजता अधिकाऱ्यांचा राउंड येऊन गेला. सारे झोपले आहेत का पाहिलं. मी जागाच होतो. दुसरा एक पाय पसरून भिंतीला टेकून बसला होता.

"ये भडव्या, नीज की मुकाट्याने, मादरचोद."

बाहेरून पोलिसाने शिवी हासडली; पण तो हलला नाही. चेहरा त्या अंधूक प्रकाशात दिसत होता. इतका भेसूर, केव्हातरी जळालेला चेहरा. मान, हाताचे पंजे सारे केव्हातरी जळालेले. कातडी हाडांबरोबर चिकटलेली. त्याकडे बघितलं तरी भीती वाटावी असा. डोळे मिटले तरी तोच चेहरा समोर यायला लागला. बोलायची सोय नाही. विचारपूस करायची नाही.

बाहेरून शिव्या. "झोपा ना गपचिप, भडव्यांनो."

सारे तळमळत पडलेले. एकाला तंबाखू खाल्ल्याशिवाय झोप येत नाही. तो तंबाखूसाठी तळमळत असतो. मला वाचल्याशिवाय झोप येत नाही. बाकीचे कैदी डास आणि पिसवांनी फोडून काढलेले असतात. टराटरा खाजवण्याशिवाय हातांना दुसरं कामच नसतं. अंधूक उजेडात डास दिसतही नसतात. सारे घोळक्याने हिंडत असतात. कैदी रोज बदलत असतात. रोज नव्या रक्ताला डास चटावलेले असतात. खरं डासांची चंगळ असते. तो टेकून बसलेला माणूस झोपलेला असतो. त्याला डास चावत नसतील का? हात-पाय न हलवता, न खाजवता बसल्या जागी झोपून गेलाय.

आमच्या कोठडीत रात्री एक वाजता पोलिसांची लगबग दिसू लागली. फोन खणखणू लागले. आणि एक तगडा सहा-साडेसहा फूट उंचीचा पहिलवान वाटावा असा कैदी लोखंडी गजांचं दार उघडून पोलिसांनी आत सोडला. आत अगोदरच पाय ठेवायला जागा नव्हती. हा आत आला. बराच वेळ उभाच होता. मी नीट पाहिला. अंधारातही चेहरा ओळखीचा वाटला. मी चट्कन उठून बसलो.

"अरे तुम्ही? तुम्ही कसे काय आत आलात?" त्याने न्याहाळून पाहिलं.

"साहेब, तुम्ही?"

"या टेका." मी माझ्या जागेत त्यांना बसायला जागा दिली.

हा माणूस मोठा श्रीमंत व्यापारी. वेगवेगळी हत्यारे विकणारा. सरकारी लायसन्स असणारा. याच्या दुकानातून एकाने रायफल विकत घेतली आणि कुणालातरी गोळी झाडून ठार मारलं. ती बंदूक पंचनाम्यात जप्त झाली. ती याच्या दुकानातून घेतली होती. त्यासाठी याला सहआरोपी करून अटक झाली होती. गुन्हेगारापर्यंत पोहोचण्यासाठी याला आत टाकला होता.

"साहेब, तुमचं सारं पेपरांतून वाचलं. दहा-दहा वर्षं या रांडा काय झोपल्या होत्या? का कुणी कुलपं घातली होती? तुम्ही सांगा. देऊ का हत्यार? करायची

का व्यवस्था? अहो, खाटकाला बकरं कापताना यातना होतात काय? नाही ना? तसंच आमचं आहे. तुमचा राजकीय गेम झालाय. तुम्हाला कोणीतरी बळीचा बकरा केलाय. तुमच्यासारख्या माणसावर ही वेळ आली. साहेबलोक हळहळत आहेत. अहो, तुम्हाला पाहत आम्ही लहानाचे मोठे झालो.''

आता याला तंबाखू खायची असते. तो नुसता आवाज देतो. त्याचा पंटर असलेला पोलीस तंबाखू मळून गजातून आत देतो.

''साहेब, काय पाहिजे ते सांगा. बोलावतो.'' त्यालाही ओडोमॉसची ट्यूब आली. त्याने ती अंगावर लावली. ट्यूब परत बाहेर गेली.

''साहेब, जेवलायत ना? तुमच्या केसालाही धक्का लागू शकत नाही. काय पोलीस उपटणार आहेत! काय करणार काय? दहा वर्षांपूर्वीचा पुरावा काय मिळणार? अहो बाईनी अंघोळ केली की पुरावा संपतो. खरा बलात्कारीही सुटतो. तुम्ही तर मोठे साहित्यिक. तुम्हाला बदनाम करायचं राजकारण्यांच कारस्थान आहे. अगदी बलात्कार झालाय असं मानलं तरी रोज होतो त्याला बलात्कार कसं म्हणता येईल? ती तर संमती झाली ना!''

त्याचं बोलणं संपत नव्हतं. तो मनापासून बोलत होता. त्याला 'ये भडव्या, गप्प झोप' असं म्हणायची ताकद एकाही पोलिसात नव्हती. तोच पोलिसांना हुकूम देत होता.

''तुमच्या केसचा वकील चांगला घ्या. काय? वकील महत्त्वाचा!'' त्याने दोन-तीन वकिलांची नावंही घेतली.

''मी घरातला कर्ता पुरुष. मुलगा फार सज्जन, सभ्य, प्राध्यापक. आयुष्यात पोलीस स्टेशनची पायरी चढलेला नाही. कायदा, कोर्ट, कचेरी, पोलीस यांचा कसलाच संबंध नाही. अचानकपणे सारं करावं लागतं आहे. तो, मुलगी, जावई, सून सारेच पगारी नोकर. प्राध्यापक. ते धडपडतायेत. वर्षाताई, शैलाताई दोघीही मदत करीत आहेत.''

''अहो, मी जातोच ना उद्यापासून बाहेर. मला जामीन मिळणारच.''

''अहो, पण तुम्हाला तर खुनात सहआरोपी केलंय ना?''

''ते जाऊ द्या हो. मी आत आहे. माझी माणसं बाहेर काम करीत आहेत. सारी व्यवस्था झालीय. मी उद्या बाहेर जाईन. आजची रात्र फक्त. तुम्हाला किती दिवसांची पी.सी. मिळाली? तपास अधिकारी कोण आहे? मी बोलतो. सारी आपलीच माणसं आहेत. तुमच्या अंगाला कोणी धक्का लावणार नाही. तुम्हाला घरचं जेवण मिळेल. इथं हा नरक मी अनेकदा पाहिलाय. हा आमचा धंदाच आहे ना? सारी यंत्रणा सांभाळावीच लागते, माने साहेब!''

''अहो, पण ती माझ्यासाठी का काम करतील?''

"साहेब, ती माणसंच आहेत. त्यांची नजर सारं समजते. सारी तुम्हाला ओळखतात. तुमचे मोर्चे, भाषण, संस्था सारं लोकांना माहीत आहे. सारे लोक तुम्हाला वाचत मोठे झालेत. पोलीस म्हणजे बिनडोक हे खरं नाही. बाहेर बघा. ती पहाऱ्यावर बसलेली पोरगी काय वाचतेय? ये बाळ, काय वाचतेय गं तू?" ती ताड्कन उठली. गजाजवळ आली, "काका, दमाने बोला. झोपा आता. सरांना झोपू द्या."

"ये तू काय वाचतेय ते सांग."

"'गारंबीचा बापू' आहे."

"नेहमी वाचतेस ना?"

"होय काका." म्हणून ती पहाऱ्यावर जाऊन स्टुलावर बसली.

"पाहा साहेब, या पोरीने 'उपरा' वाचलं नसेल का? तुमच्या ढीगभर पुस्तकांतून एखादं तरी वाचलं असेलच ना? तुम्ही बिलकूल एकटे नाही. उद्या मी बाहेर गेलो की सारी यंत्रणा कशी फिरवतो बघा. भाईसरांनी फक्त माझ्याकडे यायचं दुकानात! मी बोलतो सरांशी. ओळखतो मी त्यांना. मानेसाहेब, तुमचा द्वेष करणारे मूठभर असतील; पण तुमच्यावर प्रेम करणारे ढीगभर असतील. शत्रू असतात, तसे मित्रही असतात."

डोळ्यांवर पेंग होती. दोघंही उलटे-सुलटे झोपलो. ते उंचच्या उंच. पायही आखडता येईनात. मला लागतील. मी मनातल्या मनात खजील झालो. कोण हा हत्यारांचा व्यापारी. मी तोंडओळखीचा असेन ; पण याला माझी सर्व माहिती आहे. गुन्हेगारांना मदत करणारा. वाईट माणूसही यांच्याबद्दल माझ्या मनात आडी, बाहेर जाऊन मदत करील किंवा नाही; पण मनाने तो जे काही होता, ते मी पाहत होतो. अनुभवीत होतो.

दारातून पोलीस हटत नव्हते. सारं घर गुन्हेगार झालं होतं. समाजात प्रतिष्ठित असलेलं घर, समाजबहिष्कृत झालं होतं. होत्याचं नव्हतं झालं होतं. आणि हा सराईत माणूस देवासारखं बोलत होता. साऱ्या पोलिसांना नावाने बोलवत होता. सारे आदबीने समोर उभे राहायचे. आता झोप लागेल असं वाटत होतं. तेवढ्यात एकाला अशी उलटी आली. तो संडासापर्यंत जाऊ शकला नाही. सारे त्या बिनभिंतीच्या, बिनदाराच्या संडासातच उरकायचे ना? त्याने दोघा-तिघांना भिजवले होतं. आता या कुबट वासात, आंबूस वासाची भर पडली. झोप ती काय लागणार? शेटही वैतागले.

"साल्या, कशाला आय घालायला प्यायची असते इतकी? सारं भिजवून टाकलंस ना? चुतमारीच्या, उचल आता सारं."

एकुलती एक सतरंजी तीही ओकारीने भिजली. साऱ्यांनी गप गोळा केली

आणि सारे उघड्या फरशीवर आडवे झालो. शेठनी कूस बदलली. आणि घोरू लागले. मीही डोळे मिटले. बाहेर खडा पहारा चालू होता. ओडोमॉसचा परिणाम संपला होता. पुन्हा डासांनी आपलं काम सुरू केलं. पहाटे केव्हातरी डोळा लागला. सारेच फरशीवर झोपलो होतो.

सकाळी एक-एक उठून उरकू लागला. मोकळ्यावर संडासला बसत होतो, तेव्हा लहान होतो. सारे रांगेने बोलत बोलत हा कार्यक्रम करायचो. आता साऱ्या सवयी बदलल्या होत्या. समोर दोन फूट उंचीची भिंत. तिच्याआड कसं उरकायचं? नळ इतका खाली की पाणी कसं घ्यायचं. ऑपरेशनने माझा उजवा हात फारसं काम करीत नसे. आतापर्यंत ही प्राथमिक गोष्ट संकट कधी वाटली नाही. पायावर बसून उठायचं. स्वत:चं शरीरच संकट झालं. साधे टमरेल ठेवलेले नव्हते. नेहमीचे सराईत होते, त्यांनी उरकले. शेठजी आणि मी दोघंच उरलो. शेठजींनी पोलिसाला हाक मारली, "दार उघड. बादली दे. म्हातारी माणसं कसं उरकणार बे?"

"साहेब, आत काही ठेवता येत नाही. बादली देता येत नाही."

"अरे, परत देतो ना लगेच."

"नाही साहेब. आम्हाला तशा सूचना आहेत."

"तुझ्या आयला. दे म्हणून सांगतो ना?"

"माझ्याकडं किल्ली नाही, साहेब."

आता मात्र शेठजी चिडले.

"ये पत्तीच्या. तोंड खवळू नको. मुकाट्याने दार उघड. बादली दे. आन् तांब्याही दे..."

तो पोलीस झटक्यात सरळ झाला. त्याने दार उघडलं. बादली दिली. तांब्याही दिला. आम्ही दोघांनी उरकलं. आंघोळीला सुट्टी दिली. पेस्ट, ब्रश मिळाला. सारं पोलिसाला परत दिलं. त्याने लगेच दार बंद केलं. तो शेटजींना गयावया करीत म्हणाला,

"साहेब, आम्ही हुकमाचे ताबेदार. आम्हाला कितीही वाटलं तरी कुणालाही मदत करू शकत नाही. आमच्या नोकरीचा प्रश्न असतो."

"अरे, पण मी असताना तू कशाला चिंता करतो! अजून दोन दिवस सर आहेत. ते तुला आणि आपल्या लोकांना काही मागणार नाहीत. त्यांना साऱ्या गोष्टी दे. ते सामान्य माणूस आहेत का? मी बोलतो साहेबांशी, काय? गेला तर हत्ती जातो. नाहीतर शेपूट जात नाही. काय? पोलीस मान हलवीत उभा होता. डाव्या हातावर तंबाखूला चुना लावीत होता. हार झाला*. त्याने शेटजींच्या हातावर

---

* हार झाला : तंबाखूची गोळी

ठेवला. तोंडात टाकीत शेटजी मला म्हणाले, ‘‘सर, किती दिवसांची पी.सी. आहे?’’

‘‘तीन दिवसांची.’’

‘‘आयला, म्हणजे अजून दोन रात्री. तुम्हाला बादली, तांब्या मिळत जाईल. किती तपास अधिकारी आहेत?’’

‘‘माहीत नाही.’’

गजाआडून सूर्याची किरणं बाहेर पडल्याचं दिसत होतं. कोठडीच्या चारी बाजूंना मोटारसायकलींचा खच पडलेला. बेवारस सापडलेल्या. अपघातात सापडलेल्या. चोरीच्या कामात वापरलेल्या. काहीतर नव्या-कोऱ्या. काही भंगार, धुळीने माखलेल्या, वाकड्यातिकड्या उभ्या केलेल्या. भंगार, खच पडलेला नुसता. समोर पाहिलं की हा मोटारसायकलींचा ढीग. त्याला लागून उंचच्या उंच दगडी भक्कम भिंत. समोर व्हरांडा. त्यात पोलिसाला गस्त घालता येईल एवढीच जागा. पोलिसांसाठी संडास, बाथरूम. दार असलेलं. अशा संडासाचा वापर करण्याची आपल्याला सवय. थोड्या वेळात नाष्टा आला. पोहे. कसलीही चव नाही. मीठ नाही. तिखट नाही. माझं अपघातात पोटाचं मोठं ऑपरेशन झालेलं. काय करायचं? शेठजी तोंडाकडे पाहून हसू लागले. ‘‘सर, नको आहे का?’’

‘‘नाही हो. हेही अन्न नव्हतं नशिबाला; पण पोटाचं मोठं ऑपरेशन झालं आहे. कसे दिवस निघणार कळत नाही!’’

गजातून बाहेर नाष्टा-चहा घेऊन भाई उभा असल्याचं दिसत होतं. तो पोलिससमोर गयावया करीत होता. ‘‘न्यायालयात घरचं जेवण घ्यायला परवानगी मागितली आहे. ते पेशंट आहेत;’’ पण पोलीस ऐकत नव्हता. भाईचा चेहरा पाहवत नव्हता. इतका हुशार, प्राध्यापक; पण काय करणार?

‘‘ये त्याला सोडायला सांग रे. नाहीतर डबा-पाण्याची बाटली घे. चहा घे सरांकडून. माणसं ओळखायला शिका, साल्यांनो.’’

दोन मिनिटांत नाष्टा, चहा, कस्टडीत आला. पोलिसानेच आणून दिला. आम्ही दोघांनी नाष्टा केला. चहा घेतला. सारा मोकळा डबा, बाटली परत केली.

‘‘साहेब, जग सरळ माणसांचं नाही. आरेला कारे केलं तर जगता येईल. कायदा काय तो कसाही वाकवता येतो. रोज बंदुका विकणारा माणूस मी. साऱ्यांना ओळखतो. सारी आपली माणसं आहेत. आम्ही सांभाळतो. यांचा कायमच संबंध असतो. आता तपास अधिकारी येतील. मी कोर्टात सारी व्यवस्था केलीय. जामीन होऊन जाईल. मी परत येणार नाही. तुमची सारी व्यवस्था करायला सांगतो.’’

पहाऱ्यावरचे पोलीस शिवीशिवाय बोलत नाहीत. बाई असो किंवा पुरुष. सरळ बोलणंच नाही.

"मानेसाहेब, अहो, ही कोठडी आहे. इथं सज्जन माणसं येत नाहीत. ते तसे वागले नाहीत तर हा पिंजरा तोडून समोरच्या भिंतीवरून उड्या मारून केव्हा पसार होतील सांगता येणार नाही. वाघ, सिंहापेक्षा माणूस डेंजर आहे. म्हणून ही सारी व्यवस्था अशी आहे. या संडासाला भिंती नाहीत. नळ जमिनीला लागून आहे. एकही खिडकी नाही, का भिंतीला खिळा नाही. नखाने भिंती टोकरल्याच दिसतं आहे ना? फरशी बघा. फरशीसुद्धा नखाने टोकरली आहे. काहीही करून निसटून जायचं असतं गुन्हेगारांना. त्यांच्यासाठी ही व्यवस्था आहे. आता समजलं ना? हा काय?" टोकरलेल्या, वरकडे निघालेल्या भिंतीचा अर्थ आता मला समजू लागला होता.

भाईने लांबूनच हात केला. तो नजरेला दिसेनासा झाला. माझा एकुलता एक मुलगा. आतडं तुटत होतं. काय करत असतील ही पोरं? यांना चांगले संस्कार दिले, हे आपलं चुकलं का? डोळ्यांना आपोआप धारा लागल्या. आतडी तुटू लागली. शेठजी फारच अस्वस्थ झाले.

"सर, दामाजीला सडावं लागलं. तुकोबाला बुडावं लागलं. आपण सामान्य माणसं. असं काय करता. हेही दिवस जातील. तुम्ही मन लहान करू नका."

तेवढ्यात बाहेर बुटांचे आवाज वाजू लागले. शेठजींना पोलिसांनी पहिल्यांदा बाहेर काढलं. घेऊन गेले. बाकीचे तिघं होते. तेही गेले. आता उरलो मी आणि तो भेसूर भिंतीला टेकून झोपलेला माणूस. भाजलेला, करपलेला भेसूर चेहरा. पाटीभर वाढलेले केस. मूळचा गोरा असलेला माणूस. तसाच भिंतीला टेकून बसलेला. नाष्ट्याचं ताट तसंच समोर पडलेलं. रात्रीचं अन्नही तसंच.

"क्यूँ भैया? भूख नही लगती क्या?"

"नही साब! मरे हुए आदमी को क्या भूख और क्या प्यास? मै तो मरा हुआ हूँ।" आम्ही बोलू लागलो. मी त्याला बोलतं केलं. कमरेच्या वर सारा जळलेला माणूस.

"असं का झालं भय्या?"

"त्याची लंबी कहाणी आहे, साहेब. थोडक्यात सांगतो. वडील लहानपणी बेपत्ता झाले. माझ्यापेक्षा मोठा भाऊ आहे. त्याचं लग्न झालं आहे. दोन मुलं आहेत. तीही मोठी झालीत. आईने गरिबीत काबाडकष्ट करून आम्हाला वाढवलं. वयात आल्यावर माझंही लग्न झालं. बायको दिसायला चांगली होती. महिन्या-दोन महिन्यांतच भांडू लागली. कोणाशीच पटवून घेईना. कोणीतरी सांड भेटायला यायचा. ती पळून गेली माहेरी. दोन वेळा हातापाया पडून परत आणली. तिने नांदायचंच नाही असं ठरवलं असावं. मीही मारू लागलो. तसं तीही मला मारू लागली. भांडणं विकोपाला जाऊ लागली.

एके दिवशी मी जेवायला घरी आलो होतो. घरात दोघंच होतो. मी तिला जवळ घ्यायचा प्रयत्न केला. तिने मला ढकलून दिलं. मी खाली पडलो. तिने माझ्या नरड्यावर पाय दिला. रॉकेलचा डबा स्वत:च्या अंगावर ओतून घेतला. मी सुटण्याची धडपड करीत होतो. उरलेला डबा माझ्या अंगावर ओतला. माझ्या अंगात शर्ट नव्हता. पॅन्ट होती. काय होतं आहे हे कळण्याच्या आत तिने काडी ओढली आणि स्वतः पेटली. मीही पेटलो. पुढचं काही समजलं नाही. ती मेली. मी असा जगलो. आईने, भावाने जिवाचं रान करून माझा जीव वाचवला; पण मीही मेलो असतो ना तर बरं झालं असतं. आज मला कुणी जवळ करीत नाही. माझ्याशी कुणी बोलत नाही. मेल्यात जमा आहे ना मी?''

''मग इथे कसा आलास?'' मी म्हणालो.

एका ट्रकवर क्लीनर म्हणून आलो होतो. गाडीत काय भरलं आहे मला माहीत नाही. मिळेल तो रोजगार करीत होतो. मध्यप्रदेशातल्या खेडेगावात वाढलेला मी. ड्रायव्हर पैसे देतो म्हणाला, मी आलो. मध्येच पोलिसांनी गाडी अडवली. दोनच पोलीस होते. ते गाडी तपासत होते. तेवढ्यात ड्रायव्हर पळाला. मी तिथेच गप्प उभा होतो. पोलिसांनी मला धरलं. गाडीत कोंबलं, आत आणून टाकलं. आता खूप मारतील. मी काय सांगणार? ड्रायव्हरचं नावसुद्धा मला नीट माहिती नाही. पोलिसांनी भावाचा नंबर घेतलाय.बघू. त्याच्या सवडीने तो काय करील ते. नाहीतर पोलीस का मारून टाकीनात. लांब आलोय मी. इथवर यायला किती पैसा लागेल? भाऊ येऊ शकणार नाही. फार गरीब आहोत आम्ही. जामीनही कुठून देणार? ड्रायव्हर सापडला तर सोडतीलही मला. देवास ठावं. काय होईल?''

माणसाला भीती, अनंत भावना आहेत. दुःख, दुःख आणि दु:ख. जगण्यानेच खरं तर छळलं आहे. हा मरेल तर याची सुटका होईल, ही याची वेदना. कारागृहातल्या भिंती थोड्याच ऐकणार होत्या! माझा सोन्यासारखा परिवार. मुलगा, मुलगी, बायको, सून, जावई, नातवंडं, हजारो मित्र-मैत्रिणी, कार्यकर्ते. मग मी का रडतो आहे? तरी बरं! माझी स्थिती याच्यापेक्षा कितीतरी चांगली होती. मुलगा तासन्तास बाहेर उभा होता. केवळ वडलांना पाहता यावं म्हणून. पोलीस अनेकदा हाकलून लावत असत. तरीही थोड्या वेळाने पुन्हा तो तेथे उभा राही.

तेवढ्यात पोलीस आले. मला ''चला'' म्हणाले. चला, मोकळी हवा मिळेल. माणसांत जाऊ. फुललेले रस्ते पाहू. डासांपासून, पिसवांपासून मुक्ती मिळेल.

''चला.'' पोलिसांबरोबर कोठडीतून बाहेर पडलो. त्यांनी पिंजरा आणलेला नव्हता. हातात हातकड्या घातल्या नव्हत्या. दोरांनी बांधलं नव्हतं. हा बंदी पळून जाणार नाही, असं वाटत असेल. एक पोलीस डाव्या हाताला, दुसरा उजव्या हाताला, पाठीमागे दोन महिला, अशी वरात पोलिसांच्या गाडीपर्यंत चालत असे.

मला मध्ये बसवून गाडी पोलीस स्टेशनकडे निघाली. रस्ते तेच होते. हवा तीच होती. माणसांची वर्दळ तीच होती; पण माझ्यासाठी ती नवी होती.

ताजी हवा. जिवंत माणसं- हसणारी, चालणारी, बोलणारी, हॉर्न वाजवणारी. तीच गर्दी होती. मी एकटाच बहिष्कृत होतो. वाळीत टाकलेला. न केलेल्या गुन्ह्याची शिक्षा भोगत होतो. गाडीने वळण घेतलं. एका बोळातल्या शॉर्टकटने वळणं घेत सातारा तालुका पोलीस स्टेशनसमोर गाडी थांबली. चला उतरा. सारे पोलीस आधी खाली उतरले. मी त्यांच्यामागून उतरलो. त्यांच्यामागे चालू लागलो. पोलीस स्टेशनमध्ये बरीच गर्दी होती. मला तपासी अधिकाऱ्यापुढे उभं केलं. त्याने नाव-गाव सारं विचारून घेतलं. बाजूच्या रूममध्ये बसायला सांगितलं. काहीतरी निमित्त काढून कार्यालयातले लोक माझा कळकट अवतार पाहून चुकचुकत निघून जात. दाढीचे खुंट वाढलेले, अंगातल्या कपड्यांचा वास येत होता. मुलाने आणलेले कपडे माझ्यापर्यंत पोहचवता येत नव्हते. माझा अवतार म्हणजे एखाद्या मवाल्यासारखा दिसत होता.

मी अधिकाऱ्याला विनंती केली. "साहेब, माझाच वास मला येऊ लागलाय. मला वॉश घ्यायला, कपडे बदलायला परवानगी देता का?" मी जरा धाडसानेच विचारलं.

"ठीक आहे. यांना पलीकडच्या स्टाफच्या बाथरूममध्ये घेऊन जा." मुलगा बाहेर उभाच होता. त्याने दाढीचं सामान, साबण, टॉवेल, बदलायला कपडे आणले होते. ते एका शिपायाने पिशवी तपासून घेतले. आम्ही दोघं बाप-लेक डोळ्यांनी, हातांनी बोललो. शिपायाने मला बाथरूममध्ये नेलं.

"साहेब, आम्ही सरकारी माणसं बोलू शकत नाही. तुम्ही या साऱ्या किटाळातनं सुटणार बघा. तुमच्यासारख्या माणसाला असं बगवत न्हाय. मी मागासवर्गीयच आहे. जयभीमवाला. एकी-एकीच्या निरनात हिरव्या मिरचीचा ठेचा घातला पाहिजे बघा. हरामी, हसतखेळत, दाताडं काढत तक्रारी देत होत्या."

"असू दे. हेही दिवस जातील" म्हणत मी दरवाजा बंद केला. तो बाहेर उभा राहिला. मी दाढी, अंघोळ केली. कपडे बदलले, त्या पोलिसाचे, अधिकाऱ्याचे आभार मानले. अधिकाऱ्यासमोर उभा राहिलो.

तो म्हणाला, "एक स्टेटमेन्ट घ्यायचं आहे. ते त्या ठिकाणी जाऊन रेकॉर्ड करा." बरोबरचे पोलीस दुसऱ्या केबिनमध्ये घेऊन गेले. त्यांनी बसायला सांगितलं. मला बरं वाटलं.

"साहेब, आपण अशा स्थितीत? अहो, आम्ही तुमचे धडे शिकलोय; पण आता हे सारं करावंच लागतंय!"

त्यांनी सारी व्यक्तिगत माहिती संगणकावर टाइप केली. संस्थेतली माझी

कामं, जबाबदाऱ्या, जाण्या-येण्याच्या वेळा सारं विचारत गेले. मी त्याची स्पष्ट उत्तरं दिली. माझ्याबाबतीत काही खोटंनाटं, लबाडीचं बोलायचंच नव्हतं. त्यामुळे मी भराभर उत्तरं देत गेलो. ते टाइप करत होते. विचारलेल्या सर्व प्रश्नांची उत्तरं दिली. त्यांनी माझा जबाब मला वाचून बघायला सांगितलं. मी जबाब वाचला. सारं मी सांगितलं तसंच होतं. मला त्याने सही करायला सांगितलं. मी प्रतिज्ञेवर सही केली. काम झालं. बाहेर येऊन बसून राहिलो एका बाकावर.

जाणारे-येणारे बघत होते. ओळखीचे लोक हात करून जात. काही ओळखीचे लोक बघून न बघितल्यासारखं करीत. कुणी धाडसाने बोलायला जवळ आला तर कावळा हाकावा तसं पोलीस त्याला हाकलीत. नुसतं तासन्तास बसून राहायचं. वाचायलाही काही नाही. मग मनातली वादळं सुरू होत. ती थांबवता येत नसत.

काय वाटत असेल प्राध्यापक असलेल्या मुलाला? आपला बाप गुन्हेगार? पोलिसांच्या ताब्यात, तोही बलात्कारांच्या केसेसमध्ये! एक, दोन का तीन? सहा केसेस! एरवी ताठ मानेने चालणारा हा प्राध्यापक. काय वाट्याला आणलं आपण या पोरांच्या? सारी बेइज्जत. अब्रूचा फालुदा कोण मिटवणार? बाईला इज्जत असते. अब्रू असते. मग ती पुरुषाला नसते काय? बाई उद्ध्वस्त होते तर पुरुष उद्ध्वस्त होत नाही काय? त्याचं घरदार, बायको-मुलं यांची अब्रू जात नाही काय? ती उद्ध्वस्त होत नाहीत काय? वर्तमानपत्रं साधी नावं छापत नाहीत बायांची. तोंडाला धडपी बांधून त्या माध्यमांशी बोलतात. पुरुषाचं मात्र सारंच चव्हाट्यावर! माध्यम त्याच्या नावानिशी सारं छापणार. त्याला प्रतिष्ठा नसते काय? मोठ्या संकटातून, कष्टातून घडवलेलं स्वत:चं आयुष्य, करिअर नासून जात नाही काय? त्यातून त्या पुरुषाची मानसिकता काय होत असेल? मुलाबाळांच्या मानसिकतेवर, प्रतिष्ठेवर काय परिणाम होत असतील? बरं, पुढं पुरुष निर्दोष सुटला तरी त्याच गुन्ह्यासाठी बाईला शिक्षा नाही. याला कसला कायदा म्हणायचा? त्या पुरुषाचं नागरिकत्वच तात्पुरतं स्थगित झालेलं असतं. घटनेने दिलेले अधिकार, मानवी अधिकार सारंच नाकारलं गेलेलं असतं.

गुन्हा सिद्ध झाला तर गुन्हेगाराला शिक्षा झाली पाहिजे; पण नुसते आरोप! कोणीही बाई उठून पोलिसांकडे गेली. भले, ती रस्त्यावरची धंदेवाली असेल. तरी पोलिसांनी तिची फिर्याद दाखल करून घ्यायची. बाई म्हणते एवढंच पुरेसं! ती खरं बोलते की खोटं बोलते, याचा कसलाही तपास न करता, चौकशी न करता, एकही पुरावा नसताना, बाई म्हणते म्हणून पुरुषावर गुन्हा दाखल करून त्याला तुरुंगात डांबणे, याला कसला कायदा म्हणायचा? हा तर जंगलाचा कायदा झाला. गुन्हेगाराला धाक वाटण्याऐवजी आज सारे पुरुष असुरक्षित झाले आहेत, त्याचं काय? कोणा बाईच्या मनात काय येईल? ते केव्हा येईल, काय सांगावं? अब्रूची

चाड पुरुषांना नसते आणि ती स्त्रियांना असते असं गृहीत धरणं कितपत योग्य आहे? न्यायाचं आहे? माझ्या डोक्यात नुसता ज्वालामुखी घुसळत असतो; पण एका बाकावर हात बांधून बसण्यापलीकडे काही करू शकत नव्हतो.

"चला, भत्ता आलाय. खाऊन घ्या." पोलीस हवालदार म्हणाला.

आम्ही बाजूच्या खोलीच्या व्हरांड्याच्या आडोशाला पोलिसांनी आणलेली भाजी-भाकरी खाल्ली. घरचं पाणी तरी पिऊ द्या; पण नाही. कोर्टाची परवानगी लागेल. झक मारीत, असेल असं पाणी प्यालो. घरचं जेवण घ्यायला परवानगी नाही. कोर्टाची खास परवानगी घ्यावी लागते. सायंकाळची उन्हं कलून गेली. मी जेवलो आहे, याची खात्री झाल्याने मुलगा घरी गेला; पण घरी कुठे चैन पडतं? तासाभराने पुन्हा झाडाखाली हजर! आपल्या वृद्ध वडिलांना पोलीस मारतील याची त्याला काळजी. त्याने, तो साध्या फडतूस माणसांपुढेही गयावया करताना पाहून माझा मलाच संताप यायचा. कुठून झक मारली आणि संस्था काढली असं होऊन जायचं! मला संपत्तीचा फार हव्यास कधीच नव्हता. गरजा भागतील एवढा पैसा मला मिळत होता. माझं सारं आयुष्य भटक्या विमुक्तांच्या सेवेत गेलं होतं आणि आता साठी ओलांडल्यानंतर हे वाट्याला आलं होतं. आणि तेही माझीच माणसं माझ्या अंगावर सोडून, सूत्रधार गंमत बघत बसले होते.

पोलीस अधिकारी म्हणजे माझे तपास अधिकारी यांच्याकडे दोन केसेसचा तपास होता. या दोन्ही महिला पूर्वअस्पृश्य समाजातील होत्या. त्यांनी माझ्यावर ॲट्रॉसिटीचाही गुन्हा दाखल केला होता.

एक होती पूजाबाई सातारकर आणि दुसरी होती कमळाबाई कोल्हापूरकर. या दोघींचा तपास या अधिकाऱ्याकडे होता. ते बाहेर आले. मोठे रुबाबदार गृहस्थ होते. पोलीस खडाखड सलाम ठोकते झाले.

ड्रायव्हरने गाडी लावली. मला गाडीत बसवलं. "चला" त्यांनी ड्रायव्हरला हुकूम दिला. गाडीत दोन पुरुष, दोन स्त्री कॉन्स्टेबल ; मध्ये मी, पुढे साहेब. आमची गाडी निघाली. साहेबाने ड्रायव्हरला काही सांगितलं. मी दोन्ही पोलिसांमध्ये चेंगरलेलो. दोघांकडे आळीपाळीने पाहिलं. दोघं जरा सरून बसले. मीही थोडा नीट बसलो. कोल्हापूरच्या दिशेने गाडीने वळण घेतलं. मला कळेना, कुठे निघालोय ; पण बोलायची सोय नाही. गाडी शेंद्रे पार करून गेली. मला वाटलं, पेट्रोल पंपावर निघाली असेल. गाडी एका धाब्यावर थांबली. पोलीस भराभर खाली उतरले. मला धाब्यात आतल्या बाजूला नेलं. अधिकाऱ्यांचं माझ्याशी वागणं सौजन्याचं होतं. मी शांत होतो. दोन्ही पोलीस, लेडिज पोलीस बाहेर थांबले. तपासी अधिकाऱ्याने चहा सांगितला...

"माने साहेब, कोठडी कशी वाटली?"

“काय साहेब, ती काही सुखाची आहे का?”

“मग किती दिवस आत राहायचंय?”

“साहेब, तुम्ही ठेवाल तेवढे दिवस.”

“अहो, तुम्ही विचारलेल्या प्रश्नांना सरळ उत्तरं दिली तर कमी दिवस लागतील. तुम्ही उत्तरं दिली नाहीत तर मला अनेक उपाय करावे लागतील.”

“साहेब, जे जे विचाराल, ते ते खरं सांगीन. एकही गोष्ट खोटी सांगणार नाही. मला छक्केपंजे करायची काहीही गरज नाही.”

“हो. खरं आहे ते.”

“पण, मी तसला आरोपी नाही. आपण वाट्टेल ते विचारा, वाटेल तितके वेळा विचारा. मी जे बोलेन, ते कायद्याचा, तुमचा सन्मान करणारंच बोलेन. घटना आमच्यासाठी ईश्वरासमान आहे.”

साहेब छान हसले.

“शिक्षक होता ना तुम्ही? शिवाय लेखक. तुमची पुस्तकं वाचतच आम्ही मोठे झालो. तेव्हा जे विचारीन, ते खरं सांगा. या असल्या बायकांच्या नादाला कशाला लागलात?”

“नाही साहेब, मी कुणाच्या नादाला लागलोच नाही.”

“मग त्या खोटं का बोलतील?”

“मी कसं सांगणार?”

“त्या खोटं का बोलत आहेत? तुम्ही संध्याकाळी किती वाजता जात होतात?”

“मी आश्रमवासी मुलांच्या जेवणाची वेळ सायंकाळी ७ वाजता असते तेव्हा जात होतो. साधारणतः ९ वाजेपर्यंत लहान मुलांची जेवणं होत असत. आणि मी माझ्या करंजे येथील घरी जात असे.”

“म्हणजे मुलांच्या जेवणाचं टायमिंग काय असे?” तपासी अधिकाऱ्याने विचारलं.

“जेवण सुरू करायची वेळ सात वाजता होते. आणि महाविद्यालयातली मुलं १० ते १०.३०पर्यंत जेवण करीत असत. मी त्यावेळपर्यंत थांबत नसे. मी साडेआठ-नऊपर्यंत थांबत असे. लहान मुलांची जेवणं झाली की मी जात असे.” -मी

“मग या बायकांना मध्येच कुठे घेऊन जात होतात?”

“कुठेच नाही.”

“चहाला?”

“तिथे चहाची व्यवस्था नाही.”

"किती मुलं असतात जेवायला?"

"साधारणतः सगळी मिळून ५०० ते ५५०."

"एका वेळी एवढी जेवतात?"

"नाही."

"पहिल्यांदा लहान चौथीपर्यंतची मुलं-मुली, नंतर ५ वी ते ७ वीची मुले-मुली. नंतर ८वी ते १२वीच्या मुली. नंतर ८वी ते १२ वीची मुलं आणि त्यानंतर महाविद्यालयातल्या मुली आणि त्यानंतर महाविद्यालयातली मुलं असा क्रम असतो. मुलांना सगळा क्लास फोरचा स्टाफ जेवायला वाढतो. तिथे रेक्टर स्वतः असतो. मुख्याध्यापक असतो. चार-पाचशे मुलं तिथे रांगा लावून जेवत असतात."

"मग या बायकांवर तुम्ही कोठीत रेप करायचात? त्याचं काय? ते खरं ना?"

"काय साहेब? हा सारा बनाव आहे. हे खोटं आहे. आपणच सांगा. सहा वर्षांच्या मुलामुलींपासून ते महाविद्यालयाच्या मुलामुलींपर्यंत गर्दी तिथे असताना, कोठीसमोर मुलं जेवायला बसली असताना, अशी गोष्ट संमतीने तरी होऊ शकते का? हे सारं कुभांड आहे साहेब."

"अहो मेस, कोठी आणि जीवन बोराट्यांचा बंगला इथे तुम्ही बलात्कार करीत होतात, असं ही कमळाबाई कोल्हापूरकर नावाची बाई म्हणते."

"साहेब, हे साफ खोटं आहे. मेसमध्ये रोज मुलं जेवतात. त्यांची जेवणाची वेळ तीच आहे. लहान मुलांना जरा जरी काही गैर झालं, तरी ते साऱ्या गावभर होतं. भिंती रंगतात. पालकांना कळतं. ही गोष्ट अशी गुपचूप राहूच शकत नाही. जीवन बोराटेंचा बंगला तिथे नाहीच."

"हे जीवन बोराटे कोण लागतात तुमचे?"

"ते माझे जावई आहेत. महाविद्यालयात प्राध्यापक आहेत. ते त्या परिसरात राहत नाहीत, त्यांचा कोणताही बंगला तिथे नाही."

"यातली एकही गोष्ट खोटी निघाली तरी मला कठोर पावलं उचलावी लागतील." साहेबांनी आता उग्र रूप धारण केलं होतं.

"बाई खोटं कशाला बोलेल हो? तिच्या अब्रूचा खेळ ती का मांडील?"

"मला माहीत नाही. तोच तर माझ्यापुढेही प्रश्न आहे."

"अहो संभावित, पण १०-१५ वर्षं बाईचं लैंगिक शोषण करता आणि वर सारी खोटी माहिती पुरवता? चला. जागेवर जाऊ."

साहेब ताड्कन उठले. रागाने डोळे लालबुंद झाले होते. मी मात्र शांत होतो. त्यांना खरं वाटो, ना वाटो; मी सत्यच सांगायचं ठरवलं होतं. एक गोष्ट खोटी बोललं तर शंभर गोष्टी खोट्या बोलाव्या लागतात. सत्याची कास सोडायची नाही, हे मी मनोमन ठरवलं होतं.

"चला, बसा गाडीत."

मी मुकाट्याने बसलो. गाडीत सारी शांतता होती. पोलीस माझं म्हणणं भराभरा कागदावर उतरवीत होता. गाडी शेंद्रे फाट्यावरून जकातवाडी शाळेकडे जाऊ लागली. अर्थातच मे महिना असल्याने मुलांना सुट्ट्या पडल्या होत्या. कर्मचारी फक्त होते. तपास अधिकारी रुबाबात खाली उतरले.

"चला, दाखवा सारं. साऱ्या जागा दाखवा."

"साहेब, मी एका जागी बसून राहतो. मी कोणती जागा दाखवू? मी ती बाई म्हणते अशी कोणतीच जागा दाखवू शकत नाही; कारण मी कोणत्याच जागेवर, कोणत्याच बाईला नेलं नाही."

साहेब, पोलीस गाडीतून खाली उतरले. मी गाडीत बसून राहिलो. दोन पोलीस माझ्यासोबत थांबले. मी सांगितलेली वस्तुस्थिती ते तपासू लागले. मेस पाहिली. कोठी पाहिली. व्हरांडा पाहिला. रेक्टरची बसण्याची जागा. टेबल, कपाट पाहिलं. साऱ्यांची मापं घेतली. वस्तूंचे पंचनामे केले. सारा परिसर पाहिला. मुलांचं वसतिगृह, मुलींचं वसतिगृह सारं पाहून झालं. जीवन बोराटे सरांचा बंगला तिथे नव्हताच. मी सांगितलेली माहिती आणि फिर्यादीने सांगितलेली माहिती सारंच कागदावर आलं.

साहेबांनी सारा परिसर धुंडाळला. पुरावा काही मिळणारच नव्हता. सुमारे दहा वर्षांपूर्वी हा बलात्कार झाला होता, असं फिर्यादी महिला फिर्यादीत सांगत होती. पोलीस हतबल होते. इमारतीची वर्णनं करून पंचनाम्याची पानं भरत होते. पंचनामा संपला. पोलीस गाडीत बसले. सेवकांनी कुठे कुठे, काय काय आहे ते दाखवलं होतं. ते केविलवाण्या नजरांनी पाहत होते. कुणी पदराने डोळे पुशीत होते. तर कुणी 'बरं झालं, भाड्याला आडकिवलंय,' म्हणून एकमेकांना टाळ्याही देत होते! मी सारं टिपत होतो. पोलिसांची गाडी हलली. पुन्हा सातारा तालुका पोलीस स्टेशन, साहेबापुढे मी उभा.

"माने साहेब, बसा. ये चहा सांग रे." चहा आला. साहेबानी कागदावर सह्या घेतल्या. "आमचे हात बांधलेत साहेब कायद्याने, सारे प्रोसेस करावेच लागणार. चला. पोलीस कोठडी." साहेबांनी गाडीतून उतरताना हळूच खांद्यावर हात ठेवला. डोळे बोलत होते. त्यांनी मघाशी दिलेल्या शिव्या मी विसरून गेलो होतो; पण टाळ्या विसरू शकत नव्हतो. त्या कानांत वाजतच होत्या. मला गजाआड बंद करून पोलीस गेले. माझी दुसरी रात्र कोठडीत सुरू झाली. एक वयस्कर बाई पहाऱ्यावर होत्या.

"झाली का चौकशी, साहेब?"

"हो ताई."

"साहेब काय म्हणतात? आम्ही तुम्हाला आज पाहत नाही. गोरगरिबांसाठी

तुम्ही सारं आयुष्य वेचलंत. हजारो लोकांचे मोर्चे काढलेत. आम्ही नुसता बंदोबस्त करीत नाही साहेब. तुम्हासारख्यांची भाषणं कान देऊन ऐकतो. पोलिसाची नजर कधी धोका खात नाही. आम्ही आरोपीला पाहताक्षणीच ओळखतो. तो काय चीज आहे.

मी ९वीला होते तेव्हा 'शाळेत जायचं' हा धडा अभ्यासलाय. ११वीला 'चूल आणि महाल' वाचलाय. तुमच्या धड्यांवर प्रश्न पडायचे. माझं मराठी चांगलं आहे. मी 'उपरा' वाचलं आहे. मी मागासवर्गीय नाही. सीकेपी आहे. तुमची सारी पुस्तकं माझ्याकडे आहेत. माझे मिस्टर तुमचे फॅन आहेत. मी आता ड्यूटीवर आहे. उद्या नसेन. दुसरं कुणीतरी असेल; पण खात्रीनं सांगते कुणीही वाईट वागणार नाही. आम्हीही माणसंच आहोत. साहेब, राजकारण फार घाणेरडं झालं आहे. फार खालच्या थराला गेलंय. सतत राजकीय दबाव प्रशासनावर असतो. आम्ही कायद्याचं पालन करणारे लोक. पुन्हा माझी ड्यूटी लागेल किंवा नाही म्हणून बोलले. साहित्यिक आहात म्हणून बोलले. तुमच्यावरचे आरोपही माहीत आहेत; पण तुम्ही काळजी करू नका. मी आरोपावर काही बोलू शकत नाही. तपासाला सहकार्य करा. तुम्हाला काही होणार नाही.''

मी गजांना टेकून बराच वेळ उभा होतो. पाय अवघडले होते. आता फार वेळ उभं राहता येत नाही. पायांना मुंग्या येऊ लागल्या. एक मानेचं, मणक्याचं ऑपरेशन. त्यानंतरचा जीवघेणा अपघात. त्यात पोटाचं मोठं ऑपरेशन. त्यातून बाहेर पडलो. धर्मांतराची राज्यव्यापी चळवळ उभी केली. लाखो लोकांनी बुद्धांचा रस्ता स्वीकारला. जे हात दारू गाळत होते, चोऱ्या करीत होते, मारामाऱ्या करीत होते, नाहीतर भीक मागत होते, ते हात आता धर्मांतरानंतर भंगार वेचीत होते. शहराकडे निघाले होते. जागा सापडेल तेथे बिऱ्हाडं लावत होते. नाक्यानाक्यावर फुलांचे गुच्छ विकत होते. खेळणी विकत होते. गवंड्याच्या हाताखाली बिगारी म्हणून जात होते. हे हजारो हात बुद्धापुढे जोडले जात होते. मी मनातून खूप समाधानी होतो. हजारो लोकांचे प्रपंच भटकंती सोडून मुख्य प्रवाहात सामील होत होते.

त्याचा सूड उगवण्यासाठी माझ्या मित्रांनी मला बेइज्जत करून बदनाम करण्यासाठी कटकारस्थानं केली होती. या पायावरून त्या पायावर असं माझं चालू होतं. पहाऱ्यावरच्या बाई पाहत होत्या. त्यांनी पाण्याची बाटली-त्यांची स्वत:ची मला दिली. चहाही आला.

मी उभ्यानेच गजात हात घालून ग्लास घेतला. चहा प्यालो. डोळ्यांना धारा लागल्या होत्या. कोण ही बाई. नाव-गाव काही ठावं नाही. कायद्याने बांधलेली; पण या वर्दीतली माणुसकी मी पाहत होतो. एका अर्थाने रिस्क घेऊन तिने चहा

सांगितला होता. दोन अन्य कॉन्स्टेबल पहारा देत होते.

मध्येच आईची खूप आठवण आली. तिच्या फाटक्या पदरातल्या शिळ्यापाक्या भाकरीवर माझा पिंड पोसलेला. बरं झालं वडील गेल्यावर हे घडलं. त्यांना खूप त्रास झाला असता. मधल्या भावाने आईला सोमंथळीला नेली होती. तोवर ती माझ्याकडेच होती. आता तिला माझ्याकडे ठेवणं शक्य नव्हतं. भावाने घरी नेली. सारखी रडत होती. आख्खं कुटुंब उद्ध्वस्त झालं होतं. सगळीकडे मानहानी झाली होती. बदनामी झाली होती.

राज्यात, देशात, जगात, बाजारात चालणारा लेखक, पुस्तकांचा व्यवसाय, साऱ्याचं नुकसान झालं होतं. साऱ्यांनाच खाली मान घालायला लागली होती. बेइज्जत, बेअब्रू, अविश्वास, सारं कुटुंबीयांच्या वाट्याला आलं होतं. खरं तर त्यांचा काय दोष होता? पण एका मोठ्या माणसाचं वाटोळं झालं की द्वेष करणारे तर जळतातच; पण एरवी आपला कसलाही संबंध नसलेले लोकसुद्धा नाकं मुरडतात. यालाच सामाजिक बहिष्कार म्हणत नाहीत काय? वाळीत टाकणं म्हणजे नेमकं काय असतं?

हे काशाचं भांडं होतं. तो जमाना वेगळा होता. बाई काचेचं भांडं राहिली नाही. कायद्याने एवढं संरक्षण दिलं आहे की, तिचं काहीही नुकसान होत नाही. सारे पुरुष अत्यंत अडचणीत आलेत. साधं दोन मिनिटं पाहिलं तरी विनयभंग होतो. पदराकडे कसं पाहणार? सौंदर्य कसं पाहायचं? आणि ते पाहायचं नसेल तर नटापट्टा करायचा तो कशासाठी? शृंगारच बंद करायचा तर मानवी वंशाचं सातत्य कसं राहणार? पुढाकार कोण घेणार? स्त्री की पुरुष? प्रेम कसं होणार? कायदा करणारे गाढवच असतील तर काय? आपण काय कायदे करतो आहोत? त्याचे समाजावर काय परिणाम होणार आहेत! स्त्रियांना सुरक्षित केलंच पाहिजे; पण पुरुष असुरक्षित होता कामा नये ना? डासांनी पाय पार फोडून काढले होते.

माझी गोळ्या घेण्याची वेळ झाली. हातात घड्याळ नव्हतं. मॅडमला विचारलं. आठ वाजले होते. बाहेर ठेवलेल्या गोळ्या, पाणी बिचारीने दिलं. डासांसाठी ओडोमॉस दिलं. औषधं घेतली. आता मांडी घालून बसायचं तर कचरा फार होता. केरसुणी मागून घेतली. सारी धुळीने माखलेली खोली झाडून घेतली. केर बाहेर सारला. मांडी घालून शांत बसलो. तेवढ्यात बुटांचा आवाज आला. कालचे शेटजी आले होते.

"चला माने साहेब, जेवला का नाही?"

"अरे व्वा. तुमचा जामीन झाला."

"अहो सर, तो होणारच होता. सारी व्यवस्था केली होती. आताही तुमचा डबा आणलाय. मस्त बिर्याणी आहे. तुम्ही खाऊन घ्या. गरम आहे. मी बसतो बाहेर

खुर्चीवर यांच्याशी बोलत.''

आता बाकी कैद्यांना सोडून खायची कशी?

बरं वाटत नव्हतं; पण चोरीचा मामला. डबा उघडला. उत्तम क्वालिटीची बिर्याणी होती. ताव मारला. गेल्या कित्येक दिवसांत जेवलो नव्हतो. पोट भरून जेवलो. डबा परत केला.

''अडचण आली तर भाई सरांना भेटायला सांगा. रोज डबा येईल. दुपारी कोर्टात वकिलांना परवानगी काढायला सांगतो. माझा वकील करील. कोठडीत जेवण मिळेल. न्यायालयीन कोठडीत देता येत नाही. आज बरं आहे. दोघंच आहात.'' शेठ हसत हसत निघून गेले.

सारे 'तेरी भी चूप मेरी भी चूप' गप्प राहिले. मी उघड्या फरशीवर हाताची उशी करून झोपलो. ओडोमॉसमुळे कानात गुणगुणण्यापलीकडे डास काही करू शकत नव्हते. मला डोळा लागला.

आठ-साडेआठला पोलिसांची ड्यूटी बदलली.

'ये भडव्याहो, उठा. जेवून घ्या.'' आम्ही दोघंच होतो. जेवलो होतो; पण जेवलोय असं सांगितलं असतं तर आधीच्या पोलिसाची नोकरी गेली असती. गप्प जेवण घेतलं. जेवलो कसंबसं! बाकीचं ठेवून टाकलं. पोलीस जवान पहारा देत होता. तो बोलतही नव्हता. आम्हाला बोलू देत नव्हता.

''गप्प झोपा, भडव्यांनो. नाहीतर गांडीवर लाथा घालीन.'' भलताच कडक होता. बरोबरचा जळलेला माणूस बसूनच झोपला. मी आडवा झालो.

थोड्या वेळात दहा-पंधरा तरुण पोरं, दोन-चार म्हातारे बराकीत कोंबले. बरं झालं डासांच्यात वाटणी झाली. पिसवांना उडायला जागा झाली. आलेले सारे मुतायला उभे राहिले. त्याने साऱ्या कोठडीत मुताचाच वास. सारखी उलटी येतेय का काय, असं मळमळू लागलं. करणार काय? सांगायचं कोणाला?

''अरे, जरा हवा सोडा राव. गुदमरून गेलंय.''

सारी जोशी समाजातली पोरं. ओळखत होती. माझ्या घराजवळ मोठी झोपडपट्टी आहे. त्यात अठरापगड जातीची माणसं राहतात. बौद्ध मातंग मोठ्या प्रमाणात. बाकीचे दोन-दोन घरं. थोड्या अंतरावर जोश्यांची पाचपन्नास घरं. पोरं सारी भंगार वेचणारी. एका भंगारवाल्याच्या दुकानात कामाला. तिकडं ट्रॉलीनं बाबासाहेबांचा पुतळा सजवण्याचं काम चालू असतं. दुपारी १२ची वेळ. काय झालं माहीत नाही; पण दंगल सुरू झाली. बाबासाहेबांच्या पुतळ्याची विटंबना झाली होती. संशय जोश्यांवर होता. म्हणून जोशीवस्ती टारगेट झाली. सारी पोरं-बाया मारल्यावर त्यांच्यावरच ॲट्रॉसिटीचे गुन्हे दाखल झाले.' सारे तावातावाने मला सांगत होते.

''अरे, एकावेळी एकजण बोला! ही सारी, तुमची म्हारं होती?''

"आंबेडकर काय यांच्या एकट्याच्या बापाचा हाय का? आमचा बाप नाही का? आम्ही तरी कुणाला बाप म्हणू.. जयंतीला वर्गण्या देतू. सगळ्यात आसतू. मग आम्ही आसलं घाण काम कशाला करू?"

दुसरा म्हणाला, "असं आम्ही तर दुकानात कामावर होतो. तरी आमची नावं घेतलीत."

मी समजावीत होतो.

"सायेब, ती आपल्याला जवळ करीत नाहीत. मग पोरापोरांची कलागत राहती. मग अशा येळंला समदं निघतं. खरं गुन्हेगार दारू पिवून पडलं असत्याल. साहेब, दुसरं कुणी आसं दिवसा करीत नसतं. त्यांच्यातल्याच कुणीतरी केलं असंल. दारुडी मैदाली हायेत. त्याला काय घोटभर मिळाली की काय समजायचं त्याला. आय कळत न्हाय, तिथं बाबासाहेब काय कळायचा? आता आमच्या मागं पोलिसांचं लाटनं लागलं. कशाचा रोजगार? उपाशीतापाशी मरावं लागंल बायापोरास्नी!"

"आरं, पण जावलीकरांकडे का नाही गेलात?" मी थोडा रागाने म्हणालो. माझं उमसनं थांबलं होतं केव्हाच. नाकाला सवय झाली.

"आम्ही न्हाय जात. तुम्ही बुद्ध झाला, तवा मग तुम्ही त्यांचीच बाजू घ्याल म्हणताना नाय गेलू. आता जोश्यांचीच संघटना करायचं म्हणतुया."

"आता मी काय बोलणार? दात आपले, ओठही आपले."

"ये रांडच्यांनो, जेवणारं कितीजण हाय?"

"समदेच जेवणार हाय. कामावरनं तसंच आलुया."

"ठीक हाय." म्हणून हवालदार गेला. थोड्या वेळात जेवण आलं, पाण्यासारखी एक आमटी अन् भात.

"चपात्या नाहीतच की सायेब!"

"ठेवल्यात तुमच्या बापानं. खावा मुकाट्यानं."

सारी आमटी-भातावर तुटून पडली. ताटं बी संडासातच धुवायची. त्याच थाळीनं पाणी प्यायचं. अन् ताटली गजातनं बाहेर सरकवायची. माणसं आली की घान आलीच. घान टाकायला जागा येकच. सारी गू-घान व्यवस्था. एकामेकांच्या अंगावर तंगड्या टाकून सारी झोपली. मला झोप येत नव्हती. जळका माणूस आल्यापासून त्याच जागेवर भिंतीला टेकून बसला होता. टुळूटुळू बघायचा म्हणून तो जिवंत आहे म्हणायचं! माणसं यायची-जायची. त्याला कोणताच फरक पडत नव्हता. गरजेपुरताच उठायचा. रात्र तशीच काढली. बसून झोप लागली असेल तेवढीच. चार-दोन डुलके निघाले असतील. झोपेचं पार खोबरं झालं होतं. डोकं ठणकत होतं. शशीची फार आठवण येत होती. तिने निदान काहीतरी दिलं असतं. डोकं चेपलं असतं. तिची आठवण झाली नि डोकं आपोआप दुखायचं थांबलं.

सकाळी सारी पोरं उठली. ''रामराम साहेब. रात्री काय काय बोललो माहीत न्हाय. तुमच्यावर मोठं बालंट आलंया. गरीब माणसाच्या आयला घोडा लावत्यात बगा.''

एक म्हातारा म्हणाला, ''सायेब, तुम्ही आमदार होते तवा जागा दिल्या. ह्या पोरास्नी माहिती नाही. ही नवी पवीशी*, ह्यानला काय माहिती? आरं गल्लूंनो.. ह्यो लय मोठा माणूस हाय. ह्याच्यावर बाया घातल्यात भाड्यांनी! ही काय मर्दानं काढल्यात काय? त्याच्या आयला भंगीच लागला आसल पाहिजी.''

''मारुतराव, कशाला शिव्या देताय?'' मी म्हणालो.

''सायेब, दुसरं काय करू?काय येतंय आम्हाला? काय समजतंय? फुकाचं त्वांड, शिव्या देतो. आयझवे किडं पडून मरत्याल बगा. साहेब, जिंदगी गेली भविष्य सांगत. तुमच्या केसाला धक्का लागणार न्हाय. सहीसलामत सुटाल. हजारांत पोरं शिकविलीसा आमची. आमची सारी पुण्याई हाय बगा तुमासंग! ह्या येडझव्या रांडांस्नी काय कळतंय. गांडभर पैका दिला आसंन वैऱ्याने. तुमी बिनघोर ऱ्हावा. आमास्नी जामीन व्हईल. तुमी सुटूनशानी या. सत्कार ठिवणार हाय.''

''मारुतराव, आलेल्या संकटातून सुटा.''

''सुटणार की सायेब, आम्ही काय केलंच न्हाय. आंबेडकरबाबा तुमीच आमाला सांगीतलाव.''

''आता निळे झेंडे लावा वस्तीत, म्हंजी गैरसमज व्हायचा न्हाय.''

''तुम्ही कशाला काळजी करता साहेब? तुमची काळजी घ्या. गोरगरिबांचे आशीर्वाद हायेत तुमच्या मागे.''

आमचं बोलणं चालू होतं. कोठडीचं दार उघडलं.

''ये चला दंगलवाले, निघा चला.''

''साहेब, काळजी घ्या.'' मारुतराव डोळे पुशीत होते.

''ये म्हाताऱ्या. चल. चल म्होरं.''

मी उठून गजाला धरून उभा होतो. त्यांना नजरेआड होईस्तोवर बगीत होतो. डोळ्यांना लागलेल्या धारा थांबत नव्हत्या. तीस-पस्तीस वर्षांचा काळ. तेव्हा या झोपड्यात जन्माला आलेली पोरं तिशीत आली होती. आता भीक मागायला कुणी जात नव्हती. भंगाराच्या दुकानात कष्ट करत होती. नंदीबैल विकून टाकले होते. उरात एका बाजूला दुःख होतं. दुसरीकडं ऊर अभिमानानं भरला होता.

सगळे गेले. पुन्हा दोघंच उरलो. मी पोट मोकळे करावं म्हणून गेलो; पण शक्यच झालं नाही. नळ इतका खाली होता की हाताने पाणीच घेता येणार नव्हतं.

---

* पवीशी : पिढी

पुढे आलेल्या पोटाने इतकं वाकता येत नाही. गुडघ्यात आणि कमरेत वाकता येत नव्हतं. त्यानं दोन पायांवर बसता येत नव्हतं. डॉक्टरांनी कमोड वापरायला सांगितलाय. इथं काय कपाळ करणार? इथल्या घाणेरड्या जागेत शक्य नव्हतं. मी फक्त दात घासून घेतले. नाष्ट्याची वेळ झाली होती. भाई बाहेर उभा होता; पण तो पहाऱ्यावरला फौजी त्याला गेटमध्येही उभा राहू देईना. हातात डबा घेऊन तो गयावया करीत होता. फौजीने त्याची गच्ची पकडली. हात उगारून मारणार, तेवढ्यात तो म्हणाला,

"साहेब, कशासाठी असं करताय?"

मी गजाच्या आडून ऐकत होतो. फौजीनी त्याला ढकलत ढकलत, शिव्या देत हाकलून काढलं आणि तेवढ्यात माझ्या तपासी अधिकाऱ्याची गाडी आली. कुलूप निघालं. भाईशी अधिकारी बोलले. ते डबा घेऊन पोलीस स्टेशनला आले. तिथे पहिल्यांदा मी सारं उरकलं. नाष्टा केला आणि भाई परत गेला. मी बसून राहिलो. शेजारच्या खोलीत. आज तिसरा दिवस. पुन्हा न्यायालयापुढे उभं केलं. आमच्या वकिलाने आमची बाजू मांडली. सरकारी वकिलाने मान्यता दिली आणि एका केसमधला माझा रिमांड संपला. म्हणजे तपास संपला.

मला सात दिवसांची न्यायालयीन कोठडी मिळाली. पुन्हा गाडीत बसलो. तालुका पोलीस स्टेशनला आलो. भाईने आणलेलं जेवण जेवलो. चोरासारखं लपून पोलिसांना दिसणार नाही असं. मुलाला काळजी मी तुरुंगात होतो याची नव्हती. माझी ऑपरेशनं झाली होती. जेवणाची पथ्यं होती. जेवणाचं कसं होणार? आत पाण्याची बाटलीही पाठवता येत नाही. पाण्याचं कसं करणार? मी त्याला जवळ बोलावलं. त्याला सांगितलं, "तू काळजी करू नको. संकटात आम्ही पोलादासारखे बनतो. पोटाला काही होणार नाही. मी हागणदारीत जेवलो आहे. आणि काही झालं तर शासन आहे. जबाबदारी पोलिसांची आहे." साऱ्या पोलिसांनी, ऑफिसमधल्या कर्मचाऱ्यांनी उठून नमस्कार केला. तीन दिवसांत जगण्याचा अर्थ समजला होता.

कसल्या कोठड्या? याने माणूस सुधारेल की बिघडेल? असो. तपासी अधिकाऱ्यांनी पोलिसांना सूचना दिल्या. गाडीत बसवून मला पोलीस न्यायालयीन कोठडीत घेऊन गेले.

सातारा शहर पोलीस स्टेशनच्या दारात भरभक्कम पोलादी कमानीचा दरवाजा. टोलेजंग दार. तेवढीच प्रचंड दगडी भिंत. दाराला पिवळा रंग दिलेला. खाली उतरवलं. पोलीस सांकेतिक भाषेत बोलला. मधला वाकून जाण्याचा दरवाजा उघडला. मॅनव्होल. त्यातून आत गेलो. दोन्ही बाजूला ढेलज पोलिसांचा हत्यारी पहारा, भयंकर गंभीर. उजव्या बाजूला पोलिसांचं ऑफिस. यापूर्वी वीस-पंचवीस वेळा तुरुंगात आलो होतो, तो राजकीय कार्यकर्ता म्हणून. आता आलो होतो आरोपी

म्हणून, आता पोलीस काही सलामी ठोकणार नव्हता. पुन्हा रजिस्टर, सह्या, हाताच्या बोटांचे ठसे, पायांच्या बोटाचे ठसे, मला लहानपण आठवलं. तेव्हा फलटणच्या जेलमध्ये जिलेबी चोरली म्हणून पोलिसांनी असेच ठसे घेतले होते. ५०-५५ वर्षांनी पुन्हा पोलीस, आरोपी म्हणून हाता-पायांचे ठसे घेत होते.

मी पूर्वीच्या गुन्हेगार जमातीतला आदिवासी. सन १८५७च्या बंडामध्ये आदिवासी संस्थानिकांनी ब्रिटिशांना सळो की पळो करून सोडलं होतं, बायका-पोरं घावेल त्या साधनांनी इंग्रज अधिकाऱ्यांना ठार करीत होती. जंगलांमुळे इंग्रजांना या जमातींचा पराभव करता येत नव्हता. या सर्व जमातीतले लोक आदिवासी पाड्यांवरचे राजे होते. सन १८६०ला शस्त्रास्त्रबंदीचा कायदा झाला. त्यामुळे देशभरातल्या आदिवासींची बंडं थंड झाली. राणीचा जाहीरनामा आला. अनेक संस्थानिकांशी इंग्रजांनी जमवून घेतलं; मात्र आदिवासी या लढाईमध्ये न थकता इंग्रजांविरुद्ध लढत होते. म्हणून इंग्रजांनी सन १८७१ साली गुन्हेगार जमातींचा कायदा केला. आणि माणूस जसा जन्माने अस्पृश्य असतो, तसा माणूस जन्माने गुन्हेगार असतो असा अमानुष कायदा केला आणि आदिवासींमध्ये फूट पाडून बाया-पोरांसह या गुन्हेगार जमाती कायद्यानुसार पकडून त्यांना दुसऱ्या इलाख्यामध्ये घेऊन जाऊ लागले. बायका-पोरांशीही माझ्या जमातीतले लोक तामिळनाडूतून महाराष्ट्राच्या सोलापूर आणि अशा ५२ सेटलमेन्टमध्ये आणून टाकले. तीन तारांच्या कम्पाउंडमध्ये म्हणजे ओपन जेलमध्ये या साऱ्या गुन्हेगार जमातींना डांबण्यात आलं.

पारधी, राजस्थानातले आदिवासी, कंजारभाट, पंजाब - काश्मिरातले आदिवासी, आंध्रातले आदिवासी, वडार, टकारी, रामोशी हे तेलंगणातले अशा चौदा जमातींचे लोक तीन तारांच्या कम्पाउंडमध्ये डांबले गेले. महाराष्ट्रातील मांग ही जातही दक्षिणेतली, तिलाही गुन्हेगार ठरवून हा सन १८७१चा कायदा लागू केला. ८० वर्षं माझे पूर्वज या गुन्हेगार जमातींच्या तीन तारांच्या कम्पाउंडमध्ये गुलाम म्हणून जगत होते.

भाटघरचं धरण (दोन्ही कॅनॉल) या गुलामांना वेठबिगारीला लावून इंग्रजांनी खांदून घेतलं होते. या धरणाचं पाणी ज्यांच्या पाटापाटामध्ये खेळत होतं, ते आम्हाला केव्हाच विसरून गेले होते. संविधानामुळे, डॉ. बाबासाहेब आंबेडकरांच्यामुळे हा गुलामीचा कलंक पुसला होता.

याअगोदर फार मोठा जीवघेणा अपघात झाला होता. मी नागपूरला बौद्ध धम्म दीक्षा घेतली होती. त्यानंतर महिन्याभरातच अपघात झाला होता. आता हा वाचणार नाही, असंच सगळ्यांना वाटलं होतं. १४ दिवस व्हेंटिलेटरवर होतो. मी जगेन यावर कोणाचा विश्वास नव्हता. माझ्या गोरगरीब बांधवांच्या दुवा कामाला आल्या. माझ्या धम्मबांधवांच्या दुवा माझं रक्षण करीत होत्या. मी मरणाला शिवून सहीसलामत

परत आलो होतो. माझा पुनर्जन्म झाला होता. माझे कुटुंबीय, नातेवाईक, चळवळीतले मित्र, संघटनेतले सारे पेढे वाटीत होते, तर विरोधक मी मेलो नाही म्हणून तळतळ करीत होते. मी बौद्ध होतो. पोलिसांकडे गेलो नाही. तक्रारी करीत बसलो नाही. पुन्हा वेगाने धम्मयात्रा सुरू केली आणि मोठ्या जोमाने गाडीत आडवा होऊन पाय सुजेपर्यंत धम्मप्रचार केला.

मला अंघोळही करता येत नव्हती. हाताने तांब्या उचलता येत नव्हता. २००५ला माझं मानेचं ऑपरेशन झालं होतं. उजवा हात जवळजवळ निकामी झाला होता. माझे मित्र डॉ. अनिल अवचट आणि सुप्रसिद्ध न्यूरो सर्जन डॉ. अशोक भणगे यांनी मला मरणाच्या दारातून बाहेर काढलं होतं.

त्यानंतर न डगमगता २००६ला नागपूर इथे निवडक ४२ जमातींतल्या दोनशे कार्यकर्त्यांना घेऊन स्वत: दीक्षा घेतली. धम्मयात्रेत दोन वेळा गाडीची चारी चाके निकामी करण्यात आली होती. ही गोष्ट शशीने शरदरावांना फोन करून सांगितली. मी आणि तीच माझ्या गाडीत होतो. बाकी कार्यकर्ते मागच्या गाडीत होते. मी शशीला कुठेही वाच्यता करू नको, असं सांगितलं असताना तिने शरदराव पवारांना फोन करून सांगितलं. त्यांचा मला फोन आला. ''पोलीस संरक्षण का घेत नाही? मी व्यवस्था करतो.''

मी त्यांना नम्रपणे सांगितलं, ''साहेब, मी बुद्धाच्या, बाबासाहेबांच्या वाटेने चाललो आहे. मला पोलिसांच्या संरक्षणाची काय गरज आहे?''

''तुम्ही कधी ऐकता का कुणाचं? मी सांगतो, व्यवस्था करतो. सिव्हिलमधले पोलीस असतील. काही अडचण आली तरी फोन करा. मी मुख्यमंत्र्यांशी बोलतो. सारी व्यवस्था होईल. तुम्ही काळजी घ्या.'' फोन माझ्या उत्तराची वाट न पाहता बंद झाला. साऱ्यांनी संयम पाळला. रात्री-अपरात्रीही गाडीला पहारा लागला.

२७ मे, २००७ला महालक्ष्मी रेसकोर्स मैदानावर बाबासाहेबांच्या धम्म दीक्षेला पन्नास वर्षं पूर्ण झाली होती. आमच्या गुरूने केलेली प्रतिज्ञा त्यांच्या अकाली जाण्याने अपुरी राहिली होती. ती त्यांच्या शिष्यांनी पन्नास वर्षांनी पुरी केली. पाच लाख भटक्या विमुक्तांनी धम्मदीक्षा ग्रहण केली. त्यातल्या तीन लाख लोकांना नगर येथे शरदराव पवार यांच्या हस्ते प्रमाणपत्रं वाटली. मुंबई कोकण विभागातली प्रमाणपत्रं द्यायची राहिली. धम्मदीक्षा समारंभाला शंभर एकरांचा रेसकोर्स ओसंडून वाहत होता. माझ्या आयुष्यातली ही सर्वांत मोठी सभा. लाखो भीमसैनिक पदरमोड करून दीक्षासमारंभाला हजर होते. बाबासाहेब असते तर त्यांनी मला नक्कीच उराशी कवटाळलं असतं.

त्यानंतरही गाडीची चारी चाकं निकामी म्हणजे नटबोल्ट ढिली करून अपघात घडवायचा प्रयत्न झाला. गाडी पुणे येथील बार्टीसमोरील पुलावर होती. मी,

ड्रायव्हर आणि माझा मुलगा भाई. जहांगीर हॉस्पिटलकडे निघालो होतो. गाडीच्या पाठीमागच्या काचेवर निळं अशोकचक्र होतं. एका तरुण भीमसैनिकाने पाहिलं. गाडीची चाकं हलू लागली आहेत. त्याने तत्काळ मोटरसायकल आडवी मारली. आमची गाडी उभी राहिली. त्याने आत पाहिलं. मला पाहताच तो रडू लागला.

"काय झालं ते तरी सांग."

तो म्हणाला, "पहिल्यांदा तुम्ही खाली उतरा."

भाई, मी खाली उतरलो. पाहतो तर चारी चाकांचे नट ढिले झाले. अजून थोडा वेळ गाडी चालली असती तर पुन्हा मृत्यू अटळ होता. त्या तरुण मित्राने पुन्हा जीव वाचवला. गाडीची चाकं तशीच ठेवून गाडी इनोव्हा शोरूमला नेली. त्यांनी तपासली. "माणसाने काढल्याशिवाय तर हे सहजासहजी निघत नाहीत. हा घातपात आहे. तुम्ही पोलिसांत तक्रार करा." तो म्हणाला. मी शांतपणे त्याला "नाही" असं सांगितलं. त्याचे आभार मानले. माझं काम मी पुन्हा सुरू केलं. मी काही केल्या थांबत नाही आणि मरतही नाही. तीन वेळा झाल्या. मी बाबासाहेबांचं, तथागतांचं स्मरण केलं आणि विसरून गेलो.

सारं डोळ्यांसमोरून सरकत होतं. कैद्यांच्या लाइनीतही पुढे सरकत होतो. सारी अंगझडती झाली. आता हातात काहीच उरलं नाही. पाण्याची बाटली भाईने दिली होती. तीही पोलिसांनी काढून घेतली. मनावर मोठी दहशत होती. काय काय वाढून ठेवलंय भविष्यात! सारा अंधार होता.

पोलीस म्हणाले, "चला वरच्या मजल्यावर." तिथे एक बाई, दोन-तीन पोलीस अधिकारी बसलेले. थोडासा आडोसा तयार केलेला. आता सगळे कपडे काढायचे. अगोदर अंडरपॅन्टवर बसवलं. कुठे तीळ आहे. डाग आहे. शरीरावर काय-काय खुणा आहेत. अंगझडती झाली. कपाळावरचा घाम पुशीत पायऱ्या उतरून खाली आलो.

दगडी कट्ट्यावर बसलो. बाकीचे कैदी नंबरप्रमाणे जात होते. माझा नंबर आल्यावर मी जाणार होतो. पोटात काही नव्हतं. कमालीचा थकवा आला होता. डोकं मातीचं असतं तर फुटून गेलं असतं. माथा असा फुटायला व्हायचा. विचार, विचार आणि विचार, एकच गर्दी. व्हॉट्स ॲपसारखी. सारे जागा रिकामी व्हायचीच वेळ पाहत असावेत! एक गेला की दुसरा उसळून वर येत असे. सारं चाळीस वर्षांचं सार्वजनिक जीवन खायला उठत असे..

किती दिवस आत ठेवणार? आत काय वाढून ठेवलं असेल? मोठमोठ्यानं आक्रोश करावा असं वाटत होतं; पण तेही स्वातंत्र्य नव्हतं.

"ये भडव्या ऊठ की!"पोलिसाने शिवी हासडली.

हातात एक पिशवी तंगुसची. त्यात एक शर्ट, एक पॅन्ट, एक पायजमा, एक

टी शर्ट, टूथपेस्ट, ब्रश, साबण एवढंच ठेवलेलं, शशीने दिलेले ड्रायफ्रुट्सही, बिस्कीटचा पुडा, सारं पोलिसांनी काढून घेतलं होतं. पाण्याची बाटलीही काढून घेतली.

"चल, राहा रांगेत उभा."

मी गुमान आदेश पाळत होतो. कैद्यांच्या रांगेत उभा राहिलो. तेवढ्यात एक जाड्याल्या लेडिज कॉन्स्टेबल जवळ आल्या. त्यांनी त्या शिव्या देणाऱ्या पोलिसाला खडसावलं,

"काय शिव्या देतोयस? तू ९वीतला 'साळंत जायचं' हा धडा शिकलायस ना? त्याचे लेखक आहेत हे लक्ष्मण माने साहेब. नशिबानं त्यांना इथं आणलंय. निदान शिव्या तरी देऊ नको."

आता तो शिवराळ पोलीस जवळ आला.

"सारं वाचलंय सर. इथं सारे हरामखोरच येत्यात."

"अरे, शिवी देऊ नको म्हटलं ना?" बाई संतापल्या.

"अहो मॅडम, मी त्यांना आता कुठं शिवी दिलीय. आन् तसंबी शिवी तोंडातच बसलीय. च्या आयला ही शिवी काय तोंडातनं जात न्हाई."

मी बिनइस्त्रीच्या चुरगाळलेल्या शर्टासारखा चुरगळून फेकून दिलेला होतो. ऐकत होतो. मला काहीच म्हणता येत नव्हतं. माझ्या तोंडाला कुलूप होतं. साऱ्या राज्याला रोज जगण्याची वाट दाखवणाराच कायद्याच्या जंगलात अडकलो होतो. मी कधी कुणाच्याही बापाला घाबरलो नाही. मला कुणी कितीही मोठा असला तरी त्याची क्षिती नव्हती. भीती नव्हती. भिण्यासारखं, लाज वाटावी असं माझ्याहातून काहीच घडलं नव्हतं; पण आता माझं कोण ऐकणार होतं? मी जड पायांनी, जड अंतकरणाने रांगेत पुढे सरकत होतो. जेलच्या अजस्त्र भिंती, अजस्त्र दरवाजे, पोलिसांचा दरारा. या कारागृहाच्या भिंती आजवर अनेकदा पाहिल्या होत्या.

पण, अपयशाला तर कुणीच धनी नसतो. दुरून गंमत पाहणारे सारे. पोलिसांना मी सभांमधून किती शिव्या दिल्या असतील. कित्येकांना निलंबित करायला लावलं असेल. कित्येकांच्या नोकऱ्या गेल्या असतील. अशी मोठमोठी आंदोलनं केली असतील. पोलीस, पोलीस स्टेशन, खाकीवाले आणि आम्ही खादीवाले. सतत संघर्ष सुरूच असायचा; पण त्यातले सारेच नसतात दगड. त्यालाही पाझर फुटतो.

या दोघांनी मला गजाच्या दारातून आत नेलं. तिथे तिसरा पोलीस अर्थातच याचे कपडे वेगळे. खाकीच; पण वेगळे. त्याने पिशवी तपासली. झडती झाली असल्यानं त्याने 'चला' असा आदेश दिला. मी त्याच्या मागे मागे चालत एका छोटेखानी इमारतीसमोर उभा राहिलो. बाकीचे कैदी हजेरी लावत होते. मीही रांगेत उभा राहिलो. हजेरी झाली. माझा कैदी नंबर मला मिळाला.

मला एका मोठ्या हॉलमध्ये पाठवलं. गजाचा दरवाजा. सहा-सात फुटांपर्यंत

भिंती, वर गजांची जाळी. आत पाय टाकायला जागा नव्हती. जेमतेम ७० - ८० लोक बसू शकतील असा हॉल. प्रत्यक्षात दोनतीनशे पुरुषांची गर्दी, एकमेकांच्या उरावर बसल्यासारखे. पोलिसाने त्यातूनही वाट काढीत मला हॉलमधल्या स्टेजवर नेलं. तिथे एक पाटील नावाचा सीनिअर कैदी होता. त्याच्याकडे सोपवलं.

''पाटील, साहेब फार मोठे आहेत. त्यांच्यावर वाईट दिवस आणलेत. तुम्हा सर्वांना वडलांसारखे आहेत. त्यांना त्रास देऊ नका. सांभाळून घ्या. काय? समजलं का?''

पोलीस गर्दीतून वाट काढीत बराकीतून बाहेर गेला. दार बाहेरून बंद झालं. या पोलिसाचे मी मनोमन आभार मानले. एका शांत कोपऱ्यात पाटलाने मला जागा करून दिली. भिंतीला खिळेही मारता येत नसत. गजाला पिशव्या अडकवायच्या. एक आडवी काठी गजाला बांधलेली. त्या काठीला सगळ्यांनी गठुळी अडकवावीत, तशी कापडं अडकवलेली. इतका कालवा. माझ्या कानांना जरी सवय असली तरी बराच वेळ मी शांत बसलो होतो. सारी तरुण पोरं. हळू - हळू शांत झाली. मी कपडे बदलले. हळूहळू पाटलाकडे पोरांची कुजबुज सुरू झाली.

ती जवळ सरकली. ''सर, आम्ही सारे तुम्हाला ओळखतो. तुमी गॅदरिंगला आला होता. कुणी म्हणे तुमचा धडा वाचलाय. कुणी म्हणे 'उपरा' वाचलंय. अडाणी असतील त्यांना तुम्ही माहीत न्हाय. बाकी सगळ्यांना माहीत आहे. पेपरातनं सारं आम्हाला वाचायला मिळालंय.''

आणखीन एकजण म्हणाला, ''सर ३७६वाले पन्नास-साठ जण आपल्या बराकीत आसतील आन् सगळ्या जेलमधी शंभरच्या पुढं असतील.''

''सर, जेवून आलायसा काय?'' पाटील म्हणाला. मी ''नाही'' म्हणालो.

''ह्याच्या आयचा.... ह्यांच्या. भाड्यांनी जेवायच्या येळंला आनायचा ना. आता काय करायचं रं! सर काय उपाशी झोपणार का?''

त्याचा दुसरा साथीदार म्हणाला, ''पाटील, सकाळचं सकाळी बगू. काढा पिशवी.''

पाटलानं पिशवी काढली. त्यातली चपात्यांची चळत काढली. म्हणजे कुत्र्यानं खाल्ल्या असत्या तरी त्याच्या पोटात तिडीक उठली असती; पण आता ती मला सोन्याच्या घासासारखी वाटली! त्याने चपात्या लपवून ठेवलेल्या. त्यात लसनाची आणि हिरव्या मिरच्यांची चटणी, त्यात कैरी घातलेली. 'येळंला केळं आन् वनवासाला सीताफळ.' पोटाचं अपघातात झालेलं ऑपरेशन, भीती दाखवत होतं; पण पोटातली आग तर विझवली पाहिजे. मी पोटभरून जेवलो. बऱ्याच वर्षांनी हिरव्या मिरच्यांची चटणी आणि चपाती खाल्ली.

- आता पाणी कुठं पिणार? दोन-अडीचशे माणसं एकमेकाला खेटून, जागा म्हणजे पाय टाकायला जागा नाही. एका कोपऱ्यात पाण्याची मोठी टाकी. गुडघाभर उंचीची. हौद म्हणूया त्याला, एकच कॉक. त्याला पाणी चोवीस तास. ताटलीनेच

पाणी प्यायचं. खूप दिवसांनी ताटलीला तोंड लावून पाणी प्यालो. सारं लहानपण डोळ्यांपुढून सरकून गेलं. हात पुशीत जागेवर आलो.

पाटलानं तोवर माझी वळकटी आपल्या शेजारी अंथरली होती. त्याच्या नेहमीच्या भिडूला त्यानं दुसरीकडे सरकवलं होतं. त्या कोपऱ्यात सीनिअर कैदी. वर्षा-दोन वर्षांचे. कुणी सहा महिन्यांचे. त्यांना त्या हॉलमध्येच निभावून नेण्याची सवय असते. तोवर सारी शांत झोपली होती. मीही अंग टाकलं. पालथं, उताणं झोपणं शक्य नव्हतं. एका अंगावर झोपायचं. कूस बदलतानाही दुसऱ्याला पाय लागणार नाही याची काळजी घ्यायची. अशा गर्दीत झोप लागत नव्हती. पाटीलही घोरू लागला. मी मात्र तळमळत होतो.

आता हळूच माझे दोन्ही पक्षी बाहेर आले. 'काय कसं काय? बरं वाटतयं ना?'

"बरं कसलं लेका! नरकातल्या किड्यांसारखं वळवळत राहायचं. याहून मेलो असतो तर काय वाईट झालं असतं."

"थांब, थांब. अरे! एकदम मरायला जाऊ नको."

"अजून खूप झाडाझडती व्हायची आहे. एवढ्यात कशाला मरतो?"

"अरे, मग काय करू?"

"अरे, या कैद्यांनी दिली ना तुला चपाती काढून? भागवली ना भूक? स्वत:साठी आणलं होतं जेवण त्यांनी. दिलं ना त्यांनी तुला? धीर धर. विश्वास ठेव. माणसं अजून मेली नाहीत रे सारीच. थोडं थोडं का असेना माणूसपण आहे ना!'

"तुला आठवतंय? पोलीस कस्टडीत असताना पहाऱ्यावरच्या हवालदारांनी, पोरींनी आपल्या डब्यातली पोळी-भाजी जाळीतनं कशी सरकवली. भाजी-पोळी आणणाऱ्या बाईला एका मुलीने गोड बोलून भाजी-पोळी चांगली आणायला सांगितलं. त्याचा वेगळा चार्ज मी देते असं म्हणाली. किती हळवा झाला होतास. दुःखातही सुख असतंच रे."

"तुला आठवतंय? त्या मुलीला दिवस गेलेले. पोटावरून दिसत होतं. तिच्यातली आई-बहीण जागी झाली असेल. तिला मी 'नको' म्हणत असताना तिने एका शब्दाने मला बोलू दिलं नाही. उलट सगळ्यांनी मला आपल्या डब्यातली पोळी-भाजी खाऊ घातली. या पोलिसांच्यातला माणूस तुला दिसत नाही? ते तुला ओळखत होते. ते कुठले कोण! तू त्यांना कुणालाच ओळखत नव्हतास. सुखात तर सारेच असतात रे. दुःखितांच्या मुखी घास घालणारा खरा माणूस असतो."

"काय? नाही. तसं नाही. या साऱ्यांच्याबद्दल मनामध्ये प्रचंड कृतज्ञता भाव आहे रे. वाईट याचं वाटतं बिनभिकारांच्या* हजारो मुलांना मी सांभाळतो. त्यांचं

---

* बिनभिकारी: अठरापगड जातीची भिकारी माणसं.

संगोपन करतो. त्या माझ्यावर अशी वेळ यावी? ही सगळ्यात जास्त वेदनादायक गोष्ट आहे. काय करायचं इस्टेटीला? पोटातली भूक माणसाला राक्षस बनवते. अरे वेड्या माणसा, हौसेने इथे कोणी येत नाही. तुझ्यासारखेच सारे दुःखी, हैराण जीव मेटाकुटीला येऊन खेटले आहेत इथे.''

आता लघवीला उठायची सोयच नव्हती. पाण्याच्या टाकीजवळच संडासं होती दोन. दारातच. दारं उघडी. दोन माणसांमध्ये एक-दोन फुटांची भिंत. समोरासमोर बसायचं. लाज गुंडाळून ठेवायची. तीनशे माणसं. दोन संडास. त्यानं ते संडास रात्रंदिवस चालू. संडासच्या दारात पाण्याची टाकी. त्यात ओली फरशी. त्यातही माणसं झोपलेली. म्हातारी माणसं, आजारी माणसं या घाणीत, ओलीत झोपलेली. तरुण पोरं त्यांना जागा देत नव्हती.

मी तसाच गर्दीतनं वाट काढीत बाथरूमपर्यंत गेलो. तिथे चार-पाच जण उभे. प्रत्येकाने दुसरीकडे तोंड फिरवून, एक गेला की दुसऱ्याने घुसायचं. मीही तसाच घुसलो. बाहेर आलो. माणसं ओलांडीत ओलांडीत जागेवर आलो. औषधं घेतली आणि झोपलो. औषधामुळे पक्षी आपोआप पिंजऱ्यात गेले. केव्हातरी झोप लागली. माझ्या अंगावर एका बाजूस एकजण आन् दुसऱ्या बाजूनं दुसरा. झोपेत अंगावर पाय. दोन्हीकडे बोजा. अंगावरले पाय काढले तरी पुन्हा तेच! मी केव्हा झोपलो कोण जाणे!

सकाळी भल्या पहाटे तीन वाजल्यापासून कैद्यांचा कालवा सुरू. भांडणं सुरू. मी नंबर लावलाय. दुसरा म्हणे मी लावलाय. या दोघांच्या भांडणात तिसराच आत घुसायचा. मग दोघं मिळून तिसऱ्याशी भांडायचे. अर्थातच हे भांडण संडासला जाण्याच्या नंबरासाठी असायचं. तोंडही तिथेच धुवायचं. अंघोळ करायची नाही. नाहीतर पाणी साऱ्या हॉलमध्ये. सकाळी सातला सगळ्यांचं उरकावं लागे. मला या ठिकाणी संडासला बसणंच शक्य नव्हतं. मला पायावर बसता येत नाही.

पाटील सर्वांत आधी उठून, उरकून येऊन झोपला होता. सकाळी मी बसूनच होतो. पाटलाला हळू आवाजात अडचण सांगितली. तो म्हणाला, "सायबाला इचारू? तिकडं पलीकडं पोलिसांसाठी संडास आहे. तिकडं जाऊ.''

"ठीक आहे.'' मी म्हणालो.

आधीचे तीन दिवस पोलीस स्टेशनमध्ये अधिकाऱ्यांसाठी असलेल्या संडासचा वापर करीत होतो. आता पुन्हा कस्टडीतल्या संडासासारखेच हे संडास. सकाळी आठ वाजता बंदी उठली. पाटलाने पोलिसांना सांगून माझी व्यवस्था केली. मी मोठ्या कष्टाने पायावर बसून सारं उरकलं. निसर्गाने दिलेले शरीरविधी थांबणार तरी कसे?

सकाळी सूर्यप्रकाशात समोरचं दत्ताचं देऊळ, देवळातली घंटा. कैद्यांनी श्रद्धेने उभं केलेलं मंदिर. समोरचा लिंबाचा पार. सारे रांगेने उभे राहिले. प्रत्येकाच्या मगात चहा ओतला गेला. मला पाटलाने चहा आणून दिला. चहा घेतला. जरा फ्रेश वाटू लागलं. सारी माणसं माझ्याकडे बघून आपसात कुजबुजत होती. हे ते माजी आमदार लक्ष्मण माने. कोणी लेखक म्हणे तर कुणी शरद पवारांचे मित्र म्हणे.

"साहेब, तुम्ही पवार साहेबांचे इतके लाडके. मग हे झालंच कसं?"

मी कसंनुसं तोंड करून काहीतरी सांगत असे.

"तसं न्हाई. तुम्ही आत म्हंजी साहेबच की आत. सारा जिल्हा तुम्हाला वळकतो. आन् सायेब, ९ मेला तुमच्या हितं दिवसभर असत्यात. तीस-पस्तीस वर्षं झाली. हे कवा चुकत न्हाय, साऱ्या साताऱ्याला म्हाईत हाय. मंग त्यांनी कायच केलं न्हाई?"

साऱ्या लोकांमध्ये माझीच चर्चा होती. साऱ्यांच्या नजरेत माझ्याबद्दल प्रेम, सहानुभूती दिसत होती. सारे मला आदराने वागवत होते.

"साहेब, ३७६वाले तुम्हाला भेटायचं म्हणत्यात. कोंडवाड्यात मेंढरं कोंडावीत तसं कोंडलेलं. आता साडेअकरापर्यंत अंघोळ, नाष्टा यासाठी बंदी उठत असे. बंदी उठली की कैदी अतिशय आनंदित होत असत. सकाळी पिवळ्या रंगाचे चवहीन पोहे सर्वांनी ओळीने घेतले. कैदीच करीत असत स्वयंपाक. काय नावं ठेवणार? मग अंघोळ. एक फूट उंचीचा हौद. त्याला नळातलं पाणी सोडलेल. जेवणासाठी वापरायचा. मग लहान. तर बादली नसल्याने अंघोळ करायची कशी? त्यात मला बसता येत नव्हतं. तसंच दोन-तीन दिवस हळूहळू अंगावर पाणी घेत होतो. चारी बाजूने पोलिसांचा पहारा. ठरलेल्या जागेतच वावरायचं. त्याच्या पलीकडे कुणालाही प्रवेश नसायचा.

डेरेदार आंब्याची झाडं. चिंचेची झाडं. मोठाले वृक्ष. शेजारी भाजीपाल्याची शेती. भिंतीकडे कुणी जायचं नाही. ही माणसं सांभाळणं खरोखरच अवघड होतं. पोलिसांना टांगा मारण्यात पटाईत. तर पोलीस यांच्या क्लृप्त्या जाणून. असा साप-मुंगसाचा खेळ.

मला अंघोळीला त्रास होतोय हे लक्षात आलं की कुणीतरी सुरू करी मगाने अंगावर पाणी टाकणं. मग चार-पाच जण भराभर पाणी ओतून मला धुऊन काढीत. कपडे धुणं आलं. ते धुवायचे, वाळायला घालायचे. बारा वाजेपर्यंत मोकळीक असायची. साडेअकरा वाजता जेवण आलं की वाढून घ्यायचं. ताटली आणि मग. बास्स. सगळ्या कामांसाठी एकच उभा जरमलचा मग आणि जरमलची ताटली. सारं निभावत असे. मध्ये थोडा वेळ मिळे.

पण, कोणीही तू आत का आला आहेस, याची चुकूनही चर्चा करीत नसत.

सांगितलं तर अगदी जुजबी. कोणाला खोलात जाऊन विचारलेलं चालत नसे. कोणी चोरी केलेली. कोणी रस्ते लुटलेले. कुणी खून केलेले, कुणी खुनाचा प्रयत्न केलेले. कुणी स्वतःच्याच घरातल्यांना खलास केलेले. कुणी सख्ख्या आईलाच मारून टाकलेले. कुणी जुगारात घावलेला. कुणी मारामारीत घावलेला. सारेच संशयित आरोपी.

एकजण बोंबलत होता. ''चार पोरी आन् दोन छक्के छापल्यात भादराण. ऐ आयनिजव्या, कशाला बोंबलतयास. लय बोंडी उड्या मारतीया भाड्या.'' पाटील मोठ्यानं त्याच्या अंगावर ओरडला.

चारी बाजूला पोलीस. फक्त आरोपी. गुन्हे कोर्टात चालू. काहींचे पेंडिंग, त्यामुळे कुणीच मोकळेपणाने बोलत नसे. सारेच नवीन. त्यातले सीनिअर एकमेकाला ओळखत असत. काही काहीतरी उचापती करून परत इथेच येत.

ते तेवढे सराईतासारखे बोलत. बाकी सारे हाताची घडी घालून किंवा गुडघ्यात मान खुपसून चिंताक्रांत. साऱ्यांचे चेहरे रापलेले. काळवंडून गेलेले. खरंच, दुःख काय असतं हे आत आल्याशिवाय समजत नाही. दुःख आणि वेदनांचा कल्लोळ प्रत्येक चेहरा सांगत असतो. मी नवीन, त्याने वाळीत टाकल्यासारखा. दोन-चार दिवसांत सारे चेहरे नजरेसमोर राहू लागले. मग परिचय सुरू झाला. मी कोण, तू कोण, कुठून आलास, कोणत्या कलमाखाली आला, याची जुजबी माहिती मिळवायची. जसे दिवस जातील, तसे ओळख वाढू लागली.

जेवण आलं. साऱ्यांनी जेवणं वाढून घेतली. वाळायला घातलेले कपडे गोळा करायचे. जेवण घ्यायचं. बरोबर बाराला टोल पडला की हॉलचं गेट बंद होत असे. टोल वाजला की, 'बंदी झाली'चा पुकारा व्हायचा. सारे असेल तसे पळत हॉलमध्ये सुटायचे. बाहेर राहिला की पोलिसी खाक्या दाखवला जायचा. त्याने पाचच मिनिटांत सारी मेंढरं कोंडली जायची.

मग जेवण. सारे गटागटाने जेवायचे. प्रत्येक गटातला माणूस त्याच गटात बसे. पाटलासारखी सीनिअर पोरं स्वयंपाकाला जात. येताना चपात्यांच्या घड्या म्हणजे गटाला पुरतील अशा, नीट भाजलेल्या, न करपवता, पाटील स्वतः निवडून, घड्या घालून शर्टाच्या आत पोटांत खोचून आणत असे. टोमॅटो, कांदा सारं भटारखान्यातून कोणालाही पत्ता लागणार नाही अशा रीतीने आणत असे.

आंब्याच्या कैऱ्या कैदी पाडत. पोलीस बोंबलत; पण ही कारवानी आंब्याच्या कैऱ्या गजातनं आत फेकीत. हॉल बंद झाला की पोलीसही येत नसे. अर्थातच हे सारं त्यांना माहीत असे; पण पाहून न पाहिल्यासारखं करीत. सापडलाच कुणी तर त्याला फक्त ताकीद देऊन सोडून देत. त्याने हे ओपन सीक्रेट असावं. आमटी, भाजी, भात आणि चपाती.

जेवण झालं की कॅरमचा डाव जो तो खेळू पहायचा. मग त्यासाठी हुज्जत. जो शिव्यांचा भडिमार व्हायचा, तो लिहिताही येणार नाही आणि सांगताही येणार नाही. असल्या शिव्या. मग अश्लील कॉमेन्ट. सारे पुरुषच. त्याने बायकांचा नुसता फालुदा. शिवीशिवाय पान हलत नसायचं. नवीन कैदी अवाक् असायचे. मग हळूहळू सारं शांत व्हायचं. बहुसंख्य लोक झोपून जायचे. "ये बिंदाड्या, पाय काढ की लेका अंगावरला. काय बायकुम्होरं हायस का काय!"

मी भाईकडून रवींद्रनाथ टागोरांचं सारं साहित्य मागवून घेतलं होतं. ते वाचत बसे. दिवसा मला झोप येत नाही. माझं सारंच रूटीन वेगळं असं. जेव्हा सारे झोपलेले असत, तेव्हा मी जागा असे आणि सगळ्यांची सकाळ दिवस उगवण्यापूर्वी सुरू व्हायची. मी मात्र सूर्यवंशी. इथं सारंच नियमांनी बांधलेलं. त्यांच्या चौकटीत आपण बसायचं.

कुणी कॅरमवर अशा सोंगट्या मारीत आणि मोठमोठ्याने ओरडत; पण कुणी काही बोलू शकत नव्हतं. सारे घोरत असत. एखादा म्हातारा, रोगी तेवढे डुलक्या काढत असत. म्हाताऱ्यांना चिडवत, "तुणतुण्याची तार तुटली. म्हातारबाबाची बुल्ली उठली. बुल्ली उठली."

मी खिडकीतल्या गजांना टेकून वाचत असे. असे मोठाले ग्रंथ वाचणारा माणूस ही या सर्व कैद्यांना नवलाई वाटे. ते जवळ येत. काय वाचतोय पाहत आणि जात. एक पोरसवदा पोरगा. माझ्याजवळ खेटून बसला.

"साहेब, मी तुम्हाला ओळखतो. तुम्ही जयंतीच्या कार्यक्रमाला आले होते आमच्या गावाला. मला फार वाईट वाटतंय तुम्हाला इथे बघून."

"अरे बाळा, पण तू कशाला आलायस इथं?" मी म्हणालो.

"साहेब, ३७६ खालीच की!"

"अरे, काय सांगतोस? अजून मिसरूडही फुटलं नाही आणि बलात्कार?"

"तसं नाही साहेब, माझी गर्लफ्रेंड हाय ना. ती आन् मी लग्नच करणार होतो. लय प्रेम हाय तिजं माझ्यावर."

"मग गुन्हा कशाला दाखल केलाय तिनं?"

"आवं सायेब, मी चार वर्षांपास्नं तिच्यासंगं हाय."

"आरं, पण तुझं वय किती आता?"

"२० वर्षांचा हाय मी. आन् ती सोळा वर्षांची."

"आन् इतक्या लवकर मैदाळी मजल मारलीस की लेका!"

"व्हय साहेब. आम्ही मरू तेबी एकत्रच, आसं ठरविलो होतो."

"मग काय झालं?"

"आवं, तिजी जात येगळी. माझी येगळी. मी आपल्यापैकी. ती सोनाराची.

तिच्या आजीनं बगितला आमाला स्लॅबवर तिच्या घराच्या. आन् एकच कालवा केला. मी पळून गेलो. आजीने मागनं गुन्हा दाखल करायला लावला. आन् मी येऊन पडलो.''

''मग आता कसं?''

''सायेब, जसं व्हईल तसं.''

''म्हंजी कसं?''

''तिनं मला मेसेज दिलाय ना. ती वाट बगतीय! माझी २१, आन् तिजी आठरा झाली की सुटताव बगा. ह्यांच्या आईला उभ्यानं झवताव. हिला तर झवताव, पण आईलाबी झवताव. नाहीतर बापाचं नावच सांगीत नसतो मी!''

''किती मुलं आहेत रे ३७६वाली?''

''लय मैंदाळी.''

''म्हंजे किती?''

''आसतील की पन्नासीक.''

''खरं सांगतोस?''

''व्हय साहेब; पण हीतं उघड बोलत नाहीत. हवालदार रहातेत ना? आता बगा साहेब, तो ३०२वाला हायना त्याच्या पल्याड झोपलाय ना, त्या मादरच्योतानं खरंच बलात्कार केलाय. ह्यो घावला. बाकी दोन पळालीत. सगळ्यांनी मिळून, हात-पाय बांधून... बगा; पण ही एकच भानगड खरी हाय.''

''आत तुझ्या वयाची किती असतील?''

''आता बगा आसतील की तीस-पस्तीस. साऱ्यांच्या लवस्टोऱ्या होतेत. आदी लव होताया. मग म्होरं तीच चटावतीया. तिलाच दम निगत न्हाय. मग पोरांचं तर काय? कायम तयारच असतंय.''

''अरे, मग बलात्कार कसा होतो?''

''ओ सायेब, तुमी माझ्या बापासारखं हाय बगा. आवं, मी सांगतो. बलात्कार होतच नाही. गडी कितीबी नेटाक असू द्या. बाईनं ठरविलं तर बापयाचा बाप आला तरी ती मांड्या सोडीत नसती, ती जागाच तशा जागंला हाय. तिच्या परवानगीशिवाय तिथं पोहोचताच येत न्हाय.''

''आरं, पण बळजबरी करता येते की!''

''येते ना साहेब! पण एकट्याला न्हाय. आन् तिला डांबल्याशिवाय न्हाय. हात-पाय बांधलं तरच जबरदस्ती व्हतीया. सायेब, तुम्हाला सांगतू, सुईत दोरा ववताना सुई जर सारखी हालत आसली तर दोरा कसा ववणार सांगा की! दोरा ववणारा कितीबी ताकतीचा आसूंद्या की, हलत्या सुईत दोराच ववायला येत नाही. हां, तिने सारं सोडूनच दिलं, संमती दिली, तरच दोरा ववता येतो!''

"लेका, तुझ्या वयाच्या मानानं तू भलतीच माहिती घेतलीयेस की!"

"आवं साहेब, हितं ना समदी कलमं सहा महिन्यांत पाठ व्हतेत. सारे आलेले बोलत्यात ना कैदी. हळूहळू हेच एकमेकाला सांगत असत्यात; पण कुणी जवळ नसलं तर. कोणी चाडी केली तर काय. चाडी झाली ना की बस बोंबलत. पोलीस लवकर भाईरच काढीत नाहीत. लय काम लावत्यात. म्हणून कोण बोलत न्हाय.

"पण साहेब, तुमच्यासारख्याचा गेम कसा झाला? हे पोलिटिक्सवाले लय नालायक ऱ्हातेत बगा. आता चार दिवसांपूर्वीचंच बगा. एका आमदाराच्या भावावर ३७६ झाली. त्याला अटक झाली. त्योबी हितं आत आला होता. जामिनावर बाहीर गेला. त्याचा जामीन झाला. त्याजं त्या बाईसंगं झेंगाट होतं. तिला त्यानं फ्लॅट घेऊन दिला होता. त्याज्यासंगं ही रांड चार वर्षं निजत व्हती. आन् एका दिशी तिनं ह्याला राहता फ्लॅट नावावर करून मागितला. आमदाराचा भाऊ भडकला. त्यानं दिल्या चार मुस्काडीत ठिवून. आता ठिवलीलीच रांड होती. बायकोसारखी राहत होती. नि तो जातच होता. नेहमीसारखा गेला. निरोध लावला. चढला. आन् बगा, येड्या झवण्यानं निरोध वापरल्याला काम झाल्यावर तिज्याकडं टाकायला दिला. तिनं बाजूला ठेवला. ह्यो मोकळा व्होऊन पळाला. ह्या रांडनं त्यो निरोध आपल्या... जांघा भरविल्या आन् गेली पोलीस स्टेशनला. गुन्हा दाखल झाला. तातडीने मेडिकल झाली. आन् हे झवनं आडाकलंय की! ह्याला अटक झाली. जेलात टाकला. आमदार आसलेल्या भावानं आपली काशी करीत बाईशी बोलणं केलं. फ्लॅट नावानं केला. मोठी रक्कम दिली. तोवर पेपरांनी, टी.व्ही. चॅनलवाल्यांनी चांगलीच धुलवड केली. त्यांची तोंडं बंद करायला मोठे मोठे तोबरे लावले; पण बदनामी व्हायची थांबली का?"

"आरे, पण ते मोठे लोक आहेत. खपून जातंय."

"तेच म्हणतोय वो सायेब मी! त्यांची गर्लफ्रेंड आसती आन् आमची भानगड. पैका पायजी बगा. तुमच्या आदी सुटून जातोय का न्हाय?"

तेवढ्यात बेल झाली. बंदी उठली. आता पाच वाजेपर्यंत मेंढरं अंगणात पळाली. भराभरा वळकट्या वळवल्या. पांघरुनाच्या घड्या घातल्या आणि थेट मग घेऊन बाहेर पळाले. कॅन्टीनवाल्यांकडे बिस्किटाचे पुडे असतात. आठवड्यातून एकदा कॅन्टीन येतं. त्यात खाण्याच्या वस्तू असतात. तंबाखूच्या पुड्या असतात. फरसाण असतंय. त्यासाठी कैद्यांच्या नातेवाइकांनी पोलिसाकडे रक्कम अनामत ठेवलेली असते. त्यातूनच ते बिस्किटाचे पुडे, फरसाण घेतात. आणि दुपारच्या चहाबरोबर खातात. तो एकच विरंगुळा. मी आता पुस्तक घेऊन बाहेर येऊन लिंबाच्या झाडाखाली पारावर बसलो. पुस्तक मिटलं आणि चहाची वाट पाहत बसलो. तेवढ्यात राउंड आला. सारे कैदी तत्काळ रांगेत उभे राहिले. आपआपल्या

नंबरप्रमाणे गिनती झाली. ३०२वाल्यांची फक्त वेगळी रांग. त्यांच्या अंगावर कैद्यांचे कपडे. बाकी सारे साध्या कपड्यामध्ये.

जेलर मोठ्या ऐटीत, थाटात लेफ्ट-राइट करीत छडी काखेत धरून रुबाबदारपणे चालत होते. त्यांच्यापुढे दोन सीनिअर पोलीस. पाठीमागे चार-पाच पोलीस परेड करीत राउंड मारीत. हजेरी झाली. राउंड गेला. पुन्हा सारे खेळू लागले. व्हॉलिबॉल, नीट आखलेलं ग्राउंड. सारे सराईत हात सफाईने खेळत होते. कुणी बोलत बसले होते. मी पुस्तक आतमध्ये ठेवून टाकलं. परत येऊन पारावर बसलो. तेवढ्यात चहा आला. सारे कैदी पळत रांग लावून उभे. मी रांगेत उभा राहणार, तोच पाटील आला. माझा मग घेतला. गर्दी ती गर्दी.

"ये सरा मागे. सायबांना पहिल्यांदा चहा."

सारे मागे सरले. माझ्या मगात एक वाडगा चहा ओतला. पाटलाने मग भरून चहा आणला. मला इतका नको होता.

"न्हाय. न्हाय सर. आजचा दिवस. उद्या तुम्ही सांगाल तेवढा, काय? ये बिस्कीट द्या."

मी नको नको म्हणत असताना प्रत्येकाने दोन-दोन बिस्किटं दिली. प्रेमाने. मी खरंतर फेकून दिलेला, चुरगळलेल्या कागदासारखा झालेलो. मनाला बरं वाटत होतं. ज्यांना समाजाने नाकारलं होतं, बहिष्कृत केलं होतं; जे अजून कायद्याने गुन्हेगार ठरायचे होते, अशा लोकांनी मला प्रेमाने दिलेली ती बिस्किटं माझ्यासाठी फार अनमोल होती. मीही जवळ बसलेल्यांना वाटली. चार मीपण खाल्ली. फार बरं वाटलं. महत्त्वाचं म्हणजे ते आता माझ्याशी बोलू लागले होते, याचाही मला आनंद होता. गेला महिनाभर मी एकांतवासाची शिक्षा भोगत होतो.

बंदीची वेळ झाली. सारे तत्काळ आत पळालो. जेवणाची ताटं हातात घेऊन पळायचं. बंद म्हणजे बंद. मला पाण्याची बाटली हवी होती. मी आतल्या हौदाचं पाणी पिऊच शकत नव्हतो. एका हवालदाराला विनंती केली. त्याने मला गजातून पाण्याची बाटली दिली. मी त्याचे आभार मानले. पोटाने शिळंपाकं सारं पचवलेलं होतं. खरकटंमरकटं खाऊनच तर लहानाचा मोठा झालो होतो. अजूनतरी पोटाने दगा दिला नव्हता. खरं तर अपघातात वितभर पोट फाडलेलं होतं. डॉक्टरांचे मनोमन आभार मानत जेवत होतो.

पाटलाने आज वांगं भाजून आणलं होतं. त्यात मीठ कालवून खायचं. हे आमचं भरीत. इतकं चांगलं करीत असे तो. तो मला कधी ३०२चा गुन्हेगार वाटलाच नाही. एकदा विचारलंच त्याला. तो म्हणाला, "गॅरेजमध्ये कामाला होतो. बरं चाललं होतं. गिऱ्हाइकाशी भांडण झालं आणि तो उडून लोखंडी रॉडवर पडला. आता त्याच्या बायकोचा तळतळाट भोगतोय. मी काही त्याला पाडायचं म्हणून

मारलं नव्हतं. ढकलाढकलीत तो रॉडवर पडला. जागेवर गेला. मी शांतपणे पोलिसांच्या ताब्यात गेलो. आता घरी म्हातारी आई आहे. दोन-तीन एकर बागायती जमीन आहे. कराडात सारं नीट चाललं होतं. घडीचा राग. काय करायचं? निघेल वाट. आई खटपट करीत असते. तारखेला इस्त्रीचे कपडे घालून, कोल्हापुरी चप्पला घालूनच जाणार. तरणाताठा पोरगा सडत पडला होता. जामीन मिळत नव्हता. वकील फीशिवाय उभा राहत नव्हता. जमीन इकून टाकते असं ती म्हणते; पण मी तिला तसं करू देत नाही. चला साहेब, झोपूया. नशीब ज्याचं-त्याचं, तरी नशिबाचा खेळ समदा. चला झोपा.'' म्हणून पाच मिनिटांत तो घोरू लागला. मीही सावकाशीनं तळमळत केव्हातरी झोपलो.

सकाळी बंदी उठली आणि मी आवराआवरी करीत होतो. तेवढ्यात माझ्या नावाचा पुकारा झाला. सकाळी १० वाजता तयार राहायचं आहे. मी तयार होऊन बसलो. बाहेर जाण्यासाठी जीव किती आसुसलेला असतो सांगू! मोकळी हवा. मोकळी माणसं. तपासी अधिकाऱ्यासोबत दिवसभर राहता येत असे. रात्री पुन्हा रिमांड असल्यास पोलीस कोठडीत डांबत असत.

पण, आता तिथलं भय मोडलं होतं. लॉकअपमध्ये टाकलं की फार वाईट वाटे; पण दिवसभर भोगलेलं खोटं-खोटं स्वातंत्र्य महत्त्वाचं होतं. मुख्य म्हणजे बाहेर जेवता येत असे. बावनपत्तीची भाजी, वरणासारखं पिठलं आणि चपाती अशी, की काय सांगू!

सातारा तालुका पी.आय. यांच्याकडे तीन गुन्हे तपासाला होते. एक गुन्हा नवीन जॉइन झालेल्या आय.पी.एस. अधिकाऱ्याकडे आणि दोन गुन्हे वरिष्ठ पोलीस अधिकाऱ्याकडे होते. त्यात एक महिला अधिकारी होत्या. सारे तपास स्वतंत्र चालणार होते. म्हणजे किमान १८ ते २० दिवस मला अंधार कोठडीत पिसवा, डासांसोबत काढायचे होते. जसे तपास होतील, तसे आपण एका एका केसकडे जाऊ. त्यातली एक केस संपली होती ती कमळाबाईंची. त्यातली दुसरी केस होती पूजाबाईंची. पूजाबाईंच्या केससाठी मला आता बाहेर काढलं होतं. आता दुसऱ्या गुन्ह्यासाठी तपास अधिकारी मला घेऊन जाणार होते. पुन्हा चंबूगबाळं घेऊन पोलिसाबरोबर गेटला आलो. तिथे कैद्यांची अदलाबदल झाली. माझा जेलच्या ताब्यातून ताबा सातारा तालुका पोलिसांकडे गेला. तर कैद्यांच्या भाषेत 'ताबा आला' असं म्हणत असत.

तिथून सातारा तालुका पोलीस स्टेशन. तिथे बराच वेळ बाकावर बसलो. तिथून सिव्हिल हॉस्पिटलला मेडिकल झाली. गाडीत बसलो. दोन्ही बाजूला दोन पोलीस. पी.आय. पुढच्या सीटवर आणि लेडिज पोलीस पाठीमागच्या सीटवर. आमची वरात तपासी अधिकाऱ्याने पुण्याकडे वळवली. आता पूजाबाई या फिर्यादीची

केस तपासली जाणार होती. साऱ्या सहाच्या सहा फिर्यादी सारख्याच होत्या. नावांचा-जागांचा तपशील वेगळा. बाकी सारा तपशील कॉपी-पेस्ट केल्यासारखा. मला गंमत म्हणून गाडीतच माझ्या विरोधी असलेला एफ.आय.आर. साहेबांनी वाचायला दिला. त्या अगोदर मला तो दिला होता. मी सही करून घेतला होता; पण वाचण्याची इच्छाच झाली नव्हती. तो तसाच वकिलांच्या हाती दिला होता. आता मी थोडा मनाने तयार झालो होतो. संकटाला पाय लावून पळता येत नव्हतं. संकटाचा सामना करायचाच होता.

गाडीत सारी शांतता होती. माझे दोन्ही पक्षी हळूच बाहेर पडले.

'चला, आलिया भोगासी असावे सादर. तू कुणी शहाणा आहेस असं कोणी म्हणणार नाही. तू वेड्यासारखा तुपाची वाटी घेऊन कुत्र्याच्या मागे पळत होतास नामदेवासारखा. बाबासाहेब, बाबासाहेब करीत ज्या गरिबांच्या पाठी तू पळत होतास, ते सारे गरीब गेले कुठे रे? कोण राहिलं उभं? बाबासाहेबांनी दिलेली राज्यघटना राज्यभर घेऊन हिंडलास. काय झालं पुढे? अरे मूर्खा हो! बाबासाहेबांनी अप्सरा दिली होती तुम्हाला. काय झालं तिचं? भेटली का?'

'ए गप रे, तू खिजवू नकोस! ती लांब दिल्लीत. आम्ही इथं गावकुसाबाहेर गल्लीत. दऱ्याखोऱ्यात, वाड्यापाड्यावर, तांड्यावर, कशी भेटणार होती आम्हाला? अरे कावळा, चिमणी, गाढव, माकड आणि मुंगीला साखर घालणारे लोक गोरगरिबांना अन्नाला महाग करून उष्टीमाष्टी खरकटी खायला लावतात. म्हणून रागानं म्हणालो होतो, काय करायचा रे असला देश बुल्लीच्या. कुणी जाळून टाकला तर आम्हाला का सुतक यावं? आम्ही देशाचे नागरिकच नाही. मताचा अधिकार नाही. गाव नाही. घर नाही. दार नाही. हातावरचं पोट. रोज नव्या गावाला जायचं. कोणतं आमचं गाव? काय त्याच नाव? त्यांच्यातून मी शिकून पुढे आलो. त्यांना संघटित केलं. सक्षम करण्यासाठी भारतीय राज्यघटनेचं संरक्षण मागत होतो. सत्ता, संपत्ती, प्रतिष्ठा वाटपाची मागणी करीत होतो. गावोगाव मोर्चे, मेळावे, परिषदा करून माझ्या मरून पडलेल्या माणसांना जागं करीत होतो. मी कोणाचं काय वाईट करीत होतो? या ४२ जमातींची मुलं-मुली, हजारो मुलांचं शिक्षण करीत होतो.'

''अरे भोसडीच्या, मी कवा नाय म्हणलं? भोसडीच्या, तेव्हा तू तरुण होतास. आता नाहीस नव्हं? उभ्या महाराष्ट्रात हिंडत होतास, किती मित्र-मैत्रिणी असतील सांगता येतील कां? तेव्हा नाही उठली कुणी बाई! मग आत्ताच हे भगदाड का पडलं?''

'अरे बाबा, खरं सांगू का! त्या आयघाल्यांच्या दारात भीक मागून कंटाळलो होतो. भडवे भीक वाढत नव्हते. रेशनिंग कार्ड द्या, मताचा अधिकार द्या, मतदार

यादीत नाव घाला! हागणदारीत का असेना, पण झोपड्यांना जागा द्या! एखाद्या पोराला नोकरी लावा! एखाद्या पोराला ॲडमिशन द्या! आणि गोरगरिबाच्या आईला घोडा लावायचं बंद करा. तांडेच्या तांडे पोलीस अटक करून गुराढोरांसारखं मारमार मारून पोलीस स्टेशनात डांबत होते. अन्याय, अत्याचाराला पारावार नव्हता. किती खून झाले असतील? किती आमचे लोक मारून टाकले असतील? किती माता-भगिनींवर बलात्कार झाले असतील? याला गणती नव्हती. म्हणून भीक मागणं बंद केलं.'

'संघटनेने तसा निर्णय केला आणि भटक्या विमुक्तांचा समावेश अनुसूचित जमातीत करा ही एकमेव मागणी घेऊन हक्क, अधिकार मागू लागलो. त्यासाठी रस्त्यावरती लढाई करू लागलो. तेव्हा मी सोन्यासारख्या चालवलेल्या शाळा प्रस्थापितांच्या डोळ्यात खुपू लागल्या.'

'किती मुलं शिकली असतील? काही हिशोब केलायस?'

'नाही. असला हिशोब मी करीत नाही. तरी किमान २५ हजार मुलं शिकून गेली असतील. याच मुलांनी माझी धर्मांतराची सारी चळवळ चालवली. पाच लाख लोकांनी मुंबईच्या रेसकोर्स मैदानावर लाखो लोकांच्या समोर सामुदायिक धर्मांतर केलं. मी आणि माझे लोक हिंदू धर्माचा त्याग करून बौद्ध झालो.'

'मोठेपणा करायचा होता ना तुला? इथल्या ब्राह्मणी कपटी लोकांनी आजवर ज्यांनी ज्यांनी धर्मांतरं केली त्यांना शत्रूच मानलं आहे ना.'

'हो ना राव. याचा राग मनात धरून मला आयुष्यातून उठवण्याचं, उद्ध्वस्त करण्याचं कारस्थान संस्थेतल्या हितशत्रूंनी राजाश्रय घेऊन केलं होतं.'

'तुला आठवतंय? जेव्हा श्रीगोंद्याचा साहेब आणि सोलापूरचा साहेब; एक आदिवासी विकास मंत्री आणि एक केंद्रातले गृहमंत्री या दोघांच्या दारात डुकरं भाजण्याचा कार्यक्रम केला.'

'अरे, ब्राह्मणी व्यवस्थेला गोऱ्या रंगाची, घाऱ्या डोळ्यांची माणसं जास्त आवडतात. आपल्यासारख्या काळ्या-मिंदऱ्यांना कोण विचारतंय?'

'हो ना रे. रोज दात काढता आले पाहिजेत. आपल्या समाजासाठी काही नाही केलं पाहिजे. काही मागितलं नाही पाहिजे. स्वत:ची चंगळ कितीपण करा. ऐशोआराम करा. रंडीबाजी करा. वाट्टेल तेवढा पैसा मिळवा. बंगले बांधा; पण हे सारं दात काढत करता आलं पाहिजं. बरोबर जागेला शेपूट घालता आलं पाहिजे. वाक म्हटलं की अन्‌लिमिट वाकता आलं पाहिजे. तर त्याला राखीव जागेतनं निवडून येता येतं.'

'म्हणजे तुझं म्हणणं असं, प्रस्थापित जातींचे जोडे उचलल्याशिवाय राखीव जागांना काही अर्थ नाही.'

'हां तेच म्हणतोय मी. ऊठ म्हटलं की उठलं पाहिजे. बस म्हटलं की बसलं पाहिजे. जो त्यांचे जोडे दाताने उचलून त्यांच्या पायात घालेल, फक्त त्यांच्याच गळ्यात हार पडणार. बाकीच्यांना सडायला लागणार.'

'च्यायला, कसली लोकशाही रे ही. ही तर ब्राह्मणशाही आहे. लेबल घटनेचं आहे. सारी फसवणूक. दुसरं काय?'

'पण डुकरं भाजण्याचा कार्यक्रम तुला फारच महागात पडला.'

'हो. खरं आहे.'

साहेबांनी दिलेले कागद हातात होते. मी हळूच माझे दोन्ही पक्षी आत ढकलले. आणि कागद वाचू लागलो. या दुसऱ्या तक्रारदार माताजींचं नाव पूजाबाई सातारकर. या बाईंनी आपला लग्नाचा नवरा सोडलेला. आता मला सारं आठवू लागलं. तक्रारदार महिलेचं नाव वाचलं आणि ती नोकरीला आली तेव्हा तिनं सांगितलेला तिचा इतिहासही आठवला. या बाईंनी नवरा सोडला म्हणजे त्याला हाकलून दिला. म्हणून तो परागंदा झालेला. त्यांना एक विवाहित मुलगा होता. त्या मुलाने आईचा संबंध तोडलेला. पूजाबाई सातारकर दिसायला जरा बऱ्या. येताना गोगलगाईच्या पायांनी आल्या. आमच्या निवृत्त झालेल्या एका मावशीने यांना अर्ज करायला लावला. मुलाखतीला मी नव्हतो. म्हणजे मुलाखतीच्या कमिटीचा मी चेअरमन असे; पण सर्व अधिकार मी निवड समितीला देत असे. गुणवत्तेनुसार बाकी सर्व गोष्टी पाहून कमिटी यादी तयार करीत असे. येणाऱ्या यादीला मी मान्यता देत असे. चारी शाळांचे मुख्याध्यापक, समाजकल्याण अधिकारी, संस्थेचा एक प्रतिनिधी, महिला रेक्टर यांची कमिटी असे. या फाटक्या कापडांतल्या लाचार बाईला कमिटीने निवडलं होतं. त्याला संस्थेने मान्यता दिली. रेग्युलर पगार होईपर्यंत अक्षरशः पडेल ते काम करीत होत्या. आपलं सारं कामातलं कसब दाखवित होत्या.

पहिल्यांदा रेक्टरच्या शागीर्द झाल्या. सलमाताईंचा नवराच मुठीत घेतला. त्याच्याबरोबर झेंगाट सुरू झालं. त्याने सारखी भांडणं सुरू झाली. संस्थेने पूजाबाई सातारकर यांची बदली केली. त्यांना पुण्याच्या शाळेत पाठवलं. म्हणजे इस्लामपूरकर साहेबांचे संबंध दुरावले. तिकडे जायचं नव्हतं. बदली रद्द करून पाहिजे होती. या पूजामावशीचं तत्त्वज्ञान मोठं अजब होतं. हा जन्म पुन्हा येत नाही. जे जे करायचं, ते याच जन्मात करायचं आहे. सारे भोग आत्ताच भोगायचे आहेत. मेलं की गेलं. म्हणून यांनी दावं नसलेल्या म्हशीसारखं वर्तन सुरू केलं. संस्थेतला त्यांना न आवडणारा एखादा शिक्षक, शिपाई सुटला असेल, बाकी सारेजण भोगून झाले. त्या पुरुषांना भोगत होत्या.

त्यांनी महिला रेक्टरमार्फत बदलीसाठी खूप प्रयत्न केले. आपल्यासारख्या

उंडग्या बायांचा कळपही तयार केला. तक्रार करण्याचा प्रश्नच नव्हता. अ‍ॅट्रॉसिटी नावाचं एक हत्यार आणि बाई नावाचं दुसरं हत्यार. दोन हातात दोन संरक्षणाची हत्यारं आणि महिला रेक्टरचं संरक्षण. आणखी काय पाहिजे? या माताजींनी तीन स्टोऱ्या तयार केल्याचं एफ.आय.आर.वरून दिसत होतं.

आमची आश्रमशाळा पुण्यातल्या भोसरी गावात गेली ३० वर्षं चालते. संस्थेविरोधी, समाजकल्याण खाते, गावकरी, स्टाफ, पालक आणि मुलं कुणाचीही साधी चार ओळींची तक्रार नाही किंवा गेल्या ३०-३५ वर्षांत मी कोणाला नोटीस काढली नाही की मेमो काढलेला नाही. या बाईंनीही कधी तक्रार केलेली नाही. सेवेत कायम झाल्यानंतर या बाईंनी पोलिसात एकदम बलात्काराचाच गुन्हा माझ्याविरुद्ध दाखल केला होता. तोही दहा वर्षांनंतर. डोळे कागदावरून फिरत होते. दोन्ही पक्षीही ते वाचत होते.

'अरे, कायद्यापुढे सारे समान ना! मग बलात्काराचा गुन्हा मंत्र्यावर झाला तर त्याला का नाही होत अटक? त्याच्या नावे का नाही फाडला जात एफ.आय.आर.? मीडिया का नाही त्याच्या नावाने शिमगा करीत? काही नाही रे... सारा बकवास. हे मादरच्योत, कसलं आहे कायद्यापुढे समान? रांडंचा कायदा, गरिबांवर राज्य करतो. आणि श्रीमंत लोक कायद्यावर राज्य करतात. ज्याच्याजवळ माल आहे, त्याचा ताल आहे. गोरगरिबांचे हालच हाल आहेत. समज, तू ब्राह्मण किंवा मराठा असतास, तर झाला असता का एफ.आय.आर. दाखल? निघाले असते काय अब्रूचे धिंडवडे? अरे, कितीही पापं केली तरी चालतात; पण त्याला ब्राह्मण किंवा मराठा म्हणून जन्म घ्यावा लागतो. त्यांनी काही केलं तरी चालतं. त्यांनी कायद्याच्या आयला घोडा लावला तरी चालतो; कारण कायदा त्यांच्या दारात पाणी भरतो. कसली आलीये घटना आणि कसलं आलंय काय! ते नुसतं मतापुरतं वापरायचं. दुसरं काय? समज, तू ब्राह्मण किंवा मराठा असता आन् पालकमंत्री दुसऱ्या जातीचा असता तर कसा दाखल झाला असता एफ.आय.आर.? पालकमंत्रीच ठाण मांडून बसल्यावर आणि सारे सगेसोयरे मदतीला असल्यावर तुला फाशी दिली नाही हे तुझं नशीब समज ना!'

'ए, तू गप रे. वड्याचं तेल वांग्यावर काढू नको. आपल्याजवळ पुरावे नाहीत ना? मग असं कसं म्हणतोस? ब्राह्मण झाला भ्रष्ट, तरी तिन्ही लोकी श्रेष्ठ. वर मान करून बघायचं नसतं. अरे खुळ्या, वेड्या, राजा नागडा आहे हे सांगायला कुणी तयार होत नाही. आपणही गप्पच असावं. सारेच म्हणताएत, भरजरी वस्त्र तो ल्यालाय. तो नागडा नाहीच.'

'ए जरा थांब. तुला मी एका आटपाट नगराच्या राजाची गोष्ट सांगतो. असतो एक आटपाट नगरातला राजा. बेरकी, खुनशी, कपटी, चाणक्यवाला. हो, तो राजा

स्वत:ला चाणक्य समजतो. या आटपाट नगरातल्या राजाला चिरूट वढण्याची फार सवय. अरे चिरूट म्हणजे... हसतोयस कशाला? चिरूट रे!'

'अरे, मी त्याला हसत नाही. त्या चिरुटामध्ये तंबाखू असते की गांजा? त्याने सारखे डोळे तारवटलेले असायला पाहिजेत ना राजाचे. साली गोष्ट मोठी खत्री सांगतोयस हा! अरे, या चाणक्यनीतिवाल्याला शौकच आहे, चिरूट ओढण्याचा. आणि आपल्या विरोधकांवर कंबरेखाली वार करण्याचा. बदललेल्या कायद्यांच्यामुळे याला फार त्रास घ्यावा लागत नाही. बाया काय, पायलीला पासरीभर मिळतात. वाट्टेल तेवढी नोटांची बंडलं पडलेली असतात त्याच्या राजवाड्यात. कपट, कारस्थान करणाऱ्यांच्या फौजाच्या फौजा हातात असताना तो आपल्या विरोधकांना का सोडेल? त्यामुळे त्याची प्रजा एकतर जोडे उचलते किंवा तुरुंगात जाते. मुजरे घालायचे किंवा उद्ध्वस्त व्हायचं. तुझं रडगाणं थांबवतोएस काय? मी जरा त्या बाईची फिर्याद वाचतो.'

आता गाडी कात्रजच्या घाटातून वळणं घेत-वळणं घेत पुण्याकडे निघाली होती. माझी बाईंनी दिलेली फिर्याद वाचून झाली होती. मी साहेबाला कागद परत दिला. चोराच्या उलट्या बोंबा, दोन्ही पक्षी आत ढकलले.

स्टेशनच्या सरकारी रेस्टहाउसला गाडी आली. या रेस्टहाउसचा पोलिसांनी पंचनामा केलेला होता. आरोपी म्हणून या माताजींनी त्या पुणे स्टेशनच्या रेस्टहाउसमध्ये कुठे कुठे बलात्कार झाला ते पंचनाम्याच्यावेळी पोलिसांना सांगितलं होतं व त्याचा रीतसर पंचनामा झाला होता. आता मला आणले होतं, ते मी त्या जागा बरोबर दाखवतो की नाही हे तपासण्यासाठी. पहिल्यांदा साहेब गाडीतून खाली उतरले. दोन्ही कॉन्स्टेबल उतरले. लेडिज कॉन्स्टेबल उतरल्या.

साहेब मला म्हणाले, "उतरा."

मी म्हणालो, "का?"

ते म्हणाले, "कोणत्या कोणत्या खोलीत या पूजाबाईला तुम्ही घेऊन गेला होता, त्या खोल्या दाखवा!"

तेव्हा मी त्यांना म्हणालो, "साहेब, मी गाडीतून उतरणार नाही; कारण मी कुठल्याच खोलीत कुठल्याच बाईला, कधीच घेऊन गेलो नाही. तेव्हा या पूजाबाईंना कोणत्याही खोलीत मी कधीही घेऊन गेलो नव्हतो. त्यामुळे मी कोणती खोली दाखवू? मी जर इथे आलोच नाही तर मी काय दाखवू?"

साहेबांनी माझ्याकडे पाहिलं आणि म्हणाले, "माझ्याकडे तिचे सर्व कागद आहेत. मी तपासतो. आणि जर एक जरी गोष्ट मला आढळून आली तर तुम्हाला इथल्या इथे पोलिसी इंगा दाखवतो."

"काही हरकत नाही, साहेब." मी म्हणालो.

एक पोलीस माझ्याबरोबर थांबला, बाकी सगळे रेस्टहाउसच्या ऑफिसमध्ये गेले. त्या पोलिसाला घेऊन मी बाथरूमला जाऊन आलो. आणि गाडीत गच्च बसून राहिलो.

मी गाडीत बसून बसून वैतागलो होतो. चहा तरी किती पिणार? कॉन्स्टेबल चहा आणून देत असत. मी गाडीतून खाली उतरलो नव्हतो. साहेब रेस्टहाउसचं रेकॉर्ड तपासून जप्त करीत होते. मोठमोठी रजिस्टरे झेरॉक्स करायची. बराच वेळ गेला. साहेब बरेच वैतागले होते.

"तुम्ही तुमच्या गाडीतनं तिला इथं घेऊन आला होता. तुमच्या शाळेच्या हेडमास्तरनं तिला इथं आणलं होतं. पांढऱ्या इनोव्हा गाडीतून आणलं होतं."

"साहेब, माझ्याकडे तेव्हा इनोव्हा गाडीच नव्हती. लागेल तेव्हा मी भाड्याची गाडी वापरत असे आणि इनोव्हा कंपनीची गाडीच त्यावेळी नव्हती, तर हिला कुठल्या गाडीतून घेऊन येणार होतो?"

"तुम्हाला काय वाटतंय? तुमच्या हेडमास्तरनं तिला शाळेतनं नाशिक फाट्यापर्यंत एम.ए.टी. गाडीवरनं आणलं आणि तिथून तुमच्या ड्रायव्हरनं तिला रेस्टहाउसला आणलं? तिच्याबरोबर एक बाईपण होती. खरं आहे ना?"

"नाही साहेब. माझ्या हेडमास्तरकडे एम.ए.टी.च नाही. त्याला गाडी चालवताही येत नाही. तेव्हा ही बाई सरळ-सरळ खोटं बोलते आहे."

"म्हणजे ती बोलते ते खोटं आणि तुम्ही बोलता ते खरं काय?"

"अहो साहेब, तिच्याबरोबर जर बाई होती, तर एम.ए.टी.वरती तिघं बसून आले की काय?"

आता साहेब गप्प झाला.

"ती समोर खिडकी दिसती की नाही..."

मी म्हणालो, "हो."

"त्या खिडकीतनं तुम्ही तिला हाक मारलीत."

"नाही. हे खोटं आहे."

साहेब म्हणाले, "ती ३० नंबरची खोली आहे ना, तिथे तुम्ही बसला होता."

"नाही. मी इथं आलोच नाही, तर बसणार कुठे? ती खोटं बोलते आहे."
साहेब म्हणाले, "वरती ४ नंबरची खोली आहे."

"नाही. मला माहिती नाही, वरती कुठल्या नंबरच्या खोल्या आहेत."

साहेब म्हणाले, "मग त्या ४ नंबरच्या खोलीचा दरवाजा पूर्वेला की पश्चिमेला की उत्तरेला की दक्षिणेला आहे ते तरी सांगा!"

"साहेब, मी कुठलीच खोली बघितलेली नाही. मी इथं आलेलोच नाही, तर तिचा दरवाजा कुठल्या दिशेला आहे हे मला कसं कळणार?"

साहेब म्हणाले, ''म्हणजे तुम्ही कधीच इथं आला नाही?''

''कुणाला घेऊन मी इथं कधी आलो नाही किंवा इथं येऊन मी कधी कुणाला बोलावलं नाही.''

''ठीक आहे. चला.''

आम्ही पुण्यावरून सातारला आलो. रात्री पुन्हा पोलीस कोठडी. डासांच्या प्रदेशात, सारं खच्चून भरलेलं. ढकललं मला आतमध्ये. आत पाय ठेवायला जागा नव्हती. बाकीचे आरोपी लोक मला ओळखत असत, मी ओळखत नसे.

एकजण म्हणाला, ''या साहेब. ओळखतो तुम्हाला आम्ही. कुठे नेलं होतं?''

मी म्हणालो, ''पुण्याला.''

तो म्हणाला, ''कर्माचे भोग. दुसरं काय! आमचं काय हो, आम्ही सामान्य माणसं. तुम्ही सायबाजवळचे. तरी तुम्हाला या भानगडीत पाडून काय मिळालं कुणाला?'' रात्री सारे झोपले. मी बसूनच झोपण्याचा प्रयत्न करीत होतो. कुठल्यातरी दरोड्यात सारी टोळी पकडून आत टाकली होती. रात्र यातनांत संपली.

दुसऱ्या दिवशी सकाळी तपास अधिकारी बदलला. या पूजाबाई सातारकर अनुसूचित जातीच्या. त्यांनी माझ्यावर अॅट्रॉसिटीपण टाकलेली. त्याने तपास सीनिअर अधिकाऱ्याकडे वर्ग झाला. हे अधिकारी स्वत: आले नव्हते. मला लॉकअपमधनं बाहेर काढलं. गाडीत घातलं आणि सायबाच्या ऑफिसात नेलं.

काय सांगू सायबाचा रुबाब. तीस-पस्तीस वयाचा तरणाबांड गडी. भव्य कपाळ. नाकाडोळ्यांनी देखणा म्हणावा तसा. त्याच्यासमोर उभा राहिलो.

''नीट उभं राहायचं.'' मी नीटच उभा होतो. सावरून उभा राहिलो.

''काय! घातलं का नाही आत? कायपण असू दे. तुम्हाला आत घातलं. जिरवली ना. फार पुढारपण करीत होता. आता कशी मस्ती उतरवतो ते बघा. सहा-सहा बायका. तुम्हा पुढाऱ्यांना रोज नवी लागते. आन् मग आसं आयघालीत सडावं लागतं.''

मी मान खाली घालून उभा होतो. दोन-अडीच तास नुसता उभा. दोन बाजूला दोन पोलीस. साहेब खाली मान घालून काम करीत होते. माझ्याकडे लक्ष द्यायला वेळ नव्हता.

''साहेब, माझं अडुसष्ट वर्षांचं वय आहे. मी खुर्चीवर बसू काय?'' साहेब पोलिसांसारखे हसले.

''हे पोलीस स्टेशन आहे. आपलं घर नाही. सांगीन तोपर्यंत उभं राहायचं.''

''साहेब, मी गुन्हेगार नाही. आरोपी आहे. आरोप सिद्ध व्हायचे आहेत. मी सर्व तपासाला मदत करतो आहे आणि अशा बायका अंगावर घालायच्या तर मीही शेकडो बाया तुमच्या अंगावर घालू शकतो. तुम्हीही पुरुषच आहात.''

"शहाणपणा शिकवाय लागला काय? एका रट्ट्यात मरशील. काय? गप गुमान उभं राहायचं. नाहीतर कोंबडा करीन."

आता मीही पेटलो. "साहेब, हिंमत असेल तर अंगाला हात लावून दाखवा. कोंबडा तर मीही तुमचा करीन. वर्दीची मस्ती करू नका. मी सारं कोर्टाला सांगीन. अंगावरची वर्दी उतरायला लावीन." माझा चढलेला आवाज. धारदार शब्द यांनी साहेब सरळ झाला.

"बसा बसा, एवढं वाटतंय तर झक मारली कशाला?"

"साहेब, झक मारली असं त्या रांडा म्हणतायेत. त्या काय वाट्टेल ते म्हणतील. म्हणून तुम्ही गुन्हेगार समजताय का काय? आरोप सिद्ध करणं तुमचं काम आहे. ते करा की! मी सारं सहकार्य करतो."

"अशी दोन-दोन जातींची प्रमाणपत्रं तुमच्याकडे असतातच कशी?"

"साहेब, माझ्याकडे दोनच आहेत. तीन असायला पाहिजेत. माझी जात मायबाप सरकारने तीन याद्यांत घातली आहे. १९५०च्या कायद्यानुसार विदर्भातल्या आठ जिल्ह्यांत कैकाडी ही जात अनुसूचित जातीत आहे. उरलेल्या महाराष्ट्रात ती विमुक्त भटक्या जमातीत आहे आणि मंडल आयोगाच्या शिफारसीनुसार ती ओबीसीत आहे. या सर्व याद्या मी आणि माझ्या बापाने केलेल्या नाहीत. त्या राज्य आणि केंद्र सरकारने केलेल्या आहेत. कायदेशीरपणे माझ्याकडे दोन जात प्रमाणपत्रं आहेत. तुमच्या याद्यांनुसार आमचे रोटीबेटी व्यवहार होत नाहीत.

"आम्ही भटक्या जमातीतले लोक गाढवाच्या पाठीवर बिऱ्हाड लादून देशभर हिंडत असतो. जिथे जागा मिळेल, तिथे काही लोकं घरदार बांधतात. वाशिमला माझे काका आहेत. तिथे आमचा वाडा आहे. अमानी हे आमचं गाव. तिथे शेतीवाडीपण आहे. वाड्यात माझा हिस्सा आहे. माझी चुलत भावंडं तिथे राहतात. बाबू कैकाडी हा आमचा मूळ पूर्वज. तिथपर्यंतची वंशावळ मी प्रांत अधिकाऱ्याला दिली आहे. तलाठी, तहसीलदार यांनी माझं सारं रेकॉर्ड चेक करून मला अनुसूचित जातीचं प्रमाणपत्र दिलं आहे. त्यावर मी तीनवेळा निवडणूक लढलो आहे. जातपडताळणी करून मी ते सादर केलं होतं. पोलिसांनी या तीनही वेळी सखोल चौकशी केली आहे. कोणाही निवडणूक अधिकाऱ्याने माझं प्रमाणपत्र खोटं आहे असं म्हटलेलं नाही.

माझा जन्म निरगुडीचा. ता. फलटण. शाळा शेकडो ठिकाणी शिकलो. हिथं आमची जात भटक्या विमुक्त जमातीत. त्यामुळे माझी जात भटके विमुक्त म्हणून नोंदली गेली. तेही जात प्रमाणपत्र पडताळणी करून घेतलं आहे आणि ज्यासाठी तुम्ही चिडलेले आहात, तेही सांगतो. आता मी बौद्ध आहे. तेही सर्टिफिकेट माझ्याजवळ आहे."

साहेब शांतपणे ऐकत होते. मी खरं बोलतो आहे, असे भाव त्यांच्या चेहऱ्यावर दिसत होते; पण खानदानी मस्ती आणि माज, त्यात वर्दी. खरंच, त्यांचे दोन टोले बसले असते तरी मी मेलो असतो; पण सत्याला मरण नसतं. सत्य धारदार बनतं, तेव्हा ते काळीज चिरत जातं.

"माने साहेब, राजकारणी लोकांनी तुमचे हे हाल केलेत. त्याला आम्ही काय करणार? आमचे हात कायद्याने बांधले आहेत. तुम्ही छान भाषणं देता. मला सहकार्य करा. तुमच्या वयाचा आदर करतो."

"साहेब, तेवढ्या शिव्या नका देऊ. मीही आरोपी म्हणून तुमच्यासमोर आहे. काय काय चौकशी करायची ती करा. माणसासारखं वागवा."

आता मी खुर्चीत बसलो होतो. कंबर, पाय, मोकळे करण्याचा प्रयत्न करीत होतो. तेवढ्यात नुकतीच अधिकारी बनलेली तरुण मुलगी साहेबांजवळ आली. सॅल्यूट मारला. काहीतरी म्हणाली. साहेब डोक्यात कॅप घालून निघून गेले. आता दुसऱ्या खानदानवाल्या आल्या. त्यांनी पुरुष कॉन्स्टेबलला बाहेर घालवलं. लेडिज कॉन्स्टेबल आत आल्या. बाईंनी चौकशी सुरू केली. गुन्हा रेपचा. त्या विचारतील ती माहिती देत होतो.

"काय रे, या वयात सहा-सहा बायका? काय बरं वाटत होत ना?" त्या अशा गोष्टी विचारत होत्या.

मी म्हणालो, "बाई, तुमच्या वयाची मुलं मला आहेत. सभ्यता सोडून मी बोलणार नाही. मला खूप लिंगवाचक शिव्या येतात."

"शहाणपणा नको. विचारेल ती माहिती दे."

"सांगतो ना! विचारा."

"या पूजाबाई सातारकर, हिला किती येळा..."

"एकदाही नाही. कोठेही नाही."

"मग ती शेण खाऊन उठली का?"

"तिला विचारा."

"किती गेस्टहाउसला गेला होता?"

"कोठेही नाही."

"चामडं सोलल्यावर सारं सांगशील का?"

"प्राण घेतलात तरी खरं तेच सांगीन. खोटं सांगणार नाही."

"काय फालतुगिरी लावलीय. द्या गं याच्या गांडीवर लाथा..."

"बाई, तुम्ही अंगाला हात लावूनच बगा. मी सारं सांगत असताना तुम्ही मला मारू शकत नाही. अंगाला हात लावून बघा. कोर्टापुढे तुमचे कसे धिंडवडे काढतो ते बघा."

"आम्हाला कायदा शिकवतोस? गुन्हेगार काय मायेनं खरं सांगतील? पोलिसांचं चौदावं रत्न दाखवावंच लागतं. साहेब आले की दाखवतील तुला काय ते, हरामखोर. तुला काय वाटलं, तू आम्हाला फसवशील? आमच्या साहेबाला पाहून चळाचळा मुततात कैदी. काय? थोबाड बंद ठेव. लेक्चरबाजी बाहेर करायची. हिथं न्हाय." दुसरी कॉन्स्टेबल महिला रागारागाने तरातरा आली अंगावर.

मी म्हटलं आता चार तरी बसणार. तिनं कॉलर पकडली, "ही एल.सी.बी. आहे. समजलास. म्हातारपणात शेमणं लय उड्या मारतंय काय?" म्हणत थोबाडीत मारणार, एवढ्यात साहेब आले. त्यांनी पाहिलं. ते त्या बाईवर ओरडलेच. "मॅडम, हा काय तमाशा चाललाय? तपास माझ्याकडे आहे. चला, निघा इथून सगळ्या."

आता मला समजलं हे पोलिसी खाक्या दाखवणार. मी खाली बसलो जमिनीवर. खूप अवघडून गेलो होतो.

"तुम्ही मला सांगा, या बायकांनी शेण खाल्लं आहे का? त्यांची अब्रू रस्त्यावर पडलीय का? का खोटं सांगतील त्या?"

"साहेब, माझं ऐकून घेणार असाल तर सांगतो. खरं-खोटं लगेच कागद-पत्रांच्या आधारे तपासता येईल."

"मी ऐकतो. कितीही वेळ बोला. एकही गोष्ट खोटी निघाली तर मात्र चामडी सोलून वाळायला घालीन. समजलं ना?"

"साहेब, आपल्याकडे असलेल्या दोन्ही केसेस यापूर्वी सातारा तालुका पोलीस स्टेशनच्या निरीक्षकांनी तपासल्या आहेत. ज्या दोन महिलांनी बलात्काराबरोबर अॅट्रॉसिटी दाखल केली आहे, त्या अॅट्रॉसिटीच्या कलमांमुळे हा तपास आपल्याकडे आलेला आहे. त्यातल्या कमळाबाई कोल्हापूरकर या मातंग समाजातील महिला असून, कोल्हापूर जिल्ह्यात त्यांचं कुठेतरी गाव आहे. या बाई संस्थेमध्ये अर्ज करून, इंटरव्ह्यू करून सेवेमध्ये आल्या होत्या. त्या कोल्हापूर येथे नोकरी करीत होत्या. त्यावेळी त्यांची परिस्थिती अतिशय बिकट होती. नवरा आणि मुलं गावाकडे होती. आणि त्या कोल्हापूरच्या शाळेमध्ये हजर झाल्या होत्या. यापुढे त्यांचा-माझा प्रत्यक्ष संबंध येण्याचं कोणतंही कारण नव्हतं व नाही. त्यामुळे त्या जे काही सांगताहेत, ते पूर्ण असत्य आणि खोटं आहे."

"अहो, पण ती बाई खोटं का बोलेल?"

"मी कसं सांगणार साहेब? ते तिला माहीत."

"तुमचं-तिचं भांडण झालं होतं का हो?"

"नाही साहेब, माझं-तिचं कधीच भांडण झालं नाही."

"मग तुम्ही तिचं रेकॉर्ड खराब केलंत?"

"नाही साहेब. क्लास-फोरचा सारा स्टाफ हा शाखाप्रमुख म्हणजे मुख्याध्यापक यांच्या अखत्यारीत असतो. त्यांच्या सर्व्हिसबुकापासून सर्व रेकॉर्ड त्यांचे मुख्याध्यापक ठेवतात. त्यामुळे त्यांना मेमो देणे, नोटीस देणे असल्या कुठल्याही गोष्टाशी माझा काहीही संबंध नाही. मी कधीही त्यांना नोटीस दिलेली नाही, मेमो दिलेला नाही किंवा कसलीही कायदेशीर कारवाई केलेली नाही."

"अहो, पण तुम्ही ओळखता ना तिला?"

"हो. ओळखतो."

"मग त्या ओळखीचाच तुम्ही गैरफायदा घेतलात."

"नाही साहेब."

"मग असं काय घडलं, ज्याच्यामुळे ती तुमच्यावर असले घाणेरडे आरोप करील?"

"मला माहीत नाही, साहेब. तिलाच विचारायला पाहिजे."

"मग तुम्ही तिथे कितीवेळा जात होता?"

"कुठे साहेब? अहो, जिथे तुम्ही बलात्कार केला तिथे!"

"साहेब, मी बलात्कारच केला नाही, तर कुठे जाण्याचा प्रश्न कुठे येतो?"

"अहो, म्हणजे तुम्ही तुमच्या शाळेत तर जात होता की नाही?"

"हो. जात होतो ना!"

"किती वाजता जात होता?"

"सात वाजता. सलमाताई या जकातवाडी शाळेच्या रेक्टर. त्या मला एकट्याला सोडून जात नसत. संध्याकाळी सात वाजता मुलांची जेवणाची गर्दी सुरू होई. मग मॅडम भोजनगृहामध्ये जात. माझ्या भोवताली मुलांचा घोळका, मुलींचा घोळका तसाच असे. ज्या वर्गाचा नंबर येई, ती मुलं-मुली जात."

"म्हणजे मुली पहिल्यांदा येत असत ना?"

"पुढचा वर्ग येत असे. मी साऱ्यांसोबत गप्पा, गोष्टी, गाणी यात रमलेला असे. आठ वाजेपर्यंत मुला-मुलींची गर्दी हटत नसे. चौथी-पाचवीपर्यंतची मुलं जेवून गेली की मी निघत असे. मग मोठी मुलं जेवणासाठी रांगा लावून उभी असत. पाचवी ते दहावीपर्यंतच्या मुली, त्यानंतर पाचवी ते दहावीची मुलं. त्यानंतर अकरावी-बारावीच्या मुली. त्यानंतर अकरावी-बारावीची मुलं, मग सीनिअर कॉलेज. म्हणजे हा सगळा परिसर रात्री साडेअकरा वाजेपर्यंत लहान-मोठ्या मुलांनी गजबजलेला असे."

"मग तुम्ही जात किती वाजता होता?"

"आठ ते नऊच्या दरम्यान."

"मग तिथे वर्ग, खोल्या नाहीत काय? तुम्ही सर्वेसर्वा होता ना?" ते म्हणाले.

"साहेब, तिथे वर्ग, खोल्या आहेत. प्राथमिक-माध्यमिक आश्रमशाळेची कार्यालयं आहेत. अधीक्षकांचा सहकुटुंब सहपरिवार निवास आहे. महाविद्यालयाचं ऑफिस आहे. प्रेसिडेन्ट रूम आहे. ती महाविद्यालयाच्या व्हिजिटिंग लेक्चरर्ससाठी वापरली जाते. रेस्टहाउससारखी. या सर्वांच्या किल्ल्या त्या त्या शाखाप्रमुखाकडे असतात. किचन, कोठी, स्वयंपाकघर, रेक्टरचं ऑफिस याच्या किल्ल्या सलमा मॅडमकडे असतात. संध्याकाळी ५.३० नंतर कोणीही शिक्षक, मुख्याध्यापक अगर त्यांचा सपोर्टिंग स्टाफ तिथे हजर नसतो. सारं प्रकरण किचन, कोठी या भोवताली फिरत राहतं."

"बरं, पुढं सांगा. आता गाडीत कोंबणार आहे. नंतर गांडीत दांडकं सारणार आहे. जर एक जरी गोष्ट खोटी सांगितली, तरी गाठ माझ्याशी आहे. इथं आमच्यासमोर सारे गुन्हेगार असतात. तुम्ही कोण आहात याच्याशी आम्हाला कर्तव्य नाही. बोला."

"तर साहेब, या सलमा मॅडमच्याबद्दल हळूहळू तक्रारी वाढू लागल्या. त्यांचे शाखाप्रमुखही तोंडी मला सांगत होते, 'साहेब, बाईंच्या गोड बोलण्यावर जाऊ नका. तो दाखवायचा चेहरा आहे. तुम्ही इथून गेल्यावर बारा-बारा वाजेपर्यंत पार्ट्या होतात. माझी गाडी आली की दारावरच्या वॉचमनपासून ते किचनमध्ये स्वयंपाक करणाऱ्या मावश्यांपर्यंत मेसेज जात असे. प्रत्येकजण आपआपल्या डोक्यावरून हात फिरवीत, म्हणजे टकल्या आला. त्याने सारी झाकापाक होते.''' मुख्याध्यापक मला खूप सांगत होते.

"मी या बाईंना मुलगी मानत असल्याने तिच्या गोड बोलण्यावर विश्वास ठेवीत असे. मग त्यांनी हळूहळू इस्टेटीबद्दल सांगायला सुरुवात केली, 'अहो सर, बाई अत्यंत हुशार. गोडबोली. चोऱ्या कशा करायच्या याची शिकवणी घरातच. भावाने पन्नास मागासवर्गीय मुलींचं जिल्हा परिषदेचं वसतिगृह अनुदानासह काढून दिलेलं. लोकांच्या खूप तक्रारी येत. मी स्वत:ही सांगून थकलो.' शाखाप्रमुखांपेक्षा मी सलमा मॅडमवर विश्वास ठेवला; पण मीच डोळ्यावर पट्टी मारली होती.

"सर पुन्हा सांगू लागले, 'रोजच्या रोज स्टॉक लिहिला जाई. सर्व रेकॉर्ड व्यवस्थित असे. संस्थेच्या ऑडिटरला, शासकीय ऑडिटरांना काहीच सापडत नव्हतं. स्टॉक तर ग्रॅममध्येसुद्धा बरोबर आढळत असे. मुलांना जेवणही चांगलं मिळत असे. कुठे संशय घ्यावा असं काही आढळत नसे. कारण अत्यंत अक्कलहुशारीने आणि संगनमताने चोऱ्या होत. १२० मुलं प्राथमिक शाळेला आणि १२० मुलं माध्यमिक शाळेला. शंभर मुलं ज्युनिअर कॉलेजला. सारी निवासी. त्यांचं जेवण, नाष्टा आणि संगोपन संस्था अधीक्षकामार्फत करीत असे. इथं सलमा मॅडम आणि त्यांचे पती दोघांवर जबाबदारी होती. प्राथमिकची समजा १२० मुलं घेतली, तर

सारीच हजर नसतात ना! पण कोठीतून शिधा मात्र १२० मुलांचाच निघत होता. कधी मुलं १०० असत किंवा कधी ती ११० असत; पण शिधा मात्र १२० मुलांचा निघत असे. तेवढ्या मुलांची हजेरी लावली जात असे. गैरहजर मुलांचा सारा शिधा स्वयंपाकिणींच्या मदतीने बाजूला काढला जात असे. हा दोन्ही वेळचा शिधा खर्ची पडत असे. (शाखाप्रमुख माझ्याकडे न बघता आश्रमशाळेतल्या किचनच्या आढ्याकडे बघत बोलत होते.) तो किचनला गेला की सलमा मॅडमची जबाबदारी संपली. धान्य, तेल सारं गोडाउनमध्येच एका बाजूला ठेवलं जात असे. तेही मोजून ठेवलेलं असे. कधी माझ्या लक्षात आलं, की धान्य निवडण्यासाठी, कधी धुण्यासाठी बाजूला ठेवलं आहे, असं सांगितलं जायचं आणि मी विश्वास टाकत असे. धान्य सोडून बाकी उरलेलं सारं कडधान्य, भाजीपाला, तेल, तिखट सारं रात्री मॅडमचे मिस्टर आणि दोन शिपाई मोटरसायकलवरून शेंद्रे गावावरून सरळ सारवकरनगरमध्ये वसतिगृहात पोहोचवलं जाई. जेवढं धान्य बाजूला निघालं असेल तेवढंच धान्य सारवकरनगरमधल्या वसतिगृहात उतरलं जात होतं आणि गाडी जकातवाडीच्या आश्रमशाळेत पोहोचण्याआधी सारं धान्य मुख्य स्टॉकमध्ये मिसळलं जाई. कशी सापडणार चोरी ऑडिटरला? सारं संगनमताने चाले. सारे सामील असत. हा सारा खेळ रात्रीत चाले.

बाईंचं मायावी रूप ना तिच्या भावाला समजलं, ना तिचे इतर उद्योग. नवऱ्याला समजले. नवऱ्याच्या भानगडी बायकोला समजल्या की तुफान भांडणं होत; पण ती रात्री. नवरा-बायको दोघंही आपआपल्या भागनडी व्यवस्थित सांभाळीत असत. त्यातून काही उघड झालं तर भांडणं होत. साऱ्या बायांच्या भानगडी. मॅडमनेच जमवलेल्या. सारे शिपाई या बायांना बायकोसारखं एका रूममध्ये घेऊन राहत असत. बाईंनी या साऱ्याला संरक्षण दिलं होतं. सारेच लफड्यांमध्ये अडकल्याने बाई सांगतील ते गपगुमान ऐकणं भागच होतं. नोकरीची भीती होती, ती या बाईपासून आणि त्यात भर म्हणून सर्व सेवकांना धाक वाटावा म्हणून या बाई, 'साहेबांशीच माझे संबंध आहेत. आम्ही बाहेर लॉजवर जातो,' असं सांगत असत. साहेबच या बाईच्या मुठीत असल्यावर आम्ही काय करायचं म्हणून उघड्या डोळ्यांनी बघण्याशिवाय आमच्यापुढे पर्याय नव्हता. असे बरेच खोटेनाटे किस्से तिने स्टाफला सांगितले असल्याने ती साहेबांच्या नावावर म्हणजे माझ्या नावावर सारे उद्योग करीत होती. बाकी सारे चूप असत.

"साहेब, मुख्याध्यापक सांगत होते, 'सर, अंगावरल्या कपड्यानिशी हे कुटुंब इथं आलं. सासू, सासरा, नणंद, नवरा, दोन मुलं. इथे काही होत असेल समजू शकतो; पण इस्टेट म्हणजे काय?

"साहेब, जकातवाडीत सलमा मॅडमने दीड की दोन एकर जागा घेतलीय.

इस्लामपूरजवळच्या त्यांच्या मिस्टरांच्या गावी मोठं घर बांधलंय, कोल्हापूरला फ्लॅट घेतलाय. मोकळी जागा घेतलीय. सातान्यात हायवेच्या कडेला एक दोन मजली बंगला बांधलाय. साहेब, मी खोटं बोलत असेन तर तुम्ही स्वतः तपासून पाहा. सारे पुरावे आहेत. तुम्ही हललात की सारी लूट सुरू होतीय. दोन शिपाई, चार बाया, सारं सात-आठ माणसांचं घर वसतिगृहाच्या खर्चात चालतंय. पोरांना दिलेलं मटण, पहिला डबा हिच्या घरात. मग स्वयंपाकिणीच्या घरात आणि मग उरलं तर पोरांना. फुळकावणी पाणी. साहेब, खरं सांगतो. शाखाप्रमुख अस्वस्थ होते. सर, ती बायांना, पोरांना, कामाठी, शिपाई, शिक्षक यांना स्वतःच सांगते 'साहेब माझ्या मुठीत आहेत. त्यांचे-माझे खासगी संबंध आहेत.' त्यामुळे आम्ही सारे घाबरून तुमच्यापुढे एकही गोष्ट सांगत नव्हतो.'

"हे मुख्याध्यापक या बाईंच्या समाजातलेच होते. म्हणजे अल्पसंख्य समाजातले होते. ते खोटं बोलण्याचं प्रयोजन मला कळत नव्हतं."

मी तपासी अधिकाऱ्यांना म्हणालो, "साहेब, आता मी संतापलो होतो. या मुलीला माझ्या मुलीसारखं मानत होतो. तिच्या नवऱ्याला जावई मानत होतो. ती असं बोलू शकते? अगदी सुरुवातीला तिनं मला अप्रत्यक्षरीत्या सुचवलं होतं; पण मी मुलगी मानत असल्याने आणि असे उद्योग मला करायचे नसल्याने मी रिस्पॉन्स दिला नाही. अनेकवार प्रयत्न करूनही समोरचा माणूस प्रतिसाद देत नसेल तर मग काही इलाजच उरत नाही.

"पुढे सातारा शहरातले काही शासकीय अधिकारी सांगू लागले, 'साहेब, धान्य घेतलेली शाळेची गाडी, बोगद्याकडे न जाता उलट ती हायवेकडे का जाते? काहीतरी घोटाळा चालू आहे.' लोक काहीही बोलतात म्हणून मी काणाडोळा करीत होतो; पण सावध झालो होतो. एके दिवशी माझे संघटनेतले एक पदाधिकारी जे गोडाउनमध्ये काम करीत होते, त्यांनी मला पक्की खबर दिली. ते आणि मी एका गाडीतून धान्याच्या गाडीचा पाठलाग केला. गाडीतून पोती उतरताना पाहिली. दोन मजली एका मोठ्या घरात पन्नास मुलींचं वसतिगृह चालू होतं. या वसतिगृहाचे उपाध्यक्ष मॅडमचे मिस्टर होते. त्या खजिनदार होत्या. बहीण जनरल सेक्रेटरी. अध्यक्ष बाहेरचे. बाकी सर्व घरातले लोक. मस्टर पाहिलं. आमच्या शाळेतली मुलं, या शाळेत त्यांची नावं. मुलं जेवायला, राहायला आमच्याकडे आणि हजेरी दोन्हीकडे. म्हणजे शासनाची घोर फसवणूक होती. आमची संस्थाही अडचणीत आली असती."

"अहो, पण इतकं चालू असताना तुम्ही काय झोपा काढीत होता? कशी अशी स्टोरी सांगत आहात?" तपास अधिकारी भडकले.

"हे वसतिगृह आता दाखवू शकता?"

"होय साहेब. यातलं एक अक्षरही खोटं नाही. मी मुलींचे जबाब घेण्याचा प्रयत्न केला; पण त्या दबावाखाली होत्या. बोलायला तयार नव्हत्या. मी खात्री करून घेतली आणि परत आलो. विश्वासघात करणं किंवा केसाने गळा कापणं म्हणजे कसाब असणं ना? संस्थेने, शाखाप्रमुखाने आणि मी स्वतः इतका विश्वास ठेवला. मग मी या सगळ्याचा छडा लावण्याचा निर्णय केला. हा उद्योग सुमारे आठ ते नऊ वर्षं चालू होता. ५० मुलींची फुकटची ग्रॅन्ट वरचेवर हातात येत होती. खर्च शून्य. म्हणून दोन-तीन शिपाई, कामाठी साऱ्यांना कशात ना कशात अडकवून टाकलं होतं. पूजाबाई सातारकर यांनी पुढाकार घेतला. प्रत्येक स्वयंपाकीण मिंधी करून घेतली. त्यांच्याही चोऱ्या. 'तेरी भी चूप, मेरी भी चूप' चालू होतं. माझ्याशी गोड बोलण्याचं नाटक सुरू होतं. मी शासकीय नोकरीत आठ वर्षं ऑडिटरची सेवा केली होती."

"आणि तरी तुम्हाला गुन्हेगार सापडत नव्हता? चुना लावित होता?" साहेब म्हणाले.

"होय साहेब. मलाच काय, शासकीय तपासणीपथके, आमचे इंटरनल ऑडिटर, मुख्याध्यापक, कुणालाच काही सापडत नव्हतं. गफला तर चालूच होता. मी वसतिगृहावर जाऊन आलोय हे समजल्यावर सलमाबाईंचा चेहरा पार उतरला होता. त्यांचे मिस्टर ट्रेझरीत पैसे भरण्यापासून गोडाउनमधून माल उचलेपर्यंत सारी कामे करीत. सलमा मॅडमकडून मी सारं रेकॉर्ड ताब्यात घेतलं. मांडी घालून बसलो आणि क्रॉस चेकिंग सुरू केलं. चोर कुठे ना कुठे पुरावा ठेवून जातोच ना? संस्थेची गाडी असताना, ती न वापरता, प्रत्येक वेळी वेगळी गाडी का वापरली, असं मी सलमा मॅडमना विचारलं. त्यांनी हात झटकले. त्या रडू लागल्या. त्यांचे मिस्टर घाम पुशीत उभे होते. त्यांना जाब विचारला.

ते पहिल्यांदा म्हणाले, "मला मुलांना मदत करायची होती."

मी म्हणालो, "ठीक आहे. एकदा मदत केली. वर्षानुवर्षं मदत कशी करता येते? त्यासाठी संस्थेची परवानगी घेतली का किंवा संबंधित रकमेची जमापावती घेतली का? देणगीची पावती घेतली का? गाडी संस्थेची का वापरली नाही?"

आता चोऱ्यांना मदत करणाऱ्यांचे धाबे दणाणले. यात या सगळ्या जणी होत्या. त्याशिवाय दोन शिपाई, एक कामाठी, भाजीच्या देठापासून तेल, तिखट, मीठ, सारं काही रात्री, जकातवाडीतून शेंद्रेमार्गे बाईंच्या वसतिगृहावर. सारी निर्मनुष्य वस्ती. त्या वाटेने या बाईंचे मिस्टर, दोन शिपाई रात्री बारा नंतर हा उद्योग करीत. दारू पिणं, पार्ट्या करणं यात अनेकजण सामील आहेत. साहेब, माणसं कोणत्या थराला जातात! गोबेल्स नीतीचा वापर करून एकच खोटी गोष्ट पुन्हा पुन्हा सांगितली की ती खरी वाटू लागते. इथे तर पाच बाया, त्यांचे पाच बाप्ये, मॅडम

आणि त्यांचा नवरा, शिवाय डी.डी.सर, गुपचुपे सर, या कटाचे सूत्रधार. मला मारलं की कॅप्टन पडेल आणि कॅप्टन पडला की पानिपत होईल. सारी वाताहत होईल आणि आख्खं कुटुंब बरबाद होईल. माणसांत तोंड दाखवायला जागा राहणार नाही. शरद पवार त्याला ठेवणार नाहीत. आणि सारी संस्थाच ताब्यात मिळवता येईल. म्हणून चेकाळून या गरीब बाया बळी पडल्या. इतकंच नव्हे तर यांना राजाश्रय मिळाला आणि सारं उधळलं. माझी आपणास विनंती आहे. मी सांगितलेली सर्व हकिकत समजावून घ्या. त्यानुसार तपास करा. आपण काहीही विचारा. माझं पूर्ण सहकार्य राहील. सर्व ठिकाणी आपणास घेऊन जातो. या तक्रारदाराचं जे काही म्हणणं आहे, ते मी वाचलं आहे. ते सारं माझ्यावर रचलेलं कुभांड आहे. माझी इमेज, प्रतिष्ठा धुळीला मिळवणं, मला आयुष्यातून उठवायचं, माझं राजकीय, सामाजिक, सांस्कृतिक, साहित्यिक जगातलं नाव बदनाम करायचं, असा हा कट रचलेला दिसतो. यात कोण आहेत, कोण नाहीत, याबद्दल मला सांगता येणार नाही.''

''लक्ष्मण माने, आम्ही तुम्हाला ओळखतो. बाकीचं जाऊ द्या. या लोकांनी तुम्हाला काही दिवस तरी का असेना आत बसवलंच ना? लाल दिव्याच्या गाडीत बसलात, आता जेलमध्ये बसा. मी काही सहज तुम्हाला सोडणार नाही.''

''ते मला माहीत आहे. तुम्ही मला सोडणार नाही. माझा संविधानावर आणि न्यायालयावर पूर्ण भरोसा आहे. मला नक्की न्याय मिळेल.''

साहेबांनी बेल वाजवली. ''काय वडापाव खाणार की जेवणार?'' मी गप्प उभा राहिलो. त्यांनी जेलचं जेवण दिलं. तिथेच बसून खाल्लं. नरकातून नरकात. कसंबसं नरड्याखाली घातलं. तेही मिळत नव्हतं. साहेब फार कडक. घटकेत माणसासारखा वागायचा, तर क्षणात एकदम दुसऱ्या टोकाला.

''काय लक्ष्मणराव, कुठंबी करायचं? धान्यकोठीत? तुमच्यासारख्याला शोभतं का? येवढ्या मुलखात जागा पडल्यात. तुम्हाला कोठी आवडावी? पण खरंच छान आहे का कोठी? बघायलाच पाहिजे.''

''चला ना दाखवतो आणि लाखाची पैज लावतो. तुम्हीच काय, मीच काय, कोणाही पुरुषाने तिथे आपली पत्नी, मैत्रीण कुणालाही घेऊन यावं आणि दारं बंद करून बसावं. बलात्कार सोडा, ते फार पुढचं झालं. साधे संमतीने संबंध करून दाखवावेत.''

''अरे, मग तर जायलाच पाहिजे. चला, बसा गाडीत.'' अरेतुरेचा असा त्यांना विसर पडला असावा. क्षणात आग. क्षणात पाणी. मला कळत नसे, माझ्याकडून माहिती काढतोय की वदवून घेतोय. मी सावधपणे बोलू लागलो.

''बोला, कुठून सुरुवात करूया? आधी सलमाबाईंचं होस्टेल पाहूया.'' आमची गाडी सारवकरनगरात गेली. तिथे अधिकारी कोणी नव्हते. फक्त दोन वॉचमन

आणि १०-१५ मोठ्या मुली होत्या. कॉन्स्टेबलनी भराभर सारं पाहिलं. पदाधिकाऱ्यांची नावं लिहून घेतली. अध्यक्ष कुणीतरी कोकरे की काय आठवत नाही. उपाध्यक्ष सलमा मॅडम यांचे पती. स्वत: मॅडम खजिनदार तर सख्खी बहीण जनरल सेक्रेटरी! साहेबांनी मुलींशी बोलणं केले. पंधरा-वीस मिनिटांत तिथून बाहेर पडलो. गाडी हायवेला लागली. शेंद्रे फाट्यावर चहा घेतला आणि जकातवाडीला शाळेत गेलो. सुट्टी असल्याने शाळेत कुणीही नव्हतं. एक शिपाई, दोन-तीन बायका पोलिसांना बघितल्यावर घाबरून गेल्या. पोलीस विचारतील ते सारं सांगत होत्या. जी बाई माझी बाजू घेऊन बोलत असे, तिला ते बाद करीत.

कोठी म्हणजे १० बाय १५ची खोली. तिच्यात शंभर-दीडशे गव्हाची पोती, साठ-सत्तर तांदळाची पोती, तिखटाचा पिंप, वजनकाटे, तेलांचे डबे, पाय ठेवायला जागा नाही. दोन माणसं कशीबशी उभी राहू शकतात. या कोठीच्या पूर्वेकडच्या दारामुळे दाटीवाटीने मुले जेवायला बसत. शेजारीच किचन. त्यामध्ये स्वयंपाकी, कामाठी आणि जेवण वाढणारी मुलं. पश्चिमेला पोत्यांच्या थप्प्या आणि भिंत, दक्षिणेला दरवाजा. तिथे तो कायम पोत्यांमुळे बंद. त्या दारात रेक्टरचं ऑफिस. उत्तरेला दरवाजा. तो उघडला की लगेच पिठाची गिरणी आणि त्याला लागून धुणी-भांडी धुण्याचा कट्टा, शेजारी प्रशस्त किचन, संडास, बाथरूम, उरलेलं सारं डायनिंग. म्हणजे तिन्ही दरवाज्यांत माणसंच माणसं. जमीन सारी तेलाने, तिखटाने, कांद्यांनी भरलेली. पाय ठेवता येत नव्हता. मिठाच्या पोत्याचं पाणी पाझरलेलं. तिथे असलं कृत्य तर सोडा, अंगाला हातसुद्धा लावता येत नाही. कुणालाच. संध्याकाळी ७ ते रात्री ११ वाजेपर्यंत पोरांच्या पंगतींचा राबता. साहेबालाही कळत नव्हतं, हसावं की रडावं. केवळ अशक्य कोटीतली गोष्ट.

साहेब म्हणाले,“ बोराटे कोण? ”

“माझे जावई.”

“त्यांचा बंगला कुठाय?”

“साहेब, बोराटे सरांचा इथे एकही बंगला नाही. अशी कोणती इमारतच नाही. आपण सारं हिंडून पाहा.”

पोलीस तासभर शोधत होते. तासाने गाडीजवळ आले. साहेबांना हळू आवाजात सांगितलं. साहेब म्हणाले, “चला” आम्ही गाडीत बसलो. पुन्हा कोठडी. सायंकाळचे ५ वाजले होते. पुन्हा कोठडीत रवानगी करून पोलीस गेले.

रात्र नेहमीसारखी खाजवण्यात गेली. मुतारीचा वास इतका घाण की खाण्यापिण्याची कसली इच्छाच होऊ नये. आज पोलिसांनी मला जसं नेलं होतं, तसंच त्या भिंतीला टेकलेल्या कैद्यालाही नेलं होतं. तो परत आला होता. त्याचा जामीन होत नव्हता. तो पुन्हा वेताळाच्या गोष्टीसारखा भिंतीला टेकून बसला. मी कपडे बदलले. सारं

शांत होतं. पहाऱ्यावर पुरुष कर्मचारी तंबाखू मळीत बसला होता. डाव्या हाताची उशी केली आणि फरशीवर एका अंगावर झोपलो होतो.

तिच्या आयला, रांड कोणत्याच ऑडिटरला घावत नव्हती. सलमा मॅडमच्या गटातली जी बाई फोडणीचं काम करी, ती हात मारी. खोबरेल तेलाची बारीक बाटली गोडेतेलाने भरली जायची. ती बरोबर दोन्ही स्तनांच्यामध्ये बसवायची. बाकी रोज लागेल तेवढाच मसाला पुड्यामध्ये बांधून तो स्तनांच्या बाजूला ठेवायचा. अर्थात हे सारं सलमा मॅडमच्या गटात असलेल्या बायकाच करत. सीनिअर बायका शक्यतो या भानगडीत पडत नसत. पिठाचे मळलेले दोन गोळे जेवणाच्या डब्यात घालायचे. सारं ओपन सीक्रेट होतं. रोज वेगळ्या बाईची फोडणीची पाळी असायची. म्हणजे आठवड्यातून दोन वेळा ती हे सारं राजरोसपणे नेत असे. एकदा वॉचमनला तंबी दिली, अंगझडती घेण्यासाठी. तो म्हणाला, ''महिला रेक्टर नाही. मग कसं घेऊ?'' तो ''नाही'' म्हणाला. निदान डबेतरी तपास घरी जाताना. एकदा एक वॉचमन तयार झाला. सायंकाळी ६ वाजता बाया घरी निघाल्या. त्याने पिशवीला हात घातला आणि 'भाड्या, तुझा मुडदा गेला. पिशवी बगतूयास, मग धर. सारंच बग' म्हणून डोक्यावरचा पदर भराभर घाली कमरेला ओढला. वॉचमन घाबरून पळाला. त्याला काय करावं सुचेना. साऱ्या बाया शांतपणे बाहेर पडल्या. पुन्हा वॉचमन, कोणीही त्यांच्या वाटेला गेले नाहीत.

हळूच पक्षी बाहेर आला आणि म्हणाला, 'आन् भानगडीचं काय?'

'अरे, ते मला हळूहळू समजले. या बाईंनी शिपायांना पहिल्यांदा कोणाला कोण आवडतं ते विचारून घेतलं. त्या बाईशी बोलून जोडी जमवायची. या २००५ सालानंतर आलेल्या बाया साऱ्या ज्युनिअर आणि तरुण. त्यातही एखाद दुसरी बाई आणि वृद्ध, लग्न झालेल्या सोडल्या, तर उरलेल्या नवऱ्यांनी सोडून दिलेल्या. घरातून हाकलून दिलेल्या. नाठाळ बायांचा ताफा. हा सगळा सलमाबाईंचा गोतावळा. २००५ साली आत आल्या. त्या साऱ्यांच्या जोड्या सलमाबाईंनी जुळवल्या. त्याला अपवाद होत्या लग्न करून नांदत असलेल्या गरती बाया. मी गेलो. मुलांची जेवणं झाली की यांचा तमाशा रात्रभर किचनमध्ये चालू. बाई राणीच होती. ती शाळेच्या ऑफिसमध्ये तिच्या मित्रांशी गमती करी आणि खास बेत करून रात्री दोन दोन वाजेपर्यंत दंगामस्ती करीत पार्टी होत असे. बाईंची पाची बोटं तुपात होती. ५० मुलींची ९३० रु.प्रमाणे सरकारी ग्रॅन्ट. नवरा-बायको दोघांचा पगार. सारं घर तर वसतिगृहातून चाले. नव्या दमडीची मोड नाही. अरे, पण हो, एवढं सायबाला मी कसं सांगणार? ते कुठं ऐकतंय? ते नुसतं जातीच्या सर्टिफिकेटच्या मागे लागलंय. काही झालं तरी ॲट्रॉसिटी दाखल करायचीच. सगळ्यांतून सुटला तरी यातून सुटू नये, असा त्यांचा प्रयत्न. म्हणून सारखं रिमांड मागत होता.'

'करू दे रे, काय करायचं ते!'

'कायदा काही सायबाच्या बापानं केला नाही. तो आपल्या बापाने केलाय. आपण काहीच खोटं केलेलं नाही. तीन-तीन निवडणुका तर अनुसूचित जातीच्या प्रमाणपत्रावर लढल्या आहेत. प्रत्येक वेळी जात पडताळणी झाली आहे. काय, सायबाला करायचं ते करू दे.'

"ये भडव्यांनो, जागे हाय का रे?" गजातून हाक आली तसे दोघंही हललो. दोन्ही पक्षी आत पळाले. "उठा चला. भत्ता घ्या." आता ड्यूटी बदलली होती. तीच बाई आली होती. तिने पोलिसाच्या हातातली ताटं घेतली. "निघा बाजूला." तिनं आदेश दिला. पोलीस बाजूला झाला.

"थांबा साहेब, भाजी काय आहे डब्यात बगते."

"नको ताई. तुम्हाला त्रास कशाला?"

"अहो, मी भाजी जास्त आणलीय; सुक्का बटाटा आहे."

त्यांनी दोघांच्याही ताटात स्वत:च्या डब्यातला बटाटा वाढला. "जेवा साहेब." पोलीस नरमला होता. त्या त्याला हळूहळू सांगत होत्या, "माणसं किती कारस्थानी असतात. १५-१५ वर्षांनी बलात्काराच्या केसेस दाखल करून चालेल का? काय पुरावा मिळणार? १५ वर्षं ह्या बाया काय पोरं व्हायची वाट बघत होत्या का? छिनाल रांडा. यांना भाऊ, बाप, चुलतामालता, मुलंबाळं काही नसतील का?"

मी ऐकत होतो. नशिबाने थट्टा मांडली होती. मनातले कढ चपातीच्या घासासकट गिळत होतो. 'बाबासाहेब, मी तुमच्या वाटेने गेलो. माझं चुकलं का? मी नरकाच्या गाड्या ओढायच्या होत्या का?' मन सारखं तळमळत होतं. माझ्याजवळचेच माझ्यावर उलटले होते. ताटात जेवणारेच ताटात माती कालवीत होते. 'कसा कामाला लावला.' मनोमन संतोषले होते.

रात्री बारा-साडेबारा वाजता दोन तरुण पोरं आत टाकली गेली. तब्येती म्हणजे तालमीतले पैलवान. मला बघताच त्यांना मोठा आनंद झाला. आम्ही दोघं रामोशी समाजातले आहोत साहेब. ३०२ खाली आत आलोय. तीन दिवस फरारी होतो. जवळच्यांनी चहाडी केली आन् पोलिसांच्या हाती घावलो. पोलिसांना सारं सांगणार न्हाय. बघू दे की त्यांचा तपास."

"आरे, पण कुणाला मारलं?"

"कुणाला म्हंजी काय, गावच्या पाटलाला. मुंडक्यातनं छाटलंय. कैक येळा हिथं ईऊन गेलूया."

"आरं पण का मारलंसा?"

"साहेब, आम्ही रामोशी हाय. गावात दांडगा अत्याचार चालू होता. पाटील पारावर बसायचा. मिश्याला पीळ मारीत. बाजारच्या दिवशी तर अंगातली पैरण

काढून दाडी करीत बसायचा. न्हावी दाडी करायचा. तासन्‌तास चालायचं नाटक. सगळ्या गावाला ठाव होतं. बाजारातल्या तरण्या, देखण्या बाया हेरायचा. म्होरं आठवडाभर सगळी पाखरं टिपायची. पाटील म्हणजी राजाच की! सोसायटी, ग्रामपंचायत, ग्रामसभा, आमदार, खासदार, सारं पाटलाच्या इशाऱ्यावर चालायचं. मदने आप्पा लय मोठा माणूस. बापू विरूच्या संग होता. त्या आप्पा मदनेच्या तालमीतले आम्ही पठ्ठे हाय. आम्ही का कुणाच्या बापाला भितो का काय? पोलीस, त्यांचा मार, या कशाला आम्ही घाबरत नसतो. आन् लईच जिवावर आलं तर पोलिसासकट सारं राख करण्याची ताकद अजूनबी दंडात हाय. त्याला भाड्याला एकच नाद. कंच्या आळीत आपल्या तोंडावळ्याची किती पोरं हायेत. आपल्या पोटची लेकरं प्रत्येक गल्लीत असायलाच पायजे. म्हणून पाटील पोरं मोजायचा. त्याच्या आयच्या चिना रगाडला. मी तंबाखू खात होतो. मला कळ निघाली न्हाय...

'काय पाटील, काय मोजताय?'

'आरं. आपल्या पोटची कंच्या गल्लीत किती पोरं हायेत ते मोजत होतो.'

माझा भेजा सराकला. 'अहो पाटील, तुम्ही लोकांच्या बायांची पोरं मोजताय; पण तुम्ही गोरंपान, पाटलीन बाईबी गोऱ्यापान. मग तुमचं पोरगं आसं काळ कुळकुळीत कसं काय?'

'आरं आमच्या वाड्यात कोळ्याचं पोरगं हाय नव्हं. पाणक्या. त्याजी सावली पडली.'

'पाटील, आयला, तुमच्या घरात सावली पडतीया. बाकींच्याच्या बाया का तुम्हाला फळवायला दिल्यात? साऱ्यांना पोरं काढायला?'

"आसं म्हणल्याबरूबर पाटील तिरमिरीत उठला. आन् एक कानसुलात हानली. मी मागं सरलो. ह्यो धरीत होता. तवर खांद्यावरच्या फरशीनं त्याची मान छाटली होती. आम्ही दोघंही रक्तानं भिजलू. पाटील फडफडत होता. उरल्याली मान ह्यानं हानली. आन् नीट नदीला चालत गेलो. सारं गाव दातखिळी बसल्यावाणी गपचिप पडलं होतं. आम्ही शांतपणे नदीला खोकडाच्या बिळात बसलो. रात पडंस्तोवर. ततनं सुटलं ते ट्रकात बसून लांब गेलो. गावशिवारात, उसांच्या फडात, घरची माणसं ठरलेल्या ठिकाणी भाकरी ठेवून जात. बाया-पोरं शेतातनी काम करीत. तीबी आम्हाला बघीत. मायमाउल्या धडप्यातली भाकरी-भाजी उसाच्या फडात पोहचवीत. उमदं गाव एकवटून मागं होतं. त्यानं आम्हाला कायीच होणार नाही. आमच्या विरोधात कुणी साक्ष देणार नाही.

पोलीस पाटील या पाटलाचा सख्खा भाऊ होता. त्यानी जंग जंग पछाडलं. शिवार न् शिवार धुंडाळलं; तवा आम्ही घावलो. आम्ही गुन्हा कबूल केल्याला न्हाय. कुणीबी साक्षीदार न्हाय, पुरावा न्हाय. काय झेट उपटणार हायेत पोलीस? मारतील. मार खायचा. टाचा फोडून काढतील, तळव हानत्याल, मरंस्तोवर

मारत्याल; पण आम्ही काय कबूल होणार नाही. जीव गेला तरी. त्यांनी काय बी करू दे. सारं गाव गुलामीतनं सुटलंय. गावाचा आम्हाला पाठिंबा आसंल. साऱ्या माणसांनी पाहिलंय. भर दुपारचं झालंय; पण आम्ही घाबरत न्हाय. आमच्या लेकीबाळींच्या आब्रूचं खोबरं करणारा मादरच्योत आम्ही मारला होता. ह्याच्या बायकोनं काय करायचं व्होतं? ह्यो गावचं उकिरडं फुकत होता. तसं तीबी फुकत होती. त्यांनी केलं की पुण्य. आपण केलं की पाप...''

मी पार हादरून गेलो. घाम फुटला होता.

''माने साहेब, आम्हाला सारं माहिती आहे. नुसती नावं सांगा. सारी उचालतो आम्ही आत राहूनबी. तुम्ही नावं सांगा. आमचा एक माणूस आयघाल्यांना चालत न्हाय. आरं बाबा, तुम्ही एकटंच शहाणं होता. बाकी सारी आम्ही अनाडी. सायेब, ते तुमचं शरद पवार कंच्या बोळात बसल्यात? त्ये आजित पवार कंच्या बोळात बसल्यात? का नाही धावलं?''

''जाऊ द्या रे! तुम्ही यातनं कसं सुटणार?''

''साहेब, आम्हाला जामीन होणार. तुमच्यासंग मल्हारी आसतू ना?''

''होय. आसतो की.''

''मंग काय उपाटतू का? एकी-एकीच्या फोदऱ्यात पायली पायली मिरची ठेचायची न्हाय का? काय राव साहेब, माणसं पाळताय?''

''अरे बाबा, मी पाळत नाही. त्याची मला गरज नाही. तुमची वाट वेगळी, माझी वेगळी. मी अशा गोष्टीतनं माझी माणसं आयुष्यभर बाहेर कशी पडतील, ते बगतोय.''

''हां, काय फळं मिळाली त्याची? अरे, काही हरामखोरांना आपलं बगवत न्हाय. आता लवकर सुटा.'' म्हणून घोरायला लागले.

माझ्या शेजारी दोन ३०२चे तरुण झोपलेत यानेच मी पुरता घाबरलो होतो. डोळ्यांवरची झोप उडाली होती. अण्णा भाऊ साठ्यांची आठवण झाली. त्यांनी नक्की सुंदर कादंबरी लिहिली असती. वारणेच्या वाघासारखी. अण्णा भाऊंच्या आठवणीने डोळ्यांना पाणी आलं. मीही गुरमाळलो*. झोप केव्हा लागली समजलं नाही. रातभर एकजण मोठ्यानं घोरत होता, तर दुसरा कराकरा दात खात होता.

मध्येच एकदम बाहेर फारच कालवा झाला. पहारा नीट चालतो का नाही हे बघणारं स्कॉड असतं. ते स्कॉड आल की परवलीचं एक वाक्य म्हणायचं असतं. ते पहाऱ्यावरल्या सीनिअरने म्हणायचं असतं. तेही काही पट्कन म्हणता आलं नाही. म्हणायला थोडा लेट झाला. त्यासाठी पहाऱ्यावरल्या शिपायाला अधिकाऱ्याने

---

* गुरमाळणे : डोळे जड होणे

अक्षरश: शिव्या घातल्या. मी जागा होतो. कालवा संपला. मी पहाऱ्यावरल्या मुलीला विचारलं. "काही नाही. तुम्ही झोपा. तपासणारं स्कॉड आलं होतं." ती म्हणाली.

दुसऱ्या दिवशी पुन्हा सातारा पोलीस स्टेशनची गाडी आली. मी तयार होऊन बसलो होतो. तो भिंतीला टेकलेला कैदी नव्हता. बरं झालं गेला. कसनुसं बगवत नव्हतं. काय झालंय त्याचं कुणाला माहीत; पण त्याची शोकांतिका मनात घर करून राहिली. क्षणाच्या रागापोटी काय होऊ शकतं! भाई नाष्टा घेऊन आला होता; पण घेता आला नाही. साहेबाने गाडीत घातलं. पुन्हा कोर्टासमोर. पुन्हा पोलिसांना ॲट्रॉसिटीच्या दाखल्याची तपासणी करायची आहे. त्याने आरोपीला विदर्भात न्यावं लागेल वगैरे मागणी केली. खरंतर दोन केसेस एस.सी.तल्या होत्या. एक पूजाबाई सातारकर यांची आणि तिचा तपास संपला होता. आणि याच साहेबाकडे दुसरी एस.सी.तली केस होती. कमळाबाई कोल्हापूरकरची. तीही ॲट्रॉसिटीची. ही केसही तपासणी याच साहेबाकडे होती. दोन्ही त्याला तपासता आल्या असत्या; पण तपासायच्याच नव्हत्या. मला जास्तीत जास्त काळ आत ठेवायचं होतं. त्याने एकातच पी.सी. मागितली. अर्थातच मे. कोर्टाने ती नाकारली. आणि न्यायालयीन कोठडी मिळाली. पुन्हा मूळ जागी रवानगी झाली. साऱ्या तपासण्या करून हॉलमध्ये गेलो. सारे विचारत होते,

"सर, मारलं का?"

मी "नाही" म्हणालो.

"अवो ना आयघाल्या आय. ओ. हाय ना तुमचा लय कडू हाय! आरं पण त्यांच्या काय झेटाचा मुद्दामाल हाय का? हत्यार हाय का काय हाय. आन् दहा वर्षांच्या पूर्वी झालेला रेप. काय मिळणार त्याला? जेवला का सर?"

"नाही रे." पाटील उठला. पिशवी काढली. चटणी, कांदा, वाळक्या चपात्या. भूक लागली होती. मुलाने आणलेला नाष्टा दिला नव्हता. आन् पोलिसांनी भत्ताही दिला नव्हता. "रांडच्यांनी सरांचा भत्तापण खाल्ला बग." एक जण म्हणाला. आता पुन्हा रूटीन सुरू झालं. जगात काय चाललंय? मीडिया काय बोंबलतोय? माझ्या पाठीमागे कोण उभं राहणार? माझी सारी प्रजा याच चक्रात अडकलेली. तरीपण मोर्च्याला आली होती. माझ्या जागी दुसरा असता तर काय काय झालं असतं? माझी मुलाखत आली होती. स्पीकरवरून तसं सांगितले गेले. मी पळतच मुलाखतीच्या जागी गेलो. मुलाखतीची जागा म्हणजे एक बोळात ठेवलेलं बाकडं. पुढच्या बाजूने नुसत्या जाळ्या. बाहेरच्या माणसाला फक्त तोंड दिसेल अशी सारी रचना. शशी, भाई आणि समता भेटायला आलेले. आठ ते दहा मिनिटांची भेट. आम्ही फक्त एकमेकांना पाहून घेतलं. भाईने घाईघाईमध्ये काही माहिती दिली. पोरं जिवाचं रान

करीत होती. दहा मिनिटं बोलून झाली आणि ते सगळे परत गेले. आठवड्यातून एकदा अशी भेट असे.

मी पुन्हा माझ्या बराकीमध्ये आलो. मुळात यापैकी कोणत्याही केसमध्ये काहीही दम नव्हता. क्रॉसिंगसाठी मुलं प्रयत्न करीत होती; पण कायद्यातलं कोणाला काय समजतंय? आणि ज्यांना समजतं, ते सारे घोड्यानं काढलेले. तोबरा असंल तर बोलणार! नाहीतर त्यांना बोलायला वेळच नसणार! अक्षरश: दाताच्या कण्या व्हायच्या; पण पैसे घेऊनही विश्वासाने सल्ला देईल असा माणूस नाही.

जेवत होतो. भाई बोललेला शब्दन्शब्द डोक्यातून जात नव्हता. पाण्याच्या घोटाबरोबर वाताड चपात्या सोन्यासारख्या पाण्यात भिजवून खात होतो. अनेकदा मरणाचे विचार डोक्यात येत.एवढा प्रचंड अपमान झालेला. दुःखातिरेकाने आपला जीव जाईल असं वाटत असे. मला मरायचंही नव्हतं. असला नीचपणाचा किळसवाणा डाग मी माझ्या रक्ताने पुसायला तयार होतो.डोळ्यांतलं पाणी चपातीत मिसळत होतं.

एक गोरागोमटा पैलवान जवळ आला. ''सर, वाईट दिवस जातील. धीर धरा. आमची आठवण ठेवा! गरज लागली तर सांगा. या बायांच्या किड्यात बिड्या नाही ओढल्या तर नावाचा सावंत नाही. बलात्कार कशाला म्हणतात ते त्यांना आम्ही दाखवतो. आमची आठवण ठेवा.'' त्यानं खांद्यावर हात ठेवला.

मी उठून हात धुतला. जागेवर येऊन बसलो. सारे कैदी झोपले होते. बेल झाली. बंदी उठली. मुलं व्हॉलिबॉल खेळत होती. त्यात जीव रमवायचा प्रयत्न केला. एक कैदी जवळ आला. फलटणचा होता. तो सांगत होता. बांधकामावर पाणी मारत होता. स्लॅबवर होता. तिथे एक बारकं पोरगं आलं. बोंबलाय लागलं. काय झालंय समजायच्या आत सात-आठ गुंड आले. याला मार मार मारला. पोलीस स्टेशनला नेला आणि मुलाचा लैंगिक छळ केला म्हणून गुन्हा दाखल केला. आता माझ्या शेजारी बसून रडत सांगत होता. तोही कैकाडीच होता. शिक्षक होता. प्रमोशनला ड्यू होता. झालं; त्याची ठरवून वाट लावली. लहान मुलांचे कायदे फार कडक आहेत. जामीनही होत नव्हता. मेडिकलमध्ये काहीच सापडलं नव्हतं. तरी जामीन मिळत नव्हता. बिचारा तोंडात माती घालून रडत होता. बंदी उठली की दुःखाचा महापूर येत असे.

''बायकांना फार ओव्हर प्रोटेक्शन दिलं आहे.'' एक सीनिअर कैदी सांगत होता, ''साहेब, कायद्याचा मैदाळा गैरवापर होतोय. बायांना खाज नसती तर कशाला आय घालायला खाली निजल्या असत्या. लाथाबुक्क्या खाऊन नांदत्यातच नव्हं? मग का त्यानला गरज न्हाय? सरकारपण येड्या लवड्याचं. डोळा मारला. धक्का मारला. लाइन मारली. तीनचार मिनिटं बगितलं, तरी विनयभंग होतो. आता बसमध्ये बायांचा पदर गड्याच्या तोंडावर पडतो. ती पाय तुडवती. तवा पुरुषाचा

विनयभंग होत न्हाय का? का पुरुषाला लाज-आबरू न्हाय? का त्याला बाया-पोरं न्हाय? का घरदार न्हाय का समाजात इज्जत न्हाय? सांगा की सर.

डोळा मारला, कोर्टात कसं सिद्ध करणार? त्यानं डोळा मारला तुला. कसा दिसला? तुजी आय घालून तू कशाला त्याज्याकडं बगत होतीस? साऱ्या मांड्या, थान, बोंबलत उघडी टाकता, त्यानं पुरुषाचा विनयभंग होत न्हाय का? हिच्याकडं बगून लघवीला उभं राहिलं तरी विनयभंग होतो आन् ही पार थानं निम्मी उघडी टाकती तवा पुरुषाचा विनयभंग होत नाही का? कायदा करत्यात भाडे. बायका बिघाडल्यात. वेश्येला इज्जत आसती. तेवढीसुद्धा पुरुषाला नसती का? हा येवढा मोठा माणूस मोडून पडलाय. ते कुंठ, ह्या बाया कुठं, का जग ओस पडलंय का? का पैसं नाहीत? काय नाही ह्या माणसाकडं? पण आपल्या चमचाभर जागेचा ताल किती करायचा? त्याच्यामुळे रामायण घडलं.

"बुवा, चहा येतो का बगा की," मी मध्येच थांबवीत म्हणालो,

"सर, बायांची जात, पायांतल्या वहाणांवाणी होती ना तेच बराबर होतं. पायांतली वाहान डोस्क्यावर घेतली. आता ती मिऱ्या वाटतीया."

"आवं, पदुर पडत नव्हता. थानं कुठली दिसायला! तमासगीरनीचीसुद्धा दिसायची नाहीत आन् आता म्होरनं बाय येतीया का बाप्या येत्योया ते समजना."

"काय बुवा, झालं का न्हाय?"

बैठक चांगलीच रंगली होती. बाया, पोरी म्हणजे नुसता खाकाना. सारी तरणी पोरं. म्हातारेही चेकाळत. वाट्टेल ते बोलत. त्यांना विरोध करणं माझ्या ताकदीच्या बाहेरचं होतं. इतकं आचकट विचकट बोलत आणि इतक्या अश्लील शिव्या देत, की ऐकवत नसे. त्यातून पुस्तक घेऊन बसावं, तर

भंडावून सोडीत. मग ऐकण्याचा रोल करायचा. ऐकवेना झालं तर उठून जायचं. इतकी निंदानालस्ती व्हायची. त्यात काही काही खरं असायचं, तर बाकी सारी मनुवादी. त्यांची शिक्षणं, संस्कार, समाजाने दिलेली वागणूक या सर्वांचा तो परिपाक होता. नैतिकता नावाची गोष्टच त्यांना पटत नसे. आवं एक बाय तुमाला पतिवरता घावायची न्हाय."

मग मी म्हणालो, "आपली आई-बहीण आहे ना? बहीण, बायको, चुलती, भावजय, मुलगी या साऱ्या बायाच आहेत ना? मग त्यापण अशाच आहेत, असं म्हणायचं का?" झालं, सारे चला चला चहा आला म्हणून उठून गेले. माझ्या प्रश्नाचे उत्तरच नव्हते ना? चहा झाला आणि बंदी झाली. सारे आत पळाले. मी वाळायला घातलेले कपडे आणायचे विसरलो. आत गेल्यावर लक्षात आले; पण तोवर कुलूप लागले होते. आता सकाळीच.

सात-आठ दिवस झाले तरी तपास अधिकारी तपासच घेईना. मला आत

सडवणं. बास्स. दुसरी केसही अशीच ॲट्रॉसिटीची आणि बलात्काराची. महिला कर्मचारी पाचगांव, ता. करवीर, जि. कोल्हापूर येथील आश्रमशाळेत जादा रोजंदारी कामगार म्हणून कामावर होत्या, असे त्यांचे म्हणणे होते; पण मुख्याध्यापकाने ते नाकारले होते.

माझ्या तपासी अधिकाऱ्याची मी वाट पाहत असे. मला लवकर बाहेर पडायचे होते, तर पोलिसांना मला जास्तीत जास्त काळ आतच ठेवायचे होते. अखेर याही तपासाची सूत्रे त्यांचे हातून अन्य महिला पोलीस अधिकाऱ्याकडे गेली. आय.ओ.ने मला बाहेर काढले. पुन्हा जकातवाडी, धान्याची कोठी, वऱ्हांडा सारे दाखवून झाले. मी सगळ्या तपासाला सहकार्य करत होतो.

महिला अधिकारीसुद्धा किती अश्लील बोलू शकतात, ते मी इथे बोलू शकत नाही. पुरुषच शिव्या देतात, असे नाही; शिकलेल्या अधिकारी बायासुद्धा लाज वाटावी, अशा शिव्या देतात. शेमणं पडलं. ही अधिकारी नवशिकी; माझ्या मुलीच्या वयाची.

"किती लांब आहे रे? बगा गं काढा त्याची कापडं."

मी सर्द उभा. किचनच्या एका कोपऱ्यात. खरंच कापडं काढतात की काय? बाई एक शब्दही मला बोलू देत नव्हती.

"भडव्यांच्या........ कापल्या पाहिजेत."

"अहो, काय बोलताय तुम्ही?" मी रेटून म्हणालो.

"मग सहा-सहा बायांवर बलात्कार करताना काय बोट वापरत होतास काय?"

बाई, मी गुन्हेगार नाही. आरोपी आहे. आरोप सिद्ध करा. फाशी द्या; पण हे काय बोलताय?

"नुसतं बोलतेय, समजलं? काय-काय केलंस ते सांग."

"मी काहीच केलं नाही. अहो, ही कमळाबाई कोल्हापूरकर त्या काळात कोल्हापूरात आहे. इथं नाही."

"ते मी तपासते. तू शिकवू नको. इथं काय केलंस ते सांग?"

"बाई अहो, या वऱ्हांड्यात असं काही करता येईल का? संमतीने

तरी करता येईल का? बाई, अहो इथं मुलं लहान-मोठी जेवत असतात."

"ये चला. खेचा गं याची." मी गप्प बसलो. पुढे उगीच त्रास देण्यासाठी ते वाट्टेल तेथे फिरवत राहिले. संध्याकाळी कोठडी.

दुसऱ्या दिवशी बाईंनी एका वरिष्ठ अधिकाऱ्यापुढे उभे केले. त्यांनी बसायला चेअर दिली. "काय मानेसाहेब, बाईंनी फार त्रास दिला वाटतं? त्या नवीन आहेत. त्यांना काही माहिती नाही. मॅडम तुम्ही निघा. मी बोलतो त्यांच्याशी. गरज लागली तर बोलावतो." मॅडम बाहेर गेल्या. म्हणजे या मॅडम या साहेबांच्या असिस्टंट

होत्या तर.

"मानेसाहेब, हे सारं राजकारण आहे. हे तुम्हालाही माहिती आहे. आम्ही हुकूमाचे ताबेदार. मीही डाव्या चळवळीतून आलोय. मी तपास बाजूला ठेवतो. आपण बोलूयात."

सालं मी चरकलो. हा अधिकारी तर फार कडक असल्याच ऐकलं होतं. येवढ्यात चहा-बिस्किटं आली. मला कळेचना. याच्या मनात काहीतरी वेगळा डाव असल्याचे नाकारता येत नाही. मी शांत बसून होतो. ते अगदी मऊ भाषेत बोलत होते. चहा घेतला.

"मला सांगा. राजकारणातल्या कोणाबद्दल तुम्हाला शंका आहेत?"

"साहेब, राजकारणात कुणीच कुणाचा मित्र नसतो आणि कायमचा शत्रूही नसतो. सारे मित्रच असतात."

"हो. ते बरोबर आहे हो. मग हे कुणी केले असेल असे वाटते?"

"साहेब, हे मला कसे कळणार? माझे कोणाशीच भांडण नव्हते. वैचारिक मतभेद असतात."

"हां तेच सांगा. आपल्याला पुढे जाता येईल."

"साहेब मी संघ, भाजप, बजरंगदल, हिंदू महासभा या सर्व हिंदुत्ववादी संघटनांशी वर्षानुवर्षे संघर्ष करीत आलो आहे; पण ते असलं नीच काम करतील, असं मला वाटत नाही. त्यातल्या अनेकांशी माझी वैयक्तिक मैत्री आहे. असल्या गोष्टी सातान्यातले तरी या संघटनेचे लोक करतील, असे मला वाटत नाही. बाकी तर सारे माझे मित्रच आहेत. माध्यम तर म्हणत आहेत, तुमच्या मोठ्या नेत्यानेच तुम्हाला आत टाकलं आहे. ते असलं नीच काम, आणि तेही माझ्याबद्दल कधीच करणार नाहीत. ते काय आहेत ते मला माहिती आहेत, आणि मी काय आहे, ते त्यांना माहीत आहे. तीस-पस्तीस वर्षं आम्ही एकमेकांच्या सुख-दुःखात आहोत. त्यांच्या कुटुंबीयांबद्दल बोलायला नको. त्याचा माझा मलाच त्रास होईल. मला त्यांनी भावासारखं वागवलं आहे. संस्था हवी असती तर त्यांनी केवळ सुचवलं असतं, तरी मी देऊन टाकली असती. ते ठकाला ठक आणि महाठकाला महाठक आहेत. माझ्यासारख्या माणसाला असं वागवून त्यांना काय मिळणार आहे? मी हेही सांगतो कै. यशवंतराव चव्हाणसाहेबांशी संबंध असलेला एकही माणूस माझ्याशी असे वागणार नाही."

"मग आता नेमके कोण उरले सांगा?"

"ते तुम्हीच पहा. मला सांगायचं ते सांगितलं."

"मग कोण असतील?"

"माझ्या संस्थेतले असंतुष्ट लोक. ज्यांच्या चोऱ्या उघड्या झाल्या होत्या.

ज्यांना सेवेतून काढलं होतं. असे कितीतरी सेवक तीस-चाळीस वर्षांत असतील. अनेकांचे अनैतिक संबंध समोर आले होते. एक-दोघांना निलंबितही केले होते. ते अधिक साताऱ्यातले माझे भले न बघवणारे माझे स्पर्धक, माझा द्वेष करणारे, मत्सर करणारे, माझ्याच अवतीभोवती असलेले. अगदी ताटात जेवलेले. सारे असतील आणि त्यांना कोठून तरी राजाश्रय आणि बाकीची ताकदही मिळाली असेल.''

''हां आता बरोबर जागेवर आलात!''

''आता राजाश्रय कुणी दिला असेल? मानेसाहेब, मी गमतीने विचारतोय. इथं काहीही रेकॉर्ड होत नाही. तुम्ही मोकळेपणाने बोला.''

''साहेब, नावं नाही घेत कुणाची, आपल्याजवळ पुरावा नसताना कोणाची नावे घेणं बरोबर नाही. जाऊ द्या. कोर्ट कचेऱ्यातून बाहेर पडल्यावर बघेन.''

''चला, आता जेवता जेवता बोलूयात. माझा डबा आहे. जेवण सांगतो.'' पोलिसांच्या मेसमधून जेवण आलं. आम्ही जेवत होतो. साहेब फार बेरकी होता. मी कुणाची नावे तर घेत नाही ना? याची त्याला कुणीतरी चौकशी करायला सांगितली असेल. पण मी खरं बोललो. खोटं नाही. माहीतच नाहीत नावं तर सांगणार काय? संशय असणं वेगळं. सत्य असणं वेगळं. जोवर सत्य समजत नाही, तोवर नावे कशी घेणार?

''साहेब, रामायण तर आपल्या सगळ्यांना माहीतच आहे. रामाच्या राज्यात कुणा ब्राह्मणाचा मुलगा मयत होतो. ते प्रेत घेऊन ब्राह्मण राजाकडे येतो आणि रामाला सांगतो, ''राजा, तुझ्या रामराज्यात काय चालले आहे? माझा मुलगा इथे मयत पडला आहे. तुझ्या राज्यात पाप फार वाढले आहे. शंबुक नावाचा अतिशूद्र तप:श्चर्येला बसला आहे. हा अधर्म झाला आहे. राम तर अंतर्ज्ञानी असतो. तो पाहतो. शंबुक नावाचा मातंग तपाला बसला आहे. राम तेथे जातो. त्याला काहीही न सांगता त्याचे बाणाने शीर उडवतो आणि ब्राह्मणाचा मुलगा जिवंत होतो.''

सायबाने ग्लासमधल्या पाण्याचे दोन घोट घेतले. ग्लास खाली ठेवला. ''बोला,'' म्हणाले.

''तेच रामायण तसेच चालू आहे. तो राम मनुवादीच होता आणि आधुनिक लोकशाहीतला रामही मनुवादीच आहे. तो रामही स्वत:ला चाणक्य मानत होता. हा लोकशाहीतला रामही स्वत:ला चाणक्यच मानतो. त्या रामायणातल्या रामाच्या आईला फळ खाल्ल्याने पुत्रप्राप्ती होते. आधुनिक रामाचे काय? कलियुगात काहीही असतं. तो राम झाडाच्या आडून वालीला बाण मारून मारतो. यात त्याचा पुरुषार्थ दिसतो. तसा आधुनिक रामाचाही पुरुषार्थ अनेक विरोधकांना नामशेष करण्यासाठी, बायांचा वापर करताना दिसतो. राम रामायणातलाच आहे. तो कधी मेलाच नाही. तो फक्त कपडे बदलावेत, तशी काया बदलतो. जुनं भाड्याचं घर खाली करतो.

नव्या घरात प्रवेश करतो, असे धर्मग्रंथ सांगतात. आत्मा अमर आहे. देह नाशवंत आहे. युग कोणतंही चालू असलं तरी मनू तोच आहे. वाल्या तोच आहे. वाल्मीकी तोच आहे. लोकशाही येवो की कोणतीही शाही येवो, मनुचा किडा वळवळत असतोच असतो. जातीशिवाय तो जगूच शकत नाही. कितीही समतेचे फवारे मारा. तो काही मरत नाही. कपट, कारस्थान, निंदा, नालस्ती, साम, दाम, दंड, भेद सारे हा लोकहितवादी लोकशाहीच्या नावाने वापरत असतो. साहेब, आता या रामाच्या जागी कुणाचेही नाव लिहा. शंबुक मरतोच आहे. सुरपनखेची वक्षस्थळे, नाक कापलं जातंच आहे आणि गरोदर बायकोला हा राम जंगलांत सोडतोच आहे. सारी त्याचीच पिलावळ आहे. माझी मान कापलेली नाही. मी जिवंत आहे. कारण हे रामायण लिहायचे आहे. ते रामायण एका गुन्हेगारानेच लिहिले होते. हे आधुनिक रामायणही माझ्यासारख्या वाल्याचा वाल्मीकी झालेल्या गुन्हेगार जमातीतल्या माणसाकडून लिहिले जाणार आहे. राम तेव्हाही बहुसंख्यांक होता आणि आजही बहुसंख्यांक आहे. रावणाने सीताहरण केले. सीतेला राजवाड्यात बायको म्हणून, रखेल म्हणून रावण ठेवू शकला नसता का? त्याने तिला दूर 'अशोकवनात' ठेवले. जोवर तिची इच्छा होत नाही, तोपर्यंत मी तुला चार बोटे लावणार नाही. असे सांगणारा रावण नीतिमान की मी तुझ्यासाठी लढलोच नाही, माझ्या कुळाच्या अभिमानासाठी लढलो; तू हवी तर रावणाच्या भावासोबत राहा; बिभिषण तुला सांभाळील; माझा तुझा संबंध नाही, असे म्हणून अग्निकाष्ठ करायला लावून तपासून सुलाखून घेतो, तो राम नीतिमान की रावण नीतिमान? कोण नीतिमान? सांगा ना साहेब?''

''बोला.''

एक परीट काही म्हणाला म्हणून सीतेला गरोदर असताना न सांगता जंगलात पाठवून देतो. कोण श्रेष्ठ साहेब? रावण की राम? आम्ही रावणाच्या वंशाचे आहोत, याचा आम्हाला अभिमान आहे. आधुनिक लोकहितकर्ता रामही आमचा छळ करणारच. बदनामीसाठी बाया वापरतोय. कमरेखाली वार करणाराला काय म्हणतात? हिम्मत असती आणि तेवढाच अपराधी असतो तर गोळ्या घालायच्या साहेब. आधुनिक रामायणातले हे पुरुष-स्त्री शूद्रादीअतिशूद्रांना नरकात ढकलूनच मारणार. रोज मरतायेत कर्जात बुडून शेतकरी. राम मरत नाही साहेब. मग तो त्या काळातला असो की या काळातला.''

''मानेसाहेब, ह्या गोष्टी बास झाल्या, साहेब,तुम्ही साहित्यिक मंडळी बोलायला कुणाला ऐकणार नाही. मला खरं काय ते सांगा.''

''साहेब, खरंच सांगतोय. आमचा शत्रू हवेत आहे. तो बिनचेहऱ्याचा आहे. तो समोर येऊन लढत नाही. एवढेच नाही, लोकशाहीचे अधिकार

आम्हालाही आमच्या बापाने दिलेत. ॲट्रॉसिटीचं कवचकुंडल आहे. त्यामुळे तो करूनसवरून नामानिराळा राहतो आणि आपण कसे लांब राहून विरोधकाला नामशेष केले, याची तुणतुणी बायकांच्या पदराआड लपून करतो. गप्पा मारतो.''

तेच म्हणतोय, ''तुम्ही कुणाबद्दल बोलताय?''

''मनूबद्दल, साहेब. रामाबद्दल.''

''मला समजले आहे; पण समजलेही नाही. बायकांनी उखाणा घ्यावा, तसे झालं.''

''आता महाभारत सांगू काय? तोही सारा फ्रॉडच आहे;पण तेथे एकलव्याने आपला अंगठा द्रोणाचार्याला कापून दिला. आता आम्ही दोन्ही हातांनी लिहायला शिकलोय साहेब. बाबासाहेबांनी आता एकलव्याला जागा केलाय. शंबुकाला जागा केलाय. असले छपन्न वनवास आले तरी रामाला आम्ही भीत नाही साहेब. आज ना उद्या राज्य आमचंच आहे.''

जेवण झाले. दोघांनी हात धुतला. शिळोप्याच्या गप्पा चालाव्यात, तसे चालले होते. दोघांनाही कळत होतं; पण दोघंही एकमेकाला तपासत होतो. गोड बोलून माझ्याकडून हवी असलेली माहिती अधिकारी काढण्याचा प्रयत्न करीत होता आणि मी त्याला चकवा देत होतो.

साहेबांनी पुन्हा चहा मागवला. आम्ही चहा प्यालो.

''मानेसाहेब पोलीस म्हणजे राक्षस, पोलिसांबद्दल फार वाईट बोललं जातं. पोलीसही माणूसच असतो. तो कायद्याची राखण करीत असतो. तुमच्यासारखे लोक इथं यायला लागले, याचं दुःख आम्हालाही असतं. आम्ही बोलू शकत नाही. कायद्याने हात बांधलेले असतात. मी पोलिटिकल बॅचचं काम पाहतो. मला इतरांसारखे वागता येणार नाही. तोही खतरनाक गुन्हेगाराला दाखवायला लागतो. जिथं थर्ड डिग्रीचा वापर करायचा, तेथे करावाच लागतो. माणसं माणसंच असतात. तुम्हाला मुलंबाळं आहेत, तशी पोलिसालाही आहेत. त्याचेही आई-वडील म्हातारे असतात, २४ तास ड्यूटी. त्यांच्या जगण्यालाही आजारांनी घेरलेलं असतं. आम्ही सांगायचं कुणाला? या तरुण पोरीबाळी बगताय ना? यांना घर प्रपंच आहेत. लहान लहान लेकरं आहेत. अंगावरली दूधपिती लेकरं सोडून पोटासाठी चाकरी करतायेत. जेव्हा दुसऱ्या टोकाला जाव लागतं, तेव्हा समोरचा कैदीही तसाच असतो. मग लाथा घालाव्याच लागतात. त्याशिवाय पुरावा घावतच नाही. चला केव्हातरी लिहा. आमच्याही व्यथा मांडा. आम्ही मांडू शकत नाही.''

हा साहेब पोलिटिकल बॅचचा होता. त्याने अनेक प्रकारे मी कुणाची तरी नावे सांगावीत, असा प्रयत्न केला. तो त्यांच्या कामाचा भाग होता; पण त्यातला माणूस जो दिसला, तो नक्कीच राक्षसी अवतारातला पोलीस नव्हता. आम्ही बसलेल्या

ठिकाणी साहेबांनी बटण दाबले. बेल वाजवली. मघाची तरुण मुलगी सॅल्यूट मारून उभी राहिली. मॅडम घेऊन जा, असा आदेश दिला. मॅडमनी धावपळ करीत माझ्या स्टेटमेंटवर सह्या घेतल्या. जे त्यांनी आधी दम देऊन घेतले होते. मला स्टेटमेंट वाचायला दिले. मी वाचले व सही केली.

मला गाडीत बसवले. पुन्हा कोठडी. तीच खिचडी. शेजारीच महिलांचा कक्ष. एक बाई रात्रभर बोंबलत होती. बाहेरचा पहारेकरी तिला दम द्यायचा; पण ती थांबत नव्हती. आता माझे दोन तपास झाले होते. उरलेले चार तपास बाकी होते. न्यायालयीन कोठडी. पोलीस कोठडी चालू होती. जागा सर्वांनी सारख्याच दाखवलेल्या. ९९ टक्के एफ.आय.आर.सारखेच; पण पोलिसांगणिक वर्तन बदलत असे. न्यायालयात हजर केले जाई. आठवडाभराची न्यायालयीन कस्टडी, तर पुन्हा पोलीस कोठडी. आणखीन एका दाव्यामध्ये, एक नवशिक्या एस.पी. आला होता. त्याचेकडे एक दावा होता. तो तपास अधिकारी होता. हिंदी भाषिक, फार बोलत नसे. रुबाब खास खानदानी राजस्थानकडचा. मला बिलकूल न ओळखणारा. त्याने एक स्टेटमेंट घेतले आणि त्याच्या लक्षात आले. माणूस पोलिटिशन आहे. मग खाकी वर्दी काम करू लागली. तपासासाठी वाट्टेल ते. कधी अंगावर वीज कोसळल्यासारखा कोसळायचा. दोन्ही पाय, दोन्ही हात जाम बांधले खुर्चीला.

''बोल, कहाँ रखखे वो तीन-तीन कंडोम. साला तेरे को मालूम नहीं था, उसको एच.आय.व्ही. है? क्या इतना पागल हुवा था?''

''साहब वो सब झूठ है, गलत है।''

''अरे, ये औरत बोल रही है ना, तीन-तीन बार कंडोम डाल के तुमने रेप किया।''

''साहब ये बिलकुल झूट है, ये ऐसा क्यो बोल रही, मुझे मालूम नही। लेकिन ऐसा कुछ हुवा ही नहीं है। ये पुरी साजीश है।''

''मादरच्योत, औरत कभी ऐसी बोलती क्या? हिजडे, उसकी इज्जत नही होती क्या? बडा मर्द लगता है क्या? छह-छह औरते। साले, सच बता। नही तो चमडी उतार दूंगा। समझे?''

''अरे छोडो उसको. अब तोते जैसा बोलेगा. पानी देदो.'' त्याच्या ओरडण्याचा, शिव्यांचा, धमकीचा माझ्यावर काहीच परिणाम होत नव्हता. माझ्यापुढे तथागतांचे रूप ठाण मांडून बसले होते. मी निर्भय होतो. सत्य समोर होतं. मला काही कुत्रे चावले नव्हते. एच.आय.व्ही.बाधीत बाईला एका साधू पुरुषाने शिफारस केल्याने तिला सेवेत घेतले होते कमिटीने. मरायला निघालेली बाई. तिची बाधित मुलगी, मुलगा साऱ्यांनाच सांभाळत होतो; पण ती सापासारखी उलटली होती. मन सैरभैर झाले,की '*बुद्धम् सरणं गच्छामी,*'चा घोष मी मनात करू लागे. मन शांत होई.

ही बाई काळेबाई जयसिंगपूरकर. तिचे लग्न तिच्याच समाजातील एका रिक्षावाल्याशी झाले होते. लग्नानंतर तिला एक मुलगा झाला आणि एक मुलगी झाली. मुलाला एच.आय.व्ही. झाला नाही मुलीला झाला. एच.आय.व्ही.ने नवरा वारला. या बाईलाही एच.आय.व्ही. झाला होता. हिच्यासंबंधीचा तपास या हिंदी भाषिक आय.पी.एस. अधिकाऱ्याकडे होता. त्याने माझी कॉलर पकडली आणि आख्खं वर उचललं. माझे दोन्ही खांदे मानेच्या ऑपरेशनमुळे आखडलेले. मी कळवळलो. त्याने कॉलर सोडली आणि गाडीत कोंबले.

पोलीस विचारत, स्टेटमेंट झाली की पुन्हा कोठडी. आता दोन महिने हे चक्र सुरू होते. मध्येच बी.पी. वाढले की दवाखाना. दवाखान्यात मी व्ही.आय.पी.साठीच्या कक्षात जात नसे. जनरल वॉर्डमध्ये जात असे. आपले सिव्हिल हॉस्पिटल म्हणजे एक प्रचंड मोठे अजगरासारखे. सुस्तावलेले अजगर. अजगरासारखे पोलीस चोवीस तास सोबत. येथेही साध्या संडास, बाथरूमच्या सोयीसुद्धा सुमार. माझ्या एका विद्यार्थिनीचे भाऊ तेथे डॉक्टर होते. जेवण भाई घेऊन येत असे. ते या डॉक्टरांच्या केबिनमध्ये बसून जेवत असे. माझे गुरुवर्य प्रा. आर.डी. गायकवाडसर पोलिसांशी सांगून, येऊन भेटून गेले. घाबरू नकोस. आम्ही सारे तुझ्यासोबत आहोत,'' असे आशीर्वाद देऊन गेले.

तर माझे सेवादलातले मार्गदर्शक, पुरुषोत्तम शेठ पोलीस अधीक्षकांपर्यंत जाऊन लाख खटपटी करून पोलीस कोठडीतच भेटायला आले. लक्ष्मण, तू निर्दोष सुटशील. सारे षडयंत्र आहे. सारे लिहून काढ. त्याची फार गरज आहे. घाबरू नको. आम्ही सारे तुझ्याबरोबर आहोत. शशीला, भाईला सारखे फोन करीत असतो. काळजी घे.

माझ्यावर ज्यांनी संस्कार केले, ते गुरुजन माझ्या कठीण काळात माझ्यावर विश्वास दाखवत होते. आणखीन माझे एक ज्येष्ठ सहकारी माजी आमदार, बारामतीचे ॲड. विजय मोरे मी न्यायालयीन कोठडीत असताना वारंवार येऊन भेटत. सारी कायदेशीर माहिती सांगत. पोलीस त्यांना वकील म्हणून बराच वेळ देत असत. आम्ही आंब्याखाली पारावर बराच वेळ बोलत बसत असू. गायकवाडसर, शेठसर, मोरेवकील, त्यांच्या सौ. अलकाताई मोरे ही सारी कुटुंबीय असल्यासारखी. त्या काळात कावळासुद्धा घरावर बसायला बिचकत होता. माझे लहानपणचे मित्र दगडू सस्ते हे माझ्या गावचे निरगुडीचे. ते जामीनापासून सॉलव्हन्सी काढण्यापर्यंत सतत साताऱ्यात तळ ठोकून होते. या माणसांनीच मला भरभरून दिले होते.

याउलट ज्यांच्याशी मी आयुष्यभर संघर्ष करीत आलो, मी आणि आर.एस.एस. विळ्याभोपळ्याचे नाते. पण त्यातही डॉ. गजाभाऊ कुलकर्णी माझे मित्र, अशोक वाळिंबे माझे मित्र; वैचारिक टोकाचे मतभेद ठेवूनही यांचेशी माझे जुळत असे. हिंदू

महासभेचे ॲड. शिरीष दिवाकर यांचे माझे फार बोलणे नव्हते; पण भाईला आवर्जून भेटून लागेल ती मदत सांग. तुझ्या वडिलांना आम्ही लहानपणापासून ओळखतो. त्यांच्या पाठीमागे तुमच्याच पक्षातले आणि जवळपासच्या लोकांनी त्यांना यात अडकवले आहे. आम्ही सारे तुझ्यासोबत आहोत. भाई अचंबितच होता. आपले वडील ज्यांना रोज शिव्या देतात, ते त्यांचे विरोधक-त्यांना जेवढे वाईट वाटले, तेवढेही वाईट त्यांच्या इतर मित्रांना वाटले नाही. तर काहीजण टाळ्या पिटत होते. मी त्यांचे काही वाटोळे केले होते म्हणून नव्हे; पण इतका द्वेष की, माझ्या पोटचं पडलं तरी हरकत नाही; पण शेजारणीचं पोट वाढू देणार नाही.

तर दवाखान्यात आले की असे मोजकेच लोक येत असत. काही घालमोडे दादा येत असत. चेहरे पाडून सुतकांत असल्यासारखे. चौकशी करीत न् संभावितपणाचा पुळका आणून चौकशी करून परत जात. ते मला समजत असे; पण बोलता येत नसे. ती वेळ नव्हती. यांना सतरादा चितपट करून मी माझ्या मार्गाने पुढे गेलो होतो. आता शेजारच्या कॉटवर एका म्हातारीला आणून टाकले होते. ती इतकी ओरडत होती. ती बेवारस होती. कुणीच नव्हते जवळ. रात्रभर झोपू दिले नाही; पहाटे केव्हातरी सुटली बिचारी. दुपारी १२ वाजेपर्यंत मृत देहाजवळ झोपलो होतो. माझे बी.पी. नॉर्मल होत नव्हते. कोर्टात तारीख होती. न्यायाधीशांनी बोलावले. मी जाण्याच्या स्थितीत नव्हतो. सिव्हिल सर्जन स्वतः तपासायला आले. बी.पी. ॲबनॉर्मल होते. ते स्वतः रिपोर्ट घेऊन कोर्टात गेले. कोर्टाने न्यायालयीन कोठडीची मुदत वाढवली. मी डॉ. अरुण कांबळे यांना पुण्याला फोन करायला भाईला सांगितले. डॉक्टरांशी बोललो. ते माझे फॅमिली डॉक्टर. एम.डी. मेडिसीन. त्यांनी गोळ्या दिल्या. मी त्या गोळ्या सुरू केल्या. माझे बी.पी. उतरले. आणखी दोन दिवस सिव्हिलमध्ये राहिलो.

मध्येच माझे दोन्ही पक्षी बाहेर आले. 'काय लेका मरणाला घाबरतोयस?' बी. पी. खाली येत नव्हता. घाबरलो होतो. मी म्हणालो, 'अरे, मनमोकळं कर. त्या सलमाबाईंची सारी हकिकत सायबाला सांगून टाक. अरे तो ऐकतच नाही ना? मग मला सांग; पण रिकामा हो. त्याने बरे वाटेल.'

'मरायला निघालास. त्यांनी तुझं सारं स्वकष्टानं उभं केलेलं आयुष्य उद्ध्वस्त केलं. तरी तू त्यांना कां झाकतोयस. अजून खरं सांग. नाव नको सांगूस; पण काय झालं ते तरी सांग. कोणी राजाश्रय दिला यांना? यांना राजाश्रय दिला नसता तर या माकडांची काय हिम्मत होती? काय करतील? आता नागडा तर झालाच आहेस. तीन वेळा ठार मारण्याचा कट केला; पण तू काही गेला नाहीस. आता काय करतील? ठारच मारतील ना? मग काय अमरपट्टा घेऊन आलायस? अरे, सत्य सांगून मरूयात. मरणाची भीती बौद्धाला कधीच नसते. एका श्वासाचं अंतर.

सांगून टाक, सारं!'

दुसरा पक्षी म्हणाला, 'अरे वेड्या, आपल्याला सातार्‍यात राहायचंय. ती फार मोठी माणसं आहेत. हत्तीसंग दांडू खेळू नये. खडकावर डोके आपटू नका. असं मित्र म्हणालेत ना? आणि सारं प्रकरण कोर्टात असताना असं बोलताही येत नाही ना? आपल्याजवळ पुरावे नसताना कसे बोलणार?''

'काय राव सांगतोयस,' पहिला पक्षी म्हणाला, 'नाव नको ना घेऊस. बदल ती. सत्य तर सांगायलाच हवं. काय घडलं ते तर यायलाच हवं. 'जगाच्या कल्याणा संतांच्या विभूती, देह कष्टविती उपकारे। 'नेकी कर और कुए में डाल.' खूप झालं. साल्या सगळ्यांच्या चड्ड्या फेडून टाक ना? कपड्याच्या आत सारे नागडेच आहेत. गरिबाच्या अंगावरले कापडे काढायला फार अक्कल लागत नाही. त्यांचा खेळ झाला रे ; पण लाखो गोरगरिबांचं नेतृत्व बदनाम झालं. सेनापती पडला. सैन्य सैरभैर झालं. सार्‍या चळवळीचं पानिपत झालं. मोठ्या कष्टाने बांधलेली मोट या रांडंच्यांनी स्वत:च्या स्वार्थासाठी विस्कटली. या हरामखोरांना अजिबात सोडू नको. काय व्हायची फाशी तर होऊ दे. पण गरिबांच्या चळवळी कशा चिरडून टाकतात, हे समजायलाच हवे त्या गरिबांना. त्याशिवाय ती बंड कसं करतील?'

'सांगतो सांगतो. एक-एकदम हातघाईवर येऊ नकोस. तू शहाणा आहेस; पण निस्तरावं तर मलाच लागतंय ना?'

'बरं सांग आता. पोलिसांना नको सांगू. मला तर सांग ना? माझ्याशी तू खोटं बोलू शकत नाहीस, हे लक्षात ठेव. मीही पिंजर्‍यात राहतो. अरे, 'नंगेसे खुदा डरता है।' बोल बोल तू. कळू दे सार्‍यांना.'

'एके दिवशी राजेश्री काकांचा फोन आला. वाड्यावर या म्हणाले. मी कधी कुठल्या वाड्यावर जात नाही. कुणाला मुजरा करीत नाही. खाली वाकून नमस्कार करावेत, असे पाय फार थोडे उरलेत. बाकी सारे मातीचे आहेत. मी लोकशाही मानतो. भारतीय संविधान आम्हास प्राणप्रिय आहे. त्याने आम्हाला माणूसपण दिले आहे. मी लिहिणारा, वाचणारा, बोलणारा माणूस आहे. मी कोणाला राजा मानत नाही आणि कोणाला रंकही मानत नाही. जन्माने सारी माणसे समानच असतात, हे माझ्या जगण्याचे तत्त्वज्ञान आहे. त्यात कोणतीही तडजोड नसते. मी कोणापुढे लाचारीने वाकत नाही; लाळघोटेपणाही करीत नाही.

बाबासाहेबांचा बच्चा आहे तसाच सच्चा आहे. प्राण गेला तरी बाबासाहेबांची शिकवण सोडणार्‍यांपैकी नाही. त्याने माझ्यापुढे संकट होते. फोन काकांचा होता. जायला तर हवंच होतं. मी शांतपणे आलिशान महालात पोहचलो. काका सिंहासनावर बसले होते. मी दोन्ही हात जोडून जयभीम घातला. ''बसा'' म्हणाले. मीही आदब राखीत बसलो. तुम्हाला आमच्या बँकेचे १२ लाख रुपये भरावे लागतील.'' मी

चकित झालो, कसली बँक? कसले पैसे? मी ना बँकेचा दरवाजा पाहिला, ना उंबरा! ना सभासद, ना जामीन, ना कर्जदार? मग मी कशाचे पैसे भरायचे? माझा काय संबंध? मी गोरगरिबांची लेकरं सांभाळतोय. शिकवतोय. त्यांना जगवू की पैसे भरू?'' मी म्हणालो.

''ते काय असेल ते असो. तुम्ही काही गरीब नाहीत. शरद पवार तुमचे अध्यक्ष आहेत. तुम्हाला काय कमी आहे?''

समजा मला काही कमी नाही; ऊतू चालले आहे. तरी ते तुम्हांला द्या, असं कोणत्या कायद्यानं लिहिलं आहे?''

''अहो, तुम्ही शाळेसाठी जमीन घेतली ना? उपळीत. ती जागा ज्या माणसाकडून घेतलीत, त्याने आमच्या बँकेचे कर्ज घेतलं आहे. ते फेडलेले नाही. त्याचे व्याजासह १२ लाख झालेत.''

''अहो पण माझा काय संबंध? मी १९९७ला शाळेला जमीन घेतली. तेव्हा त्यावर तुमच्या बँकेचा बोजा नव्हता. मी पन्नास वर्षांचा रेकॉर्ड सर्च घेतला आहे. वर्तमानपत्रात जाहीर प्रकटन केलं आहे. त्याही वेळी कोणी हरकत घेतलेली नाही. मग रीतसर जमिनीचे खरेदीपत्र केले आहे. साहेबांनी तारीखभाई अन्वर यांच्या खासदारफंडातून २५ लाख रुपये आणलेत. जिल्हाधिकाऱ्यांनी सार्वजनिक बांधकामविभागाकडून शाळेला इमारत बांधून दिली आहे. कोणतीही कागदपत्रे निर्वेध असल्याशिवाय जिल्हाधिकारी, बांधकामखाते इमारत बांधेल का? २००५ला तेथे शाळा सुरू झाली आणि आता २०१३ला आपण पैसे भरा म्हणताय. हा कोणता न्याय आहे? माझ्या रेकॉर्डला तुमच्या बँकेचं नावच नाही.''

सिंहासनातला ड्रॉवर उघडून ते म्हणाले, ''माझ्याकडे आहे ना सातबारा, बघा.

मी सातबारा पाहिला. २००५ सालची नोंद होती. मी तो घेतला आणि ते अडवित असतानाही बाहेर पडलो. सातबाराच्या कागदाची झेरॉक्स काढली आणि तत्काळ सातबारा मूळप्रत परत केली. ते शांत होते. सातबारा घेतला आणि मी काही न बोलता बाहेर पडलो. माझे सारेच वर्तन त्यांना अनपेक्षित होतं. जिथं माणसं दातानं जोडं उचलतात, तिथे माझ्यासारख्याने असे वागावे? याची मला किंमत मोजावी लागेल, हे मी जाणून होतो. नाही ऐकण्याची यांना सवयच नव्हती आणि नाही.

मी परत आलो. माझ्या वकिलांकडे गेलो. त्यांनी पैसे भरण्याचे कोणतेही कारण नाही, असा अभिप्राय दिला.

मी घरी आलो. सारा वृत्तांत, कागदपत्रे, खरेदीपत्रे, ७/१२चा उतारा, सारे कागद आणि दीर्घ पत्र दिल्लीला पवारसाहेबांना लिहिले. मेलवर पाठवून दिले. संध्याकाळी साहेबांचा फोन आला. त्यांनी सारी चर्चा केली. विषय समजावून घेतला. मी पाहतो. काळजी करू नका, म्हणाले. माझ्यापुरता विषय संपला.

'येड्या माणसा, संपला नाही. सुरू झाला. वाकला असतास तर काय झालं असतं? हातापाया पडला असतास तर उदार हस्ते १२ लाख माफही झाले असते आणि पुढचे रामायणही घडले नसते,' दुसरा पक्षी म्हणाला.. 'अरे, खरी गंमत तर पुढेच आहे.'

'ते जावू दे. वाकला का नाहीस ते सांग!'

'तुला अशी मध्येच खुमखुमी येते काय मला खिजवण्याची? सारे आयुष्य मराठ्यांनी दिलेल्या शिव्या, अपमान, अवहेलना, तुच्छता, वेदना, उकिरडा, गाढव हे सारं रोज दाखवलच पाहिजे का? त्यांच्या शिव्या खातच लहानाचा मोठा झालो. त्यांनी केलेले अपमान, अवहेलना झेलतच जगलो. बाबा, यशवंतराव, शरदराव, अण्णासाहेब शिंदे आणि विनायकराव दादा पाटील असे बोटावर मोजता येणारे असेच मायेने प्रेमाने जवळ घेणारे भेटले. बाकी सारी मनूची भुतावळ भेटली. जातीची नशा उतरत नाही. मला या जातीच्या खपल्या आता काढत बसायचे नाही. मी बौद्ध आहे. माझ्या जातीला मी मूठमाती दिली आहे. वाकण्याचा प्रश्नच नाही. मोडेन; पण वाकणार नाही हे लक्षात घे.'

'बरं जाऊ दे. पुढे सांग. तू फार मनाला लावून घेतोस.'

तेवढ्यात मोठमोठ्याने रडण्याचा आवाज आला. मी डोळे झाकून माझेशीच बोलत होतो आणि शेजारच्या कॉटवर आलेला साप चावलेला पेशंट सोडून गेला होता. त्याच्या बायकोचा आक्रोश पाहवत नव्हता. भाताच्या रानात काम करीत असताना अंगठ्याला साप चावला.सह्याद्रीच्या दाट जंगलात खाचरात पडलेला हा शेतकरी बेशुद्ध होऊन पडलाय, हे समजायला फार उशीर झाला होता.डॉक्टरने खूप प्रयत्न केला. त्याला वाचवता आलं नाही, तो गेला. कालवा विरत गेला. त्याला बाहेर नेलं असावं. डोळे उघडून पाहावे,असे वाटेना. गप्पचिप पडून होतो. दुःख सनातन आहे. दुःखाचे कारण आहे. दुःख संपवता येतं, हे सारं पुस्तकी वाटू लागतं. आक्रोश सुरू झाला म्हणजे कागदाच्या कस्पटासारखे विचार वाऱ्यावर उडून जातात. मन थाऱ्यावर राहत नाही. डोळे उघडावेसे वाटेना. अरे, आपण कसले कुरवाळतो आहोत सरकारी दवाखाने म्हणजे दुःखांनी भरलेली पेवच! दुःख आणि दुःखच. सुखाने कोणी येथे येत नाही. सिव्हिल हॉस्पिटल म्हणजे अराजक नरक करून टाकलेत लेकाच्यांनी.

'आता पुढे सांगशील का?'

'सांगतो. दुसऱ्या दिवशी बँकेचा मॅनेजर आला. मी त्याचे स्वागत केले. चहा दिला. बोला. काय काम काढलेत?' म्हणाला.

''मानेसाहेब, अहो कशाला वाढवलेत? इथंच मिटवता आलं असतं की! इथंच तोड काढता आली असती की? जागा काकीसाहेबांना आवडली आहे.

नदीकाठी निसर्गसुंदर जागा आहे. काकीसाहेबांना तेथे मोठा प्रोजेक्ट टाकायचा आहे. कशाला पाण्यात राहून माशाशी वैर करता? ती माणसं फार मोठी आहेत. काकीसाहेब फार हट्टी आहेत. बालहट्ट आणि स्त्रीहट्ट पुरवावाच लागतो. तुमची जागा त्यांना आवडलीय. काय असेल ते सांगा. आपण इथंच मिटवूया."

"अहो काय मिटवणार? जागा माझी असती तर मी काकीसाहेबांना तत्काळ दिली असती; पण जागा संस्थेची आहे. म्हणूनच तर मी वर कळवले."

"अहो सर, त्याचे फार रामायण झाले! ते जाऊ द्या. मी तुम्हाला शब्द देतो. तुमची पाच एकर जागा नदीकाठी आहे. शाळेला दोन एकर ठेवा. नदीकडली जागा काकीसाहेबांना द्या."

"अहो, खासदारफंडातून शाळेची इमारत तेथे बांधली आहे. ती जिल्हाधिकाऱ्यांनी बांधली आहे. आम्हाला कशी देता येईल? आणि तुम्ही शरद पवारसाहेबांशी बोला. बाबा आढावांशी बोला. चॅरिटी कमिशनरशी बोला. साहेबांनी, बाबांनी मला सांगू दे. मी तत्काळ संस्थेची बैठक बोलावतो आणि जागा देतो."

"अहो, कशाला वाढवताय? आपण इथंच मिटवू. कलेक्टरनी बांधलेली इमारत जशीच्या तशी मागल्या दोन एकरांत आम्ही बांधून देतो. तुमचं काय ते बोला. तेही करून टाकू. शाळेला इमारतही होईल,काकीसाहेबांना जागाही मिळेल आणि पुढचे सारे सुरळीत होईल."

"साहेब, तुम्ही माझ्या घरात आहात म्हणून मी आवरते घेतो; पण माझी किंमत करणारा अजून जन्माला यायचा आहे. मी पैशासाठी मागे पळत नाही. निघा आपण. मी जिवंत असेपर्यंत एक इंचही जागा संस्थेची देऊ देणार नाही. काय मला फाशी द्यायचं ते द्यावं," मी कडाडलो.

"येतो सर! हात्तीसंग दांडू खेळू नका. विचार करून सांगा. परिणाम फार वाईट होतील. लक्षात घ्या. यात मी तुमचा मित्र म्हणून सल्ला देतो. जागा देऊन रिकामे व्हा. त्यातच तुमचं कल्याण आहे, येतो मी."

साहेब गेले. मी धुमसत राहिलो. अरे, शाळेची बांधलेली इमारत आणि तीन एकर जागा, हे मागूच कसे शकतात? दुसरी एक संस्थेची पाच एकर जागा नदीकाठीच होती. तिथे मी आंब्याची लागवड करीत होतो. कोकण विद्यापीठातून रोपे आणली. लागवड चालू होती. शहापूरच्या हद्दीत ही जागा मी संस्थेच्या महाविद्यालयासाठी विकत घेतली होती. या गावाचे वेगळेपण असे, की हे गाव बारा आणे मांगांचे आणि चार आणे इतर जातींचे. या जागेवर संस्थेची वहिवाट, पाच-सात वर्षांची. माझे मातंग समाजाशी संबंधही चांगले. एका रात्रीत जादू झाली. सारा मांग समाज विरोधी उभा. आमच्या जागेवर अगदी मध्ये आंब्याची कलमे उपटून टाकून मातंग समाजाने शेड उभं केलं, आणि तेथे आमचा मसणवाटा आहे.

आमची वाट आहे. आमची जनावरे चरतात. म्हणून पाचशे झाडे उपटून टाकली. राजश्री काकांचे, काकीसाहेबांचे सारे पाठबळ होते. त्यांनीच सारा मांगवाडा अंगावर घातला होता. प्रशासन त्यांचेच होते. झाले, कोर्ट-कचेऱ्या सुरू झाल्या. मला कळत होते; पण हा सारा भोगवटा आता अटळच नव्हता काय? साहेब सांगत होते दगडावर डोके आपटू नका; पण मी त्यांचे ऐकले नाही. कुणी कितीही मोठा असला तरी भारताचं संविधान त्याहून मोठं आहे. छळ, कपट, कारस्थानं, गुंडगिरी, साम, दाम, दंड, भेद हे सारे काकीसाहेबांच्या धमन्यांमध्ये वाहात होते. सापासारखा थंडगार वाटणारा हा माणूस नीचत्वाच्या कोणत्याही थराला जाऊ शकतो, हेही मला कळत होते.

'अरे शहाण्या, मग का नाही पाय धरलेस? लाचारीचे तुकडे टाकून झुंज लावण्यात जातीजातीचे बखेडे लावले. कार्यकर्त्यांना जातवार वाटणं, आडवा येईल त्याला छाटणं. म्हणजेच राजकारण ना? आधी शरद पवारांना तुझ्यासाठी इतक्या शिव्या खाव्या लागतात. हे सारे साप, साहेबांपुढे गुडघे टेकतात. गोंडा घोळतात; पण पाठ वळली, की काय बोलतात? मुलीबद्दल काय बोलतात? मुलाबद्दल काय बोलतात? मग तू तर पालापाचोळा. कोण लागून गेलास? असले पायलीचे पासरीभर पुढारी, लेखक, कलावंत ते पदरी बाळगून असतात.

'गुंडांच्या फौजा तैनात असतात. जिल्ह्यातले सारे पक्ष तेच चालवितात. तू फलटणचा असून तुला कळू नये? इथं स्वाभिमान, स्वत्व वगैरे काही नसते रे. सारी गावातली बामणं, व्यापारी, कमरेत लवतात आणि तू भिकारी. तुझी ही मिजास. कैकाड्यानं कुठे शाळा चालवायची असती का? इतकी चांगली चालवायची असती का? मग कशाच्या बळावर उड्या मारतोयस? तुझ्या साऱ्या लोकांना त्यांनी केव्हाच विकत घेतलंय. अनेक पोतराज त्यांच्यापुढे हलगी वाजवून नाचत असतात. साधा मोबाइल दिला. खांद्यावर हात टाकला. एक उभी नाही तर चपटी दिली. गोळाभर भात आला, चार हाडकं टाकली, की गल्लोगल्ली, गगनाला भिडणाऱ्या घोषणा देत तुझी सारी माणसं शेपट्या वर करून पळत असतात. कसली लोकशाही? कसली घटना? कसला शिवाजी, शाहू, फुले, आंबेडकर? ते बार रूममध्ये किंवा वॉर रूममध्ये भिंतीच्या खिळ्याला लटकत असतात. तुला वाईट वाटेल; पण खरं तेच मी बोलतोय. पण तू शहाणा. ऐकत नाहीस. भोग आता त्याची फळं.'

'हो ना रे. त्यानंतर आठ-पंधरा दिवसांतच भराभर बाया जमा झाल्या आणि एका रात्रीत होत्याचं नव्हतं झालं. मी एका मोठ्या गटारात फेकला गेलो. गप्प जमीन दिली असती तर यातलं काहीच घडलं नसतं. दुसरे एक राजमान्य मामाश्री आहेत. स्वतःला प्रतिचाण्यक्य समजतात. विश्वासघात, कपट, कारस्थान, छळ,

गुंडांच्या टोळ्या, सावकारांच्या टोळ्या आणि पाण्याचं तुणतुणं. फार मोठा माणूस, चोवीस तास तो साम्राज्यशाहीच्या स्वप्नातून जागाच होत नाही. एखाद्या सम्राटासारखा, उंचापुरा, सिगरेटी ओढून ओढून छाताडाचा भाता झालेला, दमलेला, थकलेला, पण ययातिच्या बापासारखा. पाण्याच्या नावाने पाण्यासारखा पैका कमवला. इतका पैसा, की त्या पैशानेही माज आला. अख्ख्या इलाख्यात एकही विरोधक ठेवायचा नाही. आपल्या राज्यात आपल्याला विरोध आणि तोही एका भिकाऱ्याने करावा? पाळेमुळे उपटून टाका त्याची. लागेल तेवढा पैसा देतो. अडकवा. तो भडवा माळी फार बोंबालतो. अडकवा. तो फलाण्या आमदाराचा भाऊ. अडकवा. तो आपल्याच कुळातला सर्वांत मोठा सम्राट. त्यालाही अडकवा. तो गल्ली बोळातला आपला माणूस उलटला. काय बगताय, अडकवा. अडकवण्याचे हत्यार एकच, घाला बाया अंगावर.

३७६ चा इतका गैरवापर. हा लांब दहा कोस उभा. तेथून काडी लावणार. करून सवरून नामानिराळा. पाताळयंत्री. सारा इलाखा मुठीत. लोकशाही आली आहे, याच्या गावाला ही नसते. सर्व जातीजातीत भांडणे लावणे आणि आपणच मिटवणे. घरे पेटवणे आणि अग्निशामकही याचाच, आग विझवायला. गोरगरीब जनता बोलू शकत नाही. अन्यायाला अन्याय म्हणायची सोय नाही. त्याने दिल्लीश्वरही मुठीत. अडचण कसलीच नाही. कोणत्याही पक्षात जायला तयार. पैसा, सत्ता, पैसा. पैसा फेको बस्स! कोण मेला त्याचे सोयरसुतक नाही. आईसंग जाऊन बापाला रामराम. बोकडासारखं राजकारण. कुत्र्यासारखी कायमच टांगडी वर. भल्या भल्यांना जेरीला आणलंय. तिथं भिकारड्यांची काय गत? गडी मांडी घालूनच बसला होता. सर्व बायांनी गुन्हे दाखल केले, तेव्हाच आपल्या राज्यात माघारी गेला. सर्व प्रसारमाध्यमं म्हणजे याच्या ठेवलेल्या रांडा. एक शब्द डावलत नसत. पान पान जाहिरातींचा खुराक. पाकीट घरपोच. खाण्यापिण्याला काही कमी नाही. एक भिकारडा कसा मारला, याचाच आनंद. पोलीसपासून सारी सरकारी फौज दिमतीला. दमलास ऐकून? ही आहे भिकाऱ्याची कथा.' तेवढ्यात डॉक्टर आले. दोन्ही पक्षी आत पळाले.

माझी बी.पी.ची स्थिती नाजूक होती. सिव्हिल सर्जन स्वतः तपासून गेले. औषधे बदलली. बी.पी. नॉर्मल होऊ लागला. झोपही लागू लागली. झोपेतही अशीच सोंगं येत असत; पण सत्तेपुढे शहाणपण चालणार थोडेच. सुमार दर्जाची गांडुळं सत्तेत आणि कर्तबगार मराठी तरणी ताठी पोरं भाकरीच्या शोधात गल्लोगल्ली.

ग.दि.माडगुळकर म्हणालेत,

'उद्धवा, अजब तुझे सरकार

लहरी राजा, प्रजा आंधळी, अधांतरी दरबार.

इथं फुलांना मरण जन्मता, दगडांना पण चिरंजीविता
बोरी-बाभळी उगाच जगती, चंदनमाथी कुठार.

लबाड जोडिती इमले-माड्या, गुणवंतांना मात्र झोपड्या
पतिव्रतेच्या गळ्यात धोंडा, वेश्येला मणिहार.

वाईट तितुके इथे पोसले, भलेपणाचे भाग्य नासले,
या पृथ्वीच्या पाठीवर ना माणसास आधार.'

अशा अनेक कवितांनी, गाण्यांनी माझे आयुष्य समृद्ध केलेले. गरिबीची जाण आणि गरिबांबद्दलची कणव ही मला कुणी शिकवावी लागली नाही. भाकरीसाठी सारे आयुष्य वेचणारी माणसं ही माझी माणसं होती. त्यांच्यासाठी मी आयुष्यभर स्वतःला समर्पित केलं होतं. मान, सन्मान, पैसा, प्रतिष्ठा,सत्ता यासाठी मी काहीच केलं नव्हतं. जे मिळालं, ते स्वीकारले; पण काहीतरी मिळवण्यासाठी काहीतरी करत बसलो नाही. घर, संसार नेकीने केला, हीच मोठी अडचण होती. हे खात नाही आणि खाऊही देत नाही, म्हणून ठरवून माझा काटा काढण्याचा कट रचण्यात आला होता. अर्थात माझा न्यायालयांवर, कायद्यावर विश्वास आहे, तेथे मला न्याय मिळेलच मिळेल. तोवर संकटांना न डगमगता सामोरं जावं लागेल.

"चला, गाडी लावली आहे. डॉक्टरने डिस्चार्ज दिला आहे." पुन्हा न्यायालयीन कोठडी. दोन दिवसांनी पुन्हा पोलीस कस्टडी. तोच हिंदी बोलणारा साहेब तपास अधिकारी. "चलो. साला वो चष्मावाला दुकान दिखाव." कैसा चष्मा साहेब?"

"अरे वो औरत ने लिखा है ना? तुमने जब बलात्कार किया तब उसने दिवार पर ढकेल दिया था। तब तुम्हारा चष्मा फुटा। वो कहा रिपीयर किया?"

आम्ही राजवाड्याच्या चौकात आलो होतो. बकवास है साहब, ऐसा कुछ हुवा ही नही था। तो कौनसी दुकान दिखावू?"

"साला तू ऐसे नहीं मानेगा। और वो कंडोम कहासे लेता था?"

साहेब फार चिरचिर करत होता. "ऐसा कंडोम मैने कभी लिया ही नही तो क्या खाक दिखावू? साब उसको एच.आय.व्ही. है। उसकी लडकी को भी एच.आय.व्ही. है। काली मिट्टीमे गिरेगी तो पेहचान नही सकेंगे हम, इतनी काली है। कुत्ता भी नही देखेगा।"

त्या दिवशी दिवसभर कित्येक ठिकाणी फिरवले. प्रत्येक चष्मेवाला तपासून झाला. कंडोमसाठी मेडिकल तपासून झाली. कुणीही मी कंडोम घेतल्याचं सांगितलं नाही, ना चष्मा दुरूस्त केल्याचे सांगितलं. संध्याकाळी पोलीस कोठडी. दुसरा दिवस पोलीस स्टेशनमध्ये बसवून ठेवलं. तिसऱ्या दिवशी पुन्हा न्यायालयापुढे नेले. पुन्हा न्यायालयीन कोठडी.

आता संगीता बुधकर या मॅडम २००५ साली स्वतः स्वखुशीने राजीनामा देऊन गेल्या होत्या. यांना नवऱ्याने सोडले होते. थोरली मुलगी आजीकडे होती. तीन मुली आमच्या शाळेत होत्या. चार मुलांची आई आहे. चारही मुली काळ्या कुळकुळीत. मॅडमने माझ्याच नात्यांतल्या माझ्याच गाडीवरच्या ड्रायव्हरशी सूत जुळवलं. राजीनामा दिला आणि ड्रायव्हरबरोबर लग्न करून निघून गेल्या. तीन मुली शाळा सांभाळत होत्या. मुलींची म्हातारी आजी माझ्याच दारात रडत बसली. तीनही मुली वयात आल्या. तिघींची लग्नं आजीच्या मदतीने लावून दिली. या बाई कशालाही आल्या नाहीत. मुली त्यांच्या त्यांच्या संसारात रमल्या. मॅडमचा संसार मोडला. ड्रायव्हरने सोडून दिले. पाच-सहा वर्षांनी परत नोकरी मागायला आल्या. आता नोकरभरती बंद होती. त्यांच्या जागी नवीन बाई काम करीत होती. बाईंनी त्यांच्या फंडातील पैशासाठी तगादा लावला. पैसे घेतले. आमचा कसला संबंध उरला नव्हता.

संगीता बुधकरबाईंनी तक्रार केलीय, हे पाहूनच मला मोठा धक्का बसला होता. या बाईंनी पोटच्या पोरींची पर्वा केलेली नाही. त्यांना वाऱ्यावर सोडून ड्रायव्हरचा हात धरून निघून गेली. पोटच्या लेकराला विसरली तिच्याबद्दल काय बोलावं?

मी हॉलमध्ये पोहचलो. पिशवी ठेवली. पोरांनी एकच कालवा केला. एक तीस-पस्तीस वर्षांचं पोरगं होतं. जरा वेडसर असावं. मी महिना-दीड महिना बघत होतो. त्याच्या अंगावरले कपडे बदलत नव्हते. तो मला कपडे मागायचा आणि द्या तंबाखू. मी तंबाखू खात नाही म्हणालो, की चटकन दुसऱ्यापुढे हात पसरायचा. टवाळखोर पोरं त्याला खाली पाडत आणि सात-आठजण एकामेकांच्या बोकांडी पडून हेपल देत. खाली त्या पोराची ही मस्ती चाले. अशी एकमेकांना मस्ती यायची बोकडासारखी. बाई समजून सारे खोटे खोटे उद्योग करायचे. तेवढीच करमणूक.''

सारी टवाळखोर कंपनी त्याला सांभाळत. भाऊ गावाकडे होता; पण पाहत नव्हता. दुसरं कुणी नव्हतं. हा एका गाडीवर चढला. गाडी म्हणजे जीप. जीपवर चढला. जीपला किल्ली होती. याला त्यातलं काही कळत नव्हतं. वेडसर. किल्ली फिरवली. गाडी सुरू झाली. मग लागला बोंबलायला. पाय एक्सिलेटरवर पडलेला. गाडी वेगानं निघाली आणि धाडकन एका घराच्या भिंतीला धडकून बंद पडली. गाडीचं नुकसान झालं. घरमालकाचं नुकसान झालं. पोलीस केस झाली आणि हे

अर्धवट पोरगं जेलमध्ये दोन वर्षांपासून सडत पडलंय. याच्याजवळ झोपण्यासाठी बाकीच्यांची भांडणं होत. बोलत नसत; पण याला सामान हलवायला लावीत. हे येडपट. काय वाट्टेल ते करी. फक्त तंबाखू द्यायची. चोखण्यापासून हलवण्यापर्यंत अंगावर पांघरून वडून करीत असत. ही गोष्ट सगळ्यांना माहिती होती. सगळे टारगट या उद्योगात सामील असत.

जेवढे जास्त दिवस हॉलमध्ये राहत, त्यांना घरासारखे वाटे. काही कायमचेच लाइफ मेंबर. पुन्हा पुन्हा गुन्हे करून आत येत. गुन्हे किरकोळ असत. त्याने बाहेर गेला, की पुन्हा चार दिवसांनी आत. आयती भाकरी मिळते. कोण आहे आपलं बाहेर? कुणासाठी जायचं बाहेर? साऱ्या भुका इथंच भागवायच्या. मोठ्या शिक्षा होतील असले काही करायचे नाही. सारी कलमं पाठ अन् शिक्षा किती होणार, तेही माहीत. पोलिसांचा मार खायचा नाही. गुन्हा कबूल करून टाकायचा. महिना-दोन महिने जेल. पुन्हा सुटका. असलं चक्र. मीही आता चांगलाच रुळलो होतो.

मल्हारी जाधव रामोशी समाजातला तरुण पोरगा. त्याला मी चांगला ओळखत होतो. गावाशेजारचा. त्याने जेव्हा पहिल्यांदा पाहिले तेव्हा, "दादा माझा तर इसवासच बसंना. आवं तुम्ही किती जनाला सोडवलं आसंल. तुम्हाला कुनी सोडवलं न्हाय? हे समदं तुमचं चुकतच बगा. गरीब गरीब करून त्यांच्यासाठी, त्यांच्या पोराबाळांसाठी, घरादारासाठी, कवा शेतांसाठी मोर्चे काढत राहिलांत. ह्या रांडांना फुकाटच्या नोकऱ्या घावल्यात. भोसड्यात पैसा गेला. उलाटल्या का न्हाय? ही गरीब मानसं दादा, माजूरी असत्यात. खाल्ल्या ताटात मुतत्यात. जीव तळमळून काय उपेग झाला का? कोन आलं मदतीला? तुमी मला सोडविलंत." मल्हारीने डोळे पुसले, "मला बाहेर जाऊ दे. एकाएकीच्या निरनांत केळ ठासली न्हाय तर नाव सांगनार न्हाय. तुमी नुसतं व्हय म्हना. उचालतू का न्हाय बगा." मल्हारीला शांत केला. समजावलं. त्या दिवसापासून आंघोळ, कपडे धुणे, वाळवणे, घडी करून आणून देणे. सारं मल्हारी करीत होता. तब्येतीनं मजबूत.

सारं जेल मागासवर्गीय पोरांनी आणि मराठा समाजातल्या तरुण पोरांनी भरलेला. बंदी झाली की बराकीत बंद. पण बंदी उठली की मल्हारी हजर. पाटील हजर. सारं आणून देत. बोलत बसत. इतके किस्से असत. सगळेच दुःखी. दुःख विसरायला नॉनव्हेज जोक्स. अश्लील शिव्या. आंब्याच्या आंबट कैऱ्या पुरत. व्ही. आय. पी. कैदी वेगळे असत. त्यांची जेवणं वेगळी. ते कधी भत्त्याला येत नसत. त्यांच्या स्वतंत्र बराकी होत्या. खुनाचे आरोप, हाप मर्डरचे आरोप, दरोड्यांचे आरोप असलेले हे. खास पोलिसांचे मेहमान. जेवण खोल्यांमध्ये बनवीत. जेलच्या बाहेरून इंधन येत असे. इंधन म्हणजे डांबराचे गोळे. जेलच्या भिंतीच्या बाहेरून आत टाकले जात. या डांबर गोळ्यांवर व्ही.आय.पीं.चा स्वयंपाक होत असे. बाकी काही

बोलायचं नाही. सर्वांना समान न्याय वगैरे पुस्तकांत. इथं पैसा फेको, असे काम. एक व्ही.आय.पी. इतके भाविक की रोज भाताची पिंड तयार करीत. देवापुढे ठेवून एकाग्र चित्ताने देवासमोर मांडी घालून बसत. खूप वेळ पूजा करीत. मग किमान १० मिनिटे घंटा वाजवीत. बडे प्रस्थ. कोण बोलणार? जेवण वाढून घ्यायला, नाष्टा वाढून घ्यायला यापैकी कोणीही येत नसे. हे धट्टेकट्टे दाढ्या वाढवलेले पैलवान सोबतीला. त्यांचे एक वेगळेच जग असे. इतर कुणी त्यात मिसळत नसे.

कांदेपोहे आले, की उलटी यायची. तिखट, मीठ, तेल, काहीच नसायचे. त्याने समोर ताटली बघितली की नुसती हळद. गोळेच्या गोळे तसेच. घशात अडकत. मग उचकी लागे. खाणे थांबवावे लागे. पोटात भूक मावत नसे. पाण्याच्या घोटाबरोबर पोहे गिळायचे. मग मल्हारीला सांगितले. तो त्याच्या बराकीत गेला. हिरव्या दोन मिरच्या आणि मीठ खिशातून घेऊन आला. मिरची खाल्ली की तोंडाची आग व्हायची; पण लाळ सुटायची. मिठानेही खारटपणा सोडलेला. एकदा पोह्यातून सुतळीचा तोडा तोंडात गेला तो खाली ही जाईना आणि वरही येईना. घसा खवखवायला लागला. बोटे नरड्यात घालून उलटी केली. तेव्हा तो सुतळीचा तोडा असल्याचे समजले. तोवर घाम फुटला होता. सारे कैदी पळापळ करीत होते. स्वयंपाकाची तक्रार करायला जागा नसे. कैदीच अन्न शिजवीत. तक्रार केली तर स्वयंपाकी पोरांना त्रास. घशाला जखम झाली. डॉक्टरांचा दवाखाना सुरू व्हायचा ११ वा.१२च्या दरम्यान डॉक्टर आले. बी.पी. वाढलेले. घशाला जखम झालेली. थुंकीतून रक्त पडत होते. डॉक्टरांनी गोळ्या दिल्या. विचार करत बसू नका. काही झालेलं नाही. किरकोळ घासलं आहे. काही खाऊ नका. बिस्कीटं चालतील. सकाळ वाया गेली. पाणी पिऊन गप्प बसलो.

पाटलाला समजले. ''ए कुणाकडे बिस्किटं आहेत रे?'' कुणीच बोलेना. पाटलाने पुन्हा विचारले. ''सरांना घशाला लागलंय जेवता येणार नाही. बिस्किटं असतील तर द्या.'' कुणी देत नाही पाहिल्यावर. सावंत नावाचा पहिलवान उठला. ''हरामखोरांनो, ठेवा तुमची तुमच्याजवळ.'' त्याच्या पोतडीतून त्याने दोन बिस्किटचे पुडे, एक चॉकलेटचा पुडा आणि एक कॅडबरी पाटलासमोर धरले. तसं हळूहळू बिस्किटे जमा होऊ लागली. मी आडवा झालो होतो. पोह्यांनी माझी पुरती जिरवली होती. नाष्टा नाही. दुपारचे जेवण नाही. संध्याकाळ ही या कैद्यांनी दिलेल्या बिस्किटांवर काढली.

यांचा मी कुणी नव्हतो. माझ्या वयाचे अनेक लोक बराकीत होते. त्यांना ही पोरं काडीची मदत करत नव्हते. माझ्यावर उभ्या महाराष्ट्राने प्रेम केले आहे. पोटांतल्या भुकेला या प्रेमाने दिलेल्या बिस्किटांनी शांत केलं होतं.

दुसरा दिवस उजाडला. तिसरा उजाडला तरी पोलीस मला तपासाला बाहेर

काढीनात. तेवढ्यात पोलीस आला. त्याने माझ्या नावाचा पुकारा केला. मी हात वर केला. व्ही.डी.ओ. कॉन्फरसिंग आहे. तुम्ही कॉन्फरन्स हॉलमध्ये चला. मी हॉलमध्ये गेलो. बरेच कैदी आले होते. बाकावर बसलो होतो. समोर मोठा पडदा लावलेला होता. पडद्यावर स्वतः न्यायाधीश आरोपींशी बोलत असत. माझे नाव न्यायाधिशांनी विचारले. मी नाव सांगितले. त्यांनी मला केस नंबर सांगितला. आठ दिवसांची तारीख पुढे दिल्याचे सांगितले. प्रत्येक गुन्ह्याची तारीख स्वतंत्र पडत असे. त्यामुळे सहाही केसेस स्वतंत्रपणे चालल्या होत्या. तारीख पुढे गेलेली. म्हणजे त्या केसपुरती तारीख पुढे गेलेली. आणखी आठ दिवस न्यायालयीन कोठडीत वाढ झाली. मी मान हालवली. बाहेर आलो. गपचिप येऊन पारावर बसलो.

मल्हारी आला. तो म्हणाला, "काय म्हणाला काळा?"

मी झालेलं सांगितलं.

"अहो दादा, तारीख वाढवलीय. न्यायालयीन कोठडी नाही. ती आधीच मिळालीय. आज तुमची तारीख होती ना, ती आठ दिवसावर गेली. म्हणजे तुम्हाला आठवड्यात या केसचा तपास संपवावा लागेल.

आता मी खूश झालो. "मला वाटलं होतं, की आठ दिवस आणखीन वाढले."

"नाही तसे नाही. आज पोलीस नसतील म्हणून आज तुम्हाला कोर्टात नेता आले नाही. येवढंच."

"असं होय. चला बरं झालं."

दुसऱ्या दिवशी पोलिसांचं बोलावणं आलं. मला बाहेर काढलं. मोकळ्या हवेत आलो. माणसं बघितली. नाष्टा केलाच होता. दर रविवारी पाण्यासारखं पिठलं असायचं. भाजी, भात असलं काही नाही. पसर पिठलं आन् चपाती. नरड्यातून उतरत नसे. पोलीस बाहेर घेऊन जाणार. चला पिठलं चुकलं. घरचा डबा मिळाला तर बरं. खूप बरं वाटलं. आता तपास अधिकारी बदलला होता. संगीता बुधकरबाईंच्या केसचा आय.ओ. वेगळा होता. सातारा ग्रामीण पोलिसाचा तपास होता. अधिकाऱ्याने गाडीत बसवले आणि वाढे फाट्यावर घेऊन गेले. वेण्णा नदी ओलांडून आम्ही हायवेच्या उजव्या बाजूला एका प्रशस्त हॉटेलमध्ये गेलो. लवाजमा बाजूला थांबला.

"बसा साहेब. खूप वेळा इथं जेवला असाल ना?" साहेबांनी विचारले. नाही साहेब. मी पहिल्यांदाच इथं आता आलोय.

"सगळे वेटर ओळखत असतील तुम्हांला." त्याने माझ्याकडे लक्ष न देता विचारले. "नाही साहेब, मी आताच इथ आलो. यापूर्वी कधीच आलो नाही." साहेब उठले व काउन्टरला गेले. मालकाशी बोलले. नोकरांशी बोलले. ते काय बोलले समजले नाही; पण साहेबांचा मूड बदलला.

"चला. तुम्ही इथं कधीच आले नाहीत. मग संगीता बुधकरला घेऊन कोठे

गेला होतात? साहेब सहज म्हणाले.

"साहेब, मी कुठेच घेऊन गेलो नाही आणि कधीच नाही," मी कळकळीने म्हणालो,

त्यांनी छानपैकी सिगारेट मागवली. स्वत:साठी सूप मागवले. मी समोर बसलेलो. मला सिगारेटचा धूर नकोसा झाला होता; पण काय करणार? साहेबांनी पायांवर पाय टाकून ओढीत बसले. मी बिचारा गरीब पामर, समोर शेंगदाणे आले. जेवण आले. हा एकटा खात होता. तिकडे पोलीस जेवत होते. बसून होतो तो मी एकटाच. पोटात भूक मावत नव्हती; पण त्यापेक्षा अधिकाऱ्याच्या उद्दामपणाचा राग आला होता. मग लक्षात आले, हीही तपासाची पद्धत असावी. इतके छान पदार्थ समोर. माणूस खातोय. मी गप्प राहिलो. जेवण झाले. साहेबांनी माझ्याकडे पाहिले. "चला" म्हणाले. मी उठलो आणि मग वेटरवर ओरडूनच म्हणू लागले, "अरे, आमच्याबरोबर, पद्मश्री आले आहेत. त्यांना काहीच दिले नाहीस? अरे काय चाललेय काय? हॉटेलमालकालाही फार वाईट वाटले; पण बोलणार काय? वेटर बिचारे गप्प उभे होते. घेऊन या. घेऊन या. जेवण घेऊन या."

मी उठून उभा राहिलो, तसं साहेब बसण्याचा आग्रह करू लागले.

मी म्हणालो, "साहेब, मला भूक नाही. मी काही खाणार नाही. तुम्ही जेवलात मला पोहचले. चला. साहेब मी गरीब समाजातला माणूस आहे. घरोघर मागून खाल्लं आहे. त्यानं खूप पोट भरलं आहे. हां, पाणी मागवा."

मालक गल्ल्यावरून उठला बिसलेरी माझ्या हातात दिली व म्हणाला, "मानेसाहेब सूर्यावरचे ढग जातात. दिवस जातील. घाबरू नका."

अधिकारी थाटात बाहेर पडला होता. कॉन्स्टेबल थांबले होते. मालकांनी खांद्यावर हात ठेवला. "साहेब, तुम्ही पहिल्यांदा आलात. सारे ओळखतात तुम्हाला. आमचीही आतडी तुटत होती; पण काय करणार?"

मालकांना खूप बोलायचे होते; पण पोलीस बरोबर होते. मी मानेनेच त्यांचे आभार मानले आणि बाहेर पडलो. आता खरंच भूक मेली होती. मालकांच्या, वेटरच्या डोळ्यांतले भाव मला ताकद देऊन गेले. असे माणुसकीचे झरे वाहत असतात म्हणूनच तर समाज टिकून आहे ना? मी बिसलेरीला तोंड लावले. अख्खी बाटली संपली. पोलीस "चला" म्हणाले, की बाहेर गेलो. तर साहेबांच्या डोळ्यांवर रेबनचा गॉगल. साहेब पानपट्टीवर पान खात होते. आम्ही सारे गप्प गाडीत बसलो. मनाला खूप वाईट वाटलं; पण मन जिवंत होतंच कुठं? ते केव्हाच मेलं होतं. साहेब थाटात गाडीत पुढच्या सीटवर बसला. "चला" म्हणाला.

"मानेसाहेब, शाळा किती साली काढल्या? तुमच्या घराशेजारची शाळा कधी काढली?" साहेबांनी विचारलं.मी उत्तर दिलं.मग म्हणाले, "बायकांचा नाद केव्हापासून लागला?"

"साहेब, माझा प्रेमविवाह आहे. मला मुलं-नातवंडं आहेत. ही थेरं करायला मला वेळ नव्हता आणि ते वयपण नव्हतं."

"अहो, पण १५ वर्षांपूर्वी वय होतं ना? तेव्हा केलाच तुम्ही बलात्कार आणि वारंवार केलाय; तोही स्वत:च्या बंगल्यात, आणि आता मोठा रामाचा आव आणलाय?"

"साहेब, नातवंडे, सुना, जावई, मुलगा-मुलगी, पत्नी या सर्वांसोबत मी घरात राहतो. इतकी माणसं घरात असताना असे कसे करता येईल?"

"ते मला माहीत नाही."

"कुठे केलं ते दाखवा?"

"अहो मी केलंच नाही तर काय दाखवू?"

"या बायकांच्या पाईच तुमची शाळा इथनं उठवली ना?"

"नाही. हे खरं नाही. माझ्या सार्वजनिक जीवनात असलीच नाही,तर कसलीच कोणाची तक्रार नाही. शेजारच्या बिल्डरला रस्ता पाहिजे होता. म्हणून संस्थेच्या मालकीचा रस्ता तो मागत होता. मी तो प्रशासनाला सांगून अडवला होता. त्यानं जे.सी.बी. घालून आमची शाळा पाडली, ती कोणाच्या तक्रारीवरून नाही. अशी एकही तक्रार असली तर दाखवा."

"अहो, मग ही बाई खोटं का सांगील?"

"ते तिलाच विचारा. कधीच असे घडले नाही."

ते कॉन्स्टेबलला म्हणाले, "ए तेली, लिहितोयस ना?"

"होय साहेब, लिहितोय." आता गाडी मोळाच्या ओढ्यापर्यंत आली; आता दोन मिनिटांत घर. गाडी घराच्या दारात उभी. मी गाडीतून खाली उतरलो नाही. लेकरं शाळांना गेली होती. समता, शशी, कादंबरी दारात उभ्या. पोलीस घरात गेले. बेडरूममध्ये गेले. नशीब घरातल्या बायकांना वेडंवाकडं बोलले नाहीत. साहेबांनी शशीला नमस्कार केला. शाळा पाडली होती. तिथे कसला पुरावा सापडणार होता? उकिरडा झाला होता. शाळेने नवीन वास्तूत स्थलांतर केलं होतं. कॉलनीतला एकही नागरिक तक्रारीला आला नाही. कुणीही लेखी वा तोंडी तक्रार केली नाही. एक बाई १५ वर्षांनंतर नोकरीचा राजीनामा देऊन गेली होती. तिने पुन्हा नोकरी मिळावी, म्हणून तक्रार केली होती. हे मी पुन्हा पुन्हा सांगत होतो; पण पोलिसांना ते ऐकू येत नव्हतं. ते एकच धरून होते.ती बाई खोटं का सांगील?ते मी कसं सांगणार होतो? पोलीस दोन-तीन तास थांबले. अनेक चौकश्या केल्या. चार-पाच पानांचे स्टेटमेंट झाले.

"बाईंचा राजीनामा कुठाय?"

"मला माहीत नाही. ऑफिसमध्ये असेल."

एक पोलीस मध्येच म्हणाला, "साहेब, झडतीत मिळाला आहे. तो रेकॉर्डला आहे आपल्या.

साहेब वैतागला. "चला," म्हणाला.

आमची यात्रा सातारा तालुका पोलीस स्टेशनला आली. खाली उतरलो. स्टेटमेंट टाइप केले. मी सांगितलेला मजकूर मी वाचून पाहिला. सही केली. संध्याकाळची उन्हे कलली होती. मी पाणी प्यालो. बाकावर बसून राहिलो. साहेबांचा मूड बदलला. "उद्या पहातो तुमच्याकडे," मला सुका दम दिला आणि अंधारकोठडीत पोहचवून रिकामा झाला.

हसावे की रडावे, पोलिसांना समजत नव्हते. मुला-नातवंडानी भरलेलं घर. हजारो ग्रंथांमध्ये बेडरूम. अशक्य कोटीतली गोष्ट होती; पण करणार काय? गुन्हा नोंदवण्यापूर्वी जर प्राथमिक तपास केला असता तरी गुन्हा दाखलच झाला नसता; पण मला बदनाम करण्याचा विडाच उचलला होता. मास्तर लोकांनी मास्तर काय करू शकतो, ते मी पाहत होतो. मी साने गुरुजींचा शिष्य. सेवादलात वाढलेला. माझे म्हणून काही संस्कार होते. मी ज्यांच्या हाताखाली शिकलो, ते माझे सर्व शिक्षक; त्यातले अनेकजण गेले. अनेकजण शिल्लक आहेत. माझ्या शाळेतल्या या शिक्षकांच्या वर्तनाने माझी मान खाली गेली होती. स्वतःच्या स्वार्थासाठी आपण दुसऱ्याचं किती नुकसान करीत आहोत, याचे भान नसलेले शिक्षक कोणते संस्कार करीत असतील मुलांवर? नोकऱ्या जाण्याच्या काल्पनिक भीतीमुळे उद्‌भवलेली नोकऱ्यांतील संकटे, यापलीकडे काहीच नव्हते. आपल्या नोकऱ्या घालवून आपल्याला मातीत घालणारालाच मातीत घाला. आपल्याला आयुष्यातून उठवणारालाच आयुष्यातून उठवा. असा सारा खेळ माझ्याशी मास्तर लोक खेळले. म्हणजे मी त्यांच्यावर शिस्तभंगाची कारवाई करण्याच्या अगोदरच त्यांनी माझ्यावर हल्ला केला होता. पगार एके पगार. फुकटांत मिळालेल्या नोकऱ्या जाणार. तुरुंगातही जावे लागणार. त्यापेक्षा यालाच तुरुंगात घाला. गजांच्या आड.

फरशीवर उताणा पडून अंधारकोठडीतल्या छताशी बोलत होतो. मी कधीही पाच पैसे संस्थेतून घेतले नाहीत. संस्थेसाठी सातत्याने पस्तीस-चाळीस वर्षं काम केले. दोन पैसे कधी मी प्रवासासाठी, जेवणासाठी घेतले नाहीत, संस्थेचे चाळीस वर्षांचे रेकॉर्ड, ऑडिट त्याला साक्षीला आहे. माझेच हजारो रुपये मी संस्थेला दिले आहेत आणि आजही देतो आहे. माझे ते तिसरे अपत्य आहे, असे समजून मी वागत आलो. मी खात नव्हतो आणि कुणाला खाऊ देत नव्हतो. तरी मास्तरांनी मला टांगा मारून चोऱ्या केल्या होत्या. त्यातल्या मला सापडल्या.

मी एकटाच कोठडीत होतो. आज मला एकट्यालाच कोठडी खायला उठली होती. बाहेर पहारा चालू होता. मी आक्रंदून रडत होतो. माझ्याच हातून चूक झाली.

मी यशवंतराव, शरदराव यांच्या नादाला लागलो. संस्था काढली. झक् मारली. साहित्यिक म्हणून मला नावलौकिक, मानसन्मान तर मिळालाच होता. खुशाल दारुबाजी करीत, रंडीबाजी करीत, इतरांसारखा मजेत जगलो असतो. चार सिनेमे, नाटके लिहिली असती तर वेगळ्या जगात गेलो असतो. पण आपल्या वाट्याला आले ते इतरांच्या वाटेला येऊ नये; आपण भीक मागत शिकलो; ढुंगणावर फाटलेल्या चड्डया वापरल्या; आईने मागून आणलेल्या कापडांवर जगलो; शिळ्यापाक्यावर जगलो, असे आपल्या समाजातील मुलांच्या वाट्याला येऊ नये, म्हणून पोटतिडकीने कामाला लागलो. हजारो मुलं-मुली शिकवल्या आणि 'अजिंक्यताऱ्या'च्या कुशीत सुंदर शैक्षणिक संकुल उभारलं. इथंच माझं चुकलं. मन घायाळ झालं होतं.

मन रिकामं राहूच शकत नाही रे. कैकाड्याने कुठे शाळा चालवायची असते काय? आणि ती इतकी चांगली? बामणांसारखी? नशीब समज अजून तू जिवंत आहेस. तू केलेला गुन्हा शंबुकाच्या लायकीचा आहे. शंबुकाची रामाने मान छाटली होती ना! आधुनिक रामाने तुझी मान छाटली नाही. अरे, मनुस्मृती आठवत नाही काय? शूद्र-अतिशूद्रांना कमरेखाली मारायचे असते. कमरेच्यावर मारून, हुतात्मा करायचे नसते. मी म्हणालो, 'ये गप्प बसा.'

'तुम्ही दोघेही नुसते वावदूक आहात. आता बघा ना? आक्रोश काय असतो? तुम्ही समजता तेवढ्या त्या जखमा छोट्या नाहीत. माझा विवेक आहे ना तो रडतो आहे. किती सोसायचं रे एकट्यानं! शून्यातून सारं उभं केलं. जीवाभावाचे मित्र मिळवले, सहकारी मिळवले. ताटात जेवले, त्यांनीच मारलं रे! अनेकांची घरंदारं उभी केली, संसार-प्रपंच फुलले, मुलं-लेकरं मोठी झाली. शाळा-कॉलेजांमध्ये जायला लागली. काहींनी मुलं परदेशी शिक्षणाला पाठवली. अंगावरल्या कपड्यावर आलेले मास्तर लोक आणि शिक्षकेतर कर्मचारी. दोन वेळा जेवण नव्हते. त्यांना अन्नाला लावलं. कोणाचा चहा प्यालो नाही. कुणाच्या घरांत पाऊल टाकलं नाही. तांब्याभर पाणी प्यालो नाही. त्यातल्या काहींवर मुला-लेकरासारखी माया केली, विश्वास टाकला. शरदराव नेहमी सांगायचे. विश्वास दिल्याने विश्वास वाढतो. मी विश्वास टाकला. काहींनी विश्वासघात केला, काहींनी गोड बोलून केसाने गळा कापला, काहींनी पाठीत खंजीर खुपसला, काहींनी सिमेंट-विटा-माती यांनाच संस्था मानली. त्यासाठी माझा बळी दिला. गेली तीस-पस्तीस वर्षांचा काळ नजरेसमोरून जात नाही. शरदरावांचे नुसते नाव वापरून कोट्यधीश झालेले लोक पाहिलेत. इतरांच्या दृष्टीने मी मूर्ख ठरलो रे. व्यवहार कधी पाहिलाच नाही. माणसे मतलबी असतातच; पण ती उलट्या काळजाचीही असतात. मला माणसे ओळखताच आली नाही.'

पोलीस तंबाखू मळीत गप्पा मारीत बसले होते. आज अख्ख्या बराकीत मी

एकटाच होतो. चहाही कुणी विचारला नाही. जेवणाची वाट पाहत होतो. आठ वाजता ड्यूट्या बदलल्या. हालचाल झाली. आधीचे पोलीस गेले. दुसरे आले. खडाखडा सलाम्या झाल्या. गाडीतून चार-पाच आरोपी उतरले. चला मीही सुटलो. एकट्याला झोप लागलीच नसती. पोलिसांनी दार उघडले आणि आतमध्ये चार-पाच जण आले. त्यात एक तरुण पुढारी होते. मला तोंड ओळख होती. हसले. मी उठून बसलो. "बसा," म्हणालो.

"काय सर, किती दिवस झाले?"

"मोजले नाहीत."

"किती तपास झाले?"

"चार संपले. आज चौथा संपला."

"तुम्ही कसे आलात?"

"आलो तुमच्यासारखाच."

"म्हणजे?"

"आपल्या कार्यकर्त्यांचं लफडं व्हतं. ते मिटवायला आम्ही दोघंचौघं गेलो. बाचाबाचीत त्या मुलीच्या अंगावर तिच्या मित्राने मला ढकललं आन् झालं. बाई बोंबलत पोलीस स्टेशनात. विनयभंग, बलात्कार आणि दोन चार कलमं लागलीत. कार्यकर्ता बाईबरोबर त्याची मैत्रीण. आम्ही आता फुकटात मेलो. आता जामीनासाठी चाललीय खटपट.उपकार करायची सोयच नाही बघा.

"सायेब राजकारण गेलं याचं त्या थराला!" एकजण म्हणाला. दुसरा म्हणाला, "त्याला झेड.पी. फिक्स बघा." बाबानी शबुद दिलाया त्याला. तुमचं तिकीट कापायचंच. आसं ठरविलंय बगा." तिसरा मध्येच म्हणाला.

पुढाऱ्यानं वर बघितलं, "रामाला ठावं. दोस्तीत दगाबाजी झाली सर! पार खचून गेलंया मन. राजकारण गाढवाच्या गांडीत गेलं सालं! त्याच्या गांडीत गोळ्या नाही घातल्या तर बापाच्या पोटचाच नसंन सर!"

"अरे दादा, माझ्याकडे बघा. मी पासष्टी ओलांडलीया."

"अरे, आपण कसले पुढारी? चव्हाणसाहेबांना मानणाऱ्या कुटुंबातले तुम्ही. असे कसे बोलता?"

"सर, आम्ही साहेबांना लहान असताना फक्त पाहिले. त्यांचा काळ वेगळा होता. आमचा वेगळा. त्यांच्या काळातल्या पुढाऱ्यांनी तुमच्या अंगावर बाया घातल्या असत्या काय? सांगा ना? घातल्या असत्या?"

"अहो, पण वैरानं वैर वाढतं!"

"हे बघा सर, या सगळ्या बाया, धुतल्या तांदळासारख्या नाहीत. त्यांनी पोरं काढलीत. चांगल्या औलादीच्या असत्या तर नवरे सोडले असते का? नवऱ्यांनी

यांना का हाकालंल असंल. विचार करा ना?''

"अहो, त्यांचा काय संबंध?''

"म्हणजे? बोळं घालून बसल्यात.''

"सर, अहो सतराजणांनी हेपालल्या असतील आन् मग भीक मागत तुमच्याकडे आल्या. तुमच्या शाळेतल्या मास्तरांनी सगळं सांगितलंय आम्हाला. आणि मी म्हणतो, टापारल्या असल्या तुम्ही आणि नसल्या, तरी या हरामखोर रांडांना सोडू नका. तुम्हाला काय होत न्हाय बगा. अहो रोज आम्ही हेच करतोय. आंघोळ केली. खेळ खलास. काय झेट सापडतंया. तुमच्यावर तर तलवारीनं हल्ला करावा, तसा केलाय. १० वर्षं, १५ वर्षं काय ह्या पोरं व्हायची वाट बघीत होत्या?

मी गप्प झालो. हे शिकलेले गृहस्थ, राजकारणात सगळा जिल्हा ओळखतो. काय बोलणार?

"तुमच्या सायबानं घातली बघा. चव्हाणसायबांचं सारं राजकारण बुडीवलं. समंदे राजे आनून आमच्या बोंकाडी बसवले. दोन पिढ्या गेल्या का न्हाय, सांगा की. तात्या, बापू, काका ही आमची शेवटची पिढी अजून टिकून हाय. पण फलटण, सातारा, पाटण, कराड हिथं काय, ह्यो न्हाय तर दुसरापण राजाच बोकांडी बसणार. तुमच्या सायबाला सुट्टी न्हाय बघा. काळ कसा येतो बघा.''

"अहो, बायकांवरून साहेबांकडं कुठं गेलात? त्यांनी काय केलंय? त्यांना का बोल लावताय?''

"सर, तुमच्या मास्तरांना कुणी पैका पुरवला, हे साऱ्या जिल्ह्याला ठावं हाय. तुम्हाला काय वाटतंय. आम्ही गोट्या खेळतोय? आम्ही राजकारणात हाय. तो परळीतला पोळ कुणी पोसलाय? त्यांनीच केल्या ना साऱ्या उलाढाली! कुणी दिली लाखो रुपयांची गठूळी सर, तुम्ही सरळ कधी इचार केला नाही?''

"जाऊ द्या बाळासाहेब.'' साऱ्या कोठडीत दारूचा वास घनत होता.

"सर, आम्ही दारू पिलोय म्हणून बोलत नाही; खरं तेच बोलतोय.''

बाहेर बुटांचे आवाज वाढले.

"ये हरामखोरांनो, चला सिधा घ्या.''

मी एकटाच उठलो. बाकी सारे जेवूनच आले होते.

मी जेवण घेतले. बेचव अन्न; पण पंचपक्वान्नासारखं खाल्लं. तोवर बाळासाहेब घोरायला लागले. माझं टेन्शन गेलं. एक एक नमुनं राजकारणात आलंय; पण लोक विचार करतायेत. आपआपल्या पद्धतीने अन्वयार्थ लावतायेत. जरा बरं वाटलं. आपल्याला वाटत होतं सारं संपलं; पण नाही, सारं संपलं नाही. अजूनही उभं राहता येईल. मनातल्या विचारांना थांबवीत मीही फरशीवर हाताची उशी करून झोपलो. रातभर या लोकांनी नुसता दंगा केला होता. कोण लघवी करतोय तर कोण

संडास तर कोणी उलटया. डास,पिसवा परवडल्या;पण ही माणसं नकोत असं वाटत होतं.

सकाळी सारे जसे आपण त्या गावचे नव्हतोच, असा आव आणून बाळासाहेब बोलत होते. अत्यंत सभ्य भाषेत त्यांनी माझी ओळख त्यांच्या लोकांना करून दिली. "साहेब, या राजांना वाट्टेल ते झाले तरी वाकू नका. आम्ही कराडात आहोत. इथं असतो तर तुम्हाला बाहेर काढलंच असतं. तुम्ही नुसते मोठमोठाली भाषणं झोडत होता. टिनपाट बाया तुम्हाला ऐकल्या नाहीत. चार-पाच लोकांचे पाय काढले असतेत आधीच तर ह्यातलं कायबी घडत नव्हतं. घ्या राजकारण गटातटांचं आन् कटकारस्थानाच झालं आहे. आम्ही फसलो ना, तुमच्यासारखंच. पण आम्ही सुट्टी देणार न्हाय. त्या भाड्याची मैत्रीण कुठे नेऊन हेपलू ते कळणारपण नाही त्याला. बलात्कार म्हणती का? दाखवतो तिला काय असतो ते. आता मिशांना अर्थ नाही.आपून बापे हाय. बाया न्हाय. आठ दिवसांत तिला बलात्कार समजावला न्हाय तर औलाद न्हाय. मिशी काढून दिन, अहो सर, मी निवडणुकीला तिकीटच मागितलं नसतं ना? पण आता तिकीट घेणार. दोन एकर इकणार; पण त्याला आबाळ दाखावणार."

"बाळासाहेब. जाऊ द्या ते राजकारण!"

"कोळसा किती उगाळला तरी काळाच."

"म्हणं कां उगळायचा न्हाय कां सर?"

"ही तुम्ही शिकल्याली बुळगी माणसं बघा. काय वाट्टेल ते झाले तरी या रांडांना सोडू नका."

"नाही सोडत बाळासाहेब."

पोलिसांनी पहिल्यांदा या चार-पाच लोकांना बाहेर काढलं. माझं डोकं ठणकत होतं. रात्रभर झोप होऊ दिली नाही. सकाळी उठल्यापासून नुसती बडबड चालू होती. फाशीची शिक्षाच की. बरं काय बोलणार?

आलेला नाष्टा संपवत होतो. तोवर पोलीस आले. कोर्टापुढे उभं केलं. पी. सी. संपली होती. पोलीस रिमांड वाढवून मागत होते. न्यायालयाने न्यायालयीन कोठडी दिली. मी पुन्हा मूळ जागेवर. संगीता बुधकरबाईंच्या केसचा तपास संपला. चार तपास संपले. आता दोन राहिले.

कुणाचं काय तर कुणाचं काय! माझ्यापुढं तपासावर तपासाचं संकट होतं. आत-बाहेर करून जीव कावला होता. घरातल्या नातेवाइकांना, विशेषतः नातवंडांना दोन महिन्यांत भेटलो नव्हतो. त्यांची नुसती आठवण आली तरी डोळे आपोआप गळत असत. मोठी मुले, शशी आठवड्यातून एकदा खिडकीतून पाच-दहा मिनिटं बोलून जात. त्यासाठी जीव किती उतावीळ झालेला असायचा! आपण सारे घरात

असतो तेव्हा फार दखल घेत नाही; पण सक्तीने दूर रहावे लागले ना म्हणजे नात्याची वीण समजते.

मी हॉलमध्ये पोहचलो. बंदी उठली होती. काही मुलं बाहेर खेळत होती. काही व्यायाम करीत होती. जेलने लावलेला कोबी, फ्लॉवर आता बराच वाढला होता; पण आम्हाला कसा काय मिळत नव्हता? कोण जाणे? खिडकीतून आंब्याच्या झाडांना लटकणाऱ्या कैऱ्या डोळ्यांना सुखावत होत्या आणि काही पोरांनी त्या वेडसर पोराला छानपैकी लुगडे नेसवावे, तसे पांघरण्याची चादर नेसवली होती. ताटलीवर ताल धरून एकजण ताटली हळू आवाजात वाजवत होता. बाकीचे घोळका करून त्याला मध्ये घेऊन नाचत होते. ते अर्धवट नुसतं उड्या मारीत होतं. तमाशाचा फड रंगावा, तसं सारी रंगली होती. मी शांतपणे पिशवी ठेवली.

गप्प बसा रे म्हणण्याची सोय नव्हती. शेजारी संडासच्या दारात एक म्हातारा घाईला आला होता. कोणत्याही क्षणी वर जाईल सांगता येत नव्हतं. त्यांचेशी कोणाला काही पडलं नव्हतं. कोण कोणाची चौकशी करीत नसे. सुनेने ३७६ दाखल केलेलं. घरांच्या वाटणीत सासऱ्याने थोरल्या मुलाला चांगली जमीन देऊन धाकल्याला वरकड जमीन दिली होती. या गुन्ह्यासाठी पोटच्या लेकानं, सुनेनं म्हाताऱ्याला बलात्काराच्या गुन्ह्यात आत घातलं होतं. दोन्ही मुलं. विस्तव जात नव्हता. म्हाताऱ्याला जामीन होत नव्हता. जेवणखाणं, नाष्टा काहीच घेत नव्हता. नुसता हाडांचा सापळा राहिला होता. टुळूटुळू बगायचा म्हणून तो जिवंत आहे, असं म्हणायचं. ऐरवी मेल्यातच जमा. पोरांचे धडप्याने लुगडे नेसणे, फेडणे सुरूच असतं. खरंच निसर्गाने बाई हा केवढा चमत्कार जन्माला घातलाय. ते ती नसली तर तिची किंमत कळते. असते तेव्हा नकोशी होते.

स्त्री-पुरुषाचं नातं किती सुंदर असतं. उत्कट असतं. जगायला ते किती शिकवतं! एकाशिवाय दुसऱ्याचं आयुष्य वैराण बनतं. पण काही नालायक पुरुष आपल्या पुरुषी वर्चस्वासाठी बाईला पायांतल्या पायताणासमान समजतात तर काही स्त्रिया आपल्या बाईपणाचा वापर पुरुषावर बदला घेण्यासाठी, स्वतःच्या सुखासाठी, स्वार्थासाठी करतात. पवित्र अशा नात्याचा बाजार मांडतात. पुरुषसत्ताक पद्धतीने ही सारी दुःखं निर्माण केली आहेत. स्त्रीमुक्तीसाठी काम करणारेही तिचे कळत-नकळत शोषणच करीत असतात. आपल्या विरोधी असणाऱ्या, आपले न ऐकणाऱ्या, आपल्या मार्गात आड येणाऱ्या पुरुषाच्या विरोधी बायका विकत घेऊन आपल्या विरोधकाला आयुष्यातून उठवतात. त्याला या स्त्रिया मोहापाई बळी पडतात आणि म्हातारपणी असे बेवारसासारखे खितपत पडतात.

पोरं नाचत होती. खेळत होती. सारे आरोपीच होते; पण ज्येष्ठ असलेले लोक अक्षरशः तळमळत पडले होते. शॉकच असा की माणूस आयुष्यातून बादच होतो.

आत्मविश्वास जातो. खरे-खोटे कोर्टात होईलच; पण तोपर्यंत तरी हा म्हातारा जिवंत राहिल का? याने कष्टाने कमवलेली जमीन तिचा मालक तोच. पण लेकांनीच घराबाहेर बेइज्जत करून काढलेला. गावात तोंड दाखवायला जागा नाही. आयुष्यभर मानसन्मानाने जगलेला हा माणूस मरताना आता जवळ कुणीही असणार नाही. मेला की पोरं पोलिसांना खबर देतील. पोलीस उचलून नेतील. संपेल सारे. ही एक हत्याच आहे ना? कायद्याने केलेली. अन्न पाण्याचा त्याग करून माणूस स्वत:ला संपवत जातो. औषधांच्या पुड्या खिशात असतात; पण घेत नाही. मरणकळा सोसत असतो. माझ्या मनात प्रचंड नैराश्य दाटून येतं. काय उरलंय आपलं तरी? आपली मुलं, नातवंड, बायको? आपल्यासाठी जीवाचं रान करतायेत. नाहीतर काय? या म्हाताऱ्यासारखेच खितपत पडून मेलो असतो ना? आजची रात्र कशीबशी निघेल. कोणीही त्याची दखल घेत नव्हते. बंदी झाली. आरोपीत कैदी भराभर आत आले. माझी जेवणावरची वासनाच उडाली होती. सारा कालवा शांत झाला आणि म्हाताराही शांत झाला.

पोरं रोज देवाची प्रार्थना करीत. प्रत्येकाने भिंतीला आपला देव चिकटवलेला. 'जयदेव जयदेव जय मंगल मूर्ती...' आरती सुरू झाली. म्हाताऱ्याने केव्हा शेवटचा श्वास घेतला समजले नाही. प्रार्थना संपली. म्हातारा संपला. पहाऱ्यावरचा पोलीस पोरांनी जवळ बोलवला. म्हातारा गेल्याची खबर दिली. पोलिसांची धावपळ सुरू झाली. जेलरही पळत आला. फटाफट दारं उघडली. म्हाताऱ्याला उचलून बाहेर नेला. तो केव्हाच गेला होता, काही न बोलता. कसलाही गलबला झाला नाही. पोरं श्रद्धांजलीसाठी उभी राहिली. सर्वांनी म्हाताऱ्यासाठी प्रार्थना केली. पोलीस डेडबॉडी घेऊन गेले. सारा हॉल शांत झाला. टाचणी पडली तरी ऐकायला येईल येवढी शांतता. खूनाचा संशय असलेले एक आरोपी, पंढरपूरच्या पांडुरंगाचे वारकरी होते. बुटकेले गृहस्थ उभे राहिले. त्यांनी आत्मा, परमात्मा, जीवन-मरण सारे अर्धा तास ऐकवले. काही आरोपी गुपचूपपणे जेवले. बाकीचे बराच वेळ बोलत बसले. जुने कैदी आठवणी सांगू लागले अन् माझ्या सारख्यांची भूक पोटातच जिरली.

सारे झोपून गेले. तरी मला झोप लागत नव्हती. मी आल्यापासून म्हाताऱ्या माणसांवर खूप लक्ष देत होतो; पण कुणी कुणाचं नसतं. साम्राज्य लयाला जातात. दोन पायांचा माळा, सारा देह नाशवंत. सारं ठाऊक होतं. पण प्रसंग समोर उभा राहिला, की सारं तत्त्वज्ञान फडताळीत तोंड खूपसून लपून राहतं. मरण कुणाला सुटलेलं नाही. प्रत्येकाला त्याच वाटेने जायचं आहे.

तरीही माणूस माणसासारखं का वागत नसेल? पैसा पैसा पैसा. पैशाच्या मागे जग पळतंय. सत्ता पाहिजे कशासाठी? सत्तेसाठी. सत्ता कशासाठी? पैशांसाठी, पैसा कशाला? सत्तेसाठी, प्रतिष्ठेसाठी, सुखासाठी. सुख कशाला म्हणायचं?

पैशाच्या राशीवर झोपणारा सुखी असतो काय? म्हाताऱ्याची पोरं सुखी होतील काय? सुन सुखी होईल काय?

माझे दोन्ही पक्षी पिंजऱ्यातून माझी तडफड पाहत होते. सारे झोपले होते. माझी झोप उडाली होती. मरणाच्या भयाने नाही. मी मरणाला भीत नाही. दोन वेळा मरणाला शिवून आलोय. त्यांचा थंडगार स्पर्श पाहून आलोय; पण मन कासावीस आहे. तळमळत आहे. माणसाच्या या सनातन दुःखाला भगवान गौतम बुद्धांनी किती सोपं उत्तर दिलंय. पण माणूस गुलामीतून बाहेर पडायला तयार नाही. धर्म, देव, कर्म, नशीब, तकदीर, किती खुळ्या कल्पना आहेत माणसाच्या. स्वतःच्या पापमुक्तीसाठी भगवंता, त्यांना सुखी ठेव. आता मी शांत झालो होतो. दोन्ही हात जोडून बुद्धांना वंदन केले आणि शांतपणे झोपलो. ज्या घरात कुणी मृत झाले नाही, त्या घरातून मूठभर मीठ आणून दे. असे एका मृत मुलाच्या आईला भगवंतांनी सांगितले होते. त्या आईला असे एकही घर सापडले नाही. जिथे माणूस मेलाच नव्हता. तिने आपला शोक आवरला. झोपतानाही मनात कालवा चालूच होता.

तीन-चार दिवस असेच गेले. कधी तरुण पोरांबर गप्पा मारत तर कधी रवींद्रनाथांच्या चरित्रग्रंथाच्या वाचनांत. चार दिवसांनी पोलीस आले. मला पुन्हा बाहेर काढले. सहकारी बंदींनाही सवय झाली. परत आलो, की ते विचारीत. किती जणींच्या आयला घोडा लावलात? मी आकडा सांगीत असे. आता पाचवीला घोडा लावायचा होता. जेलच्या कराल दारातून बाहेर आले, की वाघाच्या जबड्यातून बाहेर आल्यासारखे वाटायचे. जेलच्या लहान गेटमधून डोके बाहेर निघाले, की पुनर्जन्म झाल्यासारखे वाटे. सातारा तालुका ग्रामीण पोलीस स्टेशनची ती गाडीही आता ओळखीची झाली होती. तपास अधिकारी तेच होते. सारे काम चालू झाले. पहिल्यांदा पोलीस स्टेशनला गेलो. दोन महिला कॉन्स्टेबल मागे उभ्या होत्या. दोन्ही हवालदार कागदावर साहेबांच्या सह्या घेत होते. मला शेजारच्या खोलीत बसायला सांगितले. मी शांत होतो जेवणाचा डबा भाईने आणला होता. साहेब भाईसरांना 'सर' म्हणायचा. त्याचेशी गोड बोलायचा आणि माझ्याशी कडू. पण घरातला डबा पोलीस स्टेशनला आले, की मिळायचा. कोणाला दिसणार नाही, याची काळजी घेऊन जेवायचे. पुढे-मागे पोलीस असायचे. साहेब आले ना संपलं.

"लय काळजी लागायची बघा. तुमच्याकडे बघवायचे नाही." साहेबांनी भाईसरांना सांगितले. मला आंघोळीला, कपडे बदलायला, दाढी करायला परवानगी मिळाली. मला कळायचे नाही, सालं काल मला उपाशी ठेवणारा हाच माणूस आहे की दुसरा? अर्थातच तो मला गुन्हेगारासारखे वागवी. भाईसरांना प्राध्यापक म्हणून. त्याने कधी मला मारले नाही. आडवेतिडवे प्रश्न विचारी; पण मर्यादा सोडून शिवीगाळ नाही. मी तपासात त्यांना सगळी मदत करीत होतो. माझे उरकले. साहेब

म्हणाले, "चला. बसा गाडीत."

ही रुक्मिणी सातारकर नावाची बाई. उंची बेताची-नाकाडोळ्यांनी चांगली, रंगाने गोरीपान. सारं इटकं पाव. खंगार. नाव काढलं तरी अंगावर शिसारी यायची. ही गतकाळी आन् तिचा एक गतकाळा. सारे समोर उभे राही; पण कायद्याच्या सभ्य भाषेतच बोलायला लागे. त्यांनी गाडी काढली ती शिवथर मालगांवला. हे तिचे गाव.

नोकरीला आली तेव्हा गोगलगाय होती. खाली मुंडी घालून आपण भले आपलं काम भले, अर्थातच नवऱ्याने सोडून दिलेली. सलमा मॅडमनी तिची उंची, तिचा रंग, तिचा स्वभाव हे सारे हेरलं आणि नुकतंच लग्न होऊन एका मुलाचा बाप असलेल्या शिपायाच्या बरोबर तिचं झेंगाट जमवलं. हा शिपाई नोकरीत आला तेव्हा तोही असाच रांगडा होता. खूप चांगला मुलगा होता आणि ही बाईपण खूप चांगली होती. बाई मितभाषी. बोलायची नाही फारसं. हा शिपाईपण गप्प काम करायचा. रात्री मॅडमच्या नवऱ्याला गाडीवरनं तिच्या स्वत:च्या वसतिगृहात गढळी पाहोचवायचा. त्याला या कटात सामील करण्यासाठी या बाईंनी त्यांना एका ताटात जेवायला बसवण्यापासून, एकमेकाला घास भरवण्यापर्यंत सारे करायला मदत केली आणि मग जे व्हायचं ते झालं. ही दोन्ही माणसं या बाईंच्या चोरीप्रकरणात सामील झाली. अर्थातच चोऱ्या होत असत त्या मध्यरात्री.

"काय पद्मश्री, किती वेळा आला इथे?"

"कुठे साहेब?"

"अहो, इथे या बाईला घेऊन?"

"एकदाही नाही."

"घर माहीत असेलच की तुम्हाला?" नाही माहीत नाही. मी कधीच आलो नाही. मग का तुमचा बाप तिला इथं सोडायला आला होता?"

"साहेब, मी खरंच इथं कधीही आलो नव्हतो." गावात लोक तुम्हाला वळकत असतील?"

"काय माहीत?"

"तुम्ही कुणाला ओळखता?"

"कोणालाही नाही."

"तुम्ही इथं आला होता, तशी नोंद आहे."

"असेल मला माहीत नाही; पण मी खरे सांगतो, मी इथे आलो नाही.

"चला, कॉन्स्टेबल त्या बाईच्या घरी चला."

गाडी चावडीवर आली. तेथे पोलीस पाटील थांबला होता. तो आम्हाला बाईच्या घरी घेऊन गेला. घरी एक म्हातारी होती. तिला साहेबांनी रूक्मिणी सातारकर बाईबद्दल विचारले.

म्हातारी म्हणाली, "ती आमाला मेली. तिने सोन्यासारखा नवरा सोडला. तवाच ती मेली. ती हिथं कवा तरी येती. आता कैक दिस आली नाही.

"मुलगी आहे ना तिची इथं?"

"तिच्या आजीजवळ असती."

"आजी कुठाय?"

"पोटामागं गेलीया."

"ती पैसे देत नाही का?"

"तिनं साळंत बाप्या ठिवलाय. पैसं कशाचं दिती रांड."

"ह्यांना वळकता काय?"

"नाही."

"हे कधी बघण्यात आले नाहीत?"

"नाहीत ना?"

"चला बसा गाडीत."

पुन्हा यात्रा जकातवाडीच्या शाळेकडे. गाडी शाळेच्या गेटमधून आत गेली. साहेब खाली उतरले. माझ्या दोन्ही बाजूचे पोलीस, लेडीज पोलीस सारे उतरले. मीही उतरलो. साहेबांनी प्रथम अख्खी इमारत पाहिली. मग सारी बाग

पाहिली. बारकाईने सारे तपासत होते. मी गप्प त्यांच्या मागे चालत होतो. तासभर सर्व परिसर पाहिल्यानंतर साहेब माझ्याकडे वळले,

"यातल्या कोणत्या कोणत्या जागा वापरल्यात?"

"मी वापरल्याच नाहीत. तर काय सांगू!"

"अच्छा! मग ती बाई खुळी आहे?"

"नाही शहाणी आहे."

"मग तुम्हीही शहाण्यासारखे बोला की. तुमच्या वयाचा आदर करतो.चला आता आम्ही तुम्हाला जागा दाखवतो."

"जी. चला. आपण सांगाल तिथे येतो."

आम्ही किचनमध्ये गेलो. साहेब वैतागला.

"कुठे आहे ती कोठी?"

"समोरच."

साहेबांनी आत पाय टाकला. धान्याच्या थप्प्या पाहिल्या. पाय ठेवायला जागा नाही. इथे बलात्कार कसा करणार? पण ती बाई तर म्हणते आहे, बलात्कार इथंच केलाय. साहेबाने टेप घेतला. पोलिसांनी भराभर मापं घेतली. कोठीतल्या वस्तूंचा पंचनामा केला. नाक चोळीत बाहेर भोजनगृहात आले. मुलं कुठं जेवतात? याच हॉलमध्ये. किचन आतमध्ये. कुठेही दारे नाहीत. एक कोठी सोडली तर छोटे-मोठे

जेवणाचे हॉल. रेक्टरची खोली. भाजीपाला ठेवण्याची जागा. आता साहेबही चक्रावला. बलात्काराची वेळ सायं. ७.०० ते रात्री ९.३० ते १०.०० अशी सांगितलेली.

"तुम्ही या रुक्मिणी सातारकरला ओळखता?"

"होय."

"किती वेळ तुमचे संबंध आले?"

"एकदाही नाही."

"तिने मित्र ठेवला आहे. तोही इथंच काम करतो. नाव काय त्याचे?"

"तिलाच विचारा. नवरा-बायकोसारखे इथंच राहायचे?"

"तुम्हाला कसे कळले?"

"सलमाताईंनी, रेक्टरनी सांगितले."

"मग कारवाई काय केलीत?"

"दोघेही प्रौढ आहेत. दोघांची सम्मती असल्यावर मी काय सांगणार?"

"बाई दिसायला कशी छान आहे ना?"

"म्हणूनच तिच्या मित्राला आवडली असेल ना?"

"आणि मग तुम्हालाही आवडली असेल?"

"माझ्या आवडण्याचा प्रश्न येतोच कुठे!"

मग तिने बलात्काराचा आरोप का केलाय? साहेब, बलात्कार झालेलाच नाही. हे माझ्याविरोधी कुभांड रचण्यात आले आहे. हे खरे नाही. इथ संमतीने सुद्धा शरीरसंबंध करणे शक्य नाही. बलात्काराची तर गोष्टच सोडा. सात वाजल्यापासून इथं मुलं जेवायला येतात. रात्री ११ वाजेपर्यंत वर्गनिहाय मुलं-मुली जेवत असतात. प्राथमिक आश्रमशाळा, माध्यमिक आश्रमशाळा, कनिष्ठ महाविद्यालय, बी.एस.डब्लू., एम.एस.डब्लू.चे विद्यार्थी- विद्यार्थिनी रांगा लावून जेवत असतात. पाय ठेवायला जागा नसते. इतक्या मुली, मुलं असताना असलं कृत्यं करता येईल का? हे सारं ती सांगते ते खोटे आहे. सलमाताई, तिचा नवरा, मुख्याध्यापक इथे असताना असे करता येईल का?"

"अहो, कोणतीही बाई आपली अब्रू पणाला लावील? ती का खोटं बोलेल?" साहेब तिला अब्रू असती तर ती असलं घाणेरडं बोलली असती का? साऱ्या मिळून, एकत्र येऊन ठरवतात. प्लॅन करतात. म्हणूनच मी याला माझ्या विरुद्ध रचलेलं हे कुभांड आहे, असं म्हणतोय."

"बरं, जीवन बोराटे तुमचे कोण?"

"माझे जावई आहेत."

"त्यांचा बंगला कुठाय? चला बंगला दाखवा?"

"साहेब मी इथचं थांबतो. आपणच पाहून या. इथं जीवनसरांचा बंगलाच नाही.

असला तर आपण कोणतीही शिक्षा करा.''

''अरे कमाल आहे. त्यांना बंगला नाही?''

''होय साहेब, त्यांना बंगला नाही.''

साहेबांनी पोलिसांना सांगून सारा परिसरा तपासला. पोलीस परत आले.

''साहेब, असा बंगला इथं परिसरांत तर नाही.''

''अरे नीट पाहिलं का?

''समताचा बंगला आहे का?''

''नाही साहेब.''

''त्यांचाही बंगला नाही? स्वतंत्र बंगलाच नाही कुठे?''

''होय साहेब, कुठेच नाही,'' दुसरा पोलीस दुजोरा देत म्हणाला.

साहेब हळूहळू शांत होत गेला. तेथे उभ्या असलेल्या स्वयंपाक करणाऱ्या बायकांशी बोलला. मी बाजूला होतो.पोलीस आपसात बोलत होते-

''हिच्या आयच्या भोकात काठी घातली हिच्या. हिथं तर हे का, स्वतःची बायको असती तर तिलाबी हात लावायला यायचा नाही. एवढ्या गर्दीत बलात्कार होतो का कुठं?''

साहेब वस्तुस्थिती बघून काय धागेदोरे मिळतात का म्हणून चौकशी करीत होता. पोलीस भराभरा लिहित होते. पानावर पानं खरडायची. शाळेपासून किचनचं अंतर किती? मुलांच्या राहण्याच्या जागेपासून ही कोठी किती अंतरावर आहे? सारेजण मापे घेत होते.

साहेब म्हणाला, ''चला इमारतीवर.''

मी शांतपणे त्यांच्यामागे बिल्डिंगवर गेलो. दोन्ही डोम पाहिले. रिकामे डोम चारी बाजूने उघडे. साहेबाने विचारले, ''इथंही बायकां आणत होता काय?''

''साहेब, समोर गाव आहे. घराची तोंडे शाळेकडे आहेत. दारात बसूनही या डोममध्ये काय चालले आहे, ते दिसते.''

''हो ते दिसतेच आहे.''

''चला.'' गाडीत घातले. आता गाडी बोगद्याकडून पुन्हा शेंद्र्याकडे निघाली. शेंद्र्याच्या पेट्रोल पंपावर हॉटेल आहे. तेथे जाऊन थांबलो. साहेबांनी चहा मागवला. सायंकाळची उन्हें कलली होती. पाखरांचे थवेच्या थवे पश्चिमेकडे निघाले होते. बगळ्यांच्या सुंदर रांगा, रांगोळीतल्या ठिपक्यांसारख्या दिसत होत्या. कावळ्यांची कावकाव सुरू होती. दिवसाची सोनेरी किरणे आसमंतात पसरली होती. आकाशात आलेली लाली, रक्तिमा फार विलोभनीय दिसत होता. पाखरांचा किलबिलाट, शेजारच्या वडाच्या झाडांवर त्यांचे जमलेले थवे, कावकाव करून सारे आकाश डोक्यावर घेतले होते. फार सुंदर सायंकाळ होती ती. जोडीला पोलीस. मन थोडे

ताजेतवाने झाले. अरे, अजून हे सारे आहे. हे कुणी कैद केलेले नाही. ही झाडं, हे पक्षी, कुणी वैर नाही करत आपल्याशी. सारी आपली दोस्तमंडळी आहे.

चहा आला. तोही एकटाच पिणार. सिगारेट ओढीत. धुराची वलयं सोडीत साहेब म्हणाला, "ये वेटर. इकडे ये."

"मानेसाहेब, साखर चालते ना?"

"होय साहेब."

"अजून एक चहा कमी साखरेचा आणि बिस्किटचा पुडा."

माणूस हा प्राणीच गृहीत धरता येत नाही. परवा याने मला समोर बसवून जेवण घेतले. मला उपाशी ठेवले. आज 'नको नको' म्हणत असताना पोटभर केळी, चिवडा, फरसाण खाऊ घातलं. स्पेशल चहा पाजला. स्वत:शीच म्हणाला, "भोसडीच्या रांडांनी कायद्याचं पार वाटोळं केलं. आहे."

शेंद्रेच्या हॉटेलातून बाहेर पडलो. पेट्रोल पंपावर ट्रकचालकांची भांडणं सुरू होती. झालं पोलीस जाऊन मिटवून आले. शेपाचशेची तेवढीच कमाई. साहेबासमोर बोलण्याची कोणाची हिम्मत नव्हती. लेडीज कॉन्स्टेबल नुसती गाडीत मागे बसून असायची. एक शब्द ती बोलत नसे. तिला का तपासात घेतले असेल, असा मला प्रश्न पडायचा. गाडी थेट सातारा तालुका पोलीस स्टेशनच्यासमोर उभी. माझ्या सह्या, पुन्हा पोलिसांची अंधारकोठडी.

आता मात्र मी वैतागलो होतो. त्यानंतर तीन दिवस मी पोलीस कोठडीत होतो. तपासायलाही नेत नव्हते. न्यायालयातही नेत नव्हते आणि न्यायालयीन कोठडीतही नेत नव्हते. मी एकटाच अंधारकोठडीत डास, पिसवांच्या तावडीत सापडलेलो. पहारेकरी पहारा देत. लोखंडी गजाआड मी एकटाच होतो. एकटेपणाची फार भीती वाटते. इथं वाचायलाही काही नसते. मी कोठडीतल्या छताकडे बघत बसे आणि मग दोन्ही पक्षी बाहेर येत.

'काय आज एकटाच आहेस?'

'का येतील कुणीतरी?'

'हो.'

'काय माहीत. या काळात पेन-कागद असते तर किती छान लिहिता आलं असतं.'

'पण काय करणार?'

'भिंतीवर लिही.'

'कशाने?'

'नखांनी लिही.'

मी भिंतीवर नखाने काही लिहिण्याचा प्रयत्न केला; पण त्याचा काही उपयोग

नव्हता. तो नाद सोडून दिला आणि बुटांचे आवाज वाढले. एक खिसेकापू, पोलिसांनी आत टाकला. खूप मार लागला होता त्याला. पक्षी आत पळाले.

त्याला प्रचंड खोकला होता. खोकून दमला की धाप लागे. मग शांत व्हायचा आणि पुन्हा बोलायचा. गडी सोलापूरचा. त्याने लगेच मला ओळखले. पण खास सोलापूरी, कन्नड मिश्रित मराठी बोलायचा. दामू त्याचं नाव. शिक्षण एम.ए. काम खिसे कापणे. असाच तो तिरगायला (खिसे कापण्याचे काम) करायला आला होता. पाच जणांची टोळी होती. कराडच्या स्टॅन्डवर त्याने हात साफ केला आणि पकडला गेला. बरोबरच्या लोकांनी मारायला सुरुवात केली. पार्टनर खरंच मारत होते. मारत मारत, "मादरच्योत, चल पोलीस स्टेशनला," म्हणून मारीत वढीत गर्दीतून बाहेर काढले आणि पळून निघाले होते; पण पोलिसांच्या हुशारीने घात केला. चौघे पळून गेले, हा पोलिसांच्या हाती सापडला.

"कसा सापडलास?"

जिभेखालची भारतपत्ती काढून कागदात गुंडाळून ठेवीत तो बोलू लागला, "साहेब, तिरगायला आलो होतो. काम झालते; पण एका प्रवाशाने पाहिलं. तो बोंबलला चोर-चोर-चोर. झाला सारा माणसांचा घोळका. सारे मारू लागले. तोवर आपल्या पोरांनी मारायचे नाटक करीत गर्दीतून बाहेर काढले. लय मार मार मारलंय. मग पाकीट कुठाय? जोडीदार घेऊन पळाला. आता जामीन करतील; मग सोडतील. तोवर आत. कलई झालीय बगा डोस्क्याची." दोन दिवस तोही आतच होता. खूप बोललो. चोरीच्या पद्धती. चोऱ्या करणारे हात सराईत.

तिसऱ्या दिवशी पोलिसांनी कोर्टापुढे उभं केलं. रिमांड वाढवून मागितला. न्यायाधीशांनी पोलिसांचे म्हणणे फेटाळले आणि माझी रवानगी पुन्हा न्यायालयीन कस्टडीत झाली. पाचवा तपास संपला होता. आता एकच तपास उरला होता. मुरलीताईचा.

काय बोलावे या बाईबद्दल? बाईपणाचा इतका गैरवापर मी तरी कधी पाहिला नाही. तिचे एका जमिनीचे खरेदी-विक्रीचे व्यवहार करणाऱ्या बिल्डरबरोबर संबंध होते. तिला नोकरी हवी होती छानछोकीसाठी. अत्यंत गरिबीत असलेली बाई तिने उभी केली होती. अंगावरले कपडे फाटलेले. झिंज्या विस्कटलेल्या. ब्लाऊज फाटलेला. दिसायला गव्हाळ रंगाची. नाकाडोळ्यांनी नीटस व तरुण. गयावया करीत इंटरव्ह्यू कमिटीपुढे उभी राहिलेली. पायांत फाटलेल्या स्लिपर. कोणाही माणसाला दया यावी, अशी. या दयाबुद्धीपोटीच तिची गरिबी पाहून तिला कमिटीने नोकरी दिली. स्वयंपाकी जागा शिल्लक नव्हती. शिपाई म्हणून नोकरी दिली. बाईंनी हळूहळू संस्थेतल्या स्त्रियांचा विश्वास मिळवला. कोर्ट-कचेऱ्यांची माहिती होती. घटस्फोटाची केस जिंकल्याने तिला कोर्ट, पोलीस यांचे काहीच वाटत नसे. तिची

भीती मोडली होती. चोऱ्या सुरू होत्या. या बाई त्यात सामील झाल्या. हळूहळू उंडग्या बायांची टोळी तयार झाली. या उंडग्या बायांची कॅप्टन खुद्द सलमाताईच होत्या.

मी मनातल्या लढाईत गुंतलो होतो. या अंगावरून त्या अंगावर तळमळत होतो. हे सावंत पहिलवान पाहत होता. तो म्हणाला,

"काय साहेब, कशाला त्या झवाड्यांचा विचार करताय? काढून टाका डोक्यातून. इथं सारेच काळज्या घिवून आलेत. सारेच काही ना काही अडचणीतच आहेत. हसून खेळून राहा," सावंत प्रेमाने सांगत होता. पैलवानाच्या देहात माणूसपण खच्चून भरलं होतं. तो बस लुटण्याच्या लफड्यात आत आला होता. यात सारे पहिलवानच होते; पण हा शेतकऱ्याचा पोरगा. जामीनाची वाट बघत होता. जामीन पटत नव्हता. तो कोर्टाला फार शिव्या द्यायचा. सावंत माझी फार काळजी घ्यायचा. सावंत आणि मी बोलत बसलो. हळूहळू डोळे मिटायला लागले. मन शांत होत गेलं.

मे महिना संपत आला होता. हळूहळू दिवस संपत होते. माझे तपास संपत आले होते. त्याने मी दिवस मोजत होतो. जीव उलून गेला होता. उतावीळ झालो होतो. जवळपास अडीच महिने आत होतो. पोलीस काही बाहेर काढत नव्हते. आत अगदी बोअर झालो होतो. वाढलेली दाढी. कसे तरीच वाटे. त्या साऱ्यांबरोबर नंबर लागला तर दाढी. ब्लेडही मोजून दिली जात. तेवढी ब्लेड जमा करावी लागत. गडबड झाली तर न्हाव्याचे खरे नाही. न्हावी कैदीच, तो नाइलाजाने सर्वांची खरडायचा. त्यात केस कापण्याच्या निमित्ताने चेष्टामस्करी. सारा बायांचा उद्धार. शिवीशिवाय कोणी बोलत नसायचं. इंद्रियांचे येवढे उद्धार, माझा तर बॅकलॉग भरला जात होता. सारी करमणूक.

अखेर पोलिसांनी बाहेर काढले. "चला." तपास अधिकारी बदलला होता. फार विनोदी प्राणी होता. गाडीत बसवले. पोलीसही बसले. दोन तरुण मुली बरोबर होत्या. या कशाचेही भान या अधिकाऱ्याला नव्हते. "ये पोरींनो, माने सरांना दाणे द्या. आहेत ना दाणे तुमच्याकडे?" गाडीत सारीच शांतता. काय बोलावे? आरे गप्प काय बसलाय? सोडाना ती पुडी. वाटा सगळ्यांना दाणे." तेव्हा पोरींच्या लक्षात आले, साहेबांनी पुडा दिलाय. गडबडीने त्यांनी फोडला. "घ्या साहेब. अगं, मला कायमच देता. आधी साहेबांना द्या. 'उपरा' वाचलंय की नाही?" पोरींनी 'नाही' अशी मान हलवली. "लेका, पोलीसखात्याची अब्रू घालवता. जगात गाजलेलं पुस्तक तुम्ही वाचलं न्हाय? आम्ही कॉलेजला होतो, तेव्हा अभ्यासक्रमांत सामील होतं. तेव्हाच आम्ही वाचलं. ये मुडदूसा, खा ना जरा शेंगदाणे. तेवढंच बरं. साहेब कुठं जायचं?"

"आरं काय राव. हे का इचारनं झालं? मानेसरांचं संस्थान आहे ना? त्यांच्या

शाळेत जायचंय. किती कुलपांना सरांनी किल्ल्या लावल्या? किती कुलपं काढली? बगायचीत. त्यातल्या एकाच कुलपाला कितीदा किल्ली लावली आन् दार उघाडलं ते बगायचंय.''

साहेबाच्या द्व्यर्थी शब्दांनी मीही अवाक् झालो ना. फार वल्ली वाटला. मिस्कील स्वभावच. गाडी जकातवाडीत शाळेच्या गेटमधून आत गेली. साहेब पुढं बसलेले. ते पहिल्यांदा उतरले. ''धरा मानेसर, दांडकं धरा. नाही म्हंजे काय पडणार नाहीसा.'' सायबानं वाढलेल्या मिश्यांवरनं ताव मारला. ''ये चला कामाला लागू. बोल, ये बाबा, कंच्या कंच्या जागेला नेलं होतं त्या मुरलीताईला? लय फिरीवलीयसा राव. कितीदा कुलपं काढली? चला दाखवा. पहिला 'यशवंत बंगला' दाखवा.''

''साहेब, इथं असा कोणताही बंगला नाही.''

''काय सांगताय राव? ती बाई तर म्हणतीया 'यशवंत बंगल्यात' लय टायमाला बळजबरीनं उघडलंय. त्यो आक्का बंगलाच नाही म्हणताय? राव खरं सांगा की. माझ्या तोंडाला वाईट-वंगाळ यायला नकू. पुरावं गायब? लेका बंगला खाल्लासा का काय मंग?''

''नाही साहेब, असा कोणता बंगलाच नाही.''

''मंग ही मुरलीताई खोटं बोलतीया म्हणायचं? तिला कुत्रं चावलेय. तिनं 'यशवंत बंगल्या'त रेप केल्याचं सांगितलंय. तो बंगला दाखवा; नाहीतर बर्फाच्या लादीवर लाटीनं. मग हायगय नाही.''

''साहेब, आपण असा बंगला इथं आहे का ते बघा.''

''चला.'' पोलीस, पोरी सायबामागं पळत होत्या. मीही पळत होतो.

चौदा एकर रान कोपरा नं कोपरा तपासला. खरं असा बंगलाच नव्हता.

''ही बाई सांगतीय, मंग हा बंगला कुठं हाय, ते तरी सांगा.''

''साहेब, असा कोणताही बंगला नाही. ती बाई खोटे बोलतीय.''

''बरं हे जीवन सर कोण?''

''माझे जावई.''

''बरं. बरं. मंग चांगलं हाय की. लेकीला बंगला बांधून दिलाय काय?''

''साहेब तिचा, जीवनसरांचा इथं कुठेही बंगला नाही.

''बरं आम्ही आलो.'' ते पोलीस माझ्या दोन्ही बाजूला बसले. मी मध्ये. सारं फिरून साहेब आले.

''आयला काढा तंबाखू.''

''मी खात नाही साहेब.''

तोपर्यंत पोलिसाने तंबाखू मळून तोंडात टाकली. सारी इमारत पाहिली.

''आता प्रेसिडेंट रूम दाखवा.''

"साहेब, आपणच पाहून या. मी कुणालाच कुठे नेले नाही, तर मी काय दाखवू?"

"सर, तुम्ही हुशार आहात. ते प्रेसिडेंट रूममध्ये गेले. सारी सोंगं घेऊन गेले. रूमला कुलूप. चला किल्ली लावा."

"सर, ती प्रेसिडेंट रूम आहे. वर्षातून एकदाच ९ मेला पवारसाहेब येतात. तेव्हा आम्ही सारे तेथे बसतो. येरवी या रूमचा वापर महाविद्यालयाचे प्राचार्य महाविद्यालयात येणाऱ्या पाहुण्यांसाठी 'गेस्टरूम' म्हणून वापरतात. किल्ली त्यांच्याकडे असते."

"ये कोण आहे रे तिकडे? हे दार उघडा, नाहीतर मला तोडायला लागेल." त्यांनी दार तोडण्याचा विचार केला; तेवढ्यात कॉलेजचा एक शिपाई किल्ली घेऊन पळत आला. रूम उघडली. मापे घेतली. साहेब म्हणाले, "या रूमचा गैरवापर तुम्ही करीत होता. मुरलीताई आन् एक कोणतरी राखणीला आणत होतासा. व्हय नव्हं?"

"बोला ना राव. तुमची पुस्तकं वाचून आम्ही घडलो. तुम्ही जे सांगाल, ते खरं सांगा. खोटं सांगू नका. नाहीतर तुम्ही गोत्यात याल. मला नसता बी.पी. वाढवायचा नाही. आता आम्ही शेवटच्या टप्प्यावर आहे." मग डोम दाखवला.साहेबांना सारे दाखवले. कोठी दाखवल्यावर ते चॅटच पडले. त्यांनी मापे घेतली.

कॉन्स्टेबल पोरगी म्हणाली, "तुम्ही काही काळजी करू नका. यात कसलाच दम नाही. या असल्या जागांवर बलात्कार होऊच शकत नाही. आम्ही सारं पहातोच आहे."

"तुमचे साहेब फार विनोदी आहेत."

"होय, सर! पण प्रेमळ दिसणारा हा माणूस डोळ्यांनी जे बघतो, ते बोलत नाही. चौकशीच्या कामात फार हुशार आहेत. गोड बोलून आरोपीला बरोबर अडकवतात. पण माणूस सभ्य असेल आन् त्याला कोणी मारलं असेल तर साहेब शांतपणे, पण फार अकलेने तपास करतात. बी.पी. आहे. फार चिडत नाहीत. स्वत:वर जास्त हसतात. हसवतात. पोरीबाळी असताना असं बोलू नये; पण हे साहेब असलं काय पाहत नाही. तिनं का पोरं काढली न्हाय का? असं थेट विचारतात." साहेबाने किचनमध्ये, संडास, बाथरूम, शिलाई मशिनची रूम, भाजीचा फ्रिज सारं पाहिलं.

"मानेसाहेब, मी काय म्हणतो, या बाईबरोबर तुम्ही बोलत तरी होता की न्हाय?"

"नाही साहेब, माझा संबंध येत नसे. सलमामॅडम त्यांच्या बॉस होत्या. माझ्यासमोर कुणी उभं राहत नसे."

"म्हणजे दरारा होता की दहशत?"

"माहीत नाही."

''ती तुम्हाला आवडत नसेल हो, पण तुम्ही तिला आवडत असाल, असं काय होतं का?''

''माहीत नाही.''

''मग काय माहीत आहे. तिचे आरोप मला मान्य नाहीत. हे माझ्यावर रचलेलं कुभांड आहे. म्हणून मला काहीच मान्य नाही.''

''बाई दिसायला कशी आहे? म्हणजे माल कसा आहे?''

''चारचौघींसारखी.''

''काळी कुळकुळीत, का गोरीपान? आन् सहासहा! जबरदस्तच की स्टॅमिना हाय.''

मी गप्प उभा.

''सांगा ना राव. बरं जाऊ द्या.''

''तुम्हाला चहाचा फार शोक आहे का? सारखंच प्रत्येकीला चहाच करायला सांगताय. कुठं आहे हो ती जागा? चला दाखवता?''

''साहेब, मी कुणाला चहा करायला सांगितलाच नाही, तर काय दाखवू? अहो, तो 'यशवंत बंगला', जीवनसरांचा बंगला, कुठं आहे तो तर दाखवा.''

''साहेब असा कोणताही बंगला अस्तित्वात नाही. आपण या साऱ्या १४ एकरात असा कुठे बंगला आहे का ते पहिलंत. मी पुन्हा पुन्हा तेच सांगतोय.''

''असं म्हणता? मग काय बंगला हवेत उडून गेला काय? तुमच्या इथं हवेतनं उडून जाता येतं काय?''

''साहेब, मी काय सांगू?''

''अहो, त्या बाईने तर साऱ्या बलात्कारांची मुख्य जागा बंगलाच सांगितलाय. तोच नाही?''

''काय रे, ते धरलास का नीट टेप? रेप नाही, साल्या टेप. नाहीतर सारं मुसळ केरात,'' साहेब म्हणाले.

''साऱ्या रूमची मापे झालीत, साहेब.''

''च्या आयला, मापं तेवढी बरोबर घेता बगा.''

''त्यो वजनकाटा उचल रे. त्याज्याखाली काय तरी घावेल. हीतंच सारलं आसलं ना. वजनाखाली?''

दोन्ही पोलिसांनी काटा उचलला. साहेबांनी हातांतल्या काठीनं टोकरले. ''त्याच्या आयला भुंगा बी न्हाय.''

साहेब खो खो करीत हसू लागला. पोलीसही हसू लागले. पोरी गप्प उभ्या. मीही गप्प उभा.

''मानेसाहेब, तिनं निरोध कुठं ठेवला असेल बरं? दाखवा ना हो. कशाला तरास देताय राव. आमचं आधीच उठलंय ह्या तिखटानं डोक.''

"साहेब, मी काही केलेलंच नाही तर निरोध कसला ठेवतोय!"

"मंग आवो ती संमदच खोटं बोलतिया व्हय. कायबाय तरी खरं बोलत आसलंच की."

"हा सारा बनाव आहे साहेब."

"बरं, हित केलं नाही. बाहेर तरी केलं आसंल की. मानेजी आरोपी खरं

सांगत असतो का? म्हणूनच गांडीवर लाथा घालाव्या लागतात. तुमच्या घालाव्यात तर तुमची हाडं मोडत्याल. आयला बापासारखे हाय राव. एका लाफ्यात मरून जाल. काय आसंल ते खरं सांगा की."

"साहेब, मी खरंच बोलतोय. खोटं बोलत नाही. मी कधीच कुणाशी

असं वेडवाकडं वागलेलो नाही. ती काय वाट्टेल ते सांगेल."

"ये पोरींनो, तुम्ही जरा बाहेर जा."

पोरी बाहेर गेल्या.

साहेबांनी दार बंद केलं. मिरचीचा खकाना. तेलाची किचकिच, मिठाचे पाणी पायाला डसलेलं, नी पाय तेलकट. चारी भिंती गिरणीच्या पिठाने माखलेल्या. जळकट झालेली. साहेब म्हणजे भारीच माणूस होता.

"ह्यांच्या आयला घोडा लावला. हितं मोकळं उभं राव्हना. जीव कोंडला. आता कुठं आय घालाय बलात्कार करणार?" साहेब तोंडातल्या तोंडात बडबडत दार उघडून मोकळ्या हवेत पळाला. मीही पाठोपाठ बाहेर आलो. "चला." आम्ही चालत गेटला आलो. गाडीत बसलो. साहेब शिंका देऊन देऊन बेजार झालाता. तोंडातल्या तोंडात शिव्या देत होता. आता त्या नेमक्या कुणाला होत्या कोणास माहीत!

पोलीसपोरींनी मला हात दावून सहानुभूती दाखवली. छानशा गालात हसल्या. साहेबांनी गाडी शेंद्र्याकडे हाकलली. खोकणे नी शिंका देणे सुरूच होते. गाडी हॉटेलपुढे आली. साहेब पळतच वॉश बेसिनवर गेले, कान, नाक, डोळे पुन्हा पुन्हा पाणी फटकारून धुत होते. जरा नाकाचा शेंडा लाल झाला होता.

"मी कायद्याने बांधलोय हो. नाहीतर एका-एकीच्या मिरच्या घालून चेचल्या असत्या बगा. काय आरं माणसं का जनावरं?" साहेब तंद्रीतच होते. सायेबाची कशी जिरली, म्हणून पोलीस आणि पोलीसपोरी तोंडाला रुमाल लावून हसत होत्या. सायबाने चहा सांगितला. चहा, बिस्किटं आली. साहेबांनी जवळ बसवले. मनात फार खदखद होती; पण बोलता येत नव्हतं; तरीही हळूच म्हणाले,

"फार मोठ्या लोकांनी डाव टाकलाय. काय वाट्टेल ते झालं तरी घाबरू नका. पंधरा वर्षांपूर्वीच्या बलात्काराचं, चार वर्षांपूर्वीच्या बलात्काराचं काय झॅट दाखवणार का आम्ही तपासात! पुन्हा आमच्याच नावानं बोंबलणार. आरं, पण पोलीस खातं काय दगडामातीचं हाय का? काय अहो, दहा मिनिटांत जीव जायला झाला, आता

दारं उघडी टाकून तर कोणी बलात्कार करणार न्हाय?''

मी शांत बसलो होतो. चहा आला. बिस्किटं खात खात साहेब पोलिसांना सूचना देत होते. साहेबाने पैसे दिले. माझी रवानगी पुन्हा कोठडीत करून ग्रामीणचे पोलीस बाहेर गेले. मी एकटाच गजांच्या आड होतो. बाहेरच्या भंगार मोटरसायकली, दगडी भिंत पाहत उभा होतो.

दोन दिवस या चौकशीअधिकाऱ्याबरोबर होतो. त्याचे वागणे गोड असले तरी तो हरप्रकारे फिर्यादीने सांगितलेली प्रत्येक गोष्ट तपासून पाहत होता. विनोदाच्या साहाय्याने, पण त्याला हवे असलेले तो काढून घ्यायचा प्रयत्न करीत होता. पण असे काही घडलेच नव्हते तर मी तरी काय सांगणार होतो? नावे बदलली तरी साऱ्या फिर्यादी एकसारख्या. जागा, वेळा तेच. बदलत असत ते तपास अधिकारी. प्रत्येकाचा स्वभाव वेगळा. तपासाची पद्धत वेगळी. पोलीसयंत्रणा जवळून पाहत होतो. समाजाचा आरसाच होता तो. कितीतरी वेळ गजांना धरून उभा होतो. या पायावरून त्या पायावर. सारी शांतता होती. अख्ख्या कोठडीत मी एकटाच होतो. आज माझे सारे तपास संपले होते. बाहेर दोन तरुण मुली हातांत बंदुका घेऊन पहारा देत होत्या. दोन पोलीस तंबाखू मळीत हळूहळू बोलत होते. त्यातली एक मुलगी सारखे घड्याळ बघत होती. तिची ड्यूटी आठ वाजता संपणार होती. तिला बाळाला पाजायला घरी जायचे होते. मी पोलिसाला बोलावले. त्याला चहा मिळेल का, म्हणून विचारले. त्याने बाकी सर्वांशी बोलणे केले. सर्वांना चहा हवा होता. त्या मुलीने चहाचे पैसे दिले. म्हणून तिचे आभार मानले. चौकशी केली तेव्हा-लहान बाळ घरी आहे. मला लवकर जायला पाहिजे; पण ड्यूटीवरून तसे जाता येत नाही. माझे जागेवर कुणी तरी बदली आल्याशिवाय व चार्ज दिल्याशिवाय जाता येत नाही, ती म्हणाली. ''तुमचं जेवण येईल सर थोड्या वेळाने, पण जेवू नका. आम्ही सारे इथंच जेवतो. आज एकटेच आहात. मी माझ्या मैत्रिणीला सांगितलंय. पोळी-चपाती जास्त आणायला. मघाशी मोबाइलवरून बोलले आहे. संपले ना सारे तपास? आता नाही पोलीस आणणार इथं तुम्हाला!''

''अगं, चार्जशीट केव्हा दाखल करतील काय माहीत?'' दुसरी म्हणाली.

''उद्या सर, तुम्हाला कोर्टात नेतील. न्यायालयीन कस्टडी मिळेल.

एकदा चार्जशीट दाखल झाली, की तुमचा जामीनही होऊन जाईल. जामीन मंजूर झाला, की मग ट्रायल. ट्रायल फेस करावी लागेल. एकत्र चालवता येतं की स्वतंत्र चालवता येतं माहीत नाही. चांगला वकील द्या. तीन महिने काढलेत. आम्हाला खूप वाईट वाटत होतं.''

''ओळख ठेवा सर. तुम्ही मोठी माणसं. आम्ही कायद्याचे राखणदार. कायद्याने आमचे हात बांधलेले. तुम्हाला या वयात इथं यावं लागलं. आम्ही सारे तुमच्यापुढे

लहानाचे मोठे झालो. ट्रेनिंगलाही आम्हाला 'उपरा'वर प्रश्न विचारले जात. ११वीला तुमचा धडा होता. ९वीला धडा होता. ते आम्ही विसरू शकत नाही."

एक पोलीस उभा राहिला. "ये गप्प बसा म्हणाला, सारे गप्प झाले. ड्यूटी बदलली. लोक बदलून आले. त्यात एक नवीन म्हातारे गृहस्थ आले होते. फार कडक. माझा जेवणाचा डबा आला. थाळी जाळीतनं सरकवली. आमटी-भात, चपाती. मी जेवणार; तोच एक पोक्त बाई पुढे आली. तिच्या डब्यातली भाजी, पोळी देऊ लागली. तसा तो म्हातारा पोलीस ओरडला-

"अरे काय चाललंय काय? म्हातारपणात नोकरी घालवता का माझी? अहो बाई, सांगतोय ते ऐकायला येत नाही का?"

त्याचा धारदार आवाज, तेवढ्यात शांत आवाजात ती बाई म्हणाली, "मी जेवते आहे. त्यातले अन्न मी त्यांना देत आहे. बाहेरून आणलेले नाही."

"उद्या काही कमी-जास्त झाले तर, आपल्याला आत जायला लागेल. समजलं?"

ती बाई फणकाऱ्यानं मागं वळली, "मी बघून घेईन. काय करायचं ते. तुम्ही तासानं घोरत पडाल, तेव्हा नाही कायद्याची भीती वाटत? तेव्हा पहारा आम्हीच करतो. का,तर तुमचे वय झाले म्हणूनच ना? मग तुमच्यापेक्षा वयानं मोठ्या असलेल्या माणसाला दोन घास दिले तर तुमच्या का पोटात दुखतंय?"

म्हातारा पोलीस गार झाला. मी जेवलो. फरशीवर अंग टाकलं. रात्रभर एकटाच होतो. पिसवा, डासांनी पार ओडोमॉसलाही दाद न देता चावून घेतले. मी तळमळत पडलो होतो. केव्हातरी झोप लागली.

पुन्हा कोर्टासमोर. पुन्हा पुढली तारीख. तोपर्यंत न्यायालयीन कोठडी. सारे ठरल्यासारखे. एका अर्थाने आता मी चौकशीच्या कामातून सुटलो होतो.

पोलिसांनी मागणी करूनही पोलीस रिमांड मिळाला नाही. कोर्टातून थेट न्यायालयीन कोठडीत पोहचलो. भाई, जीवन, समता कोर्टात भेटले. जामीनाची तयारी करीत होते. आता जामीन मांडायचा होता. एकदा जामीन मिळाला, की पोलिसांच्या फेऱ्यातून सुटणार होतो. मन हलकं झालं होतं. आता जामीनाला फारतर उशीर होता; पण पोलीसपहारा, ससेमिरा, अपमान, अवहेलना, तुच्छता तरी संपणार होती.

हॉलमध्ये पोहचलो. साऱ्यांनी मोठमोठ्यांनी टाळ्या वाजवल्या. मला कळेच ना. पिशवी खाली ठेवली. उभाच होतो. बसायला लागलो.

पैलवान सावंत म्हणाला, "साहेब थोडा वेळासाठी उभे राहा." सारी पोरं उभी राहिली. भिंतीला चिकटवलेला गणपती, मारुती आणि काय काय. कागदी चित्रं. साऱ्यांनी सुरात गणपतीची आरती सुरू केली. मी गप्प उभा राहिलो. आरती संपली. साऱ्या पोरांनी गणपती बाप्पा मोरया," म्हटलं आणि खाली बसली.

"मानेसाहेब, तुमच्या केसेसकडे आम्हां साऱ्यांचं, बारीक लक्ष आहे. तुमच्या सगळ्या केसेसचा तपास संपला. पुरावा काय होता? आरं बाईनं आंघोळ केली, की तो नष्ट होतो." सावंत पहिल्यांदाच बोलत होता. आता तुमचा जामीन होणार. सरकारी वकिलानं कितीबी ताणूद्या. कोर्ट तुम्हांला जामीन देणार. तुम्ही आता इथं पुन्हा नाही येणार. म्हणून आम्ही देवाला साकडं घातलं." केस कापणारा पोरगा म्हणाला, "सर, उद्या कशी घोटून हानतो बगा."

"आरं बाबांनो, अजून पंधरा दिवसानं तारीख हाय ना?" तो पोरगा म्हणाला, "सर, तुम्ही नवीन हाय? आजची तारीख तुमची पुढं पडलीया. तुमच्यावर एक बाई चढलीय का? चांगल्या पाच-सहा जणी चढल्यात. सगळ्यांची एक तारीख नाही ना?"

मी "हो" म्हणालो, "परवाच्या दिवशी एक तारीख आहे."

"मग झालं तर, परवाच्या दिवशी जामीन पटलं. जामीन मांडा तर खरं. आता तुमचा वकील आणि सरकारी वकील त्यात काय व्हायलंय? परवाच्या दिवशी मोकळं होताय."

साऱ्यांनी ताटं वाढून आणलेली होती. माझ्या ग्रुपमध्ये पाटलांनी बरंच जेवण आणलं होतं. कांदा, आंबा, चपाती, हिरव्यागार मिरच्या आन् तुरीच्या डाळीची आमटी. पोटात भूक मावत नव्हती. औषधाच्या गोळ्या घेतल्या आणि पोरांसोबत पोट भरून जेवलो. आता भराभर किरसूनीनं झाडून खरकटं झाडलं आणि लगेच बिछाना टाकला. सारी उभी-आडवी. तंगड्यात तंगडी आडकवून झोपली. साऱ्यांनाच झोप आलेली असते असे नाही; पण हळू बोलायचं. मोठ्यानं बोलायचं नाही. नाहीतर आईचा उद्धार ठरलेला. लाथ लागली, पायावर पाय पडला तर नमस्कार करायचा. मग शिवी नाही. रात्र बरीच झाली होती आणि माझी झोप उडाली होती.

बघता बघता तीन महिने या जगाने ओवाळून टाकलेल्या लोकांमध्ये राहत होतो. आमचे लोक तर चोऱ्या करीतच. पाकीट मारणे, दारू विकणे, बाया नाचवणे, भाड खाणे, धंदा करणे, दरोडे घालणे, चोऱ्यांचे हजारो प्रकार मला माहीत होते. त्यांच्यात सारे आयुष्य गेले होते. पोलिसांच्याकडे गेलो नाही, असा क्वचित दिवस जात असे. त्याने त्यांचे-आमचे फार जवळचे नाते. पारधी आणि पोलीस मला सारखेच वाटत असत.

एक सिव्हिलमधला चोर आणि हा खाकीवाला चोरावर मोर. गुन्हेगारी हा आता सगळ्याच समाजाला लागलेला रोग आहे. मराठ्यांची पोरं, घरफोड्या, लुटालूट, वाटमारी, बसेस लुटणे, असल्या उद्योगांत आत पडली होती. कुणी पदवीधर, कुणी बारावी, कुणी एफ.वाय, एस.वाय., कुणी जॉब गेला म्हणून तर कुणी दोस्तांच्या नादांत जुगारांत, उरलेली सगळी मागासवर्गीय समाजातली पोरं मारामाऱ्या,

हाप मर्डर, खून, बलात्कार, फसवणूक किती कारणं सांगू! देशाच्या भांडवली विकासाची ही फळं होती.

लाखो पोरांना रोजगार नाही. हाताला काम नाही. कुणाच्या आईचं दुखणं, कुणाच्या बहिणीचं लग्न, कुणी लॅंड माफियांत लुटलेलं, कुणाला सावकारीनं लुटलेलं, हजारो-लाखो मुलं या देशातल्या तुरुंगात सडत पडलीत. तो देश कुणाचा असतो? झबझब्या पारधी म्हणायचा, "आम्ही भुरटे चोर. कणसं चोरतो, वाळायला घातल्यालं धान्य, धडूतं चोरतो. पण वकील, पोलीस, कोर्ट, बिलीफ, शेठ, सावकार आन् तुझं पांढरं डगलंवालं समदी चोरच की रे हायेत सायबा." त्याची बायको-हत्यारी त्याच्या सुरात सूर मिसळून म्हणायची, "तुला मी झव आन् तुझ्या श्रीमंतीलाबी झव. सारीच चोर हाईती दादा. समदा मुलुखच चोरांचा हाय. एक साव आनून दाखव. आमची माणसं अडाणी. ती पोलिसास्नी घावत्यात. तुझं पाटील का घावत्यात? बामणं मारवाडी घावत्यात? पोलिसास्नी ती पैका देत्यात. आमच्या म्होरं. वकील पैसं घितू. जजाला देतू. तवा जामीन होतो. का सांगू बाबा. आमचा जलूमच असा. चोरावाणी. आमी आत आसलू काय, आन् बाहिर आसलू काय? हामी का डागदर व्हनार हाय का? शरद पवारावाणी लाल गाडीतनं हिंडणार हाय?"

"हत्यारे, तुझा शरद पवारावर लय राग दिसतूया गं?" मी म्हणालो. तसं ती उसळली. दातवानानं काळं झाल्यालं दात दाखवित ती म्हणाली, "मंग कुणाचं नाव घिवू? दुसरी मारत्याल की, तुला म्हणू पवार आपल्या वस्तीवर येतूया. तुझ्यासंग. हीथं पाला म्होरं बसतूया. म्हण त्याजंच नाव घितीया आन् दुसऱ्याचं नाव कुठं ठाव हाय मला. त्यालाच तर मतं देतूया. जलम गेला. मगं कुणाचं नाव घिवू?

पण डोळा लागत होता. ही माणसं कधी अहोजाहो बोलणार नाहीत. ये सायबा म्हणूनच हाक मारणार. मी चाळीस वर्षं या चोरांच्यांत काम केलं. त्यांच्यासारखी माया कुणी करीत नाही. गरीब, अतिगरीब; पण जिवाला जीव देणारी. ही पोरं, बाया, बापे मी बुद्धाकडे घेऊन गेलो. काय मला कापून तर खाणार नाहीत. काय माझं हाल यांच्यापुढे. त्यांच्यासारखं मरणाचा मार खाणं सोपं नाही. आपण एका रट्ट्यात मरून जाऊ. ही माणसं मरस्तोवर मार खात्यात. पोलीस त्यांना बर्फाच्या लादीवर झोपवतात. टायरमधी घालून मारतात. टाचा सडकून काडत्यात. किती अन्याय, अत्याचारांमधून मीच त्यांना सोडवलं होतं. चळवळी करकरून. मीही असाच चोर झालो असतो ना? जर बाबासाहेबांनी माणसांत आणलं नसतं. शाळेची दारं उघडी केली नसती तर. आज पोटावर असलेली चरबी असती काय? पोरं, लेकरं शिकलेली. ती शिकली असती काय? डॉ. बाबासाहेबांचे उपकार महान, आपल्या चामडीचे जोडे करून त्यांच्या पायांत घातले तरी त्यांचे उपकार फिटणार नाहीत. बाबासाहेबांच्या आठवणीने डोळे गळू लागले. मी शांतपणे गळू दिले. सारे

गपचीप झोपले होते. मीही केव्हातरी झोपलो. आता माझा जामीन होणार होता.

दोन-तीन दिवसांचा प्रश्न होता. पोलिसांनी मला बाहेर काढले. सर्व कैद्यांनी मला शुभेच्छा दिल्या. मी कमानीतून वाकून बाहेर पडलो. कमानीबाहेर सारे घर जमलेलं. समता, जीवन, भाई, कादंबरी, शशी, सारे रडत होते. आम्ही तसेच कोर्टात गेलो. माझ्या वकिलांनी भला मोठा ग्रंथांचा गठ्ठा आणला होता. सारे न्यायालयाच्या हॉलमध्ये बसलो. मला आणि मनीषाला सर्वांत पाठीमागे आरोपीसाठी पिंजरा बनवलेला असतो त्यात बसवले. कठड्याची खिट्टी लावली. सरकारी वकीलही त्यांचा ताफा घेऊन आले. माझ्या वकिलांनी जामीन मांडला. प्रदीर्घ काळ युक्तिवाद केला. कागदपत्रं न्यायाधीशांना सादर केली. सरकारी वकिलांनी फार ताणून धरले नाही. तपास संपला होता. पोलिसांनी सहाही केसेसचे चार्जशीट दाखल केले होते. आता तपास कसलाच उरला नव्हता. न्यायालयाने जामीन मंजूर केला. आम्हां साऱ्यांना प्रचंड आनंद झाला. माझे फलटण तालुक्यातील निरगुडी गावचे ग्रामपंचायतसदस्य, माझे सहकारी मित्र दगडू अण्णा सस्ते यांनी सॉलव्हन्सी काढली होती. ७/१२च्या नकला आणल्या होत्या. भाई, जीवन, घोरपडेसर, हरिदास जाधव, रवी गायकवाड, मच्छिंद्र जाधव या सर्वांनी प्रयत्न करून जामीनदार हजर केले. सारे जामीनदार कोर्टासमोर उभे राहिले. कोर्ट प्रोसीजर व्हायला सायंकाळचे सहा वाजले.

कोर्टाने ५०हजारांचा जामीन दिला होता आणि कोर्टपरवानगीशिवाय राज्याबाहेर जायचे नाही, या अटीवर जामीन मंजूर केला होता. मला जामीन मंजूर झाल्याचे समजल्यावर मल्हारी, सागर, जावलीकर, माझे सर्व स्नेही जमले. सगळ्यांना आनंद झाला होता. मिठ्या मारणे सुरू होते. वर्षा, शैला पेढे घेऊन आल्या होत्या. कोर्टातलं वातावरण संशयाने भरलेलं होतं. वकीलसुद्धा ओळख असून नसल्यासारखे जवळून जात असत. जुने जाणते थांबत असत. बोलत असत. चौकशी करीत. सारे आनंदाने घरी यायला निघाले. तीन महिने जेलच्या कराल भिंतीच्या आड वनवासात गेलो होतो. तो वनवास संपला; पण या साऱ्यांचा निरोप घ्यायचा होता. जेलमधले सामान घेऊन यायचे होते. पोलिसांची गाडी पुन्हा जेलच्या दारात. घरातले लोक घरी गेले. मी कमानीतून वाकून आत गेलो. सराईतासारखा हॉलमध्ये पोहचलो. पोरं होती तेवढी जमली. साऱ्यांच्या नजरा माझा उजळलेला चेहरा बघत होत्या. सारे आनंदाने मिठ्या मारत होते. प्रत्येकजण म्हणत होता, 'सर आमची आठवण ठेवा. आमची नावं लक्षात ठेवा. काही कामाने आलो तर ओळख द्या. तुम्ही मोठी माणसं. नशिबानं इथं आणलं. तुम्ही निर्दोष सुटाल.' एका-दोघांनी जामीनासाठी पैसे मागितले. दोन-तीन जणांना शब्द दिला. नातेवाइकांना पाठवा, असे सांगितले. तो वेडसर पोरगा शेजारी सुंभासारखा उभा होता. मी त्याच्याकडे पाहिले. "सर, मला

५ हजार रुपये द्या. तुमची सारी कापडे द्या.'' टॉवेल, पायजमे, शर्ट, पॅन्ट सारं त्याच्या हाती सोपवलं. त्याचेही डोळे भरून आले. काय समजलं त्याला कुणास ठाऊक? पण तोही डोळे पुसत होता.

मी निघालो. सारे बाहेर येऊ शकत नव्हते. पोलीस मला गेटपर्यंत घेऊन आले. त्यांचे सारे कागदोपत्री व्यवहार पुरे केले आणि सर्व पोलिसांनी मला बाहेर जाताना पाहिले. त्यांचे डोळे माझ्याशी बोलत होते. मी बाहेर आलो आणि समोर भाई गाडी घेऊन उभा होता. त्याचा फुललेला चेहरा पाहून मला खूप आनंद झाला. संकटाच्या वेळी मुलं ज्या तडफेने वागली, त्याला तोड नाही. मी गाडीत बसलो.

आता मी मोकळा श्वास घेऊ लागलो. बाहेरचे जग तीन महिन्यांत बरेच बदलले होते. उन्हाळा सरला होता. पावसाळा सुरू झाला होता. ऐन उन्हाळ्यात आत होतो. पावसाचा शिडकावा सुरू होता. कडक उन्हाचे चटके आता संपले होते. वर्षाराणीने मंद पावलांनी, नाजूक हातांनी अंगावर पावसाचे पहिले थेंब टाकले. त्वचा थरारून उठली. तोच पाऊस, पण आज मला तो वेगळा वाटत होता. ओली माती मृदगंधाने नाकाला पुनीत करीत होती. वाऱ्याच्या झुळका गाडीच्या खिडकीतून बाहेर-आत करीत होत्या. गाडीच्या किचकिचाटांत नको होत होतं, तिथं पावसानं सार शांत शांत केलं होतं.

भाई सांगत होता. जकातवाडीत दुपारपासून पोरं फटाक्यांच्या माळा लावत आहेत. मोठा जल्लोश चालू आहे. अर्जुन, साळुखे, शिंदे तिघेही गेटवर असतात; तिघांनी ठरवून फटाके आणून वाजवले. सर्व जकातवाडीला समजले. मानेसाहेबांना जामीन मिळाला. खूप लोकांना आनंद झाला. माझी सारी वाटचाल या गावाने जवळून बघितली आहे. संस्थेच्या आयुष्यातले सुखदुःखाचे अनेक प्रसंग गावकरी बघत होते. दिवसेंदिवस त्यांचंही पाठबळ उभं राहत आहे.

घरी पोहोचलो. तास-दोन तासांत फुलांचा ढीग साचला. लोक मिठ्या मारीत होते. ''साहेब, काळजी करू नका, गोरगरिबांचे आशीर्वाद तुमच्या पाठीशी आहेत.'' आता लढता येईल. पोरांची फार परवड झाली. तोंडाकडे बघवत नव्हते. पण करणार काय? एकदा पोलिसांच्या नादाला लागलं, की माणसाचा पार खिमाच होतोय ना? अनेकजण भेटत होते. जे कालपर्यंत घराकडे बघतही नव्हते, तेही आले होते. अंगणातल्या रातराणीच्या कळ्या फार सुंदर फुलल्या होत्या. त्याचा सुवास सर्व घरभर पसरला होता.बागेतली झाडं जशी तीन महिने कोमेजली होती. सारी माणसं औपचारिकता उरकून आपआपल्या घरी गेली. मी शांतपणे घराला मिठी मारली. सर्व बागेतली झाडं, पानं, फुलं, वेली, लतांनी फेर धरला होता. रानजाईचा वास आख्ख्या बागेत पसरला होता. कृष्णकमळांनी वेल भरली होती. कृष्णकमळ व पाचपन्नास पांढऱ्याशुभ्र कमळ फुलांचा गुच्छ स्वागतासाठी तयार

केला होता. किती अनोखी फुले! माझी खूप आवडती! इतका भरभरून सुगंध मंद मंद. नाकातून आत आत खोलवर भरून घेतला तरी त्याची नशा उतरत नसे. थकवा तर कुठल्या कुठे गेला होता. रात्र झाली होती.

कळ्यांनी सारी बाग धुंद केली होती. जशी काही तीही माझ्या लेकरांसारखी आसवं गाळीत होती. फुलांना, वेलींना, झाडांना साऱ्या भावभावना समजत असतात. आपल्यावर कोण माया करतंय. कोण लक्ष देत नाही. हे सारे माझ्याशी बोलतात. मीही त्यांच्याशी बोलतो. एकमेकांची दुखणीखुपणी असो, का शशीच्या नाकात घातलेले, कानात घातलेले पिंक कलरच्या फ्लोरीबंडाच्या नाजूक फुलांचा ताटवा असो. सायली, चमेली, बटमोगरा. शशीने व मी सुनंदाकडून (अवचट) हे सारे वारसा म्हणून घेतलेले. त्या काळांत अनिल आणि झाडे, वेली, फुले यांत बुडालेला. सोबत शबनममध्ये चाकू, सुरी, छोटी खुरपी काय काय असे. झाड चांगलं दिसलं, आवडलं की लगेच हा पिशवीतला कटर काढत असे. लगेच कटिंग घेणार ते घरी नेऊन पिशवीत लावणार. त्याकाळी अनिल, सुनंदा भेटले. हा आमच्या आयुष्यातला सगळ्यात मोठा परिवर्तनाचा काळ होता. माझ्यातला कार्यकर्ता आणि कलावंत घडला तो अनिलच्या कलात्मक संस्कारांतून. ते माझे झाडांचे, फुलांचे प्रेम आजही तसेच टिकून आहे. हल्ली संकटांवर संकटे कोसळली होती. मरणाच्या दारातून तीन वेळा परत आलो होतो. आता तीन महिन्यांची अत्यंत मानहानिकारक जेल काटून आलो होतो. पण माझी पुस्तकं, माझी बाग, माझी मुलं, माझी नातवंडं हाच माझा खरा प्राण होता. वैराण वाळवंटातून मी भाजून, करपून आलो होतो. मन निब्बर झाले होते; पण मी पुन्हा घरात पाऊल टाकले आणि सारं चैतन्य, सारा आनंद उसळून आला. जसे काही झालंच नाही, अशी मनाची उन्मनी अवस्था झाली. मन फुलून, उमलून आलं होतं. शशीचं, माझं हे कष्टानं उभं केलेलं घर होतं. यातल्या प्रत्येक वस्तूवर, श्वासावर आम्ही आमचं प्रेम ओतलं होतं. आम्ही बौद्ध होतो. त्यापूर्वी नास्तिक होतो. पुस्तकांची कपाटं भराभर उघडत होतो. सारे 'ग्रंथराज' माझी वाट पाहत होते. सात-आठ हजार पुस्तकांचं माझं छोटसं ग्रंथालय, त्यात सारी आयुष्याची ज्ञानाची शिदोरी होती. आयुष्यात मुलं, फुलं, पुस्तकं, पक्षी, प्राणी, यांत रमणारा मी. कितीतरी वेळ पुस्तकांची कपाटं शोधत होतो.

नातवंड मध्ये मध्ये लुडबुड करीत होती. मोठी पोरं स्वयंपाकाच्या तयारीला लागली होती. शशीने तांबडा, पांढरा रस्सा, सुख्खं मटण, दम बिर्याणीचा बेत केला होता. सारे मनापासून आनंदाने न्हाले होते. समता, कादंबरी शशीला मसाला वाटून देत होत्या. कोल्हापूरी मटण हा आम्हां साऱ्यांचा वीक पॉईंट. सारे एकत्र जेवायचो. रात्री सारे जमायचे. समता, जीवन आता जकातवाडीत घर करून राहतात; पण दररोज सायंकाळी आम्ही सारे जेवायला एकत्र असतो. आता तर

तीन-चार महिने समता, जीवन, 'लुम्बीनी' घरातच राहत होते. करंज्यातले घर म्हणजे आईचं घर आणि जकातवाडीतलं घर म्हणजे समता-जीवनच घरं. संकटांचा पाऊस सुरू झाला. आता सारं घर एकवटलं. मुलांवर आम्ही चांगले संस्कार केलेत, याचा मला व शशीला मोठा अभिमान वाटतो. खूप गरिबीतून दिवस काढीत आम्ही आमचं आयुष्य उभं केलं होतं.

भाई-समता दोन्ही भावंडे आज प्राध्यापक आहेत. कांदबरी भाईची बायको. ती एम.एस्सी., बी.एड. आहे. ती ज्यूनियर कॉलेजला शिकवते. समताचा नवरा जीवन तो ही भाई, समतासारखा एम.एस.डब्ल्यू. कॉलेजवर प्राध्यापक आहे. चारही मुलं प्राध्यापक. सारे नातेवाईकही वेगवेगळ्या जातीजमातीतले आहेत. आम्ही एकत्र आलो, की सारा महाराष्ट्र एकत्र येतो. आंतरजातीय विवाहितांचे कुटुंब, आंतरधर्मीय विवाहितांचे कुटुंब आणि आज आम्ही सारे 'बुद्धवंदना' एकत्र करतो. ही मुलं सुसंस्कारित नसती, कमवती नसती तर माझ्या शत्रूंनी मला आत्महत्याच करायला भाग पाडलं असतं. मी, शशी फक्त आत्महत्या करू शकलो असतो, एवढंच. मोठ्या संकटांना आम्ही तोंड देऊ शकलो नसतो. संकटाच्या वेळी जवळची माणसंसुद्धा लुटायला बसलेली असतात. संकटातला माणूस अधिक भावनाविवश झालेला असतो. तो प्रत्येक काडीचा आधार शोधत असतो आणि तो आणखीनच बुडत जातो. बाहेरच्या शत्रूपेक्षा जवळचे मित्र फार त्रासदायक असतात. बोलताही येत नाही. कुणालाही दुखवता येत नाही, आणि माणूस सरळ असेल तर, तर मग तर मेलाच. जी लांडगेतोड सुरू होते त्याला शब्दांत वर्णन करता येत नाही. येरवी भिंती बिन कानांच्या असतात; पण संकटसमई भिंतीला कान फुटतात. कितीही हळू बोललं तरी ते बाहेर जातं आणि मग तिखट, तेल, मीठ लावून चवीनं चघळीत सारे मनातून, 'बरे झाले. साला गाढवामागे जाणारा माणूस, दगडांनी गांडी पुसणारा माणूस. विमानात जातो. फार पुढे गेला होता. बरे झाले,' असे म्हणू लागतात.

'पण काय साहेबाने बकरा केला त्याचा, कसा कापला!' 'किती म्हणून सांगावे? यशवंतरावांची याही वेळी आठवण येते. ते म्हणाले होते, "लक्ष्मण, ज्या जनतेने फुलांच्या-हारांच्या डोंगरावर उभे केले होते. त्याच जनतेने गळ्यात जोड्यांच्या माळा घातल्या होत्या. म्हणून घाबरायचं नाही. तीच आई पुन्हा माया करायला लागते." यशवंतरावांची आठवण झाली. डोळे पुन्हा गळू लागले.

शशीने खांद्यावर हात ठेवला, "मला माहीत आहे. काम चाललं आहे आत ते. चला बंद करा ते कपाट. जेवायला पोरं ताटकळलीत." मी भानावर आलो. तोंडावर पाणी मारले. फ्रेश झालो आणि मुला-लेकरांत पुन्हा बसलो. जेवू लागलो. पण डोळ्यांचं पाणी काही थांबत नव्हते. समता शेजारी होती. तिने हाताने डोळे पुसले. "दादा, आम्ही कुणाकडे बगायचे? तुम्ही असे रडू नका ना!" सारेच डोळे

पुसत होते. सगळं घर रडत होतं. हे आमचं सुखी घरटं होतं. आम्ही कुणाच्या चहाला मिंधे नव्हतो. संस्थेनं दिलेले काम नेकीने करीत होतो आणि तेच आमचं चुकलं होतं. ताटं वाढलेली सगळ्यांच्या पुढ्यात होती. मी सावरलो. उठून पुन्हा तोंडावर पाणी मारले. छानसा हसलो आणि म्हणालो, "अरे, चला वेड्यांनो जेवूया. तो गुलाम अली केव्हाची गझल आळवतोय." सारे छान हसले आणि मटणावर ताव मारणे सुरू झाले.

"दद्दू, आता तुम्ही रोज आमच्यासोबत असणार ना?" छोटी श्रावस्ती म्हणाली. ती मांडीवरून उतरत नव्हती. "नाही बाळा, आता ना मी तुझ्यासोबत राहणार आहे. खूप खूप छान छान गोष्टी सांगणार आहे." "आता पुन्हा पोलीस पकडून नेणार नाहीत?" "नाहीत." सारे जेवत होते. प्रत्येकाला बोलायचे होते; पण श्रावस्ती म्हणजे बडबडमशिन. ती इतरांना बोलूच देत नसे. यशवंत भाईचा थोरला मुलगा. श्रावस्ती लहान मुलगी. समताला एकच मुलगी. लुम्बिनी. खूप छान गोड मुले. दोघां मोठ्यांना थोडं समजत होतं तर श्रावस्तीला तेवढं समजत नव्हतं. जेवता जेवता मॅडम पेंगू लागल्या. कादंबरीने तिला मांडीवरून उचलली आणि झोपवून आली. थोरली दोघेही जेवून झोपायला गेली. दद्दू परत आले. आता पुन्हा जाणार नाहीत, याचाच त्यांना आनंद झाला होता. आता मोठी मुलं, शशी आणि मी राहिलो. शशीने सारा वृत्तांत सांगायला सुरुवात केली.

मी तुम्हाला किसनरावांकडे सोडून परत आले तर सारी पोरांची त्रेधातिरपीट उडालेली होती. पेपरवाला तेवढा पेपर टाकत होता. बाकी धुणं-भांडी करणारी माणसं, बागेत काम करणारी माणसं सारी भराभर सोडून गेली होती. दोन्ही पोरी झाडण्यापासून स्वयंपाक करण्यापर्यंत सारी काम करीत होत्या. जेवणाचे एका वेळेवर आले होते. ऑफिसमध्ये काम करणारा माझा भाचा, दुसरा एक नातेवाईक बहिणीचा जावई, ही घरातली माणसं थांबली होती. पोलिसांच्या कटकटी नकोत, म्हणून सारे सोडून निघून गेले होते. पोलीस तर दारातून हालत नव्हते. त्यात तुमचा पत्ता लागत नव्हता. त्याने प्रत्येकाचे मोबाइल, नातेवाइकांचे मोबाइल सारे जप्त केले होते. सर्वांवर पाळत होती.

दोन दिवसांनी मोबाइल परत दिले; पण पोलीस ऐकत होते. त्याने मोजकेच बोलणे आले. वर्षा, शैला यांचेही नंबर पोलिसांनी टॅप केले होते. त्यात केसेस नव्या नव्या दाखल होत होत्या. भाई वकिलांच्या मदतीने अटकपूर्व जामीनासाठी प्रयत्न करत होता. जीवनचे नाव एफ.आय.आर.मध्ये आल्याने पोलीस त्यालाही आत घेतील, असे वाटल्याने तोही भूमिगत झाला. तो रात्री बारानंतर यायचा. ज्या दिवशी जामीनाची सुनावणी असेल, त्याच्या आदल्या रात्री नवा गुन्हा दाखल व्हायचा. त्याने दुसऱ्या दिवशी जामीन मिळायचा नाही. सहा केसेस झाल्या आणि अजून

बारा-पंधरा बाया लाइनीत उभ्या असल्याचे त्यांना पोलीस सांगत होते.

भाई, समता, कादंबरी हे तिघेच येईल त्या संकटाला सामोरे जात होते. त्यातही भाई वकील, कोर्ट यांत दिवस-रात्र खपत होता तर घरात दोन्ही पोरी. घर सांभाळून पोलीस खात्याला पुरून उरल्या होत्या, दोघी सख्ख्या मैत्रिणी. समता हे आमचं शेंडेफळ, फार लाडात वाढलेली, अभ्यासात हुशार. पण या संकटाच्या काळात तिला तिचा आणि पर्यायाने कुटुंबालाही नवा शोध लागला. ती माध्यमांशी बोलू लागली. सडेतोडपणे माझी बाजू मांडू लागली. तोपर्यंत माझ्या विरोधी सारी माध्यमं आग आकीत होती. मोरीत कोंडून मला मारीत होती. त्यांच्या बापालाही न घाबरणारा मी असा बेचक्यात सापडलो होतो.

हे खास ब्राह्मणी तंत्र असते. आमचा सारा राग ओठांत असतो, तर त्यांचा राग पोटात असतो. ते संधीची वाट पाहतात; पण शत्रू टप्प्यात सापडला की साम, दाम, दंड, जे वापरता येईल ते वापरतात; सोडत नाहीत. सारी भरपाई भरून काढतात. तोंडाने गोड बोलणारी माणसे, गप्पबशी माणसं नेहमी विश्वासघातकी आणि घातक असतात.

कोणी कोणी काय काय लिहिले, समता सांगत होती. हरी नरके, बाळकृष्ण रेणके, पल्लवी रेणके, विद्या बाळ, सांगलीच्या नीता केळकर, साताऱ्याच्या माजी आमदार कांताताई नलवडे, लातूरच्या एक सामाजिक कार्यकर्त्या सुकळीकर थेट सातारला आल्या होत्या. रेणके आले नव्हते. त्यांनी आपली धाकली वकील कन्या पाठवली होती. सगळा मीडिया त्यांच्या भोवताली होता. अशा गोष्टी चघळायला लागतात ना! टी.आर.पी. वाढत होता. माझ्या केसेस म्हणजे सामाजिक कार्यकर्ता, लेखक, परिवर्तनाच्या चळवळीतल्या प्रस्थापितांना पुरून उरलेला आणि मुख्यत: नव्याने बौद्ध धम्म स्वीकारलेला सेलेब्रिटी.

सहा-सहा बायकांचे आरोप. मी फरारी. डी.डी.सर, गुपचूपे सर, सलमा मॅडम व पती इस्लामपूरकरसर आणि एक त्यांचे वकील. यांना जेथून तेथून माझ्या विरोधी रसद मिळे. हरिभाऊ नेकीने जमा करीत होते. डी.डी.सर, मी दुःखावलेले किंवा माझे विरोधक यांना जाळ्यात ओढत होते. प्रश्न स्त्रियांच्यावरील बलात्काराचा होता. गुन्हे दाखल झाले होते. पोलिसांवर मोठं प्रेशर होतं. त्याने दारातले पोलीस हटत नव्हते. सारं घर चाळून झालं. जंग जंग पछाडत होते; पण काही सापडत नव्हते. वकील, न्यायालय यांत मुलं अडकलेली. प्रेस त्यांची बाजू घेणार कसा? कुणीच माझ्या बाजूला बोलायला नव्हते.

सत्य समजावून घेण्याची कोणाला गरज नव्हती. भारतीय राज्य आरोपित माणसालाही कायद्याने संरक्षण दिले आहे, काही हक्क दिले आहेत, याची दखल कुणी घेत नव्हते. हरीभाऊ नरके, पल्लवी रेणके हे दोघे मेहुणा-मेहुणी. ते माझे

खूप वर्षांपासूनचे विरोधक, कायम रेणके या माणसाने माझा द्वेष करण्यापलीकडे काही केले नाही. एक एन.जी.ओ.चे दुकान चालवले. त्यात माया कमवली. मला शिव्या देऊन धनसंपत्ती मिळवणारे अनेकजण होते. अनेकांनी नावातल्या साधर्म्यावर आपली आयुष्य उभारली. त्यापैकी हे एक गृहस्थ. 'कृष्णबाळे' असे वर्णन आमचे एक दिवंगत नेते माजी आमदार दौलतराव भोसले करीत असत. लेक, जावई कामाला लागले.

आणि विद्याबाळ म्हणजे नैतिकतेचा मानदंड. ब्राह्मणाचे बरे असते. ते नेहमी नैतिकच असतात किंवा त्यांनी घेतलेली भूमिका नैतिकच असते. ती समाजमान्य असते. त्या माझ्याहून किमान दहा वर्षांनी तरी मोठ्या असाव्यात. मी १९८०ला 'उपरा' लिहिले. तेव्हापासून त्या माझ्या प्रेमात पडल्या होत्या. अखंड बुडाल्या होत्या. माझी पुण्यातली सभा त्यांनी क्वचित चुकवली असेल. मी त्यांना फार मानत असे; पण एका अवघड क्षणी मी जेवायला त्यांना नाही म्हणालो, आणि आमचे संबंध दुरावले. पण दोघांनीही सभ्यतेच्या मर्यादा पाळल्या. तो राग तीस-चाळीस वर्षं या माताजींनी मनात ठेवला होता. त्या यापूर्वी कधी इनव्हेस्टिगेशनला गेलेल्या मला माहीत नाही, आणि त्यानंतरही त्या कुठल्या केसमध्ये अशा इनव्हेस्टिगेशनला गेल्या नाहीत. अगदी खैरलांजीपासून काल-परवाच्या केसेसपर्यंत त्या कधी गेल्या नाहीत. मग माझ्याच केसमध्ये त्या का आल्या? तर त्यांनाही त्यांचा हात धुऊन घ्यायचा होता.

हरी नरके तर उघड पक्षपाती होतेच. हे प्रकरण तापवण्यात पत्रकारांना माहित्या देण्यापासून वर्तमानपत्रांतून स्वत:च्या नावाने, पल्लवीच्या नावाने लेख लिहिण्यापर्यंत आणि पाकिटे जमा करून वाटेपर्यंत सारे उद्योग या गूळचाट सोद्याने नेटाने पार पाडले होते. खरं तर बाबा आढाव, लक्ष्मण माने यांच्या बोटाला धरून हे गृहस्थ समाजकारणात आलेले.अतिमहत्त्वाकांक्षी गृहस्थ. यांनी सुपारी घेऊन काम केले. या सर्वांवर मी गुन्हे दाखल करतो आहेच. विद्याबाई कळवळून रडून महिलांवर झालेले अत्याचार, जखमा दाखवल्याचे सांगत होत्या. मुळांत १५ वर्षांपूर्वीच्या जखमा कशा दिसणार? व्रण तरी कसे दिसणार? पण बाई रेटून सांगत होत्या. लक्ष्मण मानेला व्हीलन करायचे होते, मग जेवढे काळे करता येईल तेवढे करायचे होते. आता माझे म्हणणे असे; विद्याताई, अशी एकही जखम, ओरखडल्याच्या खुणा कुणाच्याही मांडीवर डॉक्टरांना दिसल्या नाहीत. त्या तुम्हाला एकटीलाच दिसल्या काय? मांड्या नेमक्या कोणाच्या पाहिल्यात. स्वतःच्या की बायकांच्या. खरंतर असे बोलण्याची माझी संस्कृती नाही. त्यांचा कायमच मी आदर करत आलोय. मग त्या खोटं का बोलल्या मीडियात? हे सारे पुरावे आता मला मिळाले आहेत. अब्रू नुकसानीचा दावा विद्याबाई मी दाखल करतोच आहे. सुनीतीबाई सुकळीकरांना ही

गम्मत वाटत होती. त्या लातूरहून पळत आल्या होत्या. हरी नरके हे तर या बनावातले प्रसिद्धीची बाजू सांभाळणारे. माझी जितकी होईल, तितकी बदनामी, हेटाळणी व माझ्याविषयी जितके म्हणून विष पेरता येईल, तितके विष पेरणारे. बाळकृष्ण रेणके या माणसाचे जावई. एकेकाळी हे गृहस्थ माझ्या बॅगा वागवत होते. बाबा आढावांच्याकडे चापलूसी करीत. एकेकाळी बाबांचे भक्त होते. यांच्या किती भानगडींचे पुरावे द्यावेत! किती जणींना घरंदारं बांधून दिलीत? मेहुणीला घेऊन राज्यभर कोण हिंडत होतं? पण मला हा उकीरडा उकरायचा नाही.

याउलट सार्वजनिक जीवनामध्ये माझ्याकडे कुणी बोट वर केले नव्हते. हरिभाऊ, मी सेवा दलात वाढलो. शेकडो मैत्रिणी होत्या; पण सारे बहीण-भावासारखे वागलो. आज चाळीस वर्षांनंतरही त्या सर्वांचे माझे जीवाभावाचे नाते आहे. शेण खायला मेहुणीच लागत नाही. ते कुठेही खाता येते. मी पोरांना सारे सांगत होतो. रात्र बरीच झाली.

समताने 'ए.बी.पी. माझा'वर सडेतोड मते मांडली. लोकांनी तिचे कौतुक केले आणि आमच्या घरात नवे रत्न सापडले. जीवन, समता, भाई, कादंबरी आणि या सगळ्यांच्या पाठीवर खंबीरपणे शशी उभी नसती, तरी मी शंभरदा आत्महत्या करून मेलो असतो. आज मी जिवंत आहे, तो माझ्या या कुटुंबामुळे व नातेवाइकांमुळे.

जीवनची धाकटी बहिण जोत्स्ना फार हुशार. ज्यू. सायंटिस्ट तर तिचे यजमान इंजिनियर, बिल्डर. जोत्स्नाच्या पोटांत बाळ होते. तिला काम करता येत नव्हते. तरी ती बसत, उठत, रांगत जाऊन झेरॉक्स काढीत उभी असे. त्या काळांत घरातच झेरॉक्स मशिन ठेवलं होतं. पंधरा वर्षांचे संस्थेचे रेकॉर्ड पोलीस मागत होते. ते रोज दारात असत. रोज नवी माहिती. रात्रंदिवस महादेव, शंकर, घोरपडेसर, ढाणेसर, अमृत ढाणे दिवसा झेरॉक्स करीत तर समता, कादंबरी, जोत्स्ना , शशी रात्री झेरॉक्स करीत. चोवीस तास मशिन चालू होतं.

चार आश्रमशाळा प्राथमिक, चार माध्यमिक, एक ज्यू. कॉलेज. यातली हजेरी बुकापासून रजिस्टरपर्यंत काहीही पोलीस मागत आणि ते द्यावेच लागे. जीवन कधी जोत्स्नाच्या घरी लपलेला तर कधी पाटील कुटुंबीयाकडे. कादंबरीच्या मम्मी-पप्पांकडे लपलेला असायचा. मग तोही कामाला लागायचा. पैसा उभा करणे, वकील पाहणे, वकिलाला लागतील ती कागदपत्रं दाखल करणे. रात्री जीवन-भाई वकिलांकडे उशिरापर्यंत असायचे. पैशापासून सर्व शशी, भाई पाहत असत. आम्ही दोन नंबरचा पैसा कधी जमा केला नव्हता. गरजा मर्यादित ठेवल्या होत्या.

माझा म्हैशींचा, गाईंचा गोठा मी कष्टाने उभा केला होता. चाळीस मुरा जातीच्या म्हैशी होत्या. पाच गाई जरशी होत्या आणि ५ गाई होस्टन होत्या. दोनशे लिटर दूध रोज जात होते. हा सगळा पैसा मुलांनी माझ्या सार्वजनिक कामासाठी

दिला होता. मी कधीही प्रवासखर्च,मानधनासाठी काम केलं नाही.पैसे नाहीत म्हणून कोणाचे निमंत्रण नाकारले नाही. 'जो देगा उसका भला, जो ना देगा उसका भी भला.' प्रेमाने मिळेल ते स्वीकारायचे. दोन-तीन म्हैशींवर सुरू केलेला माझा गोठा येवढा मोठा मी केला होता. हा सारा गोठा भाईने रिकामा केला. दर तारखेला एक-दोन-एक-दोन म्हैशी विकाव्या लागत होत्या. शशी, समता, कादंबरी तिघींनी दागिने गहाणवट टाकायला दिले होते. आख्खं घर लढत होते. चार मुलं कमावती होती. चौघेही प्राध्यापक होते. त्याने आम्हाला लबाड्या कराव्या लागत नव्हत्या. खाऊन-पिऊन सुखी होतो. कोणापुढे हात पसरावा लागत नव्हता. त्याने स्वाभिमानाने जगता येत होतं. माझ्या दुधातले चार पैसे घरासाठी आम्ही वापरत नव्हतो.

शाळांनी माझे किती पैसे देणे असेल, ते त्यांनाच ठाऊक. या शाळा म्हणजे मी माझं तिसरं अपत्य मानत आलोय. बोंबलायला तिथं काय खायला आहे? यशवंतरावांच्या नावाला, शरदवारांच्या नावाला, बाबा, अनिल यांच्या नावाला माझ्यामुळे कुठे कमीपणा येईल असे काहीही हातून होता कामा नये, याची आम्ही सारे काळजी घेत होतो. सारी मुलं सांगत होती, ते सारं साररूपाने मी आपणास सांगत आहे. जे लोक जवळचे होते, त्यांनीच कटकारस्थानं रचली होती. संस्थेचे उपाध्यक्ष कोल्हापूरचे सुरेश शिपुरकर, माझे फार जुने मित्र. माझे लग्न, माझ्या मुलाचे लग्न यांच्याच पुढाकाराने झालेले. त्याने माझा फार विश्वासघात केला. त्यांचा नैतिक चारित्र्याचा फार मोठा दबदबा. आम्ही सारे त्यांना मनापासून मानत असू; पण या गृहस्थांनी माझ्या कुटुंबाशी, माझ्याशी जे वर्तन केले, ते पाहून माणुसकीवरचा विश्वास उडून जातो. यांच्याच घरात शिक्षकांच्या बैठका होत होत्या. तक्रारींचे विविध अर्ज, मागण्यांची निवेदने तयार होत होती आणि ती माझ्याकडे न येता परस्पर संस्थेतल्या पोरसवदा संचालकापर्यंत पोहचत होती.

माझ्या हातून बऱ्याच चुका झाल्या. मीच आपण होऊन या शिपुरकरांना संस्थेत आणलं. दुसरे आमचे मित्र व्यंकप्पा भोसले, कोल्हापूर महानगरपालिकेतले नाका कारकून. यांना मी आमदार असताना प्राथमिक आश्रमशाळा दिली. माध्यमिक आश्रमशाळा दिली. इमारत बांधायला माझ्या परिने मदत केली; पण शिपुरकरांनी त्यांची बोटे घालून घालून बलून करून हवेत सोडला होता.

या महिला-सहाही फिर्यादी महिला एकत्र करण्याचे काम, त्यांची संघटना करण्याचे काम यांचा सख्खा भाचा करीत होता. यांची बहीण आंधळी, तिला आमच्या संस्थेत स्वयंपाकीण म्हणून व्यंकप्पांनी लावलेली. तिचा अपघात होईल, म्हणून तिला सह्या करायला लावून बाजूला बसवले जाई. अपंग असल्याने संस्थेने त्याला मान्यता दिली. तिच्या जागेवर रोजंदारीवर बाई नेमली जात होती. तिला हजार-दोन हजार मानधन आणि व्यंकप्पाच्या बहिणीला सरकारी पगार. पेन्शनची

नोकरी. या अंध भगिनीचा मुलगा शिवाजी नावाचा. या बाईंचे घर जन्मभर मी चालविले. शिवाजी लहानाचा मोठा केला. तोच मुलगा कृतघ्न झाला. खाल्ल्या अन्नाला जागला नाही. साऱ्या बायांना संघटित करून शिक्षकांना सामील झाला. माझ्या अंगावर बाया घालणारांमध्ये याचाही मोठा वाटा आहे.

माझा भाचा माझे ऐकत नाही. तो युनियन चालवतो. बाब कोर्टात आहे. असली उत्तरे. ज्याचे सार्वजनिक आयुष्य उभे करण्यात मी मोठा वाटा उचललेला. तो ही सापासारखा उलटलेला व्यंकाप्पा भोसले.

शरद पवारांचे नखही याला दिसले नसते.शिपुरकरांना दिसले नसते. त्यांना शरदरावांची ओळखही जुजबी. माझ्या या कामात आल्याने ती वाढली. ब्राह्मणाचे एक कसब असते. ते नेहमी कानाला लागतात. कान भरतात, खोटेनाटे आपल्या स्वार्थाचे नाटक सुरू ठेवतात आणि राजकारणातल्या माणसांचे कान हलके असतात. माणसं सोन्याची; पण कान पितळेचे. हे ब्राह्मणांस पुरे ठाऊक असते. याच शिपुरकरांनी माळी समाजातली बाई, तीही सांगली मिरजेची; एक वडार समाजातली मुलगी जी एच.आय.व्ही. पॉझीटिव्ह होती, तीही यांनीच संस्थेत आणली. दुसऱ्या दोन गोसावी समाजातल्या, मिरजेतल्याच. एक मातंग समाजातली, तीही कागलजवळची. आणि या सर्व स्त्रिया कोल्हापूर, सांगलीतून शिपूरकरांनी आणलेल्या. या सगळ्याजणी, त्यातली एक गोसावी समाजातली, मुलंबाळं असलेली, नवरा असलेली. ती कुणाच्या आध्यातमध्यात पडली नाही. उरलेल्या चार बायांनी माझ्यावर फिर्यादी दाखल केल्या. या फिर्यादी दाखल होण्याअगोदरच आता- ''इथं मोठा बॉम्बस्फोट होणार आहे,'' असे म्हणून शिपुरकरांनी माफी मागून 'ऐकीव माहितीवर विश्वास ठेवून मी तुला पत्र लिहिली, त्याबद्दल क्षमा करावी आणि माझा राजीनामा मंजूर करावा,' असे लेखी पत्र देऊन ते बाजूला झाले. केव्हा खेळ अंगलट येईल, याची कल्पना ज्याने आग लावलेली असते, त्याच्याइतकी दुसरी कोणाला असणार? स्फोट होणार, हे भाकीत ते आधीच कसे सांगू शकतात? कारण सुरुंगाला बत्ती यांनीच दिलेली असते. हे करण्याचा हेतू अर्थातच मी कष्टाने उभी केलेली, नावारूपाला आणलेली संस्था यांना हडप करायची होती. पण संस्थेची घटना अशी होती की, त्यात यांना वावच नव्हता. ती यशवंतराव चव्हाणसाहेबांनी स्वतःच्या हस्तक्षरात लिहिली होती. विमुक्त जमातींशिवाय तेथे कार्याध्यक्ष कोणासही होता येणार नाही. याची तरतूद घटनेतच चव्हाणसाहेबांनी केली होती. त्यामुळे शिपुरकरांना ही गोष्ट उशिरा समजली असणार. त्यामुळे त्यांनी तत्काळ पलायन केले. दुसरे मित्र व्यंकोजी. त्याचे अज्ञान आणि अहंकार एकत्र आलेले. त्याला मित्रांनी हवा दिलेली. तेही स्वप्न पाहत असावेत. आयतं उभं राहिलेलं घबाड मास्तरांच्या मूर्खपणामुळे ताब्यात घेता येत असेल ते घ्यावे. म्हणून

त्यांनी ही गद्दारी केली होती.

बाकीची संस्था, कार्यकारी मंडळ, नेतेमंडळी. सभासद यांपैकी एकानेही माझ्याविरोधी काही केले नाही. सारे पाठीशी उभे राहिले. पहिल्यांदा बाबा आढाव, ज्यांच्या करंगळीला धरून समाजकारणांत आलो, आणि दुसरे शरद पवार, ज्यांच्या करंगळीला धरून राजकारणात आलो. या दोघाही ज्येष्ठ नेत्यांनी त्या कठीण काळात शशीला, मुलांना मोठा आधार दिला. सर्व घर फिरले होते; पण घराचं आडं मजबूत होतं. घर वाचलं. मुलांचे शिक्षण सुरू होतं. सर्व शाळा सुरू होत्या; पण सारं विस्कळीत झालं होतं.

शशी सांगत होती, ''पोलीस दारातून हालेनात. तुम्ही सापडेना. वर्तमानपत्रांनी, टी.व्ही. चॅनल्सनी नुसता धुराळा उडवलेला. काय काय पहायचं? एक माणूस मदतीला येत नव्हता. बघून न बघितल्यासारखं करून लोक जात होते. फार थोडे होते ज्यांना कणव होती.

मी, समता, भाई तिघांनी निर्णय केला. दिल्लीत साहेबांकडे जायचं. सर्वांचे राजीनामे द्यायचे आणि सारी संस्था त्यांच्या हातात देऊन टाकायची. पण पोलीस दारातले घालवा. खरतर गृहखातं राष्ट्रवादीकडेच होतं. हे करणं त्यांना अवघड नव्हतं. सर्वांनी राजीनामे लिहिले आणि तिघेही दिल्लीला गेलो.

कोणीच ओळखत नव्हतं. दारातून आत जाता येत नव्हतं. साहेबांचा स्टाफही ओळखत नव्हता. आम्ही नाव सांगितले. त्यांच्या पी.ए.ने, ''सकाळी साहेब भेटतील. आठ वाजता या,'' असे सांगितले.

आता काय करायचे? रात्र कुठंतरी काढायला हवी होती. टॅक्सीवाल्याने एका लॉजवर नेले. तेथे रात्रभर राहिलो. घरी कादंबरीला फोनवरून सांगितले. रात्र वैऱ्याची सरता सरेना? झोप कुठली लागायला! तिथे बसून होतो. तिघेही मिठी मारून माय-लेकरं रडत होतो. नको ती संस्था आपल्याला. कष्ट करून मेलो. शून्यातून सारं उभं केलं. चाळीस वर्षांची सार्वजनिक जीवनाची राखरांगोळी झाली, ती संस्थेमुळे. उद्या ती साहेबांकडे सोपवू. तिघेही समजावीत होतो एकमेकांना. रडण्याचे कढ गेले, की पुन्हा तुमची आठवण यायची. तीन ऑपरेशनं, बसता येत नाही. सारे आठवले, की काळजाचे पाणी पाणी व्हायचे. मग मीच दोन्ही पोरांना पोटाशी धरायची. रात्र संपली. भराभरा उरकले. साहेबांचं घर गाठलं. बरीच गर्दी होती. आम्ही एका कोपऱ्यात उभे होतो. सुप्रियाताई बंगल्यातून बाहेर आल्या. त्यांनी पाहिलं नाही. त्या फिरायला गेल्या. साहेब व्हिजिटरांना भेटत होते. आमची चिठ्ठी गेली होती; पण बराचवेळ झाला तरी आम्हाला बोलवेनात. आम्ही काळजीत. साऱ्यांनीच पाठ फिरवलेली. काय होईल, या काळजीत. चिंतागती. तेवढ्यात आम्हाला बोलावले. आम्ही आत गेलो.

साहेबांनी आतल्या बाजूला हॉलमध्ये नेले.पहिल्यांदा भाईने सर्वांचे राजीनामे साहेबांकडे दिले. मी त्यांना म्हणाले, "हे सारे राजीनामे आहेत." शशीचे डोळे, हे सांगतानाही वाहात होते. "यापुढे संस्थेत काम करणं शक्य नाही. हे सर्व घ्या. आम्हाला काही नको. आमच्या दारातले पोलीस उठवा." भाई म्हणाला, "दादांचाही राजीनामा दिलाय. साहेब शांत ऐकत होते. सगळे राजीनामे साहेबांनी फाडून केराच्या टोपलीत टाकले. हे कुणाला देऊ? सारं मला माहीत आहे. लक्ष्मणरावांनी काहीही केलेलं नाही. मला माहीत आहे. मी त्यांना आणि तुम्हाला आज ओळखत नाही. तीस-चाळीस वर्षांहून जास्त काळ मी लक्ष्मणला ओळखतो. ते चार शिव्या देतील कुणाला; पण असलं काम ते करूच शकत नाहीत. तुम्हीच संस्था पाहायची आहे. ती तुमची आहे. चव्हाणसाहेबांची देन आहे. धीर धरा. वेळ कठीण आहे, पण जाईल. थोडे थांबा." तेवढ्यात चहा आला. नाष्टा आला. समताने, भाईने सविस्तर सार सांगितले. त्यांना सारे माहीत होते. त्यांनीच आम्हाला अधिकची माहिती दिली. उद्यापासून पोलीस दारात बसणार नाहीत. सगळं नीट सांभाळा. वकील चांगला द्या. काही लागलं तर सांगा. गडबडून जाऊ नका. आता मांडवाखालून जावंच लागतंय.

साहेबांनी जवळपास अर्धा पाऊण तास दिला. सारं काळवंडलेलं आकाश स्वच्छ झालं होतं. साहेबांचा आमच्या कुटुंबावर विश्वास होता. भाईला चार्ज घ्यायला सांगितला. समताला मदतीला उभी केली आणि आम्ही बाहेर आलो. भिंतीला टेकून उभे होतो. समोरून सुप्रियाताई आल्या. त्यांनी पाहिलं, आन् भराभर चालत आल्या. आतमध्ये घेऊन गेल्या. पुन्हा चहा झाला. साहेबांशी बोलणं झालेलं सांगितलं. फार चांगलं बोलल्या. धीर दिला. दोन-तीन लोकांना सांगते म्हणाल्या. आम्ही त्यांचा निरोप घेतला आणि साताऱ्याकडे पळालो. चार-पाच दिवसांत साताऱ्याच्या पालकमंत्र्यांना मंत्रिमंडळातून काढून टाकले. तेव्हा पोलीस दारातून हालले.

"तुम्ही त्यांचं ऐकत नाही. खडकावर डोकं आपटू नका. म्हणाले होते ना? पण तुम्ही ऐकलं नाहीत. तेव्हाच जमवून घेतलं असतं तर डोक्याला ताप झाला नसता; पण तुम्ही ऐकत नाही." शशी मला दूषणं देत होती. "कुणाचंच ऐकत नाही तुम्ही."

"अगं, मग काय संस्थेची जागा देऊन टाकायची होती काय? बाबा आढाव आणि शरदराव सांगत नाहीत, तोवर मी ईश्वराचेही ऐकत नसतो. त्यांनी दोघांनी सांगू दे. मी लगेच ठराव करून जमीन देऊन टाकतो."

"अहो, पण हे केवढ्याला पडलं!"

"ती माणसं मोठी आहेत. हो म्हणून मी संयमाने वागलो. मी बाबासाहेबांचा अनुयायी आहे. मी लोकशाही, समाजवाद मानतो. मी कुणासही राजा मानत नाही. मुजरा घालत नाही. प्राण असेपर्यंत घालणार नाही. मोडेन ; पण वाकणार नाही.

आता काय गोळ्याच घालून मारायचे राहिले आहे. अब 'नंगेसे खुदा डरता है।' त्यांनी माझं तोंड काळं केलंय; पण काळ त्यांचंही तोंड काळं करील.'' आम्ही दोघं नवरा-बायको बोलत बसलो होतो. समता, भाई, जीवन, कादंबरी सारी झोपायला गेली होती. आम्ही अजून डायनिंग टेबलवरच बोलत बसलो होतो.

''तुम्हाला सांगते, तुमच्यावर साहेबांचा फार जीव आहे. क्षणभर आम्ही सारेच रडू असे वाटत होते. साहेब फार धीराचे आहेत. त्यांनी आपले अश्रू रोखले होते. ते धीर देत होते; पण त्यांचं मन आम्हाला सांगत होते.''

''तू म्हणतेस ते खरं आहे.आम्ही चांगले मित्र आहोत. त्यांच्यापेक्षा वयाने मी लहान आहे. गरीब घरातला आहे; पण त्यांनी असल्या गोष्टी कधी आमच्या संबंधांत येऊ दिल्या नाहीत. त्यांच्या मदतीशिवाय संस्था उभीच राहू शकली नसती.

अनेकांना वाटतं, हे सारं त्यांनीच घडवून आणलंय. ते डावपेच करण्यात माहीर आहेत; पण ते माझ्याशी असं कधीच वागणार नाहीत. मी त्यांचा राजकीय स्पर्धक नाही. त्यांच्या विरोधीही नाही. आणि त्याचं एक सूत्र आहे. गरीब समाजातल्या, छोट्या समाजातल्या कार्यकर्त्याला ते वेगळ्या न्यायाने वागवतात. त्याचे अपराध प्रसंगी पोटात घालतात. त्याच्या विरोधी असली कटकारस्थानं ते कधीच करणार नाहीत. पण या कटाचे करतेकरविते त्यांना माहीत आहेत.

''चल झोपूया.'' रात्रीचे दोन-अडीच वाजून गेले होते. आम्ही दोघे शांत झोपी गेलो. शशी हा माझ्या जगण्याचा मोठा आधार आहे. तिला नेमके समजते, माझ्या मनात काय चालले आहे?

दुसऱ्या दिवशी समता, जीवन, भाई, कादंबरी, शशी सारे बसलो. पहिल्यांदा कामांची चर्चा केली. भाई संस्थेचा सारा कारभार पाहत होता. समता सर्व स्कूल कमिट्यांची अध्यक्ष म्हणून सर्व शाळा, विशेषत: स्त्रिया-मुली या विभागाचे काम करीत होती. कादंबरीने सारे स्टोअर, शाळांचा माल पोहचवणे. सर्वांचं रेशनिंग पाहणे आणि त्यावर कंट्रोल ठेवण्याचं काम केलं होतं.

जीवन, भाई कायदेशीर बाबी बघत होते. तपास संपल्याने आता जीवनही उघडपणे हिंडू-फिरू लागला होता. मी आणि तो आता सर्व कायदेशीर बाबी बघणार होतो. समताचा जसा नवा चेहरा संकटकाळी उजळून निघाला, तसेच जीवनचेही झाले होते.

पहिल्यांदा वकील बदलणे गरजेचे होते. काही वकिलांचे म्हणणे होते, केसेसमध्ये कसलाच दम नाही. क्रॉसिंगला हायकोर्टात जाऊयात. जीवनने कोर्टातल्या नकला काढायला अर्ज दिले. सहा केसेस. भले मोठमोठाले गठ्ठे तयार झाले. ते सर्व घेऊन माझे जुने मित्र, नामवंत कायदेतज्ज्ञ ॲड. नितीन प्रधान यांचेकडे गेलो. त्यांच्या असि. मॅडमनी ते सर्व पाहिले. त्यात आता महिना जाणार होता. नितीनने

ते सारे वाचले. केसमध्ये दम नाही; पण हायकोर्टात काही गडबड झालीच तर ट्रायलला कारणाशिवाय त्रास होईल. लक्ष्मण, त्यापेक्षा ट्रायल फेस केलेली बरी. एकदा तिथे क्लिन चिट मिळाली, की काही प्रॉब्लेमच नाही. नितीनने सल्ला दिला. मी, भाई, जीवन आम्हीही सहमती दर्शविली.

नितीनने सांगलीच्या एका चांगल्या वकिलाचे नाव सांगितले. आम्ही नितीनचा निरोप घेतला. त्याने प्रेमाने हातांत हात घेतला. लक्ष्मण, असे घडायला नको होते. अरुण कांबळे, मी, नितीन आम्ही चांगले मित्र. अरुण हैदराबादला गेला तो कायमचा. माझे असे झाले. नितीन व्यावसायिक असला, तरी त्याच्या मनातला मित्रभाव स्पष्ट जाणवत होता. त्याने शुभेच्छा दिल्या. लागेल तेव्हा फोन कर. लागले तर मी स्वतः सातारला येईन, युक्तिवादासाठी. बघ ठरव. काळजी घे. आम्ही सारे आहोत. नितीनच्या ऑफिसच्या पायऱ्या उतरताना प्रा. अरुण कांबळेंची फार आठवण झाली. एका कर्तबगार मित्राचा अकाली मृत्यू चटका लावून गेला होता.

आम्ही सातारला परत आलो. ठरल्याप्रमाणे मी, जीवन पुन्हा साऱ्या सहा केसेसची कागदपत्रं घेऊन सांगलीला गेलो. वकिलांना भेटलो. सारी चर्चा केली. वकील फी ठरली. पहिला हप्ता म्हणून एक मोठी रक्कम दिली. सातारला परत आलो.

आता ट्रायल फेस करायची. तारखावर तारखा पडत होत्या. केसेस सेशन कमिट झाल्या आणि त्या न्यायमूर्ती व्ही.एम. मोहितेमॅडमपुढे केसेस चालण्याचे नक्की झाले. त्यानंतर एक नवाच पेच उभा राहिला. या न्यायमूर्ती आणि आम्ही दिलेले सांगलीचे वकील एकमेकांचे नातेवाईक निघाले. आता काय करायचे? वकील बदलावा लागणार होता. अर्थातच दिलेली फी बुडणार होती. वकिलांचा व्यवसाय फार छान आहे. एकदा काळ्या कोटाच्या खिशात पैसे गेले, की गेले. ते परत मिळत नसतात. पावती नाही, चिठ्ठी नाही. असे लक्षावधी रुपयांचे व्यवहार न्यायालयात होत असतात; पण गरजवंताला अक्कल नसते. झक मारीत दुसरा वकील बघणे भागच होते.

आता जीवन, मी, भाई नवीन वकिलांच्या शोधात लागलो. सहा केसेसमुळे पैसा पाण्यासारखा जाणार होता. भाईने कर्तबगारीने आतापर्यंत पैसा पाणी मॅनेज केले होते. नुसत्या शेणखतातून त्याने दोन लाख रुपये मिळवले होते. कर्ज काढले नव्हते. दर तारखेला दोन म्हैशी विकायच्या. असं त्यांनी म्हणजे मुलांनी ठरवलं होते. आता मीही त्यास सम्मती दिली. जीवनचे जकातवाडीतले एक मित्र आहेत, अरविंद भिलारे. त्यांनी पहिल्यापासून या सर्व संकटकाळात मदत केली होती. त्यांचे एक काका अजित भिलारे, पत्रकार होते. त्यांचा वावर न्यायालयात कायम असायचा.

जीवनने बोलता बोलता वकिलांसंबंधी चर्चा केली आणि त्यांनी अरुण नलावडे तथा बापू यांच्यासंबंधी सांगितले. हा माणूस कायम न्यायालयात काम करतो.

न्यायालयातल्या प्रत्येक गोष्टीची खडान्‌खडा यांना माहिती असते. पंचवीस-तीस वर्षं ते एका वकिलाकडे काम करीत होते. सारे बारकावे त्यांना ठाऊक आहेत. हायकोर्ट, सुप्रिमकोर्टापर्यंत सारी कागदपत्रांची माहिती असलेला हा माणूस आहे. त्यांना भेटा. ते आपल्याला फार उपयोगाचे आहेत, असे सांगितले.

जीवन तत्काळ नलावडेबापूंना भेटला. हे बापू नलावडे यांना पाहिल्याबरोबर जीवनची त्यांची ओळख होती. बापू हे जीवनच्या वडिलांचे शाळेतले विद्यार्थी. जीवनचे वडील प्राथमिक शिक्षक होते. ते नलावडेबापूंना चांगले ओळखत. त्यांना जीवनने केसेसबद्दल सांगितले.

ते म्हणाले, "पेपरातून वाचलंय खूप काही. पत्रकारांनी साऱ्या कोर्टात मानेसाहेबांबद्दल फार वाईट दूषित वातावरण करून टाकलंय. पाहू मी करतो मदत." बापूंनी कायम शब्द पाळला. निकाल लागेपर्यंत सर्व कागदपत्रं मिळवणं, नकला मिळवणं आणि घरातल्या माणसासारखा सल्ला देणं. मी देव मानत नाही; पण हा माणूस देवासारखा धावून आला.

जीवनने सारी हकिकत सांगितली. आम्हां सर्वांना फार आनंद झाला. वकिलाने इतके छळले होते, की पोरं पार घाबरून जात. जशी काही मला सहावेळा फाशी होणार होती. इतकं घाबरवून टाकीत. एक सीनियर वकील होते. पैसा तर विचारूच नका. हा वकील आपला आहे, की विरोधकांचा अशी शंका यावी, इतकी भीती घालीत. उद्देश सरळ होता. पैसा.

मी, भाई, जीवन बापूंकडे गेलो. ओळख झाली. चर्चा झाली. कराडच्या एका तरुण वकिलांचे नाव सांगितले. ॲड. मोहनराव यादव. चांगले तरुण, हुशार वकील आहेत. आपल्याला पैशापाण्याची असलेली अडचण सांगू. मी सांगतो. तुम्ही काळजी करू नका. आता रिस्क तर घ्यावी लागणारच होती. मी तरुण मुलांवर फार विश्वास ठेवतो." त्यांचे ऐकले.

कराडला बापूंना घेऊन गेलो. जीवनच्या सॅकमध्ये या सहाही केसेसची कागदपत्रं कायम तयार असत. मी, भाई, समता, जीवन, बापू, आम्ही कराडला पोहोचलो. एक साधे कौलारू उतरत्या छपराचे दुमजली घर. खड्या पायऱ्या. फार जुनी इमारत असावी. ॲड. यादव वकिलांचे वडीलही वकीलच होते. पायऱ्या चढून वर गेलो.

पुस्तकांच्या ढिगांत बसलेले. गोरेपान, नाकेले, तरतरीत डोळ्यांचे, डोक्याचे केस जरा विरळ झालेले. पोक्तपणा अगदी जाणवणारा. निष्णात कायदेतज्ज्ञ. त्यांना सर्व काही बापूंनी सांगितले. त्यांनी कागदपत्रं पाहिली. मॅटरमध्ये काहीच दम नाही. तुम्ही काळजी करू नका. यातून १०१% तुम्ही निर्दोष सुटाल. फीचे बोलणे झाले. त्यांनी सारी कागदपत्रे ठेवून घेतली. दोन दिवसांनी पुन्हा बापू, जीवन कराडला जाऊन आले. वकिलांनी चार दिवसांनी मला व जीवनला बोलावले होते. हळूहळू

वकिलांशी बोलून आमचा विश्वास वाढत गेला. निराशा पार पळून गेली. कोर्ट प्रोसीजर समजायलाच फार वेळ लागतो. बापूंनी तो सारा भार उचलला होता. जीवन त्यांच्या हाताखाली सारे शिकत होता. चार दिवसांनी पुन्हा मी, भाई, जीवन, समता, कराडला गेलो. वकिलांनी सारं वाचलं होतं. त्यांनी चहा सांगितला. आम्ही चहा पित पित बोलू लागलो.

माझ्याबरोबर सहआरोपी असलेली मनीषा गुरव, बिचारीला कारणाशिवाय अडकवले होते. तीन केसेसमध्ये तर तिचा साधा उल्लेखही नव्हता. यादव वकीलसाहेब म्हणाले, "पहिल्यांदा आपण मनीषाच्या केसेस डिसचार्जसाठी झटू."

आता कोर्टात ट्रायल सुरू झाली. मी आणि मनीषा आरोपीत असल्याने आम्हाला न्यायाधीशांसमोर, पण अगदी सर्वांच्या पाठीमागे असलेल्या कठड्यात बाकावर बसवले. कठड्याला खिट्टी लावली, की तो बंद होत असे. न्यायाधीशांना सिनेमातल्या कोर्टात पाहिलेलं असतं. प्रत्यक्ष असा संबंधच आला नव्हता. शेजारी पोलीस उभा. न्यायाधीश त्यांच्या कक्षातून न्यायालयात आल्या. न्यायाधीशांच्या आसनावर बसण्यापूर्वी न्यायासनाला नमस्कार केला. समोरच्या सर्व वकिलांना, कोर्ट केसेस ऐकण्यासाठी आलेल्या लोकांना नमस्कार केला आणि स्थानापन्न झाल्या. हा त्यांचा रोजचा रिवाज. काळा ओव्हर कोट, बो, डोळ्यांवर चष्मा, शेजारी दोन्ही बाजूला दोन टंकलेखक. समोर आरोपीसाठी, साक्षीदारासाठी पिंजरा, लाल रंगाचा कठड्याला लावलेला पडदा, संगणकावर एक असि. क्लार्क, समोर बिलीफ उभा. कोर्टाचे कामकाज सुरू झाले.

आरोपींचे वकील, सरकारी वकील यांच्या नावाचा पुकारा झाला. भराभर वकीलमंडळी धावत आली. वेगवेगळ्या स्टेजेस असलेल्या केसेस पुकारणे सुरू झाले.

मी, मनीषा शांत भिंतीला टेकून बसलो होतो. अस्वस्थता वाढत होती. वातावरण फार गंभीर होते. न्यायाधीश मॅडम फार कडक होत्या. पोलिसांना त्यांनी असे काही फैलावर घेतले, की सारे कोर्ट चिडीचूप झाले. कामे भराभरा होऊ लागली. वकील उठून आदबीने आपआपल्या अशिलांची बाजू मांडू लागले. भराभर सर्वांना तारखा दिल्या. आमच्याही अशा तीन-चार तारखा पडल्याच होत्या. इतर कामे चालत. आम्ही नुसते बसून कंटाळून जायचो. बरोबर अकरा वाजता जागेवर पाहिजे. कोर्ट बरोबर बारा वाजता सुनावणी सुरू करीत असे. सारे काळे कोट, टाय, पांढऱ्या शुभ्र पँटी, महिला वकील. सलवार कमीज, त्यावर कोट. सारे आदबीने चालू होते.

आमचे यादव वकील, जीवन, बापू आणि सरकारी वकील समोर होते. आजही तारीखच पडेल, असे वाटत होते; तेवढ्यात आमच्या वकीलांनी कोर्टाला मनीषाचे डिसचार्ज ॲप्लिकेशन सादर केले. न्यायालयाने वकिलांशी चर्चा केली आणि पुढची

तारीख दिली. अर्जावर सरकारी वकिलांचे म्हणणे मागवले. सहाही केसेस एकाच तारखेला ठेवायच्या, असे ठरले आणि तारीख मिळाली. आम्ही बाहेर आलो. चार दिवसांनी एक एक केस हिअरिंगला ठेवली होती. मनीषाच्या स्वतंत्र वकिलाने तिचे म्हणणे तयार केले. माझ्याही वकिलांनी म्हणणे तयार केले.

आता चार दिवसांनी पुन्हा तोच प्रोसेस पुरा झाला. सरकारी बाजू मांडली. आमच्या वकिलांनी आमची बाजू मांडली. चार-पाच तारखा झाल्या. प्रत्येक केस सुनावणीसाठी स्वतंत्र चालली. दोन-अडीच महिन्यांत केसेसचा निकाल लागला. तीन केसेसमधून मनीषाला निर्दोष मुक्त करण्यात आले. तीन-तीन केसेसमध्ये डिसचार्ज मिळाला. तीन केसेस राहिल्या. त्या आता माझ्याबरोबर चालणार होत्या. आम्हाला मोठा दिलासा मिळाला होता. तीन केसेसमध्ये तिचा साधा उल्लेखही नव्हता. पोलिसांवर ताशेरे मारून तिला तीन केसेसमध्ये विनाकारण गुंतवल्याचं सांगून त्या तीन केसेसमधून ती मोकळी झाली. आता तारखा पडू लागल्या. दोन महिने त्यात गेले. कोर्टाच्या सुट्ट्या मोठ्या असतात.

आता कोर्टाने आमच्या सहाही केसेस सलग तारखा देऊन सुनावणी सुरू केली. पहिल्यांदा दि. ३/२/२०१६ रोजी मुरलीताई यांची चीफ सुरू झाली. सरकारी वकिलांनी तिची चीफ सुरू केली.

ती पिंजऱ्यात उभी होती; पण सुनावणी 'इन कॅमेरा' असल्याने ती इतरांना दिसणार नाही, असा आडोसा केलेला असतो. त्याला 'इन कॅमेरा' म्हणायचे. ती अगदी हळू बोलत होती.

न्यायाधीशांनी तिला सांगितले, "तिकडे पाठीमागे आरोपी बसले आहेत, त्यांना ऐकायला गेले पाहिजे, असे मोठ्याने बोल."

न्यायालयासमोर आता तिने नवी स्टोरी सांगायला सुरुवात केली. मला लक्ष्मण मानेच्या माणसांनी घाटांतच अडवलं. तारखेला हजर राहू नको म्हणत होते. माझी वाट अडवली होती.

हे ती तावातावाने सांगत होती. सारेच अवाक् झाले. ती नाटक करीत आहे, हे सर्वांना कळत होते. कोर्ट फार कडक होते. कोर्टाने दखल घेत तिला चांगलेच खडसावले.

"तू कुठून आलीस?"

"पाचगाव कोल्हापूरातून."

"वाटेत पोलीस स्टेशन लागले नाही?" न्यायाधिशांनी विचारले. ती म्हणाली, "हो लागले." सातारा पोलीस स्टेशनला तक्रार दिलीस? नाही.

"मग तेथे तक्रार दिलीस?"

"नाही."

"का दिली नाहीस?"

"मग का ओरडते आहेस? हे कोर्ट आहे थिएटर नाही. अशीच बोंब बलात्कार झाला तेव्हा का मारली नाहीस? त्यावेळी का गप्प बसली होतीस? नखरे करायचे नाहीत. विचारलेल्या प्रश्नांची नीट विचार करून उत्तरं द्यायची. तुझे अक्षरन्‌अक्षर इथे नोंदले जातेय. कितीही वेळ घे. शांतपणे उत्तर दे. काही गडबड नाही. तुला जसे वाटेल, तसे उत्तर दे. कालवा,गोधळ करू नको." ती आम्हाला म्हणजे मला, मनीषाला दिसत नव्हती. एका सुरात उत्तरे देत होती. कोर्टाने खडसावल्यावर गोंधळ कमी झाला. वकिलाने आणि तिने प्रायव्हेट वकील दिले होते. त्या दोघांनी एकमेकांच्या सल्ल्यांतून सरकारी वकिलाने तिची बाजू मांडली. म्हणजे एफ.आय.आर.मध्ये नोंदवलेल्या त्याच गोष्टी पुन्हा मांडल्या.

"बाई, नाव काय तुमचं?"

"मुरलीताई मिरजकर."

"वय?"

"३२ वर्षं.

"व्यवसाय?"

"नोकरी."

"राहणार?"

"पाचगाव, ता. करवीर, जि. कोल्हापूर."

"तुम्ही विवाहित आहे ना?"

"हो. सर्जेराव राजाराम बुवा यांच्याबरोबर माझा विवाह झाला होता. मला तीन मुलं आहेत. दोन मुले आणि एक मुलगी. दोन मुले वडलांच्या ताब्यात आहेत. मी माझ्या एका लहान मुलीबरोबर मिरज येथे माझ्या आईवडिलांबरोबर राहते. माझ्या नवऱ्याशी माझा घटस्फोट झाला आहे. मला नोकरीची गरज होती. म्हणून माझी बहीण बासरीताई साताऱ्याच्या संस्थेत नोकरी करीत होती. तिने मला लक्ष्मण माने यांना भेट असे सांगितले. मी दि. १५/६/२००८ रोजी शारदाबाई पवार आश्रमशाळेत लक्ष्मण माने यांना भेटले. मी त्यांना सांगितले, की मला नोकरीची गरज आहे. त्यांनी मला कामावर ठेवून घेतले. त्यांनी मला स्वयंपाकीणीची नोकरी दिली. मी स्वयंपाकघरात गेले. तिथे अगोदरच पूजाबाई सातारकर, काळेबाई जयसिंगपूरकर, कमळाबाई कोल्हापूरकर, रुक्मिणी सातारकर स्वयंपाकघरात राहत होत्या. मीसुद्धा स्वयंपाकघरात राहू लागले व इतरांबरोबर स्वयंपाकघरात काम करू लागले." न्यायाधीशांनी विचारले, "म्हणजे लेखी आदेश वगैरे दिला नाही?"

"मी नोकरीला अर्ज दिला. माझी मुलाखत झाली व मग मला नोकरीचा आदेश मिळाला."

“म्हणजे तुमची लक्ष्मण मानेंच्याबरोबर भेट झाली?”

“हो. १८/८/२००८ रोजी १०.३० वाजता लक्ष्मण माने स्वयंपाक घरात आले. त्यांनी मला बोलावले, स्वयंपाकघराच्या पॅसेजमध्ये नेले. ते पॅसेजमध्ये खुर्ची टाकून बसले. त्यांनी मला विचारले, की तुला नोकरीची ऑर्डर पाहिजे की नको? यावर मी त्यांना म्हणाले, “मला नोकरीची फार गरज आहे. त्यांनी मला सांगितले की, तुला माझ्या इच्छेप्रमाणे राहावे लागेल. त्यांनी माझ्या शरीराकडे वाईट नजरेने पाहिले व ते मला “जा,” म्हणाले.

दुसऱ्या दिवशी रात्री ११.३० वाजता आम्ही स्वयंपाकी महिला झोपलो होतो. आरोपी स्वयंपाकघरात आले. मला म्हणाले, “चहा करून दे. आश्रमशाळेच्या परिसरात ‘यशवंत’ नावाचा बंगला आहे. आरोपी मला ‘यशवंत बंगल्या’त घेऊन गेले. मी त्यांना चहा करून दिला. आरोपीने चहा प्याला. त्यानंतर त्यांनी माझा हात धरला. त्यांनी मला जवळ घेतले आणि मिठी मारली. त्यांनी मला, “दंगा केलास तर बघ,” असे म्हणाले. ते मला बेडरूममध्ये घेऊन गेले. त्यांनी माझ्यावर बलात्कार केला. मी रडू लागले. लक्ष्मण माने मला म्हणाले की, घाबरू नकोस. हळूहळू सवय होईल. त्यांनी मला कुणाला सांगितलंस तर कामावरून काढून टाकीन, अशी धमकी दिली. मी रडत रडतच स्वयंपाकघरात गेले. काळेबाई जयसिंगपूरकरने मला, “का रडतेस?” असे विचारले. मी तिला नोकरी जाईल, या भीतीने काही सांगितले नाही. त्यानंतर आठ दिवसांनी माझी शिपाई नेमणुकीची ऑर्डर काढली. ती ऑर्डर तात्पुरती करंजे शाळेतील होती; परंतु मला जकातवाडी येथील आश्रमशाळेत काम करायला सांगितले. लक्ष्मण माने यांनी स्वत:ची सोय व्हावी, म्हणून जकातवाडीच्या शाळेत ठेवून घेतले होते. त्यानंतर लक्ष्मण माने यांनी सन २००८ ते २०१० या काळात दर आठ ते दहा दिवसांनी धान्याच्या कोठडीत, मेसमध्ये व प्रेसिडंट खोलीत पुन्हा पुन्हा वेळोवेळी बलात्कार केला आहे. २०१०मध्ये लक्ष्मण माने यांच्या वर्तणुकीला वैतागून गेले होते.

सरकारी वकील, तिचे खाजगी वकील तिला खुणा करून काही सांगत होते. माझ्या वकिलांनी त्याला हरकत घेतली. “तिला काय सांगायचे आहे,” ते सांगू द्या. त्यावर कोर्टाने पुन्हा तिला समज दिली, “माझ्याकडे बघून बोल. माझ्याशी बोल. त्यांच्याकडे बघून बोलण्याची गरज नाही. माझ्याशी बोल.”

“मी पुन्हा सांगते की, ते सन २०११ साली घडले. आता लक्ष्मण माने यांना मी टाळू लागले. त्यामुळे माझी बदली पाचगाव, कोल्हापूर येथे केली. पण ते कोल्हापूरला यायचे. ते मला म्हणाले, “मी तुला नोकरी दिली, तरी तू नकार देतेस? त्यांनी मला धमकी दिली की, पहातो तू नोकरी कशी करतेस. आरोपी क्र. दोन, मनीषा गुरव या त्यांच्यासोबत येत असत. त्याही धमकी द्यायच्या,

की तू साहेबांना नकार दिलास. आता जो त्रास होणार आहे, तो तुझा तू बघ. मनीषा गुरव हिने माझ्याकडून राजीनाम्याच्या पत्रावर जबरदस्तीने सह्या घेतल्या. लक्ष्मण माने तसे चांगले व्यक्ती आहेत. त्यांनी महिलांकरीता चांगले काम केले आहे, अशा एका निवेदनावर मनीषा गुरव यांनी सह्या घेतल्या. आम्हाला महिन्यातून एकदा किंवा तपासणी असल्यास आमच्या नेमणुकीच्या ठिकाणी जाऊन मस्टरवर सह्या करायला लावत.

२६/३/२०१३ रोजी मी शाळेत वर्तमानपत्र वाचले. मी वाचले की लक्ष्मण मानेंविरुद्ध तीन महिलांनी तक्रार दिली आहे. त्यामुळे दि. २७/३/ २०१३ रोजी मी धाडस करून फिर्याद दिली. मला आत्ता दाखवलेली फिर्याद तीच आहे. त्यावर माझी सही आहे. त्यातील मजकूर खरा व बरोबर आहे. फिर्यादीला नि. ३८ दिली आहे.

६/४/२०१३ला मी पोलीस स्टेशनला जाऊन पुरवणी जबाब दिला. जकातवाडी येथील धान्याच्या कोठीला दोन दरवाजे होते. मनीषा गुरव या लक्ष्मण माने यांच्याबरोबर धान्याचा साठा चेक करायला यायच्या. लक्ष्मण माने मला स्टोअर रूममध्ये बोलावून घेत असत. गुरवमॅडम बाहेरच्या दरवाजातून निघून जात असत. लक्ष्मण माने हे माझ्या इच्छेविरुद्ध माझ्यावर बलात्कार करायचे. मग लक्ष्मण माने मागच्या दरवाजाने जायचे व गुरवमॅडम पुढचा दरवाजा उघडायच्या. त्या मला धमकी देत की, कोणाला सांगितलेस तर नोकरी गमवावी लागेल.

मी फिर्याद दिली, त्यादिवशी पोलिसांना मी जकातवाडी येथे घेऊन गेले. मी पोलिसांना जेथे जेथे घटना घडल्या, ती ठिकाणं दाखवली. पोलिसांनी मला वैद्यकीय तपासणीसाठीसुद्धा पाठवले होतं. कोर्टासमोरील आरोपी क्र. १ लक्ष्मण माने आणि आरोपी क्र. २ मनीषा गुरव आहेत.

सरकारी वकीलांनी अशी सगळी तिची बाजू मांडली. त्यानंतर माझे वकील ॲड. एम.टी.यादव यांनी उलटतपासाला सुरुवात केली.

"नाव काय तुमचं?"

"मुरलीताई मिरजकर."

"गाव कुठलं?"

"मिरज"

"आणि आत्ता नोकरी कुठं करता?"

"शाहू आश्रमशाळा, पाचगांव."

"हे जे मी कागद दाखवतोय ते बघा. या कागदावरच्या सह्या तुमच्याच आहेत? आणि तुम्हाला लिहिता-वाचता येतं?"

"हो."

"मग हा जो लिहिलेला मजकूर आहे, तो बरोबर आहे का?"

"हो. बरोबर आहे."

"तुम्ही वाचून पाहिलाय?"

"हो."

"जसं तुम्ही सांगितलं तसं पोलिसांनी टाइप केलंय."

"हो. मी सांगितलं तसं पोलिसांनी टाइप केलं. नाही, आधी हातानं लिहिलं आणि मग टाइप केलं."

"मग दोन्ही मजकूर बरोबर होते की काही फरक होता?"

"नाही. बरोबर होते."

"आत्ता तुम्ही काहीतरी तुम्हाला कुणीतरी अडविल्याची तक्रार केली."

"हो. मला कुणीतरी अडवत होतं."

"बरं. आणि तुम्ही कुठल्याही पोलिसाकडे गेला नाही, तक्रार करायला. अशी काही तक्रार दिलीत का?"

"नाही."

संस्थेची नोटीस आली तरी ती घेताना,'अंडरप्रोटेस्ट' असे स्वत:च्या अक्षरात लिहून मग सही करून तुम्ही नोटीस घेत होता. म्हणजे तुम्हाला इंग्रजीचंही ज्ञान आहे, असंही दिसतं."

"नाही. मला इंग्रजी भाषा येत नाही."

"बरं. तुम्ही केव्हा नोकरीला लागलात?"

"दि. १५/०६/२००८ रोजी."

"या संस्थेचं नाव काय म्हणालात तुम्ही?"

"भारतीय भटके विमुक्त विकास व संशोधन संस्था."

"किती शाखा आहेत यांच्या?"

"चार."

"एकाच गावात आहेत?"

"नाही. चार वेगवेगळ्या गावांत आहेत."

"मग जकातवाडीमध्ये कुठल्या कुठल्या शाळा आहेत?"

"जकातवाडी येथे संस्थेची प्राथमिक शाळा, माध्यमिक शाळा, कनिष्ठ, महाविद्यालय आणि एम.एस.डब्ल्यू कॉलेज आहे. हे म्हणणे खरे आहे. करंजे येथे दोन शाळा आहेत."

"आता जकातवाडीच्या शाळेमध्ये किती मुलं असतील बरं? काय सांगता येईल का?"

"हो. जकातवाडी येथील शाळेत शाळा-कॉलेजमध्ये मिळून ५०० विद्यार्थी होते."

"आणि मग करंजे येथील शाळेमध्ये २५०-३००पर्यंत मुले असतील ना?"

"हो. हे म्हणणे खरे आहे."

"पाचगाव येथील शाळेत २००-३००हून जास्त मुलं असतील ना?"

"हो! हे म्हणणे खरे आहे."

"ताई, आता असं सांगा, ही सर्व मुलं तिथंच राहत होती ना? आणि त्यांच्या जेवणाची मेसही तिथंच होती."

"हो. हे म्हणणे खरे आहे."

"आता जकातवाडीच्या शाळेला बंदिस्त कंपाउंड आहे.तेथे सेक्यूरिटी गार्ड आहे."

"हो. हे म्हणणे खरे आहे."

"जाणाऱ्या-येणाऱ्या प्रत्येकाची नोंद हा गार्ड नोंदवत असतो?"

"हो. हे म्हणणं खरे आहे."

"विद्यार्थ्यांमध्ये मुलं-मुली दोघेही राहतात?"

"हो. हे म्हणणे खरे आहे."

"कर्मचाऱ्यांचा पगार शासनाकडून येतो?"

"हो. हे म्हणणे खरे आहे."

"आता हे बघा ताई, तुमचे पगार कसे होतात हो?"

"आम्ही कर्मचारी जेथे काम करतो, तेथील बँकेत पगार जमा होतो."

"ताई, शिपाई आणि स्वयंपाकी यांचे पगार वेगवेगळे होतात?"

"हो. हे म्हणणे खरे आहे."

"शिपायाची कार्यालयाची वेळ ही शाळेच्या कामकाजाची वेळ असते आणि स्वयंपाकी कामाची वेळ २४ तास अशी आहे. आणि तुमची नेमणूक शिपाई म्हणून आहे."

"हो. हे म्हणणे खरे आहे."

"मुलांना दिवसातून दोन वेळा जेवण दिले जाते."

"हो. हे म्हणणे खरे आहे."

"आता या सगळ्या मुलांना जेवायला वेळ किती ३ ते ४ तास लागत असतील?"

"नाही. हे म्हणणे खरे नाही."

"ताई, जकातवाडीच्या शाळेतील ५०० मुलं एकाच वेळी जेवणाकरीता बसू शकत नाहीत आणि करंजेतील शाळेतील ३०० मुलं एकाच वेळी जेवायला बसू शकत नाहीत."

"नाही. हे मी सांगू शकत नाही."

“सर्वांत पहिलं प्राथमिक शाळेतील मुली जेवण करीत असत. त्यानंतर प्राथमिक शाळेतील मुलं जेवण करत असत, हे बरोबर आहे ना?”

“हो. हे म्हणणं खरं आहे.”

“आता याच क्रमाने मुली व मुले हायस्कूल, कनिष्ठ महाविद्यालय, एम.एस.डब्लू. या क्रमाने जेवण घेत असत.”

“हो. हे म्हणणं खरे आहे.”

“काही मुलं पंगतीला बसायचेत, आणि काही मुलं भोजनगृहातील आधीची पंगत उठेपर्यंत कॅन्टीनमध्ये बसायची. आणि कॅन्टीनमध्ये जागा नसली तर विद्यार्थी पॅसेजमध्ये बसायचे.”

“हो. हे म्हणणं खरे आहे.”

“मेस, कॅन्टीन, पॅसेज, किचन, धान्याची कोठी हे एकमेकांना लागून आहेत, हो ना?”

“हो. हे म्हणणं खरं आहे.”

“हे सारं एकाच छताखाली आहे?”

“हो. हे म्हणणे खरे आहे.”

“याच बिल्डिंगमध्ये प्रिन्सिपलचे ऑफीस आहे?”

“नाही. हे खरे नाही.”

“आता बघा, ही मुलं जेवताना रेक्टर,हेडमास्तर आणि चतुर्थ श्रेणीतले कर्मचारी हे जेवण वाढण्याकरिता कम्पलसरी हजर राहत.”

“नाही. हे म्हणणे खरे नाही.”

“कामाच्या वेळेव्यतिरिक्त धान्याची कोठी व स्वयंपाकघर कुलूप लावून बंद केले जाई व त्याच्या चाव्या रेक्टरकडे ठेवल्या जात?”

“हे म्हणणे खरे नाही.”

“ताई, किराणा माल कोठीत ठेवला असल्याने चोरी होऊ नये, या उद्देशाने त्यांना कुलूप लावले जाई.”

“नाही. हे म्हणणं खरं नाही.”

“आता याच कारणासाठी स्वयंपाकघरालाही कुलूप असे.”

“नाही. हे खरं नाही.”

“धान्याच्या कोठीतील व स्वयंपाकघरातील मालाची नोंद ठेवली जात असे, त्याचे रजिस्टर रेक्टरच्या ताब्यात असते.”

“याबाबत मला माहिती नाही.”

“प्रत्येक शाळेमध्ये स्वयंपाकी व शिपाई यांची पदे ठरलेली होती आणि त्याप्रमाणे ती भरली जायची.”

"नाही. याबाबत मला माहिती नाही."

"ताई, १२/६/२००८ रोजी नोकरीसाठी तुम्ही अर्ज दिला होता, आणि त्याच दिवशी तिथे मुलाखती चालू होत्या. त्यामध्ये तुम्ही मुलाखतही दिली."

"नाही. हे मला आठवत नाही."

"असं म्हणता, मग ही ऑर्डर आहे,जरा ती बघता का? १५/०६/२००८ रोजी नेमणुकीचे पत्र दिले होते."

"ही माझी ऑर्डर दाखवल्याने हे म्हणणे बरोबर आहे. सुरुवातीला माझी नेमणूक प्रत्येकी एका वर्षाकरीता असायची."

"हे सर्व नेमणुकीचे आदेश हे वेळोवेळी तुम्हाला मिळालेत. हा आत्ता जो मी तुम्हाला दाखविला नेमणुकीचा आदेश, तसा वेळोवेळी आदेश मिळाला तुम्हाला?"

"नाही. हे मला आठवत नाही."

"आता जरा ही एक दुसरी ऑर्डर बघा बरं. वाचलीत? तुमचीच आहे ना? कसली आहे ही ऑर्डर?"

"२०११ची ऑर्डर आहे, नि या ऑर्डरने मला संस्थेने कायम केले आहे."

"म्हणजे हा तुमचा कायमचा नेमणुकीचा आदेश आहे?"

"हो. हे म्हणणे खरे आहे."

"या आदेशांमधून असं दिसतं, दि. १३/७/२०१० ते दि. ३०/४/ २०११ या काळात तुम्ही 'उपळी' येथील शाळेत नोकरीला होता."

"हो. हे म्हणणे खरे आहे."

"आणि कायम केल्यावर तुमची कोल्हापूर येथे बदली झाली? त्यामुळे एप्रिल २०११मध्ये तुम्ही कोल्हापूरात काम करीत होता."

"नाही. हे म्हणणे खरे नाही. मी माझ्या नेमणुकीच्या ठिकाणी दररोज हजेरीपुस्तकात सही केली आहे."

"ताई, या हजेरीपुस्तकावर तुमच्या नावाच्या पुढे हेडमास्तर तुमच्या सह्या घेत होते."

"हे म्हणणे खरे नाही. सन २००८ ते सन २०१० या काळात मी 'करंजे शाळे'त हजेरीपटावर सह्या केलेल्या आहेत व माझ्या सह्या अनिल जाधव या हेडमास्तरांनी घेतल्या आहेत, हे म्हणणे खरे आहे."

"ताई, प्रत्येक शाळेमध्ये हजेरीपत्रक आहे."

"२००८पासून म्हणजेच माझ्या नेमणुकीच्या तारखेपासून मी 'करंजे व उपळी' येथेच काम केले आहे, हे म्हणणे खरे नाही."

"अहो ताई, तुम्ही असं म्हणालात ना, जिथे नोकरी करता तिथेच सह्या करता? बरं असं सांगा, जकातवाडीच्या शाळेमध्ये तुम्ही काम केलंत, असा काही

कागदोपत्री पुरावा तुमच्याकडे आहे का? तुम्ही कुठल्या कागदावर सही केली आहे? एकतरी सही तुमची त्यांच्या मस्टरला आहे का?''

''नाही.''

''आता बघा, प्रत्येक शाळेतल्या स्वयंपाकिणींना आळीपाळीने मुलींच्या निवासी होस्टेलमध्ये झोपायची सोय होती.''

''नाही. हे म्हणणे खरे नाही.''

''ताई, स्वयंपाकी महिला कधीच स्वयंपाकखोलीत झोपल्या नाहीत?''

''हे खरे नाही.''

''ताई, २००८ ते २०१० या काळात तुम्ही जकातवाडीत काम केलंत. त्यावेळी तिथे चंद्रकला बोयणे या शिपाई होत्या. शिपाई म्हणून त्या तिथे कार्यरत होत्या. मी आत्ता दाखवलेली ऑर्डर त्यांचीच आहे ना!''

'' हो. म्हणजे त्या शाळेत शिपायाची नेमणूक झाली होती.''

''हो?''

''मग त्या तिथे शिपाई म्हणून काम करीत होत्या?''

''नाही. हे खरं नाही.''

''आता बघा शिपायांना शाळेत राहण्याची परवानगी नव्हती?''

''होती. मी स्वत:हून सांगते की, माझ्या म्हणण्याप्रमाणे सूरज बोंद्रे याला लक्ष्मण माने यांनी माझ्या कार्यकालावधीत काढून टाकले होते.''

''एखाद्याला नोकरीवरून काढून टाकायचे असेल तर आणि तक्रार आली असेल तर त्याचा निर्णय समिती घेत होती, हे तुम्हाला माहिती आहे का?''

''नाही.''

''मनाला वाटलं म्हणून तुम्हालाही नोकरीतून काढून टाकलेलं नाही?''

'' नाही. मी अजून काम करते. निर्णय कमिटी घेते की कसे, हे मला माहिती नाही.''

''आता तुम्ही म्हणता तुमच्या कार्यकाळामध्ये सूरज बोंद्रेला नोकरीतून काढलं. याची काय तारीख सांगता येईल का?''

''नाही. मला आठवत नाही.''

''आता लक्ष्मण माने हे जकातवाडीच्या परिसरात राहत होते का हो?''

''नाही. ते या परिसरात राहत नव्हते.''

''आणि ताई, शाळेचे हेडमास्तर, कॉलेजचे प्राचार्य, रेक्टर कॉलेजच्या आवारातच राहत होते?''

''नाही.हे म्हणणे खरे नाही.''

''ताई, प्राचार्य चौधरी हे शाळेच्या आवारात असलेल्या घरात राहत

होते?''

''नाही. मला माहिती नाही.''

''ताई, प्राचार्य राहत होते त्या घराव्यतिरिक्त या परिसरात ते राहण्याकरीता इतर कोणतीही वास्तू नव्हती?''

''हे म्हणणे खरे नाही.''

''या शाळांना सरकारी अधिकारी अचानकपणे भेट देऊन सगळी चौकशी करत असत आणि त्या चौकशीचा अहवाल ते सरकारला देत असत.''

''हे म्हणणे खरे नाही की, सरकारी अधिकाऱ्यांच्या वेगवेगळ्या खात्यांच्या अचानक भेटी शाळेला होत होत्या व त्या संबंधीचा अहवाल ते शासनाला देत होते.''

''ताई, आता हे कागद बघा. हे सगळे सरकारी अधिकाऱ्यांचे रिपोर्ट आहेत आणि या सगळ्या तपासण्यांना जे कर्मचारी तिथे काम करीत होते, त्यांच्याच सह्या आहेत.''

''हो. हे म्हणणं खरं आहे.''

''आता त्या भेटीदरम्यान मुलांना दिलेले जेवण, इतर वस्तू, कर्मचाऱ्यांची, उपस्थिती व इतर बाबी तपासत होते.''

''हे मला माहीत नाही. अशा भेटी करंजे शाळेत १० तरी झाल्या असतील, आणि प्रत्येक वेळी मी तिथे हजर होते. हे मला आत्ता दाखवलेल्या कागदावरून मी सांगते.''

''आता अशाच भेटी जकातवाडीच्या शाळेतही झाल्या असणार ना?''

''हो, हे म्हणणं खरं आहे.''

''ताई, तुम्ही जकातवाडीच्या स्वयंपाकीपदावर कामाला होता, असे दाखवणारी नोंद आत्ता तुम्हाला दाखवलेल्या सरकारी रिपोर्टमध्ये कुठेही नाही.''

''हो. हे म्हणणं खरं आहे.''

''आणि तुम्ही कोणत्याही अधिकाऱ्यांना या शाळेत नेमणूक नसताना मला इथे काम करायला लावतात, अशी तक्रार केली नव्हती.''

''हो. हे म्हणणं खरं आहे.''

''आता कोणत्याही अधिकाऱ्याने तुम्हाला तुमचे नाव विचारले नाही आणि तुम्ही आपणहून आपले नाव सांगितले नाही.''

''हो. हे म्हणणं खरं आहे.''

''बाकीच्यांनी मात्र त्यांची नावे सांगितली.''

''मला माहिती नाही.''

''ताई, जरा मोठ्याने बोला. ताई, तुम्ही २०११ला 'उपळी'च्या शाळेमध्ये

शिपाई म्हणून काम करीत होतात?''

''हो हे म्हणणं खरं आहे.''

''मुख्याध्यापकांनी तुम्हाला तोंडी आदेश दिला होता, की सरकारी परिपत्रक आलेले आहे. कोणीही शिक्षकांनी आपला मोबाइल शाळेच्या प्रांगणामध्ये वापरायचा नाही. शाळेत असेपर्यंत वापरायचा नाही.''

''हो.''

''त्याप्रमाणे तुम्ही सर्व शिक्षकांना सांगितलेत. मग सर्व शिक्षकांनी मोबाइल जमा केले.''

''नाही डी.डी.सरांनी जमा केला नाही. बाकी सर्वांनी जमा केला.''

''त्यावेळी डी.डी.सर ५ वीच्या वर्गावर शिकवत होते. तुम्ही त्यांच्याकडे गेलात व फोन जमा करण्याकरिता मागितला.''

''हो. हे म्हणणं खरं आहे.''

''आणि मग डी.डी.सरांनी फोन दिला नाही. त्यांनी तुम्हाला ढकलून दिलं आणि तुमची व त्यांची बाचाबाची झाली. भांडण झालं.''

''नाही. असं काही घडलं नव्हतं.''

''बरं. मग शाळेचे मुख्याध्यापक आणि तुम्ही पोलीस कंम्लेट करायला कशाकरिता गेला होतात? गेला होता ना?''

''हो. हे म्हणणं खरं आहे.''

''आणि ताई बघा, तुम्हाला आठवत असेल तुम्ही संस्थेकडे पण लेखी तक्रार केली होती, आणि डी.डी.सरांच्या विरुद्ध पोलिसांनी कारवाई केली होती.''

''मी तक्रार केली होती हे खरे. पोलिसांकडेही तक्रार केली होती,हे खरे; परंतु पोलिसांनी कारवाई केली होती, की कसे हे मला माहीत नाही.''

''ताई, तुमच्या या तक्रारीमुळे डी.डी.सरांच्यावर संस्थेने चौकशी समिती नेमली व त्यांची आणि तुमची भांडणं वर्गामध्ये झाली. अर्वाच्च शिवीगाळ झाली. हे चौकशीकमिटीपुढे निष्पन्न झाले व त्याप्रमाणे डी.डी. सरांना संस्थेने काढून टाकले होते. हे तर खरं आहे ना?''

''हो. हे म्हणणं खरं आहे.

''त्यानंतर डी.डी.सरांनी या निर्णयाच्या विरोधी स्कूल ट्रॅब्यूनलकडे दाद मागितली होती.''

''हे मला माहीत नाही.''

''ताई, खरंच तुम्हाला माहिती नाही?''

''नाही. मग महाराष्ट्र अँडमिनिस्ट्रेटिव्ह ट्रॅब्यूनलकडे आपण, 'मी इतरांच्या सांगण्यावरून खोटी फिर्याद दिली आहे,' असे ॲफिडेव्हिट दाखल केले होते हे

खरे ना?''

''हो. हे खरं आहे.''

''आता मग तुम्ही केलेल्या ॲफिडेव्हिटमुळे ट्रॅब्युनलने डी.डी.सरांना पुन्हा कामावर घेतले होते.''

''हो. हे म्हणणं खरं आहे.''

''हे डी.डी.सर, सलमामॅडम, त्यांचे पती इस्लामपूरकरसर, विजय प्रताप गुपचुपेसर या लोकांनी लक्ष्मण माने यांच्याविरुद्ध वेगवेगळी आंदोलने केली होती.''

''मला माहीत नाही.''

''डी.डी.सर यांना पुन्हा नोकरीवर रुजू करून घेतल्यावर तुम्ही त्या आंदोलनामध्ये सहभागी झालात?''

''नाही.''

''लक्ष्मण माने यांच्याविरुद्ध मा. श्री.शरद पवार व इतर मान्यवरांना लेखी निवेदने देत असत.''

''हो. हे म्हणणं खरं आहे.

''त्यामध्ये तुम्ही, कमळाबाई कोल्हापूरकर, पूजाबाई सातारकर यांचा सहभाग असायचा.''

''हे म्हणणं खरं नाही.''

''ताई, संस्थेच्या पदाधिकाऱ्यांना तुम्ही दिलेली ही निवेदने बघा. ही सही तुमचीच आहे ना?''

''हो. माझीच आहे.

''हा मजकूर वाचलात का?''

''हो वाचला.''

''तुम्ही, कमळाबाई कोल्हापूरकर, पूजाबाई सातारकर यांच्या सह्या आहेत ना या निवेदनावर?''

''हो. हे म्हणणं खरं आहे.''

''ताई, लक्ष्मण माने यांच्याविरुद्ध जी उपोषणं केली आहेत, त्या उपोषणांतही तुम्ही होतात?''

''हो, हे म्हणणं खरं आहे.''

''म्हणजे तुम्ही, या लक्ष्मण माने यांच्या विरुद्धच्या लढाईमध्ये होतात.''

''हो. हे म्हणणं खरं आहे.''

''ताई, २०११ नंतर अनेक नोटिसा संस्थेकडून तुम्हाला देण्यात आल्या आणि 'अंडरप्रोटेस्ट' असे इंग्रजीमध्ये लिहून त्या नोटिसा स्वीकारल्या आहेत.

''हो. हे म्हणणं खरं आहे.''

"या नोटिसांमध्ये तुम्ही शाळांचा परिसर स्वच्छ ठेवत नाही. मुलांकडे लक्ष देत नाही. मुलांना स्वच्छता करायला लावणे. न सांगता कामावरून गैरहजर राहणे या स्वरूपाच्या त्या नोटिसा होत्या.

"हो."

"ताई, 'अंडरप्रोटेस्ट' या शब्दाचा अर्थ माहिती आहे का हो?"

"नाही."

"मग या नोटिसांवर 'अंडरप्रोटेस्ट' स्वीकारली, असे लिहून स्वीकारत असत."

"हो."

"म्हणजे हा शब्द तुम्ही मनाने लिहित नव्हता. सलमामॅडम, डी.डी. सर यांच्या सांगणेवरून लिहित असत."

"हो, हे म्हणणं खरं आहे."

"ताई, अजूनही तुम्ही नोकरीत आहतच, ना हो?"

"हो मी अजूनही नोकरीत आहे."

"आता बघा ताई, डी.डी.सरांच्या तुम्ही केलेल्या ॲफिडेव्हिटमध्ये तुम्ही त्यांच्याविरुद्ध केलेली खोटी फिर्याद लक्ष्मण माने यांच्या सांगण्यावरून केली असे लिहिले होते, हे खरे आहे."

"हो. हे खरं आहे."

"म्हणजे लक्ष्मण माने यांच्याबद्दलची भीती तोपर्यंत तुमच्या मनातून गेलीच होती."

"हो, हे म्हणणं खरं आहे."

"अजूनही तुम्हाला कामावरून काढून टाकलेले नाही."

"नाही."

"ताई, उपळी, करंजे या शाळांमध्ये जिथं काम केलं, तिथंसुद्धा तुम्हाला मुख्याध्यापकांच्या खूप नोटिसा मिळाल्या."

"हो. हे म्हणणं खरं आहे."

"ताई, रुक्मिणी सातारकर हिने दिलेल्या फिर्यादीत तुमचा जबाब झाला आहे."

"हो. हे म्हणणे खरे आहे."

"तो २७/३/२०११ रोजी झाला. खरे ना?"

"मला आठवत नाही."

"आता तुम्ही आणि रुक्मिणी सातारकर यांनी एकत्र फिर्याद दिली, असा जबाब दिला आहे."

"हे मला आठवत नाही."

"बरं... आता हा जबाब वाचा. झाला वाचून? तुम्ही पोलिसांना तुमच्या जबाबातील पोर्शन मार्क 'A'चा मजकूर सांगितला नव्हता. हे बरोबर आहे ना?"

"पोलिसांनी तसे का लिहून घेतले नाही, याचे कारण मला सांगता येणार नाही."

"आता कमळाबाई कोल्हापूरकर यांच्या प्रकरणातही पोलिसांनी तुमची चौकशी केली होती व जबाब घेतला होता."

"हो. हे म्हणणं खरं आहे."

याच प्रकरणात कलम १६४प्रमाणे न्यायाधीशांसमोर तुमचा जबाब घेतला होता. तो जबाब न्यायालयाने शपथेवर घेतला होता. तो जबाब तुमच्या सांगण्याप्रमाणे घेतला होता."

"हो. हे म्हणणं खरं आहे."

"फौजदारी कलम १६४चे जबाबात लक्ष्मण माने यांनी तुमच्यावर बलात्कार केल्याबद्दलचा उल्लेख तुम्ही केलेला नाही."

"नाही. मला आठवत नाही."

"ठीक आहे. हा जबाब मी दाखवतो. पहा. वाचून घ्या. ही जबाबाची सही-शिक्क्याची नक्कल आहे. वाचलीत? या न्यायालयाच्या समोरच्या जबाबात तुम्ही सन २००८ ते २०१० या काळात बलात्कार केला असा उल्लेख त्यात नाही."

"हो,मी जबाब वाचला. त्यात तसे म्हटलेले नाही."

" मग माझं म्हणणं असं की, लक्ष्मण माने यांच्याविरुद्ध डी.डी.सर, सलमामॅडम यांच्या सांगण्यावरुन तुम्ही खोटी फिर्याद दिली आहे. डी.डी.सर व इतर हे लक्ष्मण माने यांच्याविरुद्ध आजही वेगवेगळ्या तक्रारी देत आहेत."

"हे मला माहीत नाही."

"तुम्ही जकातवाडी येथे कधीही कामाला नव्हतात व वरील लोकांच्या सांगण्यावरून खोटी फिर्याद दिली, असं माझं म्हणणं आहे."

"नाही. हे म्हणणं खरं नाही.

"ताई, सन २००८मध्ये जकातवाडीला गेले, लक्ष्मण माने यांना भेटले. त्यांनी मला स्वयंपाकी म्हणून नेमले व मी जकातवाडी येथे रुजू झाले, हे तुम्ही खोटं सांगत आहात."

"नाही. हे म्हणणं खरं नाही."

"जकातवाडीमध्ये तुम्ही स्वयंपाक खोलीत राहत होत्या. तेथे काळेबाई जयसिंगपूरकर, रूक्मिणी सातारकर, पूजाबाई सातारकर, कमळाबाई कोल्हापूरकर राहत होत्या. हे तुम्ही खोटं सांगत आहात."

"नाही. हे म्हणणं खरं नाही."

''ताई, पूजाबाई सातारकर यांची नेमणूक पहिल्यापासून पुणे येथे व कमळाबाई कोल्हापूरकर पहिल्यापासून कोल्हापूर येथे होती.''

''मला आठवत नाही. मी स्वत:हून सांगते की, माझ्या जबाबात पोलिसांना सांगितले होते की, लक्ष्मण माने रोज आश्रमशाळेत येत होते. पोलिसांनी तसे का लिहून घेतले नाही, याचे कारण मला सांगता येत नाही.''

''ताई, लक्ष्मण माने यांनी तुम्हाला पॅसेजमध्ये बोलावून घेतले व नजरेने पाहिले. ही घटना दि. १८/८/२००८ला घडली, आणि त्यांनी 'यशवंत बंगल्या'त दि. १९/८/२००८ रोजी तुमच्यावर बलात्कार केला, हे तुम्ही पोलिसांना सांगितलेच नाही.''

''नाही, हे खरे नाही.''

''ताई, त्या संपूर्ण परिसरात 'यशवंत' नावाचा बंगला नाही.''

''हे म्हणणं खरं नाही.''

''ताई, आरोपीने तुम्हाला ओरडू नको असे म्हणत ओढत, बेडरूममध्ये नेलं असं तुम्ही खोटं सांगताय.''

''नाही. हे म्हणणं खरं नाही.''

''तुम्ही घटनेबाबत कोणाला सांगितले तर नोकरीवरून काढून टाकेन, अशी खोटी धमकी दिली. हे तुम्ही खोटे सांगत आहात.''

''हे म्हणणं खरं नाही.''

''तुम्ही रडत स्वयंपाकघरात गेलात. घटनेबाबत कुणाला सांगितले नाही, हे खोटे आहे.''

''हे म्हणणं खरं नाही.''

''अशी कोणतीही घटना घडली नाही व त्यामुळे तुम्ही कोणाला सांगितले नाही. खरे आहे ना?''

''नाही, हे म्हणणे खरे नाही.''

''आरोपीने तुमच्यावर किचन, मेस, प्रेसिडंट रूम, स्टोअररूम याठिकाणी, अनेकवेळा दर आठ ते दहा दिवसांनी तुम्हाला कामावरून काढून टाकीन, अशी धमकी देऊन वेळोवेळी बलात्कार केला, हे तुम्ही खोटे सांगत आहत.''

''नाही. हे म्हणणं खरं नाही.''

''तुम्हाला करंजे शाळेत शिपाईपदाची नेमणूक देऊन जकातवाडी येथे स्वयंपाकी म्हणून कामाला लावले, हे तुम्ही खोटं सांगताय?''

''नाही. हे म्हणणं खरं नाही.''

''आरोपीने तुम्हाला कोल्हापूर येथे येऊन नोकरीवरून काढून टाकीन अशी धमकी दिली, हे तुम्ही खोटं सांगत आहात.''

''नाही. हे म्हणणं खरं नाही.''

''ताई, तुम्ही मनीषा गुरवला ओळखता का हो?''

''हो.''

''कोठे आहेत त्या?''

''त्या तिकडे मागे बसल्यात.''

''त्याच आहेत ना?''

''हो. त्याच आहेत.''

''या मनीषा गुरव धान्याच्या कोठडीत यायच्या. कोठीत बोलावून घ्यायच्या. हे तुम्ही खोटं सांगताय.''

''नाही. मी खरं सांगतेय.''

''आरोपी तिथे येत होता व तुमच्यावर बलात्कार करत होता. हे तुम्ही खोटं सांगताय.''

''नाही.''

''ताई, जकातवाडीतला हा किचनचा सारा परिसर रात्री १२ वाजेपर्यंत गजबजलेला असायचा.''

''नाही हे खरं नाही.''

''ताई, प्रेसिडेंट रूमची खोली नेहमी बंद असते. जेव्हा शरद पवार येतात तेव्हाच ती उघडली जाते व त्यासंबंधीचे रेकॉर्ड ठेवले जाते, हे तुम्हाला माहिती आहे का?''

''नाही. हे म्हणणं खरं नाही.''

''त्या खोलीच्या चाव्या महाविद्यालयाचे प्राचार्य चौधरी यांचेकडे असायच्या.''

''मला माहीत नाही.''

''ताई, या कामामध्ये तुम्ही तुमचा वकील दिलाय?''

''हो.''

''काय नाव आहे त्यांचं?''

''लांडगे वकील.''

''मग फी दिलीत का त्यांना''

''देणार आहे; पण फीची रक्कम अजून ठरली नाही.''

''म्हणजे वकील फुकट दिलेत की काय? का कुणी आर्थिक मदत करतंय? डी.डी.सर, सलमामॅडम, विजय गुपचुपे, इस्लामपूरकरसर हे काय वर्गणी काढून मदत करतात काय?''

''नाही. हे खरं नाही.'' हे बघा ताई, तुमच्या या वकिलाची नेमणूक सुद्धा या टोळीनेच केली आहे.''

''नाही. हे म्हणणं खरं नाही.''

''ताई, तुम्ही सर्व फिर्यादींनी डी.डी.सर, विजय गुपचुपेसर, इस्लामपूरकरसर आणि सलमामॅडम आणि इतर यांनीही ही खोटी फिर्याद घडवून आणली आहे, असं माझं म्हणणं आहे.''

''नाही. हे म्हणणं खरं नाही.''

''ताई, अहो अशा कुठल्याच घटना घडल्याच नव्हत्या. त्यामुळे सन २०११ नंतर तुम्ही चार-पाच वर्षांमध्ये फिर्याद दिली नाही.''

''नाही. हे म्हणणं खरं नाही.''

''ताई, २७/४/२०१३ला तुम्ही पोलिसांना घटनास्थळं दाखवली. बरोबर. ना?''

''हो. बरोबर आहे.''

''तुम्ही घटनास्थळी गेलात तेव्हा कोणत्याही घटनास्थळाला कुलूप लागलेले नव्हते? किचन, स्टोअररूम यांना कुलूप नव्हते.''

''हो. हे खरे आहे. मी स्वत: सांगते, आम्ही प्राचार्यांच्या खोलीकडे गेलो नाही आणि प्रेसिडेंटच्या खोलीला कुलूप होते. किल्ल्या गेटवरून मागवल्या.''

''मग कुणी आणल्या त्या?''

''चाव्या कोण घेऊन आलं, हे मला आठवत नाही.''

''मग, किचन, स्टोअररूम, प्रेसिडंटरूम इथं असलेल्या लोकांची पोलिसांनी चौकशी केली असणार ना? मग त्यांचे जबाब वगैरे काही घेतले का?''

''हे मला आठवत नाही.''

''तुम्ही गेलात की नाही किचनमध्ये, तेव्हा तेथे स्वयंपाकीमावशी, कामाठीनाना स्वयंपाकघरात होते. त्यांची पूर्ण नावं माहीत आहेत का तुम्हाला? खूप वर्षांपासून ते तिथं काम करतात.''

''नाही. मला माहीत नाही.''

''आता ताई, माझं म्हणणं असं आहे, की जे घडलंच नाही, ते घडवण्याचा कट तुम्ही लोकांनी केलात. लक्ष्मण माने यांनी तुमच्यावर कधीही बलात्कार केला नव्हता. तुम्ही सगळ्यांनी त्यांना खोटेपणाने गुंतवण्याकरीता खोटी फिर्याद दिली आणि तुम्ही खोटी साक्ष देत आहात, असा माझा तुम्हावर आरोप आहे.''

''नाही. हे खरे नाही.''

यानंतर आता आरोपी नं. २ मनीषा गुरव यांचेतर्फे उलटतपास झाला व माझ्या वकिलांचा उलटतपास संपला. आरोपी नं. २ तर्फे ॲड. दुदूस्कर-

''तुम्हाला लिहिता-वाचता येते?''

''होय.''

"फिर्याद दिली तेव्हा तुम्ही कोठे नोकरी करीत होतात?"

"मी कोल्हापूर येथे नोकरी करीत होते."

"मघाशी तुम्ही उलटतपासात म्हणालात, पेपरमध्ये, बातमी वाचून तुम्ही फिर्याद दिली? ते कोणत्या पेपरमध्ये बातमी बघून तुम्ही फिर्याद दिलीत त्या पेपरचे नाव सांगता येईल का?"

"नाही मला नाव सांगता येणार नाही."

"ही बातमी किती पेपरांत आली ते तुम्हाला ठाऊक आहे का?"

"नाही ते मला सांगता येणार नाही."

"बरं... सातारा ते पाचगाव किती किलोमीटर अंतर आहे, ते तरी सांगता येईल का?"

"नाही."

"मग येताना रजा टाकली होती का?"

"हे मला सांगता येत नाही."

"मग साताऱ्याला तुम्ही कशासाठी आला होता? फिर्याद द्यायलाच आला होता ना? मग किती वाजता आला होता?"

"४ वाजता."

"अहो... मग जर फिर्याद द्यायला तुम्ही येत होता, तर मी फिर्याद देणेकरिता सातारला जात आहे मला रजा मिळावी, असा काही अर्ज दिला होता का?"

"मला आठवत नाही."

"मग तुम्हाला फार त्रास होत होता का हो? आणि तशी तक्रार यापूर्वी तुम्ही केली होती का संस्थेकडे?"

"नाही. मी होणाऱ्या त्रासाबाबत संस्थेकडे कधीही तक्रार केली नव्हती."

"मग पूजाबाई सातारकर, रुक्मिणी सातारकर, कमळाबाई कोल्हापूरकर यांनी फिर्याद दिलीय, हे तुम्हाला कसं काय कळलं?"

"वर्तमानपत्रात वाचले."

"अहो, वर्तमानपत्रात वाचलं मग कोल्हापूरात तक्रार करायचीत ना?करवीर पोलीस स्टेशनला जाऊन."

"काही तक्रार केलीत का?"

"नाही. करवीर पोलीस स्टेशनला तक्रार दिली नाही."

"अहो बाई. तक्रार पोलीस स्टेशनला द्यायची असते, हे तरी ठाऊक आहे का? का हेही तुम्हाला तिसऱ्या कुणी सांगितलं?"

"नाही. मला तक्रार पोलीस स्टेशनला द्यायची असते, हे माहीत आहे आणि मी करवीर पोलीस स्टेशनला किंवा कोल्हापूरमधल्या कोणत्याही पोलीस स्टेशनला

फिर्याद दिली नाही.''

''मग किती वाजता निघालात तुम्ही? रागानेच निघाला असाल ना?''

''हो. पण मला आठवत नाही.''

''मग. कोल्हापूरातून तुम्हाला बोलावलं, स्पेशल गाडी करून तुम्ही तिथनं आलात, एस.टी.ने आलात की कसे आलात? आणि ज्यांनी बोलावलं त्यांना साताऱ्यात आल्यावर भेटला की नाही?''

''नाही. मी कुणालाही भेटले नाही.''

''यापूर्वी तुम्ही पोलीस स्टेशनला गेला होता आणि गुन्हा कसा दाखल करायचा, हेही तुम्हाला माहिती होतं?''

''हो. या फिर्यादीपूर्वी मला पोलीस स्टेशनला जाऊन फिर्याद द्यायचा योग डी.डी.सरांच्या केसमध्ये आला होता.''

''आणि त्याच्याही अगोदर आला असेलच की?''

''हो. मी माझ्या नवऱ्याच्या विरुद्ध फिर्याद दाखल केली होती आणि घटस्फोटासाठी आमचा दावा कोर्टात चालला व मी नवऱ्यापासून घटस्फोट घेतला. त्याने कोर्ट-कचेऱ्या, पोलीस, वकील हे सगळं मला माहीत होतं.''

''बरं मग आता तुम्ही कुठल्या पोलीस स्टेशनला जाऊन गुन्हा दाखल केला? शहर पोलीस स्टेशनला दाखल केला, की ग्रामीण पोलीस स्टेशनला दाखल केला?''

''मी सातारा ग्रामीण पोलीस स्टेशनला गेले होते.''

''किती वाजता गेलात?''

''४.१५-४.३० ला पोलीस स्टेशनला पोहोचले होते.''

''बाई बघा, पोलीस स्टेशनला तुम्ही ज्या पोलिसाला भेटला, त्याचं नाव, बक्कल नं. त्याच्या खिशावर लिहिलेलं असतं ना? ते सांगता येईल का मग?''

''नाही. मला सांगता येणार नाही.''

''आता तुम्ही एकट्याच पोलीस स्टेशनला गेलात की आणखी कोणी बरोबर होतं?''

''नाही. मी एकटी नव्हते. काळेबाई जयसिंगपूरकर आणि मी. दोघी पोलीस स्टेशनला गेलो होतो.''

''मग आधी कुणाची फिर्याद घेतली?''

''आम्ही दोघी एकत्रपणे काय झालं ते सांगत होतो.''

''असं झालं म्हणता का? मग पोलिसांना तुम्ही जे सांगत होता, ते हाताने लिहून घेतलं की टाइप केलं?''

''मला आठवत नाही.''

"मग त्या दिवशी कुठे होता तुम्ही?"

"आम्ही रात्रभर पोलीस स्टेशनला होतो."

"बरं मग असं सांगा, तुम्ही फिर्यादीवर सही किती वाजता केली."

"मला आठवत नाही."

"आता ज्या मनीषा गुरव यांचं नाव तुम्ही या फिर्यादीमध्ये घेतलंय त्या कोणत्या पदावर काम करतात?"

"मला माहीत नाही."

"यशवंतराव चव्हाण समाजकार्य महाविद्यालय हे तुमच्या संस्थेचं कॉलेज आहे ना?"

"हो."

"मग त्या महाविद्यालयात त्या लेखापालाचं काम करतात."

"मला माहीत नाही."

"मनीषा गुरव तुम्ही तक्रार दिली त्या दिवसापासून आजअखेर निलंबित आहेत, हे तुम्हास ठाऊक आहे का?"

"नाही. हे मला माहीत नाही."

"पण त्या कॉलेजकडे नोकरी करत होत्या, हे तरी माहिती आहे का?"

"नाही."

"जकातवाडीची आश्रमशाळा आणि या गुरव यांचा काडीइतका संबंध नाही,असं माझं म्हणणं आहे."

"नाही हे म्हणणं खरं नाही."

"आरोपी नं. १ ला नाही म्हणाले तर तुझे कामाचे काय होईल, ते बघ अशी धमकी मनीषा गुरवनी दिली हे तुम्ही खोटे सांगताय, असं माझं म्हणणं आहे."

"नाही. मी खरं सांगतेय."

"मनीषा गुरव यांनी माझ्याकडून सक्तीने राजीनाम्यावर सही घेतली हे तुम्ही खोटं सांगताय, असं माझं म्हणणं आहे."

"नाही. हे म्हणणं खरं नाही."

"गुरव मॅडम कोठीत यायच्या. त्या धान्याचा साठा तपासायला यायच्या हे सुद्धा तुम्ही खोटं सांगताय."

"नाही, मी खरं सांगतेय."

"त्या तुम्हाला कोठीत घेऊन जायच्या? आणि आरोपी तेथे येऊन बलात्कार करायचा, हे तुम्ही जाणूनबुजून खोटं सांगत आहात, असं माझं म्हणणं आहे."

"नाही. हे खरं नाही."

"घटनेबाबत कोणाला सांगितले तर नोकरी गमवावी लागेल, अशी धमकी

मनीषा गुरव द्यायच्या हे सुद्धा तुम्ही खोटे सांगता आहात, असं माझं म्हणणं आहे.

“नाही. मी खरं सांगतेय.”

“लक्ष्मण माने ही चांगली व्यक्ती आहे, असं मनिषानं तुमच्याकडून सक्तीने लिहून घेतलं असं जे काही तुम्ही सांगताय ना, ते सुद्धा खोटं आहे.”

“नाही. हे खरं नाही.”

“आता बाई बघा, तुमची ज्या ठिकाणची नेमणूक होती, त्या ठिकाणी हजेरीपटावर सही करायला मनीषा गुरव तुम्हाला पाठवायच्या. हे तुम्ही मघाशी उलटतपासात सांगितलेत. हे तुम्ही पोलिसांना सांगितले नव्हते.”

“नाही नाही. मी पोलिसांना सांगितले होते. पोलिसांनी तसे का लिहून घेतले नाही, याचे कारण मला सांगता येत नाही.”

“बाई, डी.डी.सर, सलमा मॅडम, विजय गुपचुपे, इस्लामपूरकरसर या लोकांच्या सांगण्यावरनं तुम्ही ही खोटी फिर्याद दाखल केली आहे, असं माझं म्हणणं आहे बघा.”

“हे म्हणणं खरं नाही.”

यानंतर सदरच्या फिर्यादीची साक्ष व उलटतपास संपला. फेरतपास नाही, असा शेरा मारून न्यायालयाने मुरलीताई यांचा दि. ३/२/२०१६ रोजी तपास संपवला.

आता सरकारतर्फे साक्षीदार क्र. ३ चा शपथेवर सरतपास सुरू झाला.

“नाव काय तुमचे?”

“सलमा इस्लामपूरकर.”

“वय ४६ वर्षं, धंदा- नोकरी, राहणार-सातारा.

“तुम्ही कोणत्या शाळेत काम करीत होतात?”

“शारदाबाई पवार आश्रमशाळा, जकातवाडी.”

“काय म्हणून काम करीत होता?”

“सन१९९९ते २०००पर्यंत एक वर्ष मी शिक्षिका म्हणून काम पाहत होते.”

सन २०००नंतर मी अधीक्षक म्हणून काम पाहत होते. सन २००८मध्ये मी कनिष्ठ महाविद्यालयाचा पदभार सांभाळत होते.”

“आश्रमशाळेचे अधीक्षक म्हणून काय काय कामे करीत होतात? मुलांचे संगोपन म्हणजे त्यांचे जेवण, त्यांची देखभाल याचे काम पाहत असे.”

“आणखीन काय काम करीत होतात?”

“आश्रमशाळेच्या इतर कर्मचाऱ्यांकडून काम करून घेण्याची जबाबदारी सुद्धा माझीच होती. माझी पोस्ट रहिवासी असल्याने मला शाळेत राहावे लागत होते.”

“तुम्ही लक्ष्मण माने यांना ओळखता का?”

“होय.”

"ते शाळेत केव्हा येत असत मग?"

"ज्या ज्या वेळी आरोपी साताऱ्यात असतील, तेव्हा रोज ते आश्रमशाळेत यायचे."

"बरं पुढे?" ते बगिचा, स्टोअररूम, स्वयंपाकघर, होस्टेल येथे सर्व ठिकाणी भेट द्यायचे. ते भेटीदरम्यान किचनमधील एखादी स्टाफची व्यक्ती बरोबर घ्यायचे. ती स्टाफची व्यक्ती स्त्रीच असे."

"या मुरलीताई आहेत, यांना तुम्ही ओळखता?"

"होय. सन २००८ साली मुरलीताई नावाची स्त्री जकातवाडी आश्रमशाळेचे किचनमध्ये काम करू लागली."

"मग तिची ऑर्डर तुमच्या शाळेत निघाली होती? मग तिला हजर करून घेतलीत का?"

"जरी तिची ऑर्डर 'उपळी' येथील शाळेत शिपाई म्हणून होती, तरी तिला जकातवाडी येथील शाळेत स्वयंपाकी म्हणून काम करावे लागत होते. ज्या ज्या वेळी लक्ष्मण माने संध्याकाळी शाळेत येत होते, तेव्हा ते तिच्याबरोबर बोलत बसायचे. काही दिवसांनंतर ते तिला 'यशवंत' बंगल्यात चहा करण्याकरीता घेऊन जात होते. ती परत आल्यावर बोलायची नाही आणि शांत रहायची. काही दिवसांनंतर माझे कानावर आले, की लक्ष्मण माने तिचेबरोबर वाईट वागल्यामुळे ती शांत होती. कोर्टासमोरील आरोपी तेच आहेत."

सरकारी वकीलांचा सरतपास संपला आणि माझे वकील ॲड. एम.टी.यादव यांनी तिची उलटतपासणी सुरू केली.

"मॅडम नाव काय तुमचं म्हणालात?"

"सलमा इस्लामपूरकर."

"तुम्ही अधीक्षकाचे काम करीत होतात? काय काय कामे होती तुमची?"

"कर्मचारी उपस्थित आहे का गैरहजर आहेत, ते वेळेवर येतात किंवा नाही, हे पाहणे."

"मग त्यासाठी तुमच्याकडे मस्टर असेलच ना?"

"हो. आम्ही मस्टररोल ठेवलेला होता. त्यामध्ये कर्मचाऱ्यांची नावे, दिवस, तारीख व सहीकरिता रकाना होता."

"हे खरं आहे."

"तुमच्या या पदाची रँक काय आहे?"

"अधीक्षक हे पद मुख्याध्यापकानंतर दुसरे जबाबदार पद आहे. वसतिगृहाचा सुपरिंटेन्डन्ट हा वसतिगृहाचा सर्वाधिकारी असतो."

"मुलं आजारी वगैरे पडत असत ना?"

"हो. मुलांचे संगोपन, आजारी मुलांचे वैद्यकीय उपचार करण्याची जबाबदारी माझीच होती."

"आता या कर्मचाऱ्यांच्या तक्रारी झाल्या तर?"

"कर्मचाऱ्यांचे वादविवाद, आपसातल्या तक्रारी हे काहीही झालं तरी त्या सर्व तक्रारी सोडवण्याची जबाबदारी माझीच होती."

"मग तुमचे इमिजिएट बॉस कोण होते?"

"आश्रमशाळेचे मुख्याध्यापक हे माझे इमिजिएट बॉस होते."

"तुम्हा दोघांची आपसामध्ये मतभेद व भांडणे होती. तुम्ही एकमेकांविरुद्ध तक्रारी करीत होता. सन २०१०ला संस्थेनी इमारतीच्या जवळपास सर्व इमारतींत सी.सी.टी.व्ही. कॅमेरे बसवले."

"हो."

"मॅडम तुम्ही आणि आश्रमशाळेचे मुख्याध्यापक एकमेकांवर आरोप-प्रत्यारोप करत होतात. २०१०पर्यंत तुमच्या आणि लक्ष्मण माने यांच्यामध्ये कसल्याही कटकटी नव्हत्या."

"हो. हे म्हणणे खरे आहे की, २०१०पर्यंत अधीक्षकपदाची जबाबदारी आरोपीने विश्वासाने माझ्याकडे दिली होती."

"त्यामुळे तुमची त्यांच्याबद्दल काही तक्रार नव्हती."

"हे म्हणणं खरं आहे. सन २०१०पर्यंत माझी स्वत:ची आरोपीविरुद्ध कोणतीही तक्रार नव्हती. आत्ता मला १३/११/२०१०चे पत्र दाखवले. ते मी आरोपीला लिहिलेले आहे."

"मॅडम, नीट बघून घ्या. तुमचेच पत्र आहे ना?"

"हो. त्यावर माझी व माझ्या पतीची सही आहे."

"आता या पत्रात तुम्ही आरोपीला वडीलांच्या ठिकाणी मानले आहे."

"हो हे म्हणणं खरं आहे. मी त्यांना वडिलांसारखंच मानत होते."

"मॅडम, या पत्रात आरोपीने केलेल्या चांगल्या कामाचे तुम्ही खूप कौतुक केलं आहे आणि मोमीनसर सारखे काहीतरी कुरबुरी करतात, हे सुद्धा लिहिले आहे."

"हो. हे म्हणणं खरं आहे."

"मॅडम, आरोपी तुम्हाला मुलगी मानत होते."

"हो. ते मला मुलगी मानत होते व मी त्यांना वडील मानत होते व त्याच नात्याने मी त्यांना पत्र लिहिले आहे."

"मॅडम, २०१०पर्यंत या संस्थेत सारे आलबेल चालले होते. उत्तम चालले होते; परंतु मोमीनसर तुमच्याविरुद्ध लोकांना चिथावणी देत आहेत, असे तुम्ही पत्रात लिहिले होते."

“हो हे म्हणणं खरं आहे. सदरचे पत्र निशाणी ४२ आहे. ते मला आत्ता वाचून दाखवले. त्यावर माझी व पतीची सही आहे.सदर पत्र न्यायालयाकडे माझ्या वकीलांनी दाखल केले.”

“म्हणजे तुमच्या वसतिगृहाच्या रेकॉर्डवरती रेकॉर्ड तपासल्याची सही असायची.”

“हो. मी जे रेकॉर्ड रजिस्टर ठेवत असायचे, त्यावर मोमीनसरांची सुपरव्हिजन केल्याबाबतची सही असे.”

“ मॅडम, तुम्ही जशा २४ तास तिथे असायच्या,तसे मुख्याध्यापकही सकाळपासून रात्री मुले जेवेपर्यंत तिथेच असायचे.”

“नाही. हे म्हणणं खरं नाही.”

“तुमचं लग्न झालंय ना?”

“हो. मला दोन मुलं आहेत.”

“मग संस्थेने तुम्हाला राहायची व्यवस्था केली असेल ना?”

“हो माझे पतीही तिथेच शिक्षकाची नोकरी करतात. संस्थेने आम्हाला घर दिलं आहे. त्या खोलीमध्ये माझे पती, त्यांचे आई-वडील व माझ्या दोन मुलांसोबत राहात होते.”

“आता मॅडम मला असं सांगा, तुमच्या संस्थेचे तुमचे इमिजिएट बॉस कोण होते?”

“लक्ष्मण माने. ते संस्थेचे कार्याध्यक्ष आहेत. कार्याध्यक्ष हे संस्थेचे प्रमुखपद आहे.”

“संस्थेच्या किती शाखा आहेत?”

“चार माध्यमिक शाळा, चार प्राथमिक शाळा, एक ज्युनिअर कॉलेज व एक सीनिअर कॉलेज.”

“सारे एका ठिकाणीच आहे?”

“नाही. संस्थेची कोल्हापूर, पुणे, सोलापूर, सातारा या जिल्ह्यांच्या ठिकाणी शाळा असल्याने या सर्व शाळांवर कार्याध्यक्ष म्हणून लक्ष्मण माने देखरेख ठेवतात.”

“मॅडम, लक्ष्मण माने हे प्रख्यात गृहस्थ आहेत. त्या काळात ते आमदारही होते.”

“हो. मी काम करत होते त्या काळात ते आमदार होते, हे म्हणणं खरं आहे. सातारा येथे त्यांचे घर आहे. तेथे ते, त्यांची पत्नी, मुलगा, सून इत्यादी सोबत राहतात.”

“ही जकातवाडी आणि करंजे हे किती अंतरावर असेल?”

“दहा किलोमीटर.”

“मॅडम, जकातवाडीच्या शाळेत साडेतीनशेहून अधिक निवासी मुले होती.”

“हो. हे म्हणणं खरं आहे.”

“आता ही सर्व मुलं एकदम जेवायला बसतील, एवढी जागा आहे का

हो तिथे?''

"नाही. एवढी जागा नाही.''

"मग माझं म्हणणं असं आहे, पहिल्यांदा प्राथमिक शाळेची मुले, त्यानंतर माध्यमिकच्या मुली, त्यानंतर माध्यमिकची मुले, त्यानंतर महाविद्यालयाच्या मुली, त्यानंतर महाविद्यालयाची मुले असा क्रम असायचा.''

"नाही. हे म्हणणं खरं नाही.''

"अहो मॅडम, मुले आणि मुली एकत्र जेवत नसत हे तर खरे?''

"हे म्हणणं खरं नाही.''

"मग यांना जेवायला कोण वाढत असतं?''

"दोन स्वयंपाकी, दोन कामाठी, मी स्वत: या मुलांना जेवायला वाढत असू. हे खरे आहे, की नेमलेल्या स्टाफचे रेकॉर्ड ठेवले आहे.''

"मला जरा जेवणाच्या वेळा सांगता का? माझं म्हणणं असं आहे बघा, संध्याकाळी सात वाजता जेवणाची बेल व्हायची. सात वाजल्यापासून मुले रांगा लावून उभी राहायची व वर्गवार ही मुलं एका पाठोपाठ एक पंगतीनी जेवण घ्यायची. साधारण: साडेदहापर्यंत हे जेवणाचे सत्र संपायचे.''

"नाही. हे खरं नाही.''

"बरं, हे जेवण कुठल्या इमारतीत चालायचे?''

"सर्व मुलांचे जेवण 'भिमाई बसेरा' इमारतीत चालायचे.''

"मॅडम, धान्याचे कोठार, मेस, तुमचं ऑफीस, किचन, डायनिंग हॉल हे 'भिमाई बसेरा' नावाच्या एकाच बिल्डिंगमध्ये होतं?''

"होय. हे म्हणणं खरं आहे.''

"मॅडम, आता तुमच्या राहण्याची इमारत आहे, ती मात्र 'भिमाई बसेरा'मध्ये नव्हती हो ना?''

"हो. माझी राहण्याची खोली मुख्य इमारतीत होती. हे म्हणणं खरं आहे.''

"मॅडम, ही धान्याची कोठी आहे. ती कोठी आणि तुमचं कार्यालय यामध्ये फक्त एक दरवाजा आहे.''

"हो. हे म्हणणं खरं आहे.''

"आणि सर्व रेकॉर्ड तुमच्या ऑफीसमध्ये ठेवलेलं असायचं?''

"होय. सारे रेकॉर्ड माझ्या ताब्यात होते व ते माझ्या ऑफीसमध्ये ठेवलेलं असायचं.''

"मॅडम, आता सगळं रेकॉर्ड तुमच्या कपाटांमध्ये आणि तुमच्या बंदिस्त खोलीत ठेवलेले असायचं?

"नाही. हे म्हणणं खरं नाही.''

"मॅडम, धान्याची कोठी आहे ना, तिला कुलूप असायचं?''

''नाही. हे म्हणणं खरं नाही.''

''मॅडम, हे तरी खरं ना की 'भिमाई बसेरा' आणि शाळेची मुख्य इमारत म्हणजे शाळेच्या मेन गेटपासून किमान १०० मी. अंतरावर होती.''

''हो. हे म्हणणं खरं आहे.''

''मॅडम, या मेन गेटला वॉचमन असायचा. तसा स्वतंत्र वॉचमन हा तुमच्या 'भिमाई बसेरा'ला नसायचा. जेवणं झाल्यावर, स्वच्छता झाल्यावर ही इमारत कुलूप बंद असायची.''

''नाही. हे खरं नाही.''

''मॅडम, गार्डन म्हणजे तुमच्या इमारतीच्यासमोर लावलेली फुलझाडं म्हणजे ती दारातच होती ना?''

''हो. हे म्हणणं खरं आहे.''

''मग तिथं मोठी झाडं होती, की छोटी झाडं होती? माझं म्हणणं असं आहे, की तिथं मोठी झाडं होती आणि मोकळ्या जागेमध्ये फुलझाडं होती.''

''नाही. हे म्हणणं खरं नाही.''

''आता बघा मॅडम, मला असं म्हणायचंय तुमची मेन इमारत आहे, तिच्या तळमजल्यावर मुलींचे वसतिगृह आहे आणि त्यापाठीमागे इमारतीच्या दुसऱ्या बाजूला मुलांचे वसतिगृह आहे.''

''हो. हे म्हणणं खरं आहे.''

''आणि मुलींच्या वसतिगृहाजवळ तुमची खोली होती?''

''होय. अधीक्षक म्हणून माझी जबाबदारी होती, की मुले व मुली त्यांच्याच खोलीत आहेत किंवा नाहीत, हे पाहणे हे माझे काम होते.''

''आता माझे म्हणणे असे, या सगळ्या व्यापांमध्ये तुम्हाला झोपायला रात्रीचे १२ तर वाजायचेच ना?''

''होय. कधीकधी त्यापेक्षाही जास्त वेळ व्हायचा.''

''मॅडम, शाळेच्या इमारतीच्या पॅसेजमध्ये, शाळेच्या पायऱ्यांवर, बंद केलेल्या वसतिगृहाच्या पॅसेजमध्ये मुलं अभ्यास करीत बसायची.''

''हे म्हणणं खरं नाही.''

''अहो मॅडम, मुलं रात्रीपर्यंत, उशिरापर्यंत अभ्यास करायची. बरोबर आहे ना?''

''हो. हे म्हणणे खरे आहे.''

''आणि हे बघा, या मुलांचा अभ्यास घ्यायला रात्री शिक्षकाचीही क्रमवारीने नेमणूक केलेली असायची.''

''नाही. हे म्हणणं खरं नाही.''

''आता मॅडम, रात्री वसतिगृहाला कुलूप लागलं, की त्याच्या किल्ल्या

कोणाकडे असायच्या?''

''भिमाई बसेराच्या सर्व किल्ल्या माझ्याकडे असायच्या.''

''आणि बघा मॅडम, रात्री १०.३० ते ११.००नंतर भिमाई बसेरा कुलूपात असायची व तिथे कोणीही झोपायला व राहायला नसायचे.

''नाही, हे खरं नाही.''

''मॅडम, तुम्ही या सर्व महिलांची झोपण्याची व्यवस्था क्रमवारीने मुलींच्या होस्टेलमध्ये करायचात?''

''नाही, हे खरं नाही.''

''अहो मॅडम, सन २०१०पासून संस्थेच्या इमारतीत सी.सी.टी.व्ही.कॅमेरे बसवलेले आहेत. हे तर बरोबर आहे ना?''

''होय. हे म्हणणं खरं आहे.''

''म्हणजे २०१० सालापर्यंत अधीक्षकपदाची जबाबदारी तुमच्याकडेच होती ना? ते तुम्हाला मुलगी मानत असत. त्यामुळे विश्वासाने सारा कारभार त्यांनी तुमच्याकडेच दिला होता. त्यामुळे २०१०पर्यंत आरोपीच्या विरुद्ध कसलीही तुमची तक्रार नव्हती.''

''हो. हे म्हणणं खरं आहे. यापूर्वी माझी कसलीही तक्रार नव्हती.''

''मॅडम मग काय झालं, की तुमची आणि त्यांची तक्रार वाढली? मग कोणाच्या बरोबर तक्रार होती?''

''कोणाच्या नाही.''

''कोणाच्याही नाही? जरा आठवून सांगा.''

''शाळेचे मुख्याध्यापक श्री. मोमीनसर आणि मी, आमच्यामध्ये मतभेद सुरू झाले, हे खरे आहे.''

''मॅडम, जरा हे पत्र पहा.''

''पाहिले.''

''हो. दि. १३/११/२०१०चे पत्र मला दाखवले. ते मी आरोपीला लिहिलेले आहे. त्यावर माझी व माझ्या पतीची सही आहे.''

''होय. त्यात आरोपीने संस्थेचे चांगले कार्य व माझे संस्थेकरिता दिलेले योगदान लिहिले आहे.''

''आणि मोमीनसरांच्याबद्दल तक्रारी केल्या आहेत?''

''हो.''

''या पत्रात मोमीनसर संस्थेत काहीतरी कुरबुरी करतात, हे सुद्धा नमूद केले आहे. या कुरबुरी काय होत्या?''

''मी पत्रात लिहिले आहे.''

"मॅडम, ९/११/२०१०ला तुमची कोल्हापूर येथे बदली झाली."

"हो."

"तुमचे पतीसुद्धा कोल्हापूरला काम करत होते."

"नाही. हे म्हणणं खरं नाही. सन २००२मध्ये मी व माझे पती व इतर चार ते पाच जण मिळून 'नेहरू युवा स्पोर्ट्स क्लब' व 'जनकल्याण' नावाची संस्था, बारावकरनगर, कोडोली, सातारा येथे सुरू केली, हे म्हणणं खरं आहे. या संस्थेचा पत्ता कृष्णानगर, खेड असा आहे."

"आणि मग या संस्थेच्या वतीने तुम्ही मुलींचे वसतिगृह चालवता?"

"हो, हे म्हणणे खरे आहे."

"मॅडम, या वसतिगृहामध्ये मुलींचं संगोपन करणं, मुलींना जेवण घालणं, त्यांच्या राहण्याची व्यवस्था करणं, यासाठी स्टाफ नेमला असेल ना?"

"हो. हे म्हणणं खरं आहे."

"आणि संस्थेला अनुदानही असणार?"

"होय. या संस्थेला समाजकल्याण विभागामार्फत अनुदान मिळत होते."

"आता पुरेशी मुलं असतील तरच अनुदान मिळणार ना?"

"हो. पुरेशी मुलं असतील तरच अनुदान मिळते."

"आणि मग माझं म्हणणं असं आहे मॅडम, की या वसतिगृहाची सर्व जबाबदारी तुम्ही उचलली होती म्हणून त्या वसतिगृहामध्ये मुलींची संख्या कमी असली तर जकातवाडीतल्या काही मुलांची नावं त्या संस्थेत दाखवली होती."

"नाही. हे म्हणणं खरं नाही."

उलटतपासाचे काम चालू असताना न्यायाधीशांच्या कपाळावरती आठ्या पडल्याचे मला दिसत होते. न्यायाधीशांनी मला व मनीषा, जी माझी सहआरोपी होती, तिला कोर्टरूमच्या बाहेर जायला सांगितले. आम्ही उठून उभे राहिलो. आता काय वाढून ठेवले आहे, माहीत नाही. मनातून आम्ही दोघेही घाबरलो होतो. असे आम्हा दोघांना अचानकपणे कोर्टाने बाहेर थांबायला सांगितले होते.त्यामुळे आत काय झाले समजले नाही. कोर्टाचे कामकाज संपल्यानंतर आम्हाला ते समजले. १० मिनिटांनी पुन्हा आम्हाला आत बोलावले व कामकाज सुरू झाले.

"मॅडम, एखादी शाळा मिळवणे हे गुळखोबरं मिळवण्याएवढं सोपं नसतं. तुमच्या पाठीशी तुमचे चुलते हे समाजकल्याण निरीक्षक आणि तुमचे सख्खे भाऊ हे झी.टीव्हीमध्ये अँकर होते. या दोघांनी वरिष्ठ पातळीवरून हे वसतिगृह तुम्हाला काढून दिले होते. त्यामुळे ही संस्था उभी करण्यात त्यांचा मोठा हातभार आहे."

"नाही. हे म्हणणं खरं नाही."

"हे बघा मॅडम, माझं म्हणणं असं आहे, की आमच्या संस्थेतल्या मुलींच्या

ॲडमिशन्स तर तुमच्या वसतिगृहात होत्याच; पण आमच्या शाळेतले धान्य, किराणा, तेल, भाजीपाला, मटण, अंडी या सर्व गोष्टी ज्या तुमच्याच ताब्यात होत्या, त्या या तुमच्या मुलींच्या वसतिगृहाकडे जात होत्या.''

''नाही. हे म्हणणं खरं नाही.''

''मॅडम, आमच्या संस्थेतला सेवकवर्ग म्हणजे स्वयंपाक करणाऱ्या काही महिला, काही शिपाई या सगळ्यांना तुम्ही तुमच्या या उद्योगात सामील करून घेतलं होतं.''

''नाही. हे म्हणणं खरं नाही.''

''अगदी त्यांच्या जोड्या जमवण्याचं कामही तुम्हीच केलंत.''

''नाही. हे म्हणणं खरं नाही.''

''या सर्वांचा वापर तुम्ही तुमचे वसतिगृह चालविण्यासाठी केलात आणि त्यांच्या स्त्री-पुरुषांच्या जोड्या तुम्ही लावल्यात. त्यामुळे तुमच्या ऐकण्याच्या बाहेर कुणीच नाही; कारण सगळ्यांना तुम्ही ब्लॅकमेल करू शकत होतात.''

''नाही नाही. माझा काही संबंध नाही.''

''मॅडम, याच कारणासाठी तुमची बदली कोल्हापूर येथे २००६ साली संस्थेने केली. स्टॉकमधली अफरातफर, जकातवाडीतील शाळेतल्या मुलींची नोंद तुमच्या रेकॉर्डला दाखवणं, परस्पर धान्य शाळेत पोहोचवणं या अनेक कारणांसाठी तुमच्याविरोधी तुमच्या मुख्याध्यापकांच्या तक्रारी होत्या. म्हणून तुमची बदली करण्यात आली.''

''हे खरं नाही.''

''मॅडम, पण या बदलीच्या जागेला तुम्ही हजरच राहिला नाहीत. जवळपास वर्षभर संस्थेने तुम्हाला नोटिसा दिल्या. तुम्ही हजर नाही होत, असं दिसून आल्याने कायद्यानुसार तुमची चौकशी झाली व त्यामध्ये तुम्ही निलंबित झालात.''

''हो. हे म्हणणं खरं आहे.''

''मॅडम, १८/७/२०११ ते १०/१२/२०१२पर्यंत हे चौकशीचं काम सुरू होतं.''

''हे म्हणणं खरं आहे.''

''आपली बदली झाली आणि पतींचीही बदली झाली. दोघांचीही बदली झाल्याने आपण सुरू केलेले वसतिगृह बंद पडेल आणि चौकशीमध्ये सरकारी मालाचा अपहार केला, असे निष्पन्न झाले तर तुरुंगातही जावे लागेल म्हणून तुम्ही सर्व पातळीवर बदली रद्द करून घेण्याचा प्रयत्न केलात.''

''हो. बदली रद्द करून घेण्याचा प्रयत्न केला.''

''तुम्ही तुमच्या भावामार्फत अनेक मंत्र्यांकडून, त्याहूनही वरिष्ठ लोकांकडून,

मोठमोठ्या संपादकांकडून, पत्रकारांकडून आरोपीवर दबाव आणलात व बदली रद्द करण्याचा प्रयत्न केलात.''

"हे खरं नाही.''

"मॅडम, एवढ्या सगळ्या मोठ्या लोकांची प्रेशर आणलीत तरी आरोपीने तुमची बदली रद्द केली नाही; याउलट तुम्हाला नोकरीवरून काढण्याच्या ऐवजी तुमची फक्त बदली केली होती. त्याने-आरोपीने तुमच्या विरुद्ध सौम्य दृष्टिकोन घेतला होता.''

"हो.''

"म्हणजे आरोपीने तुमची बदली रद्द केली नाही. ते तुम्हाला आवडले नाही आणि तुम्ही बदलीच्या ठिकाणी हजर राहिला नाही.''

"मी बदलीच्या ठिकाणी हजर राहिले नाही, हे खरे आहे.''

"मॅडम, तुमचे वकील कोण होते हो चौकशीच्या कामामध्ये?''

"ॲडव्होकेट लांडगे हेच माझ्या चौकशीच्या केसमध्ये माझी बाजू मांडत होते.''

"मॅडम, तुमची नोकरी गेली आणि आता बाकीच्यांच्याही नोकऱ्या जातील, म्हणून डी.डी.सर, तुमचे पती इस्लामपूरकरसर, विजय प्रताप गुपचुपे या सर्वांनी आरोपीविरुद्ध भ्रष्टाचार, गलथान प्रशासकीय कारभार याविरुद्ध आंदोलने सुरू केली.

"हो. हे म्हणणं खरं आहे.''

"तुम्ही मुख्यमंत्र्यांनाही निवेदने दिली होती. इतर अधिकाऱ्यांना निवेदने दिली होती. अशी निवेदने प्रसिद्धीमाध्यमातून प्रसिद्ध झाली होती आणि या निवेदनांच्यावर तुम्ही व तुमचे पती यांनी सह्या केल्या होत्या.''

"हो. हे म्हणणं खरं आहे.''

"आता बघा मॅडम, ही जी तुम्ही निवेदने पाठवत होता की नाही, त्या निवेदनांवर ज्या कर्मचाऱ्यांना संस्थेने काढून टाकले होते किंवा, ज्यांनी संस्था सोडली होती, अशा असंतुष्ट लोकांच्या सह्या पण घेतल्या होत्या.''

"मला आठवत नाही.''

"बरं मॅडम, जरा असं आठवतं का बघा, २०१२मध्ये तुम्ही या सगळ्या लोकांनी जिल्हाधिकारी यांच्या कचेरीपुढे धरणे आंदोलन केलं होतं.''

"हो. हे म्हणणं खरं आहे.''

"आता जी तुम्ही निवेदने देत होता ना, त्यामध्ये आरोपीवर असे आरोप होते की, खोट्या जातीचा दाखला देऊन आमदारकी मिळवली होती. होते ना त्यामध्ये?''

"हो. हे म्हणणं खरं आहे.''

"पुढे या निवेदनामध्ये आरोपीची 'पद्मश्री' काढून घ्या. माजी आमदाराच्या सर्व सुखसोयी काढून घ्या, हीही मागणी केली होती.''

"हो."

"आता या सगळ्याची बातमी तुम्ही सर्व वर्तमानपत्रांमध्ये छापून आणली होती."

"मला आठवत नाही."

"मॅडम, ही आंदोलनं व्हायची ना, ही मे महिन्याच्या आधी व्हायची आणि त्याचं कारण आमच्या संस्थेची सर्वसाधारण सभेची मिटिंग दरवर्षी ९ मेला होत असते. बरोबर आहे ना?"

"हो. बरोबर आहे."

"त्याच दिवशी शरद पवार रयत शिक्षणसंस्थेच्या जनरल बॉडी मिटिंगला ९ मे रोजी येत असत. त्याबरोबर आमच्याही संस्थेची सर्वसाधारण सभा असे, तिलाही ते येत असत."

"हो. हे म्हणणं खरं आहे."

"आणि मॅडम, शरद पवारांना ही सगळी आंदोलने कळावी. या सर्व बातम्या त्यांच्या वाचण्यात याव्यात, आणि त्यांनी लक्ष्मण मानेला संस्थेतून काढून टाकावे, यासाठी तुम्ही ही आंदोलने ९ मेच्या दरम्यान करत होतात."

"नाही. हे म्हणणं खरं नाही."

"अहो मग, पुढच्या वर्षीच्या जानेवारी-फेब्रुवारीपर्यंत तुम्ही कसलेच आंदोलन करत नसत. असे कसे काय?"

"मला माहीत नाही."

"बरं मॅडम, तुम्ही, तुमचे पती, डी.डी.सर, विजय प्रताप गुपचुपे हे सर्व या आंदोलनामध्ये सहभागी होते?"

"हो.हे म्हणणं खरं आहे."

"बलात्काराच्या सर्व घटना या मार्च व एप्रिलमध्ये जन्माला घातल्यात; कारण या सर्व प्रसिद्ध झालेल्या बातम्या शरद पवार वाचतील."

"नाही, हे म्हणणं खरं नाही."

"मॅडम२९/४/२०१३ रोजी संस्थेचे उपाध्यक्ष बाबा आढाव यांचेकडे आरोपीविरुद्ध बलात्कारी असल्याबाबत कारवाई करावी, असे निवेदन दिले होते. पण २०१३ साली तुमचा संस्थेशी काहीही संबंध नव्हता."

"हो. हे म्हणणं खरं आहे."

"मॅडम, तुम्ही खूप शिकलेल्या आहात. संस्थांचा कारभार कसा चालतो, हे तुम्हास ठाऊक आहे. तेव्हा मजकूर वाचल्याशिवाय सही करू नये, ही साधी गोष्ट तुम्हाला माहिती आहे."

"हो. कोणताही कागद वाचल्याशिवाय मी सही करत नाही."

“मॅडम, जरा हे पत्र बघता का? आता या पत्रामध्ये बाबा आढावांना तुम्ही अनेक गोष्टी आरोपीबद्दल वाईट लिहिलेल्या आहेत. त्यावर तुमची आणि तुमच्या पतीची सही आहे.”

“मला आठवत नाही.”

“मॅडम, पुन्हा हे पत्र बघा. ते सगळं वाचा आणि मग मला सांगा.”

“आत्ता मला दाखवलेलं पत्र मी वाचून पाहिलं. त्या पत्रात असा आशय आहे, की आरोपी बलात्कारी आहे आणि त्याच्याविरुद्ध कारवाई व्हावी. मी त्या पत्रावर सही करणाऱ्यांना ओळखत नाही, हे म्हणणं खरं आहे,”

“मॅडम, तुम्हाला संस्थेनं नोकरीतून काढून टाकलं म्हणजे तुमचा संस्थेशी संबंध संपला ना?”

“हो. हे म्हणणं खरं आहे.”

“आणि तरीसुद्धा सूड भावनेने तुम्हाला असे वाटत होते की, आरोपीला संस्थेतून काढून टाकावे. म्हणून तुम्ही त्या पत्रावर सही केली आहे.”

“हो मला तसे वाटत होते.”

“मॅडम २०१० पूर्वी महिला कर्मचाऱ्यांबाबत झालेल्या घटनांबाबत तुम्ही सन २०१३पर्यंत कसलीही वाच्यता कोठेही केली नाही.”

“हो.”

“या घडलेल्या घटनांची वाच्यता करण्यास तुम्हाला कोणतीही अडचण नव्हती.”

“हो.”

“या खोट्या तक्रारींचा जन्म होईपर्यंत महिलांच्या घटनांबाबत कोठेही वाच्यता केली नव्हती.”

“हो हे म्हणणं खरं आहे.”

“मॅडम, अशा घटना घडल्या नव्हत्या, आणि त्यामुळे त्याबाबत तुम्ही बोलला नव्हतात.”

“नाही. हे खरे नाही.”

“आता कुठल्या महिन्यामध्ये या घटना घडल्या व कुठल्या महिन्यात त्या दाखल केल्या, याबद्दल तुम्ही काही सांगू शकता?”

“नाही. मला सांगता येणार नाही.”

“मग केव्हा कळलं तुम्हाला हे?”

“पोलिसांनी माझ्याकडे या फिर्यादीसंदर्भात चौकशी केली होती. तेव्हा मला कळलं.”

“मॅडम, तुम्हाला कितीवेळा पोलिसांनी पोलीस स्टेशनमध्ये बोलावलं?”

“पाच वेळा. पोलिसांनी मला माझ्या नोकरीचा कार्यकाल व घटनेबाबत विचारलं होतं, हे म्हणणं खरं आहे.”

"मॅडम, आता सांगा. या सर्व केसेसबद्दल पोलिसांना तुम्ही एकदाच सगळी माहिती सांगितली होती."

"नाही. मी पोलिसांना एकत्रितपणे सांगितलं नव्हतं."

"मग पोलिसांनी असं सांगितलं का तुम्हाला, की एका एका केसेसबद्दल, सांगा म्हणून?"

"पोलीस मला म्हणाले नव्हते की, फिर्यादीपुरते मर्यादित सांगावे. इतरांच्याबाबत सांगू नये."

"मॅडम, किती तपासी अधिकाऱ्यांनी तुमचा जबाब घेतला?"

"दोन."

"हे जबाब पोलिसांनी हाताने लिहून घेतले, की तुमच्या समक्ष टाइप करून घेतले?"

"त्यांनी माझे जबाब आधी हाताने लिहून घेतले व नंतर टाइप करून घेतले. टाइप करून घेतलेले जबाब त्यांनी मला वाचून दाखवले."

"म्हणजे मॅडम, तुम्ही दिलेला सगळा जबाब तुम्ही वाचून पाहिला होता. तुम्ही आत्ता ज्यांच्यासाठी साक्ष देताय ना, त्या मुरलीताई यांचा नेमणूक आदेश तुम्ही पाहिला होता का? किंवा बदली आदेश तुम्ही पाहिला होता का?"

"नाही. मी पाहिलेला नाही."

"मॅडम, मुरलीताई या जरी जकातवाडीत काम करीत होत्या तरी त्यांची नेमणूक उपळीच्या शाळेत होती, हे दाखवणारं रेकॉर्ड तुमच्याकडे होतं का हो?"

"नाही. मी तसे पोलिसांना सांगितले नाही."

"मग पोलिसांनी काही रेकॉर्ड मागितले त्यासंबंधी?"

"नाही पोलिसांनी माझ्याकडे रेकॉर्डची मागणी केली नाही."

"अहो मॅडम, मुरलीताई या जर जकातवाडीच्या शाळेत काम करीत असत्या तर हे दाखवण्यासाठी शेकडो साक्षीदार मिळाले असते. शेकडो मुलं तिथं जेवतात, शिक्षक, मुलं, इतर कर्मचारी यापैकी कुणीही तुम्हाला पुरावा देऊ.शकले असतं."

"नाही. मला हे सांगता येत नाही."

"मॅडम २००८ला मुरलीताई ही जकातवाडीत कामच करत नव्हती. त्यामुळे त्याला साक्षीदारही नाही आणि कागदोपत्री पुरावाही नाही."

"हे म्हणणं खरं नाही."

"लक्ष्मण माने यांच्याविरोधी तुमच्या मनात असलेल्या रागापोटी, आकसाने त्यांच्याविरुद्ध तुम्ही खोटी साक्ष देत आहात."

"हे म्हणणं खरं नाही."

"मॅडम, दंडविधान कलम १६४नुसार न्यायदंडाधिकारीसाहेब यांनी जबाब

घेतलेला आहे आणि त्या जबाबात तुम्ही मुरलीताई हिचा उल्लेख केलेला नाही.''

''हे मला आठवत नाही.''

''जरा मोड्याने सांगा.''

''मी पुन्हा सांगते की, त्या जबाबात मी मुरलीताई यांचेबरोबर २००८ मध्ये घडलेल्या घटनांचा उल्लेख केला का नाही, हे मला आठवत नाही.''

''ठीक आहे. हा १६४चा जबाब पहा आणि वाचून मला सांगा.''

''वाचलात? द्या इकडे तो कागद. आता या जबाबामध्ये मुरलीताई यांच्याबद्दल तुम्ही काय बोललाय का?''

''मी कोर्टाला तिच्याबाबत घडलेल्या घटनेची माहिती वेगळ्याने सांगितली नसल्यामुळे जबाबात तसे लिहिलेले नाही. पोलिसांनी मला माझा जबाब कोणत्या प्रकरणात द्यायचा आहे, असे सांगितले नव्हते.''

''आता कोणत्या प्रकरणात जबाब देणार आहेत, हे सांगायला तिथे पोलीस कुठे होते? तुम्ही आणि मॅजिस्ट्रेट दोघेच होते ना? आणि तुमचा जबाब मॅजिस्ट्रेट स्वतः लिहीत होते. आसपास कुणीही नव्हते.''

''हो हे म्हणणं खरं आहे.''

''त्यामुळे पोलिसांनी कोणत्या कामात काय जबाब द्यायचाय, हे सांगण्याचा प्रश्नच कुठे निर्माण होतो. हे तुम्हाला आधीच न्यायाधीशांनी सांगितले होते की इथे कुणीही नाही. तुम्ही मोकळेपणाने वाट्टेल ते सांगा. मी लिहून घेतो.''

''हो. हे म्हणणं खरं आहे.''

''मॅडम, त्यामुळे न्यायाधीशांना मुरलीताईबाबत घडलेली घटना बारकाव्याने सांगण्यात तुम्हाला कोणतीच अडचण नव्हती.''

''हो. हे म्हणणं खरं आहे.''

''मॅडम, मला आता असं म्हणायचंय, की मॅजिस्ट्रेटच्यासमोर तुम्ही दिलेला जबाब हा खोटा होता आणि आज जो जबाब देताय, तोही खोटाच आहे.''

''नाही. हे म्हणणं खरं नाही.''

''तुमचा भाऊ झी टीव्हीवरील एका चॅनेलवर काम करतो.''

''हो. हे खरं आहे.''

''त्यामुळे त्याचा तुमच्या आंदोलनाला पाठिंबा होता. झी टिव्ही चॅनलच्या माध्यमातून सर्व चॅनलमध्ये तुमच्या बातम्या तो देत होता.''

''नाही. हे म्हणणं खरं नाही.''

''मॅडम, २०१० ते २०१३पर्यंत आरोपीविरुद्ध तक्रारी करण्याकरिता कारणे शोधत होतात. यांना कशात अडकवावं, याचा प्रयत्न करत होतात. त्यासाठी माहितीच्या अधिकाराच्या कायद्याअंतर्गत कागदपत्रांची तुम्ही मागणी केली होती.''

“हो. हे म्हणणं खरं आहे.”

“मॅडम, तुम्ही लाचलुचपत अधिकाऱ्याकडे आरोपी, सहआरोपी व इतरांच्या मिळकतीची चौकशी करा, असे अर्ज केले होते.”

“हो. हे म्हणणं खरं आहे.”

“मॅडम, दि. ३/११/२०१०चे पत्रात आरोपीला म्हटले होते, की तुमच्या मिळकतीची चौकशी करता तर इतरांच्या मिळकतीचीही चौकशी करा.”

“हो. हे म्हणणं खरं आहे.”

“मॅडम, आरोपीच्या असं लक्षात आलं, की संस्थेच्या पैशाची मी अफरातफर करत आहे आणि त्यामुळे या गोष्टी तुम्ही पत्रात नमूद केल्या.”

“हे म्हणणं खरं नाही.”

“आता मॅडम, सांगा तुमच्या संस्थेचे उपाध्यक्ष तुमचे पती आहेत.”

“हो. हे म्हणणं खरं आहे.”

“मॅडम, तुम्ही आणि तुमचे पती जकातवाडीच्या आश्रमशाळेत नोकरी करीत होता. त्याचा तुम्हाला सरकारी पगार मिळत होता. त्याचप्रमाणे ‘नेहरू युवा संस्थे’तही तुम्हाला पगार मिळत होता.”

“हे म्हणणं खरं नाही.”

“अहो मॅडम, तुम्ही जकातवाडीच्या शाळेत नोकरी करीत होता?”

“हो.”

“तुम्हाला दोघांनाही तिथं पगार मिळत होता.”

“हो.”

“तसा तुम्हाला नेहरू युवा केंद्रातही पगार मिळत होता.”

“नाही.”

“मॅडम, तुमचे हे सारे उपद्व्याप, ‘नेहरू युवा संस्थे’ची माहिती लक्ष्मण माने यांना मिळाल्यावर व त्यांनी स्वतः खात्री करून घेतल्यानंतर त्यांनी तुमची.बदली केली.”

“हो.”

“आता लक्ष्मण माने यांच्याविरुद्ध तुमच्या मनामध्ये फार राग होता. म्हणून त्यांच्याविरुद्ध तुम्ही खोट्या तक्रारी केल्या.”

“नाही. हे म्हणणं खरं नाही.”

“मॅडम, आरोपीविरुद्ध खोट्या तक्रारी देण्याकरीता तुम्ही सर्व फिर्यादींना फिर्याद देण्यास प्रवृत्त केले. त्यांना एकत्र करणं, त्यांना लागेल ती मदत करणं, हे तुम्ही चार लोकांनी केलंत , असं माझं म्हणणं आहे.”

“नाही. हे म्हणणं खरं नाही.”

''मॅडम, सातान्याला फिर्याद द्यायला या महिला आल्या, तेव्हा त्या तुमच्या घरीच राहिल्या होत्या.''

''हे म्हणणं खरं नाही.''

माझ्या वकीलांचा या केसमधला उलटतपास संपला. आरोपी नं. २ तर्फे उलटतपास ॲड. एस.एस. दुदुस्कर यांनी केला.

''मॅडम, तुम्ही आता उलटतपासात सर्व काही सांगितलेच आहे. आता मला असे सांगा, सन २००८ साली मनीषा गुरव या यशवंतराव चव्हाण कॉलेजमध्ये अकौंटंट म्हणून होत्या?''

''हो. त्यांची नेमणूक तशी होती; परंतु त्या तिथे काम करत नव्हत्या.''

''मॅडम, तुम्ही वसतिगृहाच्या अधीक्षक त्यामुळे सर्व रेकॉर्ड तुमच्याकडेच असणार ना? आणि वसतिगृहाच्या सर्व बाबींवर तुमचेच नियंत्रण होते.''

''हो.''

''तुमचा पगार शासनाकडूनच मिळत होता ना?''

''हो.''

''मॅडम, कॉलेजच्या कर्मचाऱ्यांची नियुक्ती वेगळी असते आणि आश्रमशाळेच्या कर्मचाऱ्यांची नियुक्ती वेगळी असते.''

''हो.''

''तेव्हा माझं म्हणणं असं आहे, मनीषा गुरव आणि आश्रमशाळेचा कधीही, काहीही संबंध नव्हता.''

''नाही. हे म्हणणं खरं नाही.''

''सदरचा गुन्हा नोंद झाल्यापासून मनीषा गुरव यांना कामावरनं कमी केलं आहे, हे तुम्हाला माहिती आहे का?''

''सदरचा गुन्हा नोंद झाल्यापासून मनीषा गुरव यांना कामावरनं कमी केलं आहे की नाही, याबद्दल मला माहिती नाही.''

सदरची फिर्यादी व तिचा कोर्टापुढे चाललेला दावा मी सविस्तर दिला आहे. या सर्व केसेस कॉपी पेस्ट केल्यासारख्या आहेत. नावं, तारखा, स्थळं हे सोडता बाकी सर्व फिर्यादी या एकसारख्याच आहेत. मजकूर विस्तारास्तव

व पुनरुक्ती टाळण्यासाठी यानंतरच्या केसेसमध्ये महत्त्वाचं असेल तेवढाच भाग वाचकांसाठी इथे देतो आहे. या सर्व केसेस पुन्हा पुन्हा रिपीट करण्यात आपला वेळ घेतल्यासारखे होईल.

सरकारी वकील ॲड. एन.डी. मुके यांनी सरतपास घेतला.

''माझे नाव रुक्मिणी सातारकर, माझ्या पतीने मला १० वर्षांपूर्वी सोडून दिले आहे. मला एक मुलगी असून, ती माझे आईबरोबर मालगांव सातारा येथे राहते.

माझे ४ थीपर्यंत शिक्षण झाले आहे.''

''समोर बसलेल्या आरोपींना ओळखता ?''

''होय. ते लक्ष्मण माने व मनीषा गुरव आहेत.''

''ते तेच आहेत ना?''

''हो.''

त्यानंतर सरतपासामध्ये या बाईंनी जकातवाडी येथील जीवन बोराटे यांच्या बंगल्यात वारंवार नेऊन त्यांच्यावर बलात्कार केल्याचे कथन केले आहे. त्यानंतर त्यांची बदली पुणे येथील आश्रमशाळेत झाली. त्यामध्ये मी लक्ष्मण मानेंना संबंध ठेवायला नाही म्हणाले, म्हणून माझी बदली केली, असे तिचे म्हणणे तिने दिले आहे. ती आपल्या जबाबात म्हणते की, आम्ही महिलांनी त्यानंतर विचारविनिमय करून सतत एकमेकांशी फोनवरनं बोलून आम्ही तिघी म्हणजे मी स्वत: कमळाबाई कोल्हापूरकर व पूजाबाई सातारकर साताऱ्याच्या एस.टी. स्टॅण्डवर जमलो व लक्ष्मण मानेच्या विरुद्ध बलात्काराचा गुन्हा दाखल करण्याचा विचार करून तक्रार दिली. दि. २३/३/२०१३ रोजी फिर्याद दिली.

उलट तपास माझे वकील एम.टी.यादव,

''ताई, तुम्ही शाळेत सलग ३ वर्षे नोकरी केलीत आणि मग तुमची बदली झाली.

''हो.''

''या तीन वर्षांत तुमच्यावर वारंवार बलात्कार झाल्याचं तुमचं म्हणणं आहे. आता हा बलात्कार कोठे झाला?''

''जीवन बोराटे यांच्या बंगल्यामध्ये.''

''ताई, जीवन बोराटे यांचा बंगला किंवा इमारत अशी काही स्वतंत्र वास्तूच नाही, आणि तुम्ही पोलिसांना ती दाखवली पण नाही.''

''मला आठवत नाही.''

''ताई, स्वयंपाकघर व मेसच्या मजल्यावर मुख्याध्यापकांकरीता राहण्याच्या खोल्या आहेत. मग चौधरी नावाचे मुख्याध्यापक (महाविद्यालयाचे प्राचार्य) राहत होते.''

''हे मला माहीत नाही.''

''ताई, त्या फ्लॅटमध्ये राहणे, प्राचार्यांवर बंधनकारक असे. त्यामुळे ते आणि त्यांचे कुटुंबीय सोबत राहत होते.''

''हे मला माहीत नाही.''

''ताई, १८/२/२०१६पासून तुम्हाला लांडगे वकील काय साक्ष द्यायची, हे शिकवत होते.''

"हो. हे म्हणणं खरं आहे. मी माझे खाजगी वकील ॲड. लांडगे नेमले आहेत. मी अजूनही फी ठरवली नाही."

"ताई, कमळाबाई कोल्हापूरकर, पूजाबाई सातारकर आणि तुम्ही तिघींनी एकमेकींशी बोलून विचारविनिमय करून, फोनवर सतत एकीमेकींशी संपर्क ठेवून कसे अडकवायचे, याचा विचार करून मिळून फिर्याद दिली.

"हो. हे खरं आहे. आम्ही तिघींनी चर्चा करून, मग फिर्याद दिली."

"वकील कोण द्यायचा? त्याची फी किती द्यायची, हे सारं तुम्ही तिघी सलमा मॅडमच्या मदतीने करत होता."

"नाही. हे म्हणणं खरं नाही."

"तुम्ही तिघी २४/३/२०१३ला पोलीस स्टेशनला गेलात. पहिल्यांदा पूजाबाई सातारकर यांनी तक्रार दिली आणि त्यानंतर कमळाबाई कोल्हापूरकरनी दिली आणि तुम्हा दोघींना वैद्यकीय तपासणीकरिता नेलं. म्हणजे तुम्ही तक्रार देण्यापूर्वी पोलिसांनी तुम्हाला वैद्यकीय तपासणीला पाठवलं."

"हो. हे म्हणणं खरं आहे."

"तुम्ही तिघींनी मिळून घटनास्थळ पोलिसांना दाखवलं."

"नाही. हे म्हणणं खरं नाही."

"ताई, २०१०ला संस्थेने सर्व शाळांमध्ये सी.सी.टी.व्ही. कॅमेरे बसवले."

"हे मला माहीत नाही."

"ताई, हे कॅमेरे बसवले म्हणूनच तुम्ही तिघींनी सर्व घटना २०१०पूर्वी घडल्याचं सांगितलं आहे."

फिर्यादी बराच वेळ गप्प उभी राहते. काय उत्तर द्यावं हे सुचत नसावं. सरकारी वकील, तिचे खाजगी वकील तिला बोलण्यासाठी प्रोत्साहन देत होते. खाणाखुणा करीत होते; पण ती खाली मान घालून गप्प उभी होती.

"तुमची बदली झाली त्यानंतर तुम्ही फिर्याद दिली आहे."

"जाऊ द्या ताई, २०११मध्ये तुमची बदली झाली. त्यानंतर तुम्ही फिर्याद देण्याचं कोणतंही कारण नव्हतं. अशी कुठली घटनाच घडली नव्हती. म्हणून २०१३पर्यंत तुम्ही फिर्यादच दिली नाही. ताई, तुमचा दंडाधिकाऱ्यांच्यापुढे एकटीनेच तुम्ही जबाब दिला होता. तुम्ही आणि न्यायाधीश या दोघांशिवाय दुसरं कुणीच नव्हतं. जे काही सांगायचंय, ते तुम्हाला मोकळेपणाने सांगायला, कलम १६४नुसार तुम्ही न्यायालयापुढे उभ्या होत्या. न्यायाधीश स्वतः लिहीत होते. या जबाबामध्ये तुमच्यावर बलात्कार झाला याचा उल्लेखच नाही. तसे काही तिथे नमूद नाही. त्या जबाबात तुम्ही कोणत्याही घटनेबद्दल काही सांगितलं नाही; कारण त्यावेळी तुम्हाला शिकवायला कोणी नव्हते आणि घटना तर घडल्याच नव्हत्या."

"नाही. हे म्हणणं खरं नाही."

"मग न्यायाधीशांना तसं का सांगितलं नाही?"

फिर्यादी गप्प उभी राहते. तिला विचारले, "तू त्या जबाबावर सही केली आहेस?"

"हो."

"तो वाचला आहेस?"

"हो."

"मग आत्ता त्या जबाबाबद्दल तुला काय सांगायचं आहे?"

"नाही."

"आता बघा ताई, तुम्ही पोलिसांना घेऊन गेलात ना घटनास्थळी, तेव्हा सर्व घटनास्थळाला कुलपं होती."

"हो. हे म्हणणं खरं आहे."

"आता कुलपं कुणी काढली?"

"मला माहिती नाही."

"त्यावेळी अनेक लोकांचे जबाब पोलिसांनी घेतले. त्यातल्या कुणा व्यक्तीचं नाव सांगता येईल का?"

"ताई, तुमच्या संस्थेचे उपाध्यक्ष बाबा आढाव यांच्याकडे तुम्ही सगळ्यांनी मिळून लक्ष्मण माने आणि त्यांच्या कुटुंबीयांना या संस्थेतून काढून टाका, त्यांची पद्मश्री काढून घ्या, त्यांचे आमदारकीचे फायदे काढून घ्या, असं निवेदन दिलं होतं?"

"मला माहिती नाही."

"ताई, हे ते निवेदन आहे. वाचता येतं ना तुम्हाला?"

"हो."

"मग वाचून बघा."

"आता इथे या निवेदनावर तुमच्या नावाच्या पुढे सही आहे. ती तुमचीच आहे ना?"

"हो. ती माझीच आहे."

"म्हणजे तुम्ही या कागदावरती सही केलेली होती."

"हो. सही माझीच आहे."

"आणि ताई, सलमा मॅडम, इस्लामपूरकर सर, डी.डी.सर, विजय गुपचुपे सर यांनी केलेल्या सगळ्या आंदोलनांत तुम्ही होता."

"हे म्हणणं खरं आहे."

"म्हणून माझं म्हणणं असं की ही फिर्याद खोटी आहे आणि तुम्ही खोटी साक्ष

देत आहात. तुम्हाला या लोकांनी शिकवलं त्याप्रमाणे तुम्ही बोलत आहात.''

''नाही. हे म्हणणं खरं नाही.''

यानंतर पूजाबाई सातारकर यांचा सरतपास झाला. नंतर उलटतपासणी झाली. माझ्या वकिलांनी या बाईंना विचारायला सुरुवात केली. बाई मोठ्या थाटात आल्या होत्या. पाहिल्यावरती या बाईवर असा काही विपरीत प्रकार कधीतरी घडला असेल असं वाटावं अशी तिची वेशभूषा व बॉडी लॅन्गवेज सांगत नव्हती. ती पिंजऱ्यात जाऊन उभी राहिली. तत्काळ तिला इन कॅमेऱ्यामध्ये घेतलं. त्यामुळे वकील, कोर्ट आणि ती हे तिघंच एकमेकांना दिसत होते. बाकीच्यांना ती दिसत नव्हती. माझ्या वकिलांनी तिची क्रॉस सुरू केली.

''ताई, जकातवाडीच्या शाळेत तुम्ही कधीच नोकरीला नव्हता.''

''माझी ऑर्डर पुण्यात होती; पण मी काम जकातवाडीत करत होते.''

''ताई, सरकारी अधिकाऱ्यांच्या शेकडो भेटी तुमच्या काळामध्ये झाल्या असतील.''

''हो. हे म्हणणं खरं आहे.''

''एकदा तुमचे चुलत भाऊ, समाजकल्याण अधिकारी यांची अचानक शाळेला भेट झाली होती.''

''हो. हे म्हणणं खरं आहे.''

''या भावाशी तुमचे संबंध चांगले आहेत.''

''हो.''

''मग तुम्ही तुमच्या भावाला हा जो तुमच्यावर अन्याय होत होता हा कधी सांगितला का? इतक्या मोठ्या पदावर असलेले तुमचे भाऊ त्यांच्याकडे तुम्ही कसलीच तक्रार केली नाही?''

''नाही.''

''नाही. मी त्यांच्याकडे कसलीही तक्रार केली नाही.''

''मग तुम्हाला काय भीती होती का कुणाची?''

''नाही. मला कोणाचीच भीती नव्हती.''

''ताई, हा जो काही पुण्याच्या रेस्टहाउसवर रेप झाला असं तुम्ही म्हणता, वारंवार तुम्हाला रेस्टहाउसवरती बोलावलं असंही तुम्ही म्हणता.''

''होय. हे म्हणणं खरं आहे.''

''तुम्ही पंचासमक्ष पोलिसांना ते गेस्टहाउस, खोल्या हे सगळं दाखवलं होतं.''

''हो. बरोबर आहे.''

''ताई, असं सांगा की हे रेस्टहाउस नेमकं आहे कुठे?''

''हे रेस्टहाउस स्वारगेटजवळ होतं, तसं मी पोलिसांना सांगितलं होतं.''

''हो; पण पोलिसांनी रेस्टहाऊस स्वारगेटजवळ आहे असं लिहिलेलं नाही.''

"ते का लिहिलेलं नाही मला माहीत नाही; पण मी स्वारगेटच सांगितलं होतं."

"ताई, स्वारगेट आणि पुणे स्टेशन हे वेगवेगळे बसस्टॅण्ड आहेत आणि त्यातलं अंतर किमान दहा कि.मी. आहे."

आता कोर्टामध्ये टाचणी पडली तरी ऐकायला येईल इतकी शांतता होती. न्यायाधीश महोदया सावरून बसल्या आणि अगदी हळू आवाजात फिर्यादीला विचारलं, "तू काय सांगते आहेस? ते विचार करून सांगते आहेस ना?"

"हो. मी विचार करून सांगते आहे."

"पुण्यामध्ये तू किती वर्षं राहिली आहेस?"

"तीन ते चार वर्षं."

"म्हणजे तुला पुणं नक्की माहिती आहे?"

"होय. मला पुणं माहिती आहे."

"स्वारगेट हे वेगळं स्टॅण्ड आहे आणि पुणे स्टेशन हे वेगळं स्टॅण्ड आहे. मग यातल्या कुठल्या स्टॅण्डच्या जवळ ते रेस्टहाउस आहे?"

"स्वारगेटच्या."

"अगं पण पोलिसांनी तर स्टेशनला आहे असं लिहिलंय."

"त्यांनी तसं का लिहिलं आहे, ते मला माहिती नाही; पण ते रेस्टहाउस स्वारगेटलाच आहे."

यावर न्यायमूर्तींनी माझ्या वकिलांना पुढील प्रश्न विचारायला सांगितले.

"ताई, ही सगळी साक्ष तुम्ही खोटी देत आहात. तुमच्या फिर्यादीमध्ये जे लिहिलेलं आहे, १६४च्या जबाबात जे लिहिलेलं आहे, त्याच्यापेक्षा वेगळी माहिती तुम्ही आत्ता सांगताय."

"हो. मला पुणे शहर माहिती आहे."

"हे तुम्ही पोलिसांना सांगितलं, की रेस्टहाउस स्वारगेट एस.टी.स्टॅन्डजवळ आहे."

"हो. तसं मी पोलिसांना सांगितलं. पोलिसांनी तसं का लिहिलं नाही हे मला सांगता येणार नाही."

"ताई, घटनास्थळाचा पंचनामा करण्याकरिता तुम्ही पोलिसांना स्वारगेट गेस्टहाउसजवळ नेलं होतं."

"हो. हे म्हणणं खरं आहे. मी आत्ता सांगतेय तेच बरोबर आहे. पोलिसांनी चुकीचं का लिहिलेलं आहे मला माहिती नाही."

"आता तुम्ही लांडगे वकिलांना तुमचा प्रायव्हेट वकील म्हणून नेमलंय ना?"

"हो. आम्ही सगळ्या जणींनी मिळून लांडगे वकिलांना नेमलंय. लांडगे वकिलांच्या संपर्कात आम्ही सगळ्या जणी होतो हे म्हणणं खरं आहे."

"ताई, डी.डी.सर, इस्लामपूरकर सर, सलमा मॅडम, गुपचुपे सर यांनी

तुम्हाला खोटी साक्ष द्यायला फितवलं. लक्ष्मण माने व त्यांचे कुटुंबीय या संस्थेतून कसे बाहेर जातील हे करण्यासाठी तुमच्या साऱ्यांचे प्रयत्न चालू होते. आणि त्यासाठीच तुम्ही खोटी फिर्याद दिली आणि खोटी साक्ष देत आहात. ताई, वकिलांनापण तुम्ही पैसे दिले नाही ना?''

"नाही.''

"किती फी ठरली आहे?''

"माहीत नाही.''

आता काळेबाई जयसिंगपूरकर या बाईंचा सरतपास सरकारी वकिलांनी घेतला आणि माझ्या वकिलांनी उलटतपास घेतला.

या केसचा गोषवारा देऊन आपण पुढे जाऊयात.

या बाईंना मी पहिल्यांदा पाहिलं तेव्हा त्या जवळपास मरणाला येऊन ठेपल्या होत्या. हातापायाच्या काड्या, डोळे खोल गेलेले, धड उभंपण राहता येत नव्हतं आणि सलमा मॅडम मला या बाईला कामाला ठेवायला सांगत होत्या. तेव्हा त्यांना मी रागावलो, की या बाईची शारीरिक परिस्थिती इतकी नाजूक असताना या कष्टाची कामं कशा करतील? तेव्हा मॅडमनी मला तिला झाडलोटीसाठी का होईना, पण काम द्या, असं सांगितलं. त्यानंतर या बाईंनी रीतसर अर्ज केला, इंटरव्ह्यू दिला. संस्थेने तिला नेमणुकीचा आदेश दिला. त्यावेळी या बाईंनी मला कोणता आजार आहे याबद्दल काहीही सांगितलं नव्हतं. पुढे सलमा मॅडम आणि या बाई यांच्यामध्ये इतकं सख्य वाढलं की, हळूहळू पोटभर जेवू लागल्या. आणि बाळसं यायला लागलं. त्या जवळपास सलमा मॅडमच्या पाठराखीण असल्यासारख्या होत्या. भाजीपाला, धान्य, किराणा, मटण, दूध, फळं, जे काही मुलांना मिळेल किंवा संस्था देईल, त्यातला पहिला वाटा या बाई मॅडमच्या घरी पोहोचवत असत. त्यामुळे या बाई त्यांच्या फार लाडक्या होत्या. यांना ऑर्डर देताना त्यांची मेडिकल झाली व त्या एच.आय.व्ही. पॉझिटिव्ह असल्याचं निष्पन्न झालं. २००१ साली या बाईंचे पती एच.आय.व्ही. पॉझिटिव्ह झाल्यामुळे त्यांचा मृत्यू झाला होता. त्यावेळी या बाईंना एक मुलगा होता आणि एक मुलगी होती. मुलाला एच.आय.व्ही. झाला नाही. मुलाच्या जन्मानंतर केव्हातरी तिच्या नवऱ्याला एच.आय.व्ही.ची बाधा झाली व त्यांच्या संसर्गाने त्यांना व पोटातल्या मुलीला दोघींनाही एच.आय.व्ही.ची लागण झाली. दीर्घ काळपर्यंत या दोघींचीही ट्रिटमेन्ट सुरू होती. फिर्यादीमध्ये या बाईंनी आपल्याला एच.आय.व्ही.ची लागण झालेली आहे, हे सांगितलेलं नाही. उलट तपासामध्ये या बाईंनी ते मान्य केले आणि १६४च्या जबाबात तीन-तीन कंडोम वापरून बलात्कार केल्याचं तिने सांगितलं होतं. चोऱ्या करण्यात त्या फार एक्सपर्ट होत्या. त्यामुळे आमच्या वसतिगृहातला माल होस्टेलमध्ये पोहोचवणे या

सर्व कटामध्ये त्या सामील होत्या व त्यांनी इतर फिर्यादींना या कटामध्ये सामील करून घेतलं होतं.

"ताई, तुम्हाला हा आजार झाला हे केव्हापासून माहीत होतं?"

"आठवत नाही."

"हा आजार आहे ही तर गोष्ट खरी?"

"हो."

"आपल्या मुलीलाही तो आजार आहे?"

"हो."

"मग आपल्याला हा आजार आहे ही गोष्ट संस्थेपासून तुम्ही लपवली होती का?"

"मला कामावर घेणार नाहीत अशी भीती होती."

"मग कामावर लागल्यावर सांगितलं का?"

"नाही."

"तुमची वैद्यकीय तपासणी झाली आणि त्याच्यामध्ये ही गोष्ट निष्पन्न झाली."

"हो."

"ताई, तुमच्या फिर्यादीमध्ये ही गोष्ट तुम्ही सांगितली नाही."

"हो."

"पुरवणी जबाबामध्ये सांगितलीत आणि तीन-तीन कंडोम वापरून बलात्कार केल्याचं सांगितलंत."

"हो."

"ताई, मला असं सांगा, ही गोष्ट तुम्ही तुमच्या भावाला, वडिलांना, कोणा नातेवाइकांना कोणालाही सांगितली नाही?"

"नाही."

"ताई, मग ते कंडोम ठेवलेत कुठं? त्यांनी नेले की तुम्ही टाकून दिले?"

"आठवत नाही."

आता न्यायालय तिला चांगलं खडसावतं.

"नुसतं हो आणि नाही अशी उत्तरे देऊ नको. काय खरं असेल ते सांग."

"कंडोम कसं घालतात, हे तुला माहिती आहे काय?"

"हो."

"नुसतं हो नाही."

"हो. माहिती आहे."

"मग तो एका हाताने घालतात, की दोन्ही हाताने घालतात?"

"दोन्ही हाताने घालतात."

"आणि तू म्हणतेस, तीन-तीन घालत होते. आता एकावर एक चढवायला दोन्ही हात गुंतले होते ना? मग तू काय करीत होतीस? तू कडी उघडून पळून का गेली नाहीस? का तुला बांधून ठेवली होती? काय ते सांग. शांतपणे सांग. आणि मोठ्या आवाजात सांग."

"नाही. मी काहीच केलं नाही."

"म्हणजे मदत करत होतीस. काय करत काय होतीस? कडी उघडून, बाहेर जाऊन बोंब तरी मारायचीस. चार-चार पाच-पाच वर्षं वारंवार बलात्कार होतात आणि तू गप्प बसतेस? तक्रार करत नाही? कोणाला सांगत नाहीस? संमती होती असं समजायचं काय?"

"नाही. माझी संमती कधीच नव्हती आणि माझ्या नोकरीची भीती होती."

"मग आता तू कुठं काम करतेस?"

"कोल्हापूरच्या शाळेतच करते."

"संस्थेने तुला अजून नोकरीतून काढलेलं नाही."

"नाही."

"मग आत्ताच तुला तक्रार द्यायची बुद्धी कशी सुचली? आता नाही भीती वाटत नोकरी जाण्याची?"

"नाही."

न्यायाधीशांनी माझ्या वकिलास काम पुढे सुरू करण्यास सांगितलं.

"ताई, तुम्हाला आजार आहे हे माहिती असताना कोणता माणूस असली रिस्क घेईल? नि कशासाठी घेईल? त्याला त्याच्या जिवाची भीती नाही का? आणि तसंही बघा, त्यांना तर काय हा आजार नाही. आणि ज्या महिलांच्या फिर्यादी आहेत त्यांनाही तो आजार नाही. म्हणून माझं म्हणणं असं आहे की, तुम्ही खोटी फिर्याद दाखल केलेली आहे. सलमा मॅडम, इस्लामपूरकर सर, डी.डी.सर, विजय गुपचुपे सर यांनी रचलेल्या कटात तुम्ही सामील झालात आणि त्यांच्या सांगण्यावरूनच तुम्ही ही फिर्याद दिली आहे."

"नाही. हे म्हणणं खरं नाही."

"ताई, तुम्ही चार फिर्यादींमध्ये साक्षीदार आहात."

"हो."

"तुम्ही आपसात एकमेकीला सहा जणी आलटूनपालटून साक्षीदार आहात."

"हो. हे म्हणणं खरं आहे."

"ताई, तुमच्या मुलीने शारदाबाई पवार आश्रमशाळेत पहिल्या वर्गात २००४ नंतर प्रवेश घेतला होता."

"हो."

''त्यानंतर ती या शाळेत शिकू लागली. त्यानंतर ही मुलगी कोल्हापूरच्या शाळेतही शिकत होती आणि वसतिगृहातही होती. तसेच, ज्यावेळेला ही मुलगी जकातवाडीच्या शाळेत शिकत होती, त्याचवेळी तुमच्या मुलीचे नाव सलमा मॅडम चालवत असलेल्या वसतिगृहात नोंदवलेलं आहे.''

''हो. हे म्हणणं खरं आहे.''

''मग या मुलीचं नाव सलमा मॅडमच्या वसतिगृहाशी काही संबंध नसताना खोटेपणानं नोंदवलं असं म्हणायचं का?''

''नाही. हे म्हणणं खरं नाही.''

''ताई, सलमा मॅडमच्या वसतिगृहात मुली कमी पडत होत्या. म्हणून शारदाबाई पवार शाळेतल्या मुलींची नावं सलमा मॅडमच्या वसतिगृहात नोंदवली होती व त्याची ग्रॅन्ट दोन्ही ठिकाणी निघत होती. म्हणून तुम्ही सलमा मॅडमच्या कटात सामील झालात.'''

''नाही. हे म्हणणं खरं नाही.''

''ताई, मुरलीताई, सुमंगलताई आणि तुम्ही कोल्हापुरात एकत्रच कामाला होता.''

''हो.''

''हे केशवमामा कोण आहेत हे मला सांगता?''

''मुरलीताईचे मानलेले मामा आहेत.''

''बरं. त्यांच्या गाडीतूनच तुम्ही तिघी म्हणजे तुम्ही, मुरलीताई आणि सुमंगलताई सातारला फिर्याद द्यायला आलात; पण सुमंगलताई यांना ज्या वेळी तुम्ही खरं कशासाठी आला आहत हे सांगितलं, तेव्हा साताऱ्याच्या स्टॅण्डवर त्या तुमच्या गाडीतून खाली उतरल्या.''

''नाही. मी आणि मुरलीताई आलो. सुमंगल आमच्याबरोबर नव्हती.''

''मग मुरलीताईच्या मामाच्या गाडीतून तुम्ही सातारला आलात.''

''नाही. हे म्हणणं खरं नाही.''

''ताई, तुम्ही, मुरलीताई, सुमंगलताई २८/३/२०१३ रोजीचे रात्री सातारला पोलीस स्टेशनमध्ये होतात व तुमच्याबरोबर मुरलीताई, पूजाबाईचा मित्र, डी.डी.सर व विजय गुपचुपे होते व ते तुम्हाला फिर्याद कशी द्यायची हे सांगत होते.''

''हे म्हणणं खरं नाही.''

''सुमंगलताई यांनी मला भविष्यात काही नुकसान होणार नाही याची हमी द्या, तर मी तक्रार देते; अन्यथा मी तक्रार देणार नाही, असं म्हणून तिने तक्रार दिली नाही.''

''हो. हे म्हणणं खरं आहे.''

''ताई, तुमच्या फिर्यादीवरती जी तारीख आहे, ती आधी दि. २६/३/२०१३ अशी लिहिली होती व ती खोडून २७/३/२०१३ लिहिली.''

''हे म्हणणं खरं नाही.''

''ताई, हे फिर्यादीचे कागद आहेत, ते जरा बघा.'' (निशाणी ३८)

''आत्ता मला फिर्याद दाखवली. माझी फिर्याद दि. २७/३/२०१३ रोजी दुपारी २.०० ते २.३०च्या दरम्यान लिहून घेतली होती.''

''म्हणजे तुमच्या फिर्यादीमध्ये खाडाखोड आहे ही तर गोष्ट खरी?मग कधी फिर्याद दाखल केली, नक्की २६ ला की २७ ला?''

''दि. २७/३/२०१३ ला.''

''ताई, डॉ. बाबा आढावांना दिलेल्या पत्रावर तुम्ही सही केली आहे.''

'' नाही. मी सही केलेली नाही.''

''ताई, हे पत्र वाचा. या पत्रावर तुमच्या नावापुढे सही आहे.''

''हो. ही सही माझीच आहे.''

''ताई, ही सही कुणी जबरदस्तीने घेतली? फसवून घेतली किंवा तुमची सही दुसऱ्याने केली का?''

''नाही. असं काही घडलेलं नाही. ती सही माझीच आहे.''

कमळाबाई कोल्हापूरकर, वय ३२, व्यवसाय नोकरी यांचा सरकारी वकील ॲड. एन.डी. मुके यांनी सरतपास घेतला.

''बासरीताई माझ्याबरोबर काम करत होत्या. तिने मला लक्ष्मण मानेंचा फोन नंबर दिला व फोन करायला सांगितलं. लक्ष्मण माने यांना मी फोन केला. ते मला म्हणाले की, तुला माझ्याबरोबर झोपावं लागेल. संबंध ठेवावे लागतील. मी फोन ठेवून दिला. एके दिवशी पूजाबाई सातारकर, रुक्मिणी सातारकर व मी एकाच एस.टी.बसने कोल्हापूर येथे चाललो होतो. आम्ही तिघींनी एकमेकींना लक्ष्मण माने यांनी केलेल्या बलात्कारांविषयी सांगितलं. आम्ही ठरवलं की, लक्ष्मण माने याच्याविरुद्ध फिर्याद द्यायची आणि एक महिन्याभराने आम्ही फिर्याद दिली. मी दि. २५ मार्च, २०१३मध्ये फिर्याद दिली. मला दाखवलेली फिर्याद तीच आहे. त्यावर माझी सही आहे.''

यानंतर माझे वकिलांनी उलटतपास घेतला.

''ताई, तुम्ही २००६ साली संस्थेत कामाला नव्हतात आणि २००७ला पण तुम्ही नोकरीला नव्हता. ताई, नेमणूक आहे ती १६/६/२००८ ची आहे आणि त्याचा कालावधी १६/६/२००८ ते ३०/४/२००९ असा होता.''

''मी हजेरीपत्रकावर रोज सह्या करत होते हे म्हणणं खरं आहे. मी १६/६/ २००८ पूर्वी संस्थेत कामाला होते, हे दाखवणारा कागदोपत्री पुरावा माझ्याकडे

आहे. हेही म्हणणं खरं नाही की, सन २०११ साली माझी बदली उपळी येथे झाली.''

''पण तुम्ही तो पुरावा पोलिसांना सांगितला नाही किंवा दाखवलाही नाही.''

''हो. हे म्हणणं खरं आहे.''

''ताई, ज्या माणसाला तुम्ही पाहिलं नाही, त्याचा नंबर तुम्हाला तुमच्या सहकारी बासरीताई यांनी दिला आणि तुम्ही लक्ष्मण माने यांना फोन केलात. हो की नाही?''

''हो.''

''हा फोन करण्यापूर्वी लक्ष्मण माने या माणसाला तुम्ही कधी पाहिलं होतं का?''

''नाही.''

''मग तुम्हाला बासरीने नंबर दिला आणि तुम्ही फोन केलात.''

''हो.''

''आणि मग तिकडून ते तुम्हाला म्हणाले की, तुला माझ्याबरोबर झोपावं लागेल, संबंध ठेवावे लागतील आणि फोन तुम्ही ठेवून दिलात.''

''हो.''

''ताई, अनोळखी माणसाला फोन केल्यावर तो पहिल्यांदा अशी मागणी करील का?अगदी कुठलाही माणूस अशी करील का?''

''नाही.''

''मग तुम्ही हे खोटं सांगताय?''

''नाही.मी खरं सांगतेय.''

''ताई, तुम्ही, पूजाबाई सातारकर आणि रुक्मिणी सातारकर तुम्ही तिघींनी एस.टी.त जाताना आपसात विचारविनिमय करून लक्ष्मण माने यांच्यावर खोट्या फिर्यादी दाखल करण्याचा व त्यासाठी इतर सर्व सहकारी यांना या तुमच्या कटात सामील करून घेण्याची चर्चा केलीत, असं तुम्ही तुमच्या जबाबात आत्ता सांगितलंत. हे म्हणणं खरं आहे ना?''

''हो.''

''ताई, हा एवढा मोठा बलात्कार झाला तुमच्यावर, मग तुम्ही बोंबललात का? कुणाला मदतीला बोलवलंत का? पोलीस स्टेशनला गेलात का?''

''नाही.''

''तुम्ही तुमच्या नवऱ्याला सांगितलंत का?''

''नाही.''

''ताई, तुम्ही सध्या सावंतनगर, जकातवाडीमध्ये एका भाड्याच्या खोलीत राहत आहात. ती एकच खोली आहे. आत्ता मला सांगा हा कमळाबाईचा मित्र (कोर्ट

नाव सांगते) ही व्यक्ती कोण आहे?''

''ही माझी वैयक्तिक बाब आहे. त्यामुळे मला उत्तर द्यायचं नाही.''

''ताई, कमळाबाईचा मित्र (कोर्ट नाव सांगते) हे तुमच्यासोबत त्या खोलीमध्ये राहतात. आणि तुमचे पती तुमच्यासोबत राहत नाहीत.''

''हो. हे म्हणणं खरं आहे.''

''या खोलीमध्ये तुम्ही पाच ते नऊ वर्षं राहत आहात.''

''हो. हे म्हणणं खरं आहे.''

''त्यामुळे संस्थेत तुम्ही कधीच राहिला नाही.''

''हे म्हणणं खरं नाही.''

माननीय न्यायाधीश महोदय मध्येच हस्तक्षेप करतात व फिर्यादीला विचारतात,

''तुझी वैयक्तिक बाब आहे आणि त्यामुळे तू उत्तर देत नाही असं म्हणतेस.''

''हो.''

''त्याचवेळेला तुझे मित्र हे तुझ्या रूममध्ये राहताएत असंही म्हणतेस आणि त्याच वेळेस संस्थेतही राहत होतीस असंही तुझं म्हणणं आहे. म्हणजे तुझं नक्की म्हणणं काय आहे?''

''सांगता येत नाही.''

''ठीक आहे.''

न्यायालय माझ्या वकिलांना पुढे विचारायला सूचित करते.

''ताई, २४/३/२०१३ला तुमच्यासोबत पूजाबाई सातारकर, रुक्मिणी सातारकर होत्या.''

''२४/३/२०१३ला पोलिसांना आम्ही घटना सांगितली. त्यावर पोलिसांनी आमच्या सह्या घेतल्या होत्या. तो कागद पोलिसांनी मला वाचून दाखवला होता. तो कागद टाइप केलेला होता.''

''पोलिसांना घटनास्थळ तुम्ही २५/३/२०१३ला दाखवलं की २६/ ३/ २०१३ला?''

''मला आठवत नाही.''

''ताई, २४/३/२०१३ ते २५/३/२०१३च्या रात्रीपर्यंत तुम्ही पोलीस स्टेशनमध्ये होता.''

''हो. हे म्हणणं खरं आहे.''

''सन २०११-१२मध्ये पगार वेळेवर मिळत नाही म्हणून संस्थेविरोधी आंदोलन केलं होतं. त्या आंदोलनात मुरलीताई, काळेबाई जयसिंगपूरकर, पूजाबाई सातारकर, सुमंगलताई, आंधळेताई, पूजाबाईचा मित्र, काळेबाईचा मित्र, रुक्मिणी सातारकरचा मित्र हे सामील झाले होते.''

"हो. हे म्हणणं खरं आहे."

"बाबा आढाव यांना लक्ष्मण माने व त्यांच्या कुटुंबीयांना संस्थेतून काढा असं निवेदन दिलं होतं."

"हो."

"ताई, हे निवेदन डी.डी.सर, गुपचुपे सर, सलमा मॅडम व त्यांचे पती यांनी केलं होतं व त्यावर तुमच्या सह्या घेतल्या होत्या."

"हो."

"डी.डी.सर, सलमा मॅडम यांनी तुमच्या सह्यांचा वापर करून लक्ष्मण माने यांचेविरुद्ध अनेक निवेदने दिली होती."

"हे म्हणणं खरं नाही."

"तुम्हाला तिघींनाही एकत्र घेऊन फिर्याद देण्याच्या मागे त्यांचाच हात होता."

"हे म्हणणं खरं नाही."

"ताई, फेब्रुवारी २०१३मध्ये संस्थेने तुमच्यावर कामावरची अनियमितता, गैरवर्तणुकीबाबत सहकाऱ्यांच्याबरोबर भांडणाचा, मारामारीचा आरोप लावला होता."

"हे म्हणणं खरं नाही."

"ताई, या चौकशीच्या कामी ॲड. लांडगे काम पाहत होते."

"हे म्हणणं खरं नाही."

"ताई, २०१३पासून तुम्ही वरील लोकांच्या संगनमताने कट रचून खोटी तक्रार दिली आहे."

"हे म्हणणं खरं नाही."

"आज इथे साक्ष काय द्यायची आहे, हेही तुमच्या वकिलाने तुम्हाला शिकवलं आहे आणि त्याप्रमाणे तुम्ही साक्ष देत आहात. तुम्ही खोटी साक्ष देत आहात."

"हे म्हणणं खरं नाही."

संगीता बुधकर, वय ४२ वर्षे, व्यवसाय घरकाम, राहणार करंजे, सातारा यांचा सरतपास सरकारी वकिलांनी घेतला. त्यानंतर माझ्या वकिलांनी त्यांचा उलटतपास घेतला.

"नाव काय तुमचं?"

"संगीता बुधकर."

"केव्हापासून नोकरीला लागलात तुम्ही?"

"तारखा सांगता येत नाही."

"२ जून, १९९९ रोजी तुम्ही नोकरीसाठी अर्ज केलात आणि २१ जून, १९९९ रोजी तुम्हाला नेमणूक मिळाली."

"मला आठवत नाही."

"बरं. ही ऑर्डर बघा. आत्ता सांगा."

"मी ऑर्डर पाहिली. २१ जून १९९९ ते ३० एप्रिल २००० मी भोसरी शाळेत काम केलं हे म्हणणं खरं आहे."

"ताई, १ मे २००० ते ३० एप्रिल २००२मध्ये तुम्ही कोणत्या शाळेत काम केलं?"

"मला सांगता येत नाही."

"बरं, हा आदेश बघा, काय आहे तो आदेश?"

"२००१मध्ये मी नोकरीत कायम झाले. मला नोकरीत कायम केल्याचा आदेश आहे."

"ताई, आज तुम्ही फिर्याद वाचली ना तुमची? तुमच्या वकिलांनी, पोलिसांनी तुम्हाला ती फिर्याद वाचायला दिली ना?"

"हो. मी आज फिर्याद वाचली असल्याने आज तारखा सांगू शकले. हे म्हणणं खरं आहे."

"ताई, या कामामध्ये तुम्ही वकील दिलाय खाजगी?"

"हो. या कामात मी ॲड. लांडगे यांना नेमलं आहे."

"मग आत्ता तुम्ही त्यांच्याकडून सल्ला घेतला असेल ना?"

"हो. कोर्टात येण्यापूर्वी ॲड. लांडगे यांच्याकडून काय व कशी साक्ष द्यायची याबाबतचा सल्ला घेतला आहे."

"ताई, या शाळेने तुम्हाला कामावरून काढून टाकलं का हो?"

"नाही. मला शाळेतून काढून टाकलं नाही, हे म्हणणं खरं आहे."

"म्हणजे २००५ सालापासून तुमचा संस्था, शाळा यांच्याशी काही संबंध नव्हता."

"हो. माझा काही संबंध नाही."

"मग डी.डी.सरांना तुम्ही कसे काय ओळखता?"

"मी करंजे शाळेत काम करत असताना डी.डी.सर करंजे शाळेत अधीक्षक म्हणून काम करीत होते. त्यामुळे मी त्यांना ओळखते."

"हे बघा ताई, तुम्ही आपणहून राजीनामा देऊन नोकरी सोडून गेलात. हा राजीनामा तुम्ही २००५ साली दिलात."

"हो. हे म्हणणं खरं आहे."

"ताई, डी.डी.सर जून २००५मध्ये रुजू झाले आणि तुमचा राजीनामा जुलै २००५मधला आहे. म्हणजे जेमतेम महिनाभरसुद्धा तुम्ही एकत्र काम केलेलं नाही."

"हो. हे म्हणणं खरं आहे. डी.डी.सर व मी, आम्ही दोघांनी एकत्र काम केलेलं नाही."

"डी.डी.सरांनी तुम्हाला फिर्याद करायला लावली. म्हणजे पाठबळ दिलं तर?"

"हो. हे खरं आहे. डी.डी.सरांनी फिर्याद देण्यास मला धीर दिला."

"ताई, ३/४/२०१३ला पूजाबाई सातारकरच्या कामात तुम्ही जबाब दिलात."

"हो. हे म्हणणं खरं आहे."

"आणि ३/४/२०१३पूर्वी तुम्ही फिर्याद दिली नव्हती. तुमचा जबाब जून २०१३मध्ये कोर्टामध्ये घेतला होता."

"हो. न्यायालयाने माझा जबाब दोन कामात घेतला होता हे म्हणणं खरं आहे."

"तुमच्या जबाबामध्ये जकातवाडीत तुमच्यावरती बलात्कार झाला असं कुठेही लिहिलेलं नाही."

"तसं का लिहिलं मला सांगता येत नाही."

"जकातवाडी शाळेच्या परिसरामध्ये समता बोराटे यांच्या मालकीचा बंगला नाही."

"हो. हे म्हणणं खरं आहे."

"समता बोराटे ही लक्ष्मण माने यांची मुलगी आहे?"

"हो. हे म्हणणं खरं आहे."

"समता बोराटे यांचा विवाह २००३नंतर झाला?"

"हे मला सांगता येत नाही."

"लग्नापूर्वी त्या आपल्या वडिलांपासून वेगळ्या राहत नव्हत्या. लक्ष्मण माने पत्नी, मुलगा, सून, मुलगी हे करंजे येथील बंगल्यात एकत्र राहायचे."

"हो. हे म्हणणं खरं आहे."

"समता बोराटे ही लक्ष्मण माने यांची एकुलती एक मुलगी आहे."

"हो."

"समता बोराटे यांचा बंगला अशी कोणतीही वास्तू जकातवाडीत अस्तित्वात नाही."

"हो. हे म्हणणं खरं आहे."

"ताई, जकातवाडीतील धान्याची कोठी आहे ना, त्या धान्याच्या कोठीमध्ये सर्व शाळांचं धान्य ठेवलेलं असतं व त्याच्या चाव्या सलमा मॅडमकडे असायच्या."

"हो. हे म्हणणं खरं आहे."

"सलमा मॅडम दररोज साठा तपासून पाहायच्या आणि बघा धान्याच्या दोन कोठ्या होत्या. एका धान्यकोठारात संपूर्ण धान्यकोठाराचं धान्य साठवलं होतं. दुसऱ्या धान्यकोठारात त्या शाखेचं सामान, धान्य ठेवलं जायचं आणि या दोन्ही कोठींच्या चाव्या सलमा मॅडमकडे असायच्या."

"हो. हे म्हणणं खरं आहे."

"ताई, पोलिसांना दोन्ही कोठ्या तुम्ही दाखवल्या नाहीत?"

"नाहीत. जिथे माझ्यावर बलात्कार झाला ती ठिकाणं दाखवली होती."

"ताई, माझं म्हणणं असं की बलात्कार नावाची काही गोष्टच घडली नव्हती.

२००५ला तुम्ही राजीनामा दिला. तुम्ही स्वखुशीने राजीनामा दिलात. त्यानंतर लक्ष्मण माने यांची तुम्हाला काही भीती नव्हती. संस्थेची भीती नव्हती. तुम्ही स्वतंत्र होता. त्यामुळे त्यांना भिण्याचं काहीच कारण नव्हतं. या सात ते आठ वर्षांत तुम्ही कुठे पोलिसांकडे माझ्यावर बलात्कार झाला अशी तक्रार दिली नाही.''

''हो. हे म्हणणं खरं आहे.''

''मग डी.डी.सर, सलमा मॅडम, विजय गुपचुपे आणि सलमाबाईंचे पती इस्लामपूरकर सर यांनी तुम्हाला खोट्यानाट्या भूलथापा देऊन फिर्याद करायला लावली?''

''नाही. हे म्हणणं खरं नाही.''

''मग मुरलीताई आणि तुम्ही दोघी ३/२/२०१६ रोजी एका गाडीवरून कोर्टातून बाहेर पडल्यावर गेलात. त्या गाडीचा नंबर काय हो?''

''एम.एच.११ बी.आर.६४७. माझ्या मालकीची आहे.''

''मग तुम्ही या गाडीवरून दोघी बाहेर पडलात.''

''हो. हे म्हणणं खरं आहे.''

''तुम्ही दोघी तिथून सलमा मॅडमच्या घरी गेलात.''

''मला आठवत नाही.''

''हे बघा ताई, तुम्ही सलमा मॅडमच्या घरी गेला होतात. त्यांच्या घराशेजारी ॲड. लांडगे सरांचं ऑफिस आणि घर आहे. त्यांच्याकडेच तुम्ही सगळे शिकत होतात.''

''हो. हे म्हणणं खरं आहे. आम्ही सर्व फिर्यादी साक्ष कशी द्यायची हे वकिलांकडून शिकलो आहे.''

''ताई, हे लांडगे वकील आहेत की नाही, तुम्ही सगळ्यांनी मिळून एकच वकील दिला आहे ना?''

''हो.''

''आणि त्याची फी काय ठरली का? किंवा त्या वकिलांना किती पैसे द्यायचे हे काही ठरलं आहे का?''

''नाही. मला पैसे देण्याचा योग आला नाही. त्यांची फी किती ठरली याबाबत मला काही माहिती नाही.''

''मग ते फुकट वकिली करताएत का?''

''नाही. हेपण मला काही माहिती नाही.''

''मग त्यांचे पैसे कोण देत आहे?''

''मला माहिती नाही.''

''ताई, २/४/२०१३ला काय घडलं?''

''२/४/२०१३ला पेपरमध्ये लक्ष्मण माने यांच्याविरोधी बलात्काराचे गुन्हे

दाखल झाल्याचं वाचलं व त्यानंतर मी फिर्याद देण्याचं ठरवलं.''

''मग डी.डी.सर तुम्हाला केव्हा भेटले?''

''मी डी.डी.सरांना ४/४/२०१३ रोजी सायंकाळी ६.०० वाजता एस.टी. स्टॅन्डजवळ भेटले. मी डी.डी.सरांशी अर्धा तास बोलले.''

''आणि मग डी.डी.सर तुम्हाला पोलीस स्टेशनला घेऊन गेले.''

''नाही. हे म्हणणं खरं नाही.''

''मग केव्हा गेलात तुम्ही पोलीस स्टेशनला? मी ५/४/२०१३ला सायं. ७.०० ते ७.३०च्या दरम्यान पोलीस स्टेशनला फिर्याद देण्यासाठी गेले होते. तिथे मी ७.०० ते १२.३०पर्यंत होते. फिर्याद पोलिसांनी हातानी लिहून घेतली व त्यावर मी सही केली.''

''फिर्याद लिहून घ्यायला ३० ते ४५ मिनिटे लागली. ''

''हो. हे म्हणणं खरं आहे.''

''मग संपूर्ण रात्र तुम्ही पोलीस स्टेशनमध्ये होता?''

''हो, मी संपूर्ण रात्र पोलीस स्टेशनमध्येच होते.''

''ताई, डी.डी.सर तुम्हाला पोलीस स्टेशनला घेऊन गेले. तुम्हाला नोकरी पुन्हा मिळवून देतो, तुमच्या तीन ते चार वर्षांचा पगार तुम्हाला मिळवून देतो, अशा भूलथापा देऊन त्यांनी तुम्हाला खोटी फिर्याद दाखल करायला सांगितली.''

''नाही. हे म्हणणं खरं नाही.''

''ताई, कमळाबाई कोल्हापूरकर आणि तुम्ही, दोघींनी एकत्र कधी काम केलंत का? पोलिसांनी तसं लिहिलं आहे.''

''पोलिसांनी का लिहिलं हे मला सांगता येणार नाही.''

''ताई, फिर्याद दिल्यानंतर दोन महिन्यांनी जबाब देण्यासाठी कोर्टात गेले होते. हा जबाब कलम १६४चा होता आणि न्यायालयाच्या पुढे कुणीही नव्हतं. मग तिथे तुम्ही स्वत:वर बलात्कार झाला असं सांगितलंत का?''

''मला आठवत नाही.''

''हे बघा ताई, माझं म्हणणं असं आहे की, पूजाबाई सातारकर, मुरलीताई आणि तुम्ही, तुम्हा सगळ्यांना पोलिसांनी एकत्र बसवलं आणि त्यांनी तुम्हाला सर्वांच्या फिर्यादी वाचायला दिल्या.''

''हो. हे म्हणणं खरं आहे.''

''पोलिसांनी तुम्हाला काय जबाब द्यायचा ते सांगितलं.''

''हो. हे म्हणणं खरं आहे.''

''ताई, तुमची फिर्याद, साक्ष हा सारा खोटारडेपणा आहे आणि तुम्ही खोटी साक्ष देत आहात.''

"नाही. हे म्हणणं खरं नाही."

आता या बाईंच्या इतिहासाबद्दल वाचकांसाठी थोडंसं सांगतो. कोणाच्या रंगावरून, त्याची अवहेलना करावी असा माझा बिलकूल हेतू नाही. माझा स्वत:चाही रंग काळा आहे. त्यामुळे कोणाच्या रंगाला नावं ठेवण्याचा माझा उद्देश नाही; परंतु या बाई ढेकळात पडल्या तर ओळखायला येणार नाहीत. त्यांचे पांढरे दात सोडले तर त्यांना अंधारातसुद्धा ओळखता येणार नाही. या माताजी तीन मुली घेऊन संस्थेमध्ये नोकरीला आल्या. नेहमीसारखंच तिन्ही मुलींना आश्रमशाळेत घातलं. म्हणजे त्यांच्या संगोपनाची जबाबदारी संपली. मग माताजी एकट्या उरल्या. नोकरी मिळाल्याने गरज संपली आणि पगार मिळायला लागल्यावर गरिबी संपली. मग पोटात गोळाभर भात जायला लागला की बाकीचे व्याप सुचू लागतात. तसं यांचंही झालं. यांनी माझ्याच गाडीचा ड्रायव्हर, नातेवाईक होता त्याला पटवलं. मी अनेकवार समजावून सांगूनही माझ्या नातेवाइकाने माझं ऐकलं नाही. पुढे हे इतकं विकोपाला गेलं की बाईंनी नोकरीचा राजीनामा दिला आणि ड्रायव्हरबरोबर पळून गेल्या.

आता हा ड्रायव्हर दारुड्या. हळूहळू या बाईही झाल्या दारुड्या. मुली सुरक्षित ठिकाणी होत्या. नवऱ्याचा पत्ता नव्हता. या दारुड्या ड्रायव्हरने काही दिवस मजा केली. पुढे हिलाच धोपटून धुण्याभांड्याच्या कामाला लावलं. दोघांची भांडणं सुरू झाली. ती विकोपाला गेली. यामध्ये चार ते पाच वर्षं गेली. शाळेतल्या मुलींची शिक्षणं झाली. त्या वयात आल्या. मुलींची आजी माझ्याकडे रोज येऊन रडत बसू लागली. तिन्ही मुलींची लग्नं मी, माझ्या कार्यकर्त्यांनी आर्थिक मदत करून आजींना सर्व सहकार्य करून पार पाडली. मध्ये केव्हातरी एखादा फोन येत असे. आणि माझी फरकाची रक्कम काढायला मुख्याध्यापकांना सांगा, असं या माताजी सांगत असत. मी मुख्याध्यापकांना सूचना देत असे. पुढे केव्हातरी त्यांचा फरक निघाला असावा. त्यांना पैसे मिळाले असावेत. त्या सोडून गेल्या. या घटनेलाही सात ते आठ वर्षं होऊन गेली आणि अचानकपणे या माताजी या पाचजणींच्या बरोबर सहाव्या म्हणून दाखल झाल्या.

आता फिर्यादींचे साक्षी-पुरावे संपले होते. एक सलमा मॅडम सोडल्या तर त्यांचा महत्त्वाचा साक्षीदार कोणी नव्हता. आणि त्या साऱ्या प्रकरणाच्या कर्त्याधर्त्या होत्या. त्यांचाही जाबजबाब झाला. उलटतपासणी झाली. आता न्यायालयापुढे पंचांच्या साक्षी सुरू झाल्या. सगळे पंच डी.डी.सरांनी, गुपचुपे सरांनी आपल्या नात्यागोत्यातले किंवा आपले गाववाले गोळा केले होते. पंचनाम्यात काही मिळण्याचा प्रश्नच नव्हता. मेडिकल रिपोर्ट नील होते. आता प्रश्न होता, घटना घडल्या त्या जागा दाखवण्याचा. पंच सारेच पढवून आणले होते. माझ्या वकिलांनी, न्यायालयापुढे ते एकमेकांचे नातेवाईक असून, त्यांना डी.डी.सरांनी पंच म्हणून आणले होते, ही

गोष्ट कागदोपत्री न्यायालयापुढे मांडली. त्यामुळे सारे पंच खरं बोलू लागले. प्रत्येकाने वेगवेगळ्या वेळा व वेगवेगळ्या जागा सांगितल्या. तर सर्वांच्या साक्षीतून कोर्टापुढे असं आलं की, समता बोराटे, जीवन बोराटे यांचा बंगला अशी काही वास्तूच अस्तित्वात नाही. ते सांगत होते त्या जागा अस्तित्वात नव्हत्या किंवा त्या फिर्यादीशी मेळ खात नव्हत्या. चार-पाच तारखा गेल्या. पुण्यातल्या रेस्ट हाउसचे दोन कर्मचारी पंच म्हणून आले होते. मी तिथे कधीच राहिलो नव्हतो. तसे चार-पाच वर्षांचे रेकॉर्ड पोलिसांनी जप्त केले होते. त्यात मी तिथे राहिल्याची एकही नोंद नव्हती. या दोनही पंचांनी साक्षी दिल्या. त्यांनी या महिलांना ओळखत नसल्याचे, ना पाहिले असल्याचे न्यायालयाला सांगितले.

पंचांच्या साक्षी झाल्या. आता आरोपी म्हणून मला पिंजऱ्यात उभे राहावयाचे होते. मी पिंजऱ्यात उभा राहिलो. ‘‘या सहाही केसेस हा माझ्या विरोधकांनी रचलेला कट आहे. या सर्व आरोपांमध्ये काडीचे तथ्य नाही. मला बदनाम करण्यासाठी रचलेले हे षड्‌यंत्र आहे. कोणत्याही महिलेचा आरोप मला मान्य नाही. मी माझा लेखी जबाब न्यायालयास सादर करीत आहे.’’ मी माझ्यावरचे सारे आरोप नाकारले. सरकारी वकिलांनी काही मोजके प्रश्न विचारले. मी स्पष्ट उत्तरे देत होतो. दोन दिवसांत माझा जबाब संपला. आता दोनही वकिलांच्या युक्तिवादासाठी तारखा पडू लागल्या. प्रथमतः, सरकारी वकिलांनी आणि त्यांच्या टीमने भाराभर पुस्तके आणली होती. त्यांनी मोठ्या कौशल्याने आपली बाजू मांडली. दोन तारखा त्यांना लागल्या. त्यानंतर माझ्या वकिलांनी युक्तिवाद केला. दोन दिवस ते कोर्टापुढे अतिशय संयतपणे, शांतपणे या फिर्यादी खोट्या कशा आहेत, यातला शब्द न् शब्द खोटा आहे, याविषयी माझ्या वकिलांनी माझी बाजू खूप प्रभावीपणे मांडली.

न्यायालय खचाखच भरले होते. सारे ज्युनिअर वकील माझ्या यादव वकिलांचा युक्तिवाद ऐकायला जमले होते. त्यांनीही पुस्तकांचा भारा आणला होता. दोन्ही बाजू न्यायालयापुढे आल्या होत्या. मॅडम मध्येच वकिलांना थांबवीत हवे असलेले संदर्भ, ग्रंथ त्या मागून घेत होत्या. कायद्याची पुस्तकं फार जाडजूड असतात; पण वकिलांना त्यातले वेगळे संदर्भ अचूक समजतात. न्यायाधीश मॅडम पान नंबर, पॅरा नंबर टिपून घेत. पुन्हा युक्तिवाद सुरू होई. अखेर माझ्या वकिलांचा युक्तिवाद संपला.

अखेर माझ्या मनावरचं फार मोठं ओझं उतरलं होतं. आपली बाजू मांडली गेली. मी रोज भाषणं करणारा माणूस; पण आरोपी असल्याने आपला शहाणपणा इथं चालत नाही. इथं सर्व कायद्याच्या भाषेत असतं. फापटपसारा चालत नाही. न्यायाधीशांना आपली नेमकी बाजू समजावून सांगावी लागते. संदर्भ व्यवस्थित द्यावे लागतात. आम्ही न्यायालयातून बाहेर पडत होतो. अनेक वकील माझ्या वकिलांचे तोंडभरून कौतुक करीत होते. माझी केस मीडियाने फार गाजवली होती. त्याचं

मला टेन्शन होतं. त्यामुळे अतिशय सावधपणे बोलावं लागे. मीडिया ट्रायल होणार नाही याची काळजी घ्यावी लागे. माध्यमांपासून फार लांब राहावं लागत होतं. आता निकालावर केसेस पडल्या होत्या. जवळपास दोन महिने निकालासाठी आम्ही प्रत्येक तारखेला अतिशय दबावाखाली कोर्टात जात असायचो आणि कोर्ट पुढची तारीख देत असे.

एका तारखेला मी, समता, जीवन ११ वाजता कोर्टात गेलो. नेहमीसारखा कोर्टाचा शिरस्ता पार पडला. मला आणि मनिषाला कोर्टाने समोर बोलावलं आणि तुम्हाला सर्व आरोपातून निर्दोष मुक्त करीत आहे, असं सांगितलं. हे इतकं अचानक, अनपेक्षित होतं. क्षणभर कळतच नव्हतं. आम्ही भांबावलो होतो. न्यायाधीश म्हणाल्या, "तुम्हाला सर्व सहाही केसेसमधून निर्दोष मुक्त केलं आहे. निकालाची प्रत घेऊन जा. जामीन द्यावा लागेल. तो द्या." मॅडम उठल्या, तसे सारे न्यायालय उभे राहिले. मॅडम त्यांच्या ॲन्टीचेंबरमध्ये गेल्या. आम्ही तिघांनी मिठी मारली. तिघं रडत होतो. फार मोठ्या अग्निपरीक्षेतून तावूनसुलाखून निघालो होतो. फार मोठी सत्त्वपरीक्षा झाली होती. चाळीस वर्षांचं सार्वजनिक जीवन पणाला लागलं होतं. आम्हाला निर्दोष सोडलं.

निकाल सर्व न्यायालयाच्या परिसरात क्षणात पोहोचला होता. भेटेल तो अभिनंदन करीत होता. माझ्यावरचा सामाजिक बहिष्कार उठला होता. काही क्षणांपूर्वी जे पाहून न पाहिल्यासारखं तोंड फिरवून जात होते, ते आवर्जून येऊन अभिनंदन करीत होते. समताने घरी शशीला निकाल सांगितला. तोवर भाई पोहोचला होता. या पोरांनी त्यांच्या बापासाठी जे केलं, त्याला तोड नाही. जीवन माझा नुसता जावई नव्हता. पोटच्या पोरासारखं त्याने काम केलं होतं. रात्रंदिवस तो या कोर्टकचेऱ्यांचे कागदांचे ढिगारे उपसत होता. प्रत्येक कागद त्याला अवगत होता. ही कुटुंबाने केलेली सामुदायिक लढाई होती. अर्थातच शशी त्यांची कॅप्टन होती. मी आत असताना किंवा बाहेर असताना तिने चारही मुलांना जी शिस्त लावली होती, कामाची विभागणी केली होती, ती जबाबदारी प्रत्येकाने पार पाडली होती.

माझा म्हैशींचा मोठा गोठा होता. दोनशे लिटर दूध जात असे डेअरीला. त्या सर्व म्हैशी विकाव्या लागल्या होत्या. गोठा मोकळा झाला होता. आम्ही कोर्टाबाहेर पडलो तर समोर पेढ्यांचा पुडा घेऊन ॲड. वर्षा देशपांडे, ॲड. शैला जाधव आणि कैलास जाधव आनंदाने एकमेकांना मिठ्या मारीत होते. वर्षा, शैला दोघी वकील; पण डोळ्यांना धारा लागलेल्या. आम्ही सारे जिंकलो होतो. आनंदाने रडत होतो. माझे जेलमधले मित्र मल्हारी जाधव, सागर उबाळे यांनी माझ्या दारात फटाक्यांची आतषबाजी सुरू केलेली, तर संस्थेच्या गेटवर शिंदे, साळुंखे, अर्जुन काळे यांनी

फटाक्यांच्या माळा लावलेल्या. सर्वत्र आनंदीआनंद होता. मला निर्दोष सोडल्याची बातमी माध्यमांनी राज्यभर पोहचवली होती.

आम्ही सर्वजण घरी आलो. माझं औक्षण झाल्यावर मी घरात प्रवेश केला आणि शशीचा बांध फुटला. मला मिठी मारून ती जे काही करत होती, त्याने सारं कुटुंब, नातवंडं, स्टाफचे लोक सारे रडत होते; पण ते आनंदाश्रू होते. एक मोठा सामाजिक, राजकीय कारस्थानाचा कट न्यायालयाने उधळला होता. शत्रू, मित्रांची पारख झाली होती. संकटात उभे राहतात ते बोटावर मोजता येतात, तर पळून जाणारे ढिगाने असतात. यशवंत, लुम्बिनी, श्रावस्ती ही माझी लाडकी नातवंडं मोठ्या माणसासारखी वागत होती. काय परिणाम झाले असतील यांच्या बालपणावर? सारेच पेढे वाटत होते. प्रत्येकाला मुलांनी पेढे दिले, की त्यांना झालेला आनंद शब्दांनी व्यक्त करणं अशक्य होतं. फोनला दम नव्हता. राज्यभरातून कार्यकर्त्यांचे फोन येत होते. माझी माणसं गरीब होती. ती काही करू शकत नव्हती. सुलतानी संकटातही ती माझ्याबरोबर होती. प्रत्येकजण फोनवर रडत होता. त्याला अति आनंद झाला होता.

आता माझ्यावरचं एक किटाळ टळलं होत. सामाजिक बहिष्कार काय यातनादायक असतो, अनुभवता आले. माणूस हा प्राणी समजावून घेता आला. डॉ. बाबा आढाव, भाई वैद्य, डॉ. अनिल अवचट, शरदराव पवार यांनी या काळात कुटुंबाला आणि मला जो आधार दिला, त्याबद्दल त्यांचे ऋण व्यक्त करणं माझं कर्तव्य आहे. बाबा, शरदराव यांनी माझ्या कुटुंबाच्या सुख-दुःखात सतत मोलाची मदत केली आहे. आता मी तुरुंगातून जाऊन आलो. कोणताही ठपका न ठेवता किंवा किंतु-परंतु न घालता कोर्टाने मला निर्दोष ठरवले. हा कलंक मी पुसला. या दरम्यान जे भोगलं, ते लिहिलं. नावं बदलावी लागली. त्याला कायदा कारण होता. कायद्याने अनेक मर्यादा येतात. व्यक्तिस्वातंत्र्य नष्ट होते. असा काही काळ पुन्हा अनुभवता आला. ज्यांनी या दुःखात लोटलं त्यांचा मी आभारी आहे. तीन वेळा जीवे मारण्याचे प्रयत्न फसल्यानंतर हा कमरेखालचा वार झाला होता. त्यातूनही बाहेर पडलो.

आता ज्वाला उफाळून वर येतील. कारण टेंबा त्यांनी उलटा केला होता. मला नष्ट करण्याच्या कटाचा हा भाग होता. जजमेन्ट कोर्ट साइटवर उपलब्ध आहे. ज्या चार लोकांनी कट केला, त्यांच्या नावाचा उल्लेख निकालपत्रात आला आहे. त्यांच्याविरुद्ध मी अब्रूनुकसानीचे दावे दाखल केले आहेत; पण माझ्या व कुटुंबीयांच्या वाट्याला ज्या यातना आल्या, सार्वजनिक कामाचं नुकसान झालं; त्याचं काय? ज्यांनी हिरिरीने तोंडसुख घेतलं, त्यांचेही आभार! ज्या दैनिकांनी मोठमोठाले मथळे देऊन हिरिरीने माझी बदनामी केली, ज्या साप्ताहिकांनी, दैनिकांनी माझ्यावर

अग्रलेख लिहिले आणि पिढ्यान्‌पिढ्या आपल्या डोक्यात साठलेली घाण ओकली याबद्दल मी त्यांचाही आभारी आहे. ब्राह्मणी वृत्तपत्रं आणि वाहिन्या यांनी जी मला श्रद्धांजली वाहिली, त्याबद्दल त्यांचाही मी आभारी आहे. माझ्यासारख्या हागणदारीत राहणाऱ्या माणसाला त्यांनी घाणीत दगड मारून अंगावर घाण उडवून घेतली, त्याबद्दलही त्यांचे आभार! ज्यांना मजवरील आरोपांनी अत्यंत खुशी झाली, आनंदाच्या उकळ्या फुटल्या, 'बरं झालं; असंच व्हायला हवं होतं, म्हणून ज्यांनी माझा दीर्घद्वेष केला, त्यांचेही आभार! आणि माझ्यावरती भरभरून प्रेम केलं, संकटकाळी धावून आले, माझ्याप्रति प्रेम, आस्था आणि विश्वास दाखवला, त्या सर्वांच्या प्रति मी ऋण व्यक्त करतो.

आता जजमेन्टची कॉपी मिळाली होती. ते सारं जजमेन्ट देणं शक्य नाही. त्याचाही गोषवारा देतो. २८ पानांचं हे जजमेन्ट आहे. ते नेटवर उपलब्ध आहे. त्याचाही मराठीतला गोषवारा वाचकांच्यासाठी, जसा आहे तसा सादर करतो.

'सर्वसामान्यपणे अत्याचाराच्या खटल्यामध्ये पुढे येणारा/उभा राहणारा प्रश्न असतो की, फिर्यादीने स्वत:चे पावित्र्य पणाला लावून आरोपीविरुद्ध बलात्काराची खोटी तक्रार का नोंदवली असेल? या प्रश्नाला प्रत्येक वेळी काही उत्तर असतेच असे नाही; परंतु आपल्यासमोर चालू असणाऱ्या खटल्यामध्य फिर्यादीने १० ते १२ वर्षांचा वेळ निघून गेल्यानंतर तक्रार नोंदवण्यामागे काही कारण असल्याचे प्रतीत होते. फिर्यादीने मान्य केले आहे की, तक्रार नोंदविण्याच्या एक दिवस आधी ती एक देशमुख सर आहे, त्याला रस्त्यात भेटली होती आणि त्याने तिला सल्ला दिला की, तिने तालुका पोलीस स्टेशनला जाऊन तक्रार नोंदविली पाहिजे. अगदी तिच्या प्रथम माहिती अहवालामध्ये (FIR) देखील फिर्यादीने हे सांगितले आहे की, तिच्यावर झालेल्या अत्याचाराबाबत तिने देशमुख सरांना सांगितले आणि त्याने तिला प्रोत्साहित केले आणि म्हणून तिने जाऊन तक्रार नोंदवली.

आरोपीचे वकील श्री. यादव यांनी माझं लक्ष सलीमा मुल्ला PW-2 यांच्या तोंडी पुराव्याकडे वेधले. या साक्षीदाराने मान्य केल्याप्रमाणे ती शाळेमध्ये अधिक्षिका होती. तिच्या मान्यतेप्रमाणे तिचा नवरादेखील त्याच शाळेमध्ये काम करत होता. सन २०१०मध्ये तिची व तिच्या नवऱ्याची बदली कोल्हापूरमध्ये केली. बदलीचे कारण काहीही असले तरी, सत्य परिस्थिती अशी होती की, ती या बदलीने खूश नव्हती आणि त्यामुळे ती सन २०१०मध्ये बदली केल्यापासून कोल्हापुरात तिच्या पदावर रुजू झाली नाही. तिने तिची बदली रद्द होण्याकरिता वेगवेगळ्या / खूप प्रकारे प्रयत्न केले आणि ती खूप मोठ्या/ वरच्या पदाधिकाऱ्यांना भेटली; परंतु जसे आरोपीने बदली रद्द करण्याचे नाकारले होते, त्याप्रमाणे तिची बदली ती रद्द करू शकली नाही.

या साक्षीदाराने हेदेखील मान्य केल आहे की सन २०११पासून ती, तिचा नवरा, आनंद यदू देशमुख आणि एक विजय कदम यांनी आरोपीविरुद्ध भ्रष्टाचार, वाईट प्रशासन इ. प्रकारचे आरोप केले होते. त्यांनी मुख्यमंत्र्यांसह अनेक पदाधिकाऱ्यांना निवेदन दिले होते आणि या आंदोलनांना माध्यमांद्वारे मोठी प्रसिद्धीदेखील दिली होती. त्यांनी जिल्हाधिकारी कार्यालयासमोर उपोषणदेखील केले होते. आरोपींचे पद्मश्री किताब आणि विधान परिषद सदस्य म्हणून मिळालेल्या सर्व सुविधा व विशेषाधिकार काढून घेतले जावेत असा आग्रहही धरला होता. त्यामुळे यातून असे जमवता येते की, हे लोक, PW-2 सलीमा मुल्ला, तिचा नवरा, देशमुख सर आणि विजय कदम जे संस्थेमध्ये नोकरी करतात, ते सन २०१०पासून आरोपीच्या बाबत द्वेष करत आहेत. PW-2 सलीमा मुल्ला हिने मान्य केल्याप्रमाणे ती जरी सन २०१२नंतर संस्थेशी संबंधित नसली तरी त्यांनी या प्रकारची आंदोलने सन २०१३पर्यंत केली आहेत. PW-2 सलीमा मुल्ला हिने मान्य केले आहे की, सन २०१३ मध्ये, त्यांनी संस्थेचे उपाध्यक्ष डॉ. बाबा आढाव यांना पत्र लिहिले होते, ज्यामध्ये आरोपी हे बलात्कारी असल्याबद्दल व त्यांच्याविरुद्ध कारवाई होण्याबद्दल लिहिले होते. PW-2 सलीमा मुल्ला संस्थेमध्ये काम करत नव्हती आणि तिचा संबंध संस्थेशी नव्हता. तिने हे मान्य केले आहे की, तिने या पत्रावर सही केली; कारण तिचा कायमचा हा हेतू होता की आरोपीला संस्थेतून काढून टाकावे.

ही शक्यता नाकारता येत नाही की या लोकांनी, जे संस्थेचे सेवक आहेत आणि संस्थेबद्दल आणि विशेषतः आरोपीबद्दल असूया धरून आहेत, ते एकत्र आले आणि फिर्यादी, जी एके काळी संस्थेची सेवक होती आणि तिलाही आरोपी नं. १बद्दल असूया होती, तिला वाईट कामासाठी प्रोत्साहित केले व आरोपीविरुद्ध तक्रार नोंदविली. ही सत्यतासुद्धा सत्यपरिस्थितीला पूरक आहे की, फिर्यादीने ॲडव्होकेट श्री. गलांडे यांना या बाबीमध्ये तिला मदत करण्याकरिता ठरवले आहे. फिर्यादीची आर्थिक परिस्थिती गृहीत धरता, येथे तिने एका खाजगी वकिलाला ठरवल्यामुळे संशय निर्माण होतो. त्यामुळे तिला विचारण्यात आले, की तिने स्वतः वकिलांची फी दिली आहे का? यावर तिने सांगितले की, कोर्टामध्ये तिचा जबाब होईपर्यंत तरी किमान त्यांची फी नक्की झाली नव्हती. ॲडव्होकेट श्री. गलांडे यांनी मुल्ला मॅडम यांच्याविरुद्धच्या चौकशीमध्येदेखील प्रतिनिधित्व केले आहे. या परिस्थितीवरून एका विशिष्ट प्रमाणात मला विश्वास ठेवण्यास भाग पडते की, जसे आरोपींच्या वकिलांनी सादर केले, त्याप्रमाणे मुल्ला मॅडम आणि इतर वरील सर्व नावे हे फिर्यादीने दिलेल्या FIRच्या मागे असणारे खरे मास्टरमाइंड आहेत.

सर्व चर्चेवरून जे दृष्टिपथामध्ये येते, ते थोडक्यात असे की, आरोपी नं. १ यांनी फिर्यादीवर वारंवार बलात्कार केल्याची फिर्याद फिर्यादी शाबित करू शकलेले

नाहीत. आरोपी नं. २च्या बाबतीत तिने आरोपीला मदत केल्याचा कोणताही पुरावा तिच्याविरुद्ध शाबित झालेला नाही. उलटपक्षी, घटना घडल्याच्यावेळी व जागी ती तिथे उपस्थित असल्याचा एका शब्दानेही उल्लेख झालेला नाही. फिर्यादी जिथे काम करत होती, त्या शारदाबाई आश्रमशाळेचा तिचा काहीही संबंध नाही. परिणामतः, आरोपीविरुद्ध जे मुद्दे उपस्थित केले गेले, त्याची उत्तरेही नकारात्मक आहेत आणि त्यामुळे ती त्या पद्धतीने पुढे आली आहेत.

आरोपीचे वकील श्री. यादव यांनी आग्रहित केले की, जर हे कोर्ट या निष्कर्षाप्रत आले की, फिर्यादीने केलेली तक्रार ही खोटी व बनावट आहे तर या कोर्टाने फिर्यादीला शिक्षा द्यावी. त्यांनी असे सादर केले की, आरोपी यांना त्यांच्याविरुद्ध दाखल झालेल्या या तक्रारीमुळे खूप अवहेलना सहन करावी लागली आहे. आरोपींच्या वकिलांनी सादर केल्याप्रमाणे आरोपी यांना खूप अवहेलना सहन करावी लागली आहे, या मताशी मी सहमत झाले असते; पण या आधीच वर चर्चा झाल्याप्रमाणे सत्य हे आहे की, फिर्यादी ही दुर्दैवी आहे, वादग्रस्त नाही. जी FIR नोंदवली गेली, ती तिची एकटीची निर्मिती नाही हे देखील वादग्रस्त नाही. या FIRच्या मागे इतर लोक मास्टरमाइंड आहेत. सत्य हे आहे की, फिर्यादी ही न शिकलेली आणि बेरोजगार स्त्री आहे आणि त्यांनी तिला ही तक्रार देण्याकरिता वापरलेले आहे. ही फिर्यादी अडाणी असल्याने तिच्याकडून होणाऱ्या परिणामांची समज तिला असेल अशी अपेक्षा करता येत नाही. त्यामुळे मी फिर्यादीविरुद्ध खोटी साक्ष दिल्याबद्दल पुढे जाऊन कलते (inclined) घेऊ शकत नाही. निकालासाठी ठेवले.

निकाल

१. आरोपी नं. १ लक्ष्मण बापू माने यांची निर्दोष मुक्तता करण्यात येत आहे.
२. आरोपी नं. २ मनीषा जगन्नाथ गुरव यांची निर्दोष मुक्तता करण्यात येत आहे.

दिनांक : १९/१०/२०१६
सही

न्यायाधीश
विशेष सत्र न्यायाधीश, सातारा

■